நாவல் எழு

நாவல் எழுதும் கலை

ஆர். அபிலாஷ்

எழுத்து பிரசுரம்

Title: Novel Ezhuthum Kalai
Author's Name: R. Abilash

Published by Ezutthu Prachuram

Ezutthu Prachuram
(An imprint of Zero Degree Publishing)
No. 55(7), R Block, 6th Avenue,
Anna Nagar,
Chennai - 600 040

Website: www.zerodegreepublishing.com
E Mail id: zerodegreepublishing@gmail.com
Phone : 89250 61999

Ezutthu Prachuram First Edition: January 2024
ISBN: 978-93-95511-74-2
TITLE NO EP: 491

Cover Design & Layout: Vijayan, Creative Studio

நாவல் குறித்த மகத்தான கனவை மனதில் விதைத்த

ஜெயமோகனுக்கு

பொருளடக்கம்

பகுதி 1: இயல்பும் உளவியலும்

பகுதி 2: வரலாறும் காலமும்

பகுதி 3: அடிப்படைகள்

பகுதி 4: கதையின் தொழில்நுட்பம்

பகுதி 5: நடையும் மொழியும்

பகுதி 6: பயிற்சி

பகுதி 7: புத்தக வடிவம்

இந்நூலின் நோக்கம்

நீங்கள் இப்போதுதான் எழுத ஆரம்பித்திருக்கிறீர்கள். ஒரு நாவலை எழுதிவிட வேண்டும் என்று கனவு காண்கிறீர்கள். ஆனால் எங்கிருந்து துவங்குவது, எப்படி ஒரு கதையை நாவலாக விரிவாக்குவது, ஒரு கட்டத்தில் கதை நகரவில்லை, கதையின் ஜீவனில்லை என்று பட்டால் எப்படி தீர்வு காண்பது, எழுதிய பின் அது நாவலாக வந்திருக்கிறதா என எப்படி அறிவது, புத்தகமாக்கி பதிப்பிக்க யாரிடம் போவது? இக்கேள்விகள் உங்களுக்கு உண்டெனில் உங்களிடம் இருக்கவேண்டிய கையேடு இது. மேலும், நாவல் எனும் கலை வடிவத்தின் அமைப்பு, மொழிநடை, தொழில்நுட்பம் பற்றித் தெரிந்துகொள்ள விரும்பும் வாசகர்கள், எதிர்கால எழுத்தாளர்களும் படிக்க வேண்டிய நூல் இது.

தமிழில் மூவகையான எழுத்தாளர்கள் உளர் - மனம் போன போக்கில் நாவலை ஓடவிட்டு ஒரு கட்டத்தில் அதைக் கட்டுக்குள் கொண்டு வந்து சுபம் போட்டு முடிப்பவர்கள் (pantsers). கராறாக கதை வரைவை எழுதி ஒவ்வொரு அத்தியாயத்தையும் திட்டமிட்டு எழுதுவோர் (plotters). இந்த இரண்டுக்கும் நடுவே பயணிப்பவர்கள் (உலகம் முழுக்க அவர்களே பெரும்பாலானோர்). சுந்தர ராமசாமி, இமையம், ஓரளவுக்கு அசோகமித்திரன் ஆகியோரை முதல் வகைமைக்கும், கோணங்கியும், பெரும்பாலான கட்டற்ற

எழுத்துமுறையைப் பின்பற்றோரும் இரண்டாம் வகைமைக்கும் உதாரணங்களாகக் காட்டலாம். ஜெயமோகன், எஸ்.ரா, பா. வெங்கடேசன் உள்ளிட்ட பல தமிழ் நாவலாசிரியர்களும் இரண்டுக்கும் நடுவே இருப்பவர்கள் (இவர்களுடன் நான் தனிப்பட்ட முறையில் உரையாடியதை வைத்துச் சொல்கிறேன்; மற்றவர்களிடம் அவ்வாறு விவாதிக்காததால் அவர்களுடைய பெயரைச் சொல்லவில்லை. ஆனால் அவர்களையும் உள்ளடக்குகிறேன்). தன்னையே புனைவாக எழுதும் சாரு நிவேதிதா இவற்றுக்கு வெளியே இருப்பவர். இந்த மூன்று மார்க்கங்களில் எதிலும் ஒரு படைப்பின் இலக்கிய தரத்தையோ பெரும் வாசிப்பின்பத்தையோ உறுதிப்படுத்தும் நிச்சயம் இல்லை. ஆனால் நமக்கான மார்க்கத்தை அறிந்திருப்பது, அதில் வெற்றியடைந்து நம்பிக்கையுடன் இருப்பது ஒரு நாவலாசிரியராக அவசியம்.

முதல் வகைமையில் சில நூறு பக்கங்களை எழுதிவிட்டு எந்த வழியே வந்தோம், எங்கே போகிறோம் எனும் குழப்பம் ஏற்பட்டு நாவல் பாதி வழியில் நின்று போகும் வாய்ப்பதிகம். ஜெயமோகன் இதைப் பற்றி ஒருமுறை என்னிடம் சொல்லும் போது சில படைப்புகள் தாமே சரியாக மலர்ந்து வரும், சில படைப்புகள் மொட்டிலேயே கருகி விடும், சில நாவல்களை நூற்று சொச்சம் பக்கங்களை எழுதிவிட்டு கைவிட்டுள்ளதாகவும், ஓரளவுக்கு அதிர்ஷ்டம் சார்ந்ததே இது என்றார். அதே நேரம் படைப்பை எழுத எழுத அதைத் திட்டமிட்டு வடிவமைக்கும் அனுபவமும் திறனும் அவருக்கு உண்டு. அவரளவுக்கு பல ஆயிரம் பக்கங்கள் நாற்பதாண்டுகளாக எழுதிப் பழகாதவர்களுக்கு இது எளிதாக அமையாது. இரண்டாம் வகைமையில் நாம் எழுதும் நாவல் சரியாக மலராதபோது அதை நாம் திட்டவட்டமாக ஒரு வடிவத்திற்குள் அடைப்பதனால் ஒரு செயற்கைத்தனம் மொழியில் தோன்றும். இது திட்டமிடலின், கதைத்திட்டத்தின் பிரச்சினை அல்ல, தவறான கதைத்திட்டத்தின் பழுதுகளைப் புரிந்துகொள்ளாமல் எழுதுவதன் பிரச்சினையே. இதைவிட பெரிய சிக்கல் தேய்வழக்கான கதைத்திட்டங்களை வைத்துக் கொண்டு வெகுஜன நாவல்களை எந்திரகதியில் எழுதுவதே. அசல்தன்மை, படைப்பூக்கமான மொழி, தனித்துவமான பார்வை இவர்களுடைய படைப்புகள் இராது. இந்த பொறியில் சிக்காமல் இருக்க நாம் முயலவேண்டும். நம்மிடையே 90% மேல்

நாவலாசிரியர்கள் இந்த இரு வகைமைகளுக்குள்ளும் மாறி மாறி இருப்பவர்கள் என்பதால் கதையின் இலக்கணத்தை, எழுத்து தொழில்நுட்பத்தின் பல கூறுகளை அறிந்து வைத்திருப்பது நம் நாவலில் அடிப்படையான பிழைகள் மலியாமல் இருக்கவும், பிழை நேரும் போது அதைக் கண்டுகொண்டு திருத்தவும் (எழுதும் போதோ திருத்தும் போதோ) உதவும்.

இந்நூலை நான் எழுத ஒரு முக்கிய காரணம் எழுத்தாளர்களைப் படைப்பாளிகளாக, பிரம்மாவாகக் காணும் கற்பனாவாதப் போக்கு தமிழில் மிக வலுவாக உள்ளது என்பதே. இதனால் நாம் ஒரு நாவல் எப்படி நிறைய திட்டமிடல் மற்றும் ஆய்வுக்குப் பின்பு எழுதப்பட்டு செறிவாக திருத்தப்பட்டு உருவாக்கப்படுகிறது எனப் பேசுவதில்லை. அதைப் பேசுவது நாவலின் பிரமிப்பை குறைத்துவிடும் என அஞ்சுகிறோமோ என்னவோ தெரியவில்லை. அதனாலே தமிழில் நாவல், சிறுகதை, கவிதை என எந்தப் படைப்பு வடிவத்திற்கும் சரியான வழிகாட்டி நூல்கள் இல்லை. ரா.கி ரங்கராஜனின் “எப்படி கதை எழுதுவது” கதை வடிவத்திற்கு ஒரு எளிய அறிமுக நூல்; ஜெயமோகனின் “நாவல் - ஒரு சமையல்குறிப்பு” அவர் கதைத் தொழில்நுட்பம் பற்றி ஆற்றிய உரைகளின் குறிப்புகளையும், நாவல் வடிவத்தைப் பற்றின அவரது கோட்பாட்டையும் உள்ளடக்கியது. பா. ராகவனின் “எழுதுதல் பற்றிய குறிப்புகள்” ஒரு எழுத்தாளராக அவரது வாழ்க்கைக் கதை மற்றும் சில அவதானிப்புகளை உள்ளடக்கியது. தமிழில் இதை விட பன்மடங்கு அதிக நூல்கள் நாவல் தொழில்நுட்பம், எழுதும் கலை பற்றி வந்திருக்க வேண்டும். ஆனால் மேற்சொன்ன காரணத்தாலும், நாவல் எழுதும் இளம் படைப்பாளர்களுடன் மூத்த படைப்பாளிகளுக்கு வழிகாட்டுதல் சார்ந்த உறவு வலுவாக இல்லாததாலும் வரவில்லை. மேற்சொன்ன நூல்களை எழுதியவர்களில் ஜெயமோகன் ‘விஷ்ணுபுரம் வாசிப்பு வட்டம்’ எனும் ஒரு இலக்கிய இயக்கத்தை நடத்துகிறார். இளைஞர்களுடன் தொடர்ந்து உரையாடுகிறார். பா. ராகவன் புனைவு, அபுனைவு வகுப்புகளை நடத்துகிறவர். நானும் அவ்வாறே நாவல் கலை வகுப்புகளை இணையம் வழியாக கடந்த இரு ஆண்டுகளாக நடத்தி வருபவன். ஒதுங்கி இருந்து எழுதுகிறவர்களை விட இவ்வாறு எழுத்தாள / வாசக சமூகத்துடன் தொடர்புறுத்துகிறவர்களே எழுதும் கலை பற்றி அதிகமாக கற்பிக்கவும் எழுதவும்

தலைப்படுவார்கள் என்பதை இது காட்டுகிறது. இந்தியாவில் தில்லியில் ஒரு கல்லூரியில் எழுத்துப் படைப்பாக்கத்தை கற்பிக்கிறார்கள் எனக் கேள்விப்பட்டேன்.

தமிழில் எதிர்காலத்தில் இன்னும் அதிகமாக நாவலாசிரியர்கள் எழுதும் கலையைப் பற்றி எழுதவும், உரையாடவும், கற்பிக்கவும் முன்வர வேண்டும் என விரும்புகிறேன். ஆங்கிலத்தில் இதைப் பற்றி நூற்றுக்கணக்கான கையேடுகள், ஆய்வு நூல்கள் கிடைக்கின்றன. அதற்கு அங்கு படைப்புக் கலை இளங்கலை, முதுகலை, முனைவர் பட்டங்களின் பகுதியாக கற்பிக்கப்படுவது ஒரு காரணம். ஆனால் தமிழிலோ இந்திய மொழிகளிலோ - மேற்சொன்ன மூன்று நூல்களைத் தவிர - அனேகமாக விரிவான எழுத்துக்கலை கையேடுகளே இல்லை. இந்த போதாமையை உணர்ந்ததன் விளைவாக, நான் அதை ஈடுகட்டுவதற்காக செய்த முயற்சியே இந்நூல்.

இந்தியாவில் உயர்கல்வியில் என்னதான் படைப்பாக்க பாடத்திட்டங்கள் குறைவாக இருந்தாலும், தமிழ்நாட்டில் குமரகுரு கல்லூரியில் வெகுஜன ஊடகத்துக்காக எழுதக் கற்றுக்கொடுக்கும் படிப்பு உள்ளது. தில்லியிலும் நடப்பதாக கேள்விப்பட்டேன். பெங்களூர் கிரைஸ்ட் பல்கலைக்கழகத்திலும் படைப்பாக்க விருப்பத்தேர்வு வகுப்புகள் ஆங்கிலத்திலும் தமிழிலும் நடக்கின்றன. இம்முயற்சிகள் வெற்றி பெற்று படைப்பாக்கம் ஒரு கல்விப்புலம் பாடமாகவும், தொழிலாகவும் வளர வேண்டும் என வாழ்த்துகிறேன்.

வருடாவருடம் இணையம் வழி என்னால் தமிழில் நடத்தப்படும் “நாவல் எழுதக் கற்றுக் கொள்ளுங்கள்” வகுப்பின் மாணவர்கள் என்னிடம் எழுப்பிய கேள்விகளுக்கு நான் அளித்த பதில்களையும், அவர்களுக்கு நான் அளித்த சில பயிற்சிகளையும் இந்நூலின் பகுதி ஆக்கியுள்ளேன். அவர்களுக்கு என் அன்பும் நன்றியும். கூடவே, இந்நூலை அழகான வடிவில் பிரசுரிக்கும் எழுத்துப் பதிப்பகத்தாருக்கும் என் உளமார்ந்த நன்றியும் பேரன்பும்!

பகுதி 1

இயல்பும் உளவியலும்

நாவலாசிரியரின் தன்னிலை

சுயம் என்றால் என்னவென்று கேள்விப்பட்டிருப்பீர்கள் - நான் யாரென்று கேட்டால் தோன்றும் விடையும், நான் ஒரு தனிமனிதர் எனும் உணர்வுமே உங்கள் சுயம். இந்த சுயமானது தன்னைப் பலவித உணர்வுகள், கருத்துக்கள், அனுபவங்களால் ஆன பிரக்ஞை கொண்டதாக உணர்வதே தன்னிலை.

எல்லா தனிமனிதருக்கும் தன்னிலை உண்டு. சிறுவயதில் நீங்கள் உங்களை இந்த உலகத்தின் மீது பிரதிபலித்து அதன் அடிப்படையில் உருவாக்கிக் கொள்வதே உங்களுடைய தன்னிலையாகும் என்கிறார் உளவியலாளர் லக்கான். அதாவது உங்கள் சிறுவயதில் வீட்டில் ஒரு பூட்டி வைக்கப்பட்ட இருட்டான அறை இருக்கும். அங்கு போவதே உங்களை நடுக்கமுற செய்யும் என்றால் அந்த அறையைக் குறித்து அவ்வாறு பீதி கொள்ள வைப்பதே அந்த இடத்தில் உங்கள் தன்னிலை. ஒரு திரையரங்கில் உங்களை மறந்து கூவி கைதட்டிக் கொண்டாடுவீர்கள் எனில் அங்கு அப்படி இருப்பது உங்களுடைய இன்னொரு தன்னிலை. இப்படி பல பரிமாணங்கள் கொண்ட தன்னிலையால் ஆனவரே நீங்கள். ஒரு எழுத்தாளராக நீங்கள் யார் என்று கேட்டால் என்ன சொல்வீர்கள்?

ஒரு எழுத்தாளராக இன்னின்ன விசயங்களை கையாள்பவர், இன்னின்ன உணர்வுத்தளங்களில், கருத்து நிலைகளில் இந்த

உலகுடன் உரையாடுபவர் என்று நான் தனிப்பட்ட முறையில் என்னைப் பற்றி சொல்வேன். அதுவே ஒரு எழுத்தாளராக எனது தன்னிலை. ஒரு எழுத்தாளர் ஆகும்போது நான் முற்றிலும் இன்னொரு மனிதன் ஆகிறேன். ஒரு நாவலாசிரியராக அதற்கும் மாறான ஒரு தன்னிலையை நான் பூணுகிறேன். இதில் நான் கையாள்கிற பிரச்சினைகள், கொந்தளிப்புகள், தவிப்புகள், அல்லாட்டங்கள், ஊசலாட்டங்களை நான் நடைமுறையிலோ அல்லது ஒரு அபுனைவு எழுத்தாளனாகவோ நான் எதிர்கொள்வதில்லை. ஒரு அபுனைவு எழுத்தாளராக நான் பயணிக்கும் புலங்களில் ஒரு நடைமுறை மனிதனாக நான் சஞ்சரிப்பதில்லை.

இது கிட்டத்தட்ட இப்படி உள்ளது: நான் என் அறைக்குள் பல முகமூடிகளை வைத்துக் கொள்கிறேன். எழுத்தாளர் ஆவதற்காக அங்கு நான் அணிவதற்கான பல முகமூடிகளை வைத்திருக்கிறேன். பல எழுத்தாள தன்னிலைகளை எடுத்து சூடிக் கொள்கிறேன். வெளியில் நான் மேற்கொள்கிற அடையாளங்கள் சமூகத்தால் வரையறுக்கப்பட்டவை. நான் எந்திரத்தனமாக அணியக் கூடியவை. ஆனால் இந்த எழுத்தாளரின் அறைக்குள் நான் காலடி எடுத்து வைக்கும்போது (சந்திரமுகியின் அறையேதான்) நான் முற்றிலும் மற்றொரு மனிதன் ஆகிறேன். ஏனென்றால் இங்குள்ள முகமூடிகள் நான் சமூகத்தின் நகல் எந்திரத்திடம் இருந்து இலவசமாகப் பெற்ற மலிவான முகமூடிகள் அல்ல. இவை ஒவ்வொன்றும் நானாகக் கடுமையாக முயன்று உருவாக்கியது. இவற்றுள் இருக்கையில் நான் எந்த எல்லைக்கும் போக முடிகிறது. மேலும் இந்த முகமூடிகளை நான் அணிந்துகொண்டு என் உபமனதுக்குள் அலைய முடிகிறது. எண்ணற்ற உலகங்களை எனக்குள் கண்டறிய முடிகிறது. இது காலத்தாலோ வெளியாலோ கட்டுப்படுத்த முடியாத அனந்தரமான உலகம். இங்கு ஒவ்வொரு வடிவத்துக்கும் ஒரு தனி முகமூடி உண்டென்று சொன்னேன் அல்லவா, அதை கதவென்றும் கூறலாம்.

அபுனைவு எனும் ஒரு கதவைத் திறந்தால் நான் ஒரு குறிப்பிட்ட சாத்தியங்களை அடைய முடியும் என்றால் புனைவு / கவிதை எனும் மற்றொன்றைத் திறந்தால் நான் கட்டுப்பாடுகளை முழுக்க உதறிவிட்டுச் செயல்பட முடியும்.

கவிதை / புனைவில் நான் எந்தளவுக்குப் போகமுடியும், எதையெல்லாம் செய்யமுடியும் என்பதை நானே எடுத்துக் கொள்ளும் கதைக்களமும், அதற்கு நான் உருவாக்கி வைத்துள்ள விதிமுறைகளும் இலக்கணமுமே தீர்மானிக்கின்றன. அதாவது எனக்கான தேசத்தின் வரைபடத்தை நானே வரைந்துவிட்டு அதை என் விருப்பப்படி ஆள்கிறேன் என்றாலும் ஒருமுறை உருவாக்கி விட்ட விதிகளை என்னால் சுலபத்தில் உடைக்க முடிவதில்லை. ஆக, நான் அங்கு கட்டற்றவனாகவும் கட்டுண்டவனாகவும் ஒரே சமயத்தில் இருக்கிறேன்.

இந்த உளவியல் கட்டமைப்புகளைப் புரிந்து கொண்டால் பல தன்னிலைகள் கொண்ட ஒரு எழுத்தாளனாக நீடிப்பது சற்று சுலபம் ஆகும். இதை நான் இவ்வாறு எழுதினால் நடைமுறை உலகத்து மனிதர்கள் என்ன கருதுவார்களோ எனும் அச்சம் குறையும் - குறிப்பாக அவர்களும் ஒரு தன்னிலையை, நீங்கள் உருவாக்கி அளிக்கும் முகமூடியை அணிந்துகொண்டே உங்கள் புனைவுலகினுள் சஞ்சரிக்க முடியும், நீங்கள் இருவருமே ஒரே விதிமுறையால் கட்டப்பட்டவர்கள், அதைத் தாண்டி ஒரு தர்க்கம் உங்களிடம் இல்லை எனும் போது எழுத்து இன்னும் சரளமாக வரும்.

எழுத்தாளர் தன்னையே அடையாளம் காண்பது

எழுதக்கூடியவர் எல்லாரும் எழுத்தாளர்களா? இல்லை. புத்தகம் பதிப்பித்தவர் எழுத்தாளரா? இல்லை. புகழ் பெற்றவர், வாசகர்களை அதிகமாகப் பெற்றவர் எழுத்தாளரா? இல்லை. யார்தான் எழுத்தாளர்? எவரொருவர் ஒரு எழுத்தாளராக தன் லட்சியம், குறிக்கோள் என்னவென்று அறிந்து, தனது சிந்தனைப் புலம், தனக்கே பிரத்யேகமான கற்பனைகளின்படி இந்த உலகை எதிர்கொள்கிறாரோ அவரே எழுத்தாளர். எழுத்தாளராக இருப்பது ஒரு கடமை. இந்த உலகுக்கும் நமக்குமான ஒரு தீவிர பந்தம் அது.

ஒரு நாவலாசிரியருடைய உலகம் என்றால் என்ன?

அவருக்கென்றே ஒரு பிரத்யேகமான தேடல் இருக்கும். அது அவரது அகவயமான ஒரு பிழையில், சிக்கலில், கோணலில் இருந்து வரலாம் (அகம்). அதே போல அவருக்கென்றே இந்த சமூகத்துடன் ஆற்ற வேண்டிய பல சமர்கள் இருக்கும் (புறம்). அந்த போராட்டங்கள், தேடல்கள், புறமும் அகமும் ஒரே புள்ளியில் சங்கமித்தால் சிறப்பு. இந்த பிரத்யேகமான சிக்கல்களும், தேவைகளும், அதற்கான முயற்சிகளையும் கொண்டதே நாவலாசிரியரின் உலகம். ஒவ்வொரு நாவலாசிரியருக்கும் அது தனித்துவமானதாக இருக்கும்.

நகுலனின் உலகம் அவரது தன்னிலை பிரதிகளால், நிழல்களால் ஆனது. தன்னிலையை அழிப்பது, அதில் தன் இருத்தலைக்

காண்பது எப்படி எனும் தேடலால் முழுக்க உருவான அகவுலகே அவருடையது. சுஜாதாவின் உலகம் பகுத்தறிவாலும் அடிப்படை சமூக நெறிகளாலும் ஏற்படுத்த விழையும் மத்தியமர் மேல்சாதி மனநிலையால் ஆன சீரான உலகம். பாலகுமாரனுடையது பருண்மை உலகின் தேவைகளை ஒரு கொண்டாட்டமாகவும், ஆன்மிகத்தால் ஆண்-பெண் உறவை சிக்கல் நிறைந்ததாகவும் ஆக்கும் கொந்தளிப்பால் ஆன அதே மத்தியமர் உலகம். தி.ஜாவுடையது மேற்சொன்ன சிக்கல்களை ஆன்மிகம் இல்லாமல் சரணடைதல், கலையைக் கொண்டு விசாரிக்கும் சற்றே கட்டற்ற உலகம். சு.ராவுடையது வரலாற்றை தன் இருத்தலியல் சிக்கல்களைக் கொண்டு பரிசீலிக்க முயலும், அதற்கு இலக்கிய வடிவங்களை எப்படி சரியாக பயன்படுத்துவது என யோசிக்கிற உலகம், அசோகமித்திரனுடையது மத்திய வர்க்க போராட்டங்களை இருத்தலியல் போராட்டமாக வரையறுக்க முயல்கிற உலகம், இமையத்துடையது சமூக உறவுகளைக் கொண்டும், தன்னிலைகள் தம் எல்லைகளை அழித்தும் சமத்துவத்தைப் பேண முடியுமா என யோசிக்கும் உலகம், அம்பையில் இருந்து இன்றுள்ள பெண்ணிய படைப்பாளிகள் வரையிலான உலகம் பெண்களின் தன்னெழுச்சியையும் குடும்ப உறவுகளையும் எப்படி சமநிலைப்படுத்துவது என யோசிக்கும் உலகம், ஜெயமோகனுடையது வரலாற்றை மதசார்பின்மைக்கு வெளியே மீளெழுத இயலுமா எனக் கொந்தளிக்கும் உலகம். சாருவுடையது பகுத்தறிவுக்குள் அடங்காத, தொடர்ந்து அழிந்தழித்து உருக்கொள்ளும் உருவற்ற ஒரு தன்னிலயை இலக்கிய வடிவங்களை அழித்து தோன்ற வைக்கும் உலகம் - அலையலையாய் தோன்றும் கடலைப் போன்ற உலகம். இப்படி நாம் வகுத்துக்கொண்டே போகலாம்.

இம்மாதிரி ஒரு உலகைக் கண்டடைபவரே கடைசியில் எழுத்தாளர் ஆகிறார். ஏனென்றால் வாசகருக்கு நாம் வெறுமனே சிரிக்கவோ அழவோ வைக்கும் கதைகளின் உலகை மட்டும் திறந்து விடவில்லை. நாம் மேற்சொன்ன பிரத்யேகமான அந்தரங்கமான கட்டற்ற உலகங்களின் கதவையும்தான் திறந்து விடுகிறோம்.

நீங்கள் அவரா இவரா?

ஒருவர் சில நாவல்களை எழுதி பிரசுரிக்காமல் வைத்திருக்கிறார். அவரை நாவலாசிரியர் என்று அழைக்கலாமா? அல்லது வேறு எப்படி அழைப்பது?

சரி, நாவலாசிரியர் என அறியப்பட பிரசுரமும், அது பரவலாக வாசிக்கப்படுவதும் ஒரு அளவுகோல் என வைப்போம். மற்றொருவர் பல நாவல்கள் எழுதி பிரசுரித்திருக்கிறார். ஆனால் விமர்சகர்களும் வாசகர்களும் அவை நாவலே அல்ல என்று நிராகரித்து விட்டனர். இப்போது அவர் நாவலாசிரியரா இல்லையா?

ஒருவர் அனுப்பிய கவிதை தவறுதலாக வாசகர் கடிதம் பகுதியில் வெளியாகி விடுகிறது. இன்னொருவர் கவிதை ஜோக் பகுதியில் தவறுதலாய் வெளியாகிறது. இரண்டுமே வெகுவாய் பாராட்டப்படுகின்றன. இப்போது அவர் எப்படி அறியப்பட வேண்டும்?

என் நண்பர் ஒருவர் நாவல்கள் எழுதிக் கொண்டிருக்கிறார். அவர் வேறெதுவும் இதுவரை பிரசுரித்ததில்லை. நான் அவரை என் நண்பர்களிடம் அறிமுகப்படுத்தும் போது "இவர் நாவல் எழுதிக் கொண்டிருக்கிறார்" என்பேன். அவர்கள் அவரை குழப்பமாய் பார்ப்பார்கள். ஏனென்றால் அது ஒரு அடையாளம் அல்ல. அடையாளம் எப்போதும் தொடர்வினையில் இராது. உதாரணமாய், ஒருவரை குடிகாரர் எனலாம். ஆனால் "குடித்துக் கொண்டிருக்கிறார்" என அடையாளப்படுத்த முடியாது. எப்போதுமே எனக்கு அந்த நண்பரை அறிமுகம் செய்வதே

பெரும்பிரச்சனை.

என்னுடைய உதவி / இணை இயக்குநர் நண்பர்கள் யாருமே தம்மை இயக்குநர் என்றோ உதவி இயக்குநர் என்றோ அறிமுகம் பண்ணிக் கொள்ள மாட்டார்கள். அவர்கள் “சினிமா இயக்கும் முயற்சியில் இருக்கிறேன்” என்று தனிப்பட்டு தெரிந்தவர்களிடம் கூறுவார்கள். பொதுவானவர்களிடம் “சினிமாவில் இருக்கிறேன்” என மேலும் பூடகமான விளக்கம் ஒன்றை அளிப்பார்கள். அவர்களாலும் தம்மை சுலபத்தில் சுயஅறிமுகம் பண்ண முடியாது.

ஜெயமோகன் இது குறித்து ஒரு நகைச்சுவை கட்டுரை எழுதியிருக்கிறார். ரைட்டர் என்று தன்னை எழுத்தாளன் அறிமுகப்படுத்தினால் எந்த போலீஸ் ஸ்டேஷனில் எனக் கேட்பார்கள் என்று கூறியிருப்பார். எனக்குத் தெரிந்து சொன்னவுடனே புரிகிறாற் போன்ற ஒரு அடையாளம் என்றால் அது “கவிஞர்” தான். “நான் ஒரு கவிஞன்” எனச் சொல்லிப் பாருங்கள். எல்லாருக்கும் உடனே புரியும். எங்கே எழுதுகிறீர்கள், அதை யார் படிக்கிறார்கள், பணம் வருமா என்றெல்லாம் கூடக் கேட்க மாட்டார்கள். கவிஞனை நம் சமூகம் ஒரு நாடோடிக் கலைஞனாக, அடுக்குவரிகளை சொல்லி மகிழ்வுக்கும் பொழுதுபோக்காளனாக, மொழி வல்லுநனாகக் கற்பனை செய்து வைத்திருக்கிறது. எந்த ஒரு கூட்டத்திலும் ஒருவரை எழுத்தாளர் என அறிமுகப்படுத்துவதை விட கவிஞர் என பிரகடனம் செய்தால் மக்கள் உடனடியாய் ஏற்றுக் கொள்வார்கள். இங்கு நீங்கள் நாவல், கதை, கட்டுரை என்ன எழுதினாலும் மக்களுக்கு நீங்கள் கவிஞன்தான். ஒருவேளை நம் சமூகத்தில் அதிகம் அறியப்பட்ட எழுத்தாளுமைகள் கவிஞர்களாகவே இருப்பதனால் இது இவ்வாறு இருக்கலாம்!

இயக்குநர் ராமை எனக்கு அவர் இயக்குநர் ஆகும் முன்பே தெரியும். அப்போதே அவர் தன்னை இயக்குநர் எனத்தான் அறிமுகப்படுத்துவார். “படம் எடுக்கணுமுன்னு நினைச்சாலே அவன் இயக்குநர்தான். பணம் எடுத்து வெளியாகணமுன்னு அவசியம் இல்லை” என்பார்.

ராமின் நிலைப்பாட்டிலும் ஒரு லாஜிக் உள்ளது. ஒருவர் யார் என்பதை அவர் அல்லாது வேறு யார் தீர்மானிக்க? ஆனால் ஒருவர் வாழ்நாளெல்லாம் சினிமா எடுக்கப் போவதாய் தீர்மானித்துக்

கொண்டு மட்டும் இருந்தால் அவர் இயக்குநரா? ஒருவர் எழுத வேண்டிய நாவலின் சொற்களை மனதிற்குள் மட்டும் உருட்டிக் கொண்டு எழுதாமலே போய்விட்டால் அவர் நாவலாசிரியரா? எழுத முடிவெடுத்த உடன் ஒருவன் எழுத்தாளனா? முடிவும், பிரகடனமும் மட்டுமே போதுமா?

பிரசுரம், எழுத்தின் மீதான மதிப்பு, அங்கீகாரம் என எதுவுமே நிலையானது அல்ல. வெர்ஜினியா வூல்ப் அவரது படைப்புகள் சிலவற்றை நண்பர்கள் வாசிப்பதற்கு என்று மட்டுமே ஒரு வட்டத்துக்குள் சுற்றவிடுவார் என கேள்விப்பட்டிருக்கிறேன். அப்படைப்புகளின் அங்கீகாரம் பதிப்பில் இல்லை. சிறிய நண்பர் வட்டத்தின் எதிர்வினையில் இருக்கிறது. ஒருவேளை அந்நாவல்கள் பதிப்பிக்கப்படவே இல்லை என்று கொள்வோம். நண்பர் வட்டத்தினரின் மறைவுடன் அவை முழுக்க மனித நாகரிகத்தின் நினைவில் இருந்தே கழன்றுவிடும். அப்படி என்றால் அவற்றால் நிலைக்கவே முடியாதா? ஒருவேளை ஆரம்பத்தில் ஏற்றுக்கொண்ட நண்பர் குழு சில மாதங்களுக்கு பின்னர் தம் மதிப்பீடு தவறானது, அப்படைப்புகள் உண்மையில் குப்பை எனக் கூறினால் என்னவாகும்? பதிப்பிக்கப்படாமலே தனக்கென ஒரு இடத்தைப் பெற்ற படைப்புகள் இப்போது முழுக்க மறைந்து விடுமே!

ஆக சுயமதிப்பீடு மட்டுமே நிலையானது. நான் என்னைக் கவிஞன் எனக் கோரினால் நீங்கள் என் தொகுப்பை வெளியிட்டாலும் வாங்கினாலும் படித்தாலும் இல்லாவிட்டாலும் நான் கவிஞன்தான். நீங்கள் ஒரு விசயத்தை தீவிரமாய் நம்பி முன்னெடுத்தால் அதுவே உங்கள் அடையாளம். இந்த நம்பிக்கைதான் ஒருவனை தொடர்ந்து எழுத வைக்கிறது.

நீங்கள் வெளியிட்ட நாவலை படித்து அது நாவலே அல்ல என ஒருவர் மதிப்பிட்டு நிராகரித்தால் ஒரு உண்மையான எழுத்தாளனாய் நீங்கள் அந்த மதிப்பீட்டை ஏற்க மறுப்பீர்கள். அந்த மறுப்பில்தான் நீங்கள் நிலை கொள்கிறீர்கள். அந்தப் புள்ளியில்தான் உங்கள் அடையாளம் உறுதியாகிறது. “அவர் சொல்வது உண்மை, அது நாவல் அல்ல” என நீங்கள் நினைக்கத் துவங்கியதும் நீங்கள் எழுத்தாளன் அல்லாமல் ஆகிறீர்கள். எழுத்தாளன் ஆக விரும்புகிறவர்களுக்கும் ஆனவர்களுக்கும் இதுதான் வித்தியாசம்.

தயக்கத்தை கடந்து எழுதுவதன் சூட்சுமம்

இருப்பதிலேயே ரொம்ப எளிதான காரியம் எழுதுவதே. இருப்பதிலேயே ரொம்ப கடினமான விசயமும் அதுதான். காரணம் நம் மனம்.

நான் என்ன எழுதப் போகிறோம் என்பது முழுக்க நம் கட்டுப்பாட்டில் இல்லை. குறிப்பாய் நீங்கள் புனைவு எழுதும் போது. அதுவும் நாவல் எழுதும்போது.

எழுதும் நம் விரல்களை அது நடுங்கச் செய்கின்றது. எழுத ஆரம்பிக்கும் முன்னரே மனதை இருளில் பதுங்கச் செய்கிறது. அல்லது எழுதுவதை ஒத்திப்போட வைக்கிறது.

சிறுகதையில் நாம் செல்லும் திசை என்ன, இலக்கு என்ன என்பது குறித்த தெளிவு உள்ளது. மொழியும் உத்வேகமும் அகப்பாய்ச்சலுமே அப்போது நம் கட்டுப்பாட்டில் இல்லாமல் இருக்கும். மற்றபடி சிறுகதையின்போது கடிவாளம் நம் கையில்தான். குதிரை என்னதான் எகிறி வானுக்கும் பூமிக்குமாய் குதித்துப் பறந்தாலும் அதை நாம் கட்டுப்படுத்த முடியும்.

கட்டுரை ஒரு காளை வண்டி ஓட்டுவது போல. இன்னும் பாதுகாப்பான பயணம்.

நாவலை எழுதும்போது தினம் தினம் ஏதாவது ஒரு ஆச்சரியம் நம்மை காத்திருக்கும். நிறைய சிறு சிறு தருணங்களை விரித்து

எழுத வேண்டிவரும். அப்போது என்ன தான் உண்மையில் நிகழும் என்பதை நாம் அறியோம்.

நாவலில் சுலபத்தில் விடுவிக்கமுடியாத சிக்கல்கள், நாடகீய மோதல்கள், வாழ்க்கையின் தப்புத் தாளங்கள், அடர்ந்து கொண்டே செல்லும் இருட்டான பாதைகள் அதிகம் அடுத்தடுத்து வந்தபடி இருக்கும். எழுத்தாளன் தன்னை ஒவ்வொரு சிக்கலிலும், பிரச்சனையிலும், நெருக்கடியிலும் செலுத்தி மெல்ல மெல்ல மீண்டு வர வேண்டி வரும்.

நாவல் உங்களை மனதளவில் கடுமையாய் உருக்குலைக்கும் அனுபவம். ஒவ்வொரு முறையும் நாவல் எழுதி முடிக்கையில் உடல் நலம் பாதிக்கப்பட்டு தளர்ந்து போவதாய் எஸ். ராமகிருஷ்ணன் ஒருமுறை குறிப்பிட்டார். நாவலின் ஆலகால விஷத்தை ஜீரணிப்பது எப்படி என ஹருக்கி முராகாமி தனது *What I Talk about When I Talk about Running* எனும் நூலில் பேசுகிறார்.

நாவல் எழுதுகையில் ஒருவர் நிச்சயம் உடற்பயிற்சியில் ஈடுபட வேண்டும்; அது கசடுகள், இடர்பாடுகள், பித்துநிலைகளில் மாட்டித் தவிக்கும் மனத்தை விடுவிக்க உதவும் என்கிறார் முராகாமி. அகத்தை இயக்குவது ஒருவித உடல் ஆற்றல் என்பது முராகாமியின் பார்வை. இந்த உடல் ஆற்றல் பயன்படுத்தப்படாமல் மனதுக்குள் திரண்டு விடும். அதிகமாய் கற்பனையிலும் சிந்தனையிலும் உழலும் புனைவெழுத்தாளன் நமது ஆழ் மனத்தில் புதைக்கப்பட்ட அதர்க்கமான, சமூகத்தால் ஏற்கப்படாத எண்ணங்களை (நாவலின் ஊடே) நேரில் கையாள்பவன். இது ஆபத்தானது. வெளிப்படாமல் தேங்கும் உடலாற்றல் இப்போது அவனைத் தாக்கி அழித்து விடும். மிதமிஞ்சிய காமம், தியானம், விளையாட்டு, இசை, ஓவியம் உள்ளிட்ட கலைகளில் ஈடுபடுகிறவர்கள் சட்டென மன சமநிலை இழந்து தடுமாறுவதற்கு இதுவே காரணம்.

இதனால்தான் எழுதுவது இருப்பதிலேயே அதிகக் கடினமான காரியம் என்கிறேன். பயிற்சியும் ஒழுக்கமும் உண்டெனில் தினமும் உட்கார்ந்து எழுதிவிடலாம். ஆனால் எழுதுகையில் எழுந்து வரும் பைசாசங்களை எதிர்கொள்வது எளிதல்ல.

நான் நாவல் எழுதும் காலகட்டத்தில் தினமும் எழுதுவேன். ஆனால் ஒரு குறிப்பிட்ட சமயத்தில் அதை ஆரம்பிக்கத் திணறுவேன்.

காலையில் பத்து மணிக்கு எழுதத் திட்டமிடுவேன்; ஆனால் அந்நேரத்துக்கு ஆரம்பிக்க மாட்டேன். பல்வேறு விசயங்களை படித்தும் எழுதியும் நாவலை தள்ளிப் போட்டபடியே இருப்பேன். இனிமேல் தள்ளிப் போட முடியாது எனும் நிலை வரும்போது சட்டென கோப்பைத் திறந்து அத்தியாயத்தை முந்தின நாள் விட்டதில் இருந்து தொடர்ந்து எழுதுவேன். கொஞ்ச நேரத்தில் எழுதும் செயலையே மறந்து எழுதத் துவங்கிவிடுவேன். களைத்து ஓயும்வரை எழுதுவேன்.

இதற்காகவே இவ்வளவு நேரம் தயங்கினோம் என அப்போது எனக்கு லஜ்ஜை ஏற்படும். ஆனால் இந்த எண்ணமெல்லாம் எழுதி முடித்துக் கொஞ்ச நேரம்தான். அடுத்து பகலிலும் இரவு தூங்கும் வரையிலும் பதற்றம் ஒரு நிழலைப் போல் என்னைத் தொடர்ந்து வரும். அடுத்த நாள் மீண்டும் என் நாவல் பிரதியைத் திறக்கத் தயங்குவேன், அஞ்சுவேன், அதைக் கடந்து வேறு வேலைகளில் ஈடுபடத் துவங்குவேன். மனதை மீண்டும் கட்டுப்படுத்தி, ஆறுதல் செய்து, நிதானப்படுத்தி எழுத்தில் ஈடுபடப் போராடுவேன். இது ஒரு சுழற்சி. நாவலின் இறுதி அத்தியாயத்தை முடித்து முற்றுப்புள்ளி வைக்கும்வரை அதே சுவரில் திரும்பத் திரும்ப தலையை மோதியபடி இருப்பேன்.

துவங்கும் வரை நாவல் எழுதுவதுதான் உலகிலேயே கடினமான சவால். ஆனால் எழுதத் துவங்கியபின் காதலியை அரவணைத்து உடலோடு உடல் பின்னி முத்தமிடுவது போல் இயல்பான சுகமான சுலபமான லகுவான ஒன்று. ஒரே சிக்கல் ஆரம்பித்த எதையும் தற்காலிகமாய் நிறுத்திய பின் அடுத்த நாள் ஆரம்பிக்க வேண்டும் என்பது.

புனைவு எழுதுவது ஏன் அபுனைவு எழுதுவதை விட சவாலாக உள்ளது?

எழுதுவது என்றுமே சவால்தான். இல்லை என்று யாராவது சொன்னால் அது பொய். ஆனாலும் அபுனைவுடன் ஒப்பிட்டால் புனைவு எழுதுவது கூடுதல் சிரமம், அல்லது இன்னும் துல்லியமாக சொல்வதானால் கூடுதல் சவால் என்பேன். இன்று நானும் என் மாணவர் ஆயுஷும் நாவல் கலையின் நுணுக்கங்கள் பற்றிப் பேசிக் கொண்டிருக்கும்போது இந்தக் கேள்வியை அவர் என்னிடம் கேட்டார். அவர் கடந்த இரு வருடங்களாக அபுனைவு எழுதி வருகிறார். அவரால் நினைப்பதை இப்போது ஒரு கட்டுரையாக வேகமாக எழுத முடிகிறது. அதற்கான மனக்குவிப்பு அமைந்து வருகிறது. ஆனால் சிறுகதையோ நாவலோ எழுதும்போது மனம் சிக்குண்டது போல ஸ்தம்பிக்கிறது. இது ஏன்?

நான் அவரிடம் என் நாவல் எழுதும் அனுபவங்களைப் பகிர்ந்து கொண்டேன். ஒவ்வொரு நாளும் எழுதி வரும்போது, குறிப்பாக எழுதும் முன்பு, அன்றைக்கு எதை எப்படி எழுதி நகர்த்திச் செல்வது எனக் குழப்பம் வருகிறது, எழுத முடியுமா எனக் கேள்வி எழுகிறது, அந்தக் கேள்வி ஒரு பயமாக மாறி, பயத்தை மறைக்க முயன்று அது பதற்றமாக உருக்கொண்டு என்னை அழுத்துகிறது. இது ஏன்?

முதல் காரணம்: அபுனைவு எழுதும்போது எதை எழுதப்

போகிறோம் என முன்கூட்டியே தெரிந்திருக்கிறது; ஆனால் புனைவுக்கு ஒரு வரைவு இருந்தாலும்கூட அடுத்து என்ன என்பது ஒரு மர்மமே. எதிர்பாராமைகள் நிறைந்தது புனைவு; எதிர்பாராமைகளே புனைவின் சுவாரஸ்யம், அவையே புனைவை சவால் நிரம்பியது ஆக்குகின்றன. ஆனால் புனைவை சவால் ஆக்குவது பிரதானமாக இதுமட்டும் அல்ல.

புனைவுக்குள், குறிப்பாக ஒரு நாவலுக்குள், பல (சிந்தனை / உணர்வு / வரலாற்று / தத்துவார்த்த / பண்பாட்டுத்) தரப்புகள் உண்டு. ஒன்றுக்கொன்று முரண்படுகிற தரப்புகளாக இவை இருக்கும். உதாரணமாக பிறழ்வு உறவுகளை எடுத்துக் கொள்வோம். மணமான ஒருவர்தான் நம் நாயகன் - அவர் தன் மனைவியை மனதார விரும்புகிறவர், தன்னையும் மீறி மற்றொரு பெண்ணை நேசிக்கிறார். இங்கே தாம்பத்ய அன்பும், காதலும் இரு வேறு தரப்புகள். இரண்டையும் அங்கே தெளிவாக முன்வைக்க வேண்டும், அதுவும் சமமாக, தெளிவாக. இரண்டையும் மனம் பிடித்து தொங்குவதற்கான காரணங்கள் தெளிவாகத் தெரிய வேண்டும். தர்க்கப்பூர்வ காரணங்கள் அல்ல, உணர்வுரீதியான காரணங்கள். அந்தக் காரணங்களை நீங்கள் வரலாற்றில், சமூகவியலில், உளவியலில், நடைமுறையில் கண்டுபிடிக்க முடியாது, அதை நீங்கள் அந்த பாத்திரத்தின் உணர்வு தளத்தில், அவன் / அவளது அகச்சாய்வுகளில், இருண்மைக்குள்தான் கண்டுபிடிக்க முடியும். ஒவ்வொரு பாத்திரத்துக்கும் அவரவருக்கான நியாயங்கள் இருக்கும். அவரளவில் அது தர்க்கபூர்வமாகவும் பிறருக்கு அபத்தமாகவும் இருக்கும். இதுவே அந்த பாத்திரத்தின் சாரம். ஒரு படைப்பாளி இந்தத் தரப்பைக் கண்டுணர்வதே பெரிய சவால். (செகாவ் தனது “நாயுடன் தோன்றிய சீமாட்டி” சிறுகதையில் இதை அபாரமாகச் செய்திருப்பார்) ஒரு நாவல் என்றால் இது போல பல்வேறு தரப்புகளைக் கண்டறிந்து மோதச் செய்ய முடிய வேண்டும். அப்போதே அது சிக்கல்களும் முடிச்சுகளும் நிரம்பிய சுவாரஸ்யமான வியப்பூட்டும் படைப்பாகும்.

இதை செய்வதற்கான முதல் தடை நீங்கள் ஒரு கதையைச் சொல்லும்போது அந்தக் கதையின் போக்கு குறித்த நியாயங்கள் உங்களுக்குத் தெளிவாகத் தெரிந்திருக்காது என்பதே. உ.தா., அண்மையில் சர்ச்சைக்குள்ளான அபிராமியின் குற்ற வழக்கைப் பார்ப்போம். அபிராமி ஏன் தன் குழந்தைகளுக்கு விஷமளித்து

கொன்றார் என்பது உங்களுக்கு அவரைப் பற்றி ஒரு நாவல் எழுதும்போது தெரிந்திருக்காது. ஆனால் ஒரு கட்டுரையாக எழுதும்போது கொலைக்கான காரணங்களை சுலபமாக அடுக்க முடியும். ஏனென்றால் அத்தரப்புகள் ஏற்கனவே தயாராக உள்ளன. நீங்கள் அந்தத் தரப்புகளின் தர்க்கத்தை மட்டுமே அபுனைவில் பரிசீலிக்கிறீர்கள்.

ஒரு கட்டுரை / கட்டுரை நூல் எழுதும்போது அங்கு ஒரு தரப்பு உண்டா என ஆயுஷ் என்னிடம் கேட்டார். நான் அவரிடம் சொன்னேன், "ஆம் உண்டு. ஓர் அபுனைவில் அதை எழுதுகிறவன்தான் பாத்திரம். எழுத்தாளன் தன்னைப் பாத்திரமாக நம்பியே தன் தரப்பில் இருந்து பேசுகிறான். அதாவது கட்டுரையாளன் தன்னையே பாத்திரமாக்கிய பின்னரே எழுதத் தொடங்குகிறான். அபுனைவிலும் உள்ள புனைவுத் தன்மை இதுதான். ஆனால் புனைவில் அவன் தன்னை மட்டுமே பாத்திரமாக்கி கதை சொல்ல முடியாது. (ஆட்டோபிக்ஷனில் ஓரளவுக்கு முடியும் என்றாலும்) நாவல் எழுதுவது ஒரே கட்டுரை நூலை நான்கு ஐந்து விதங்களில் மாறுபட்ட, முரண்பட்ட நோக்குகளில் இருந்து எழுதிப் பார்ப்பது போன்றது. அதாவது ஒரே கருத்தை நான்கைந்து கோணங்களில் இது முழுக்க முரண்படும் வகையில் எழுதி முன்வைப்பது. அதுவும் கட்டுரையில் தர்க்கரீதியாக வைக்கும் கோணத்தை இங்கு உணர்வுநிலையில் இருந்து செய்ய வேண்டும்."

இதை சொல்லும்போது எனக்குத் தோன்றிய முதல் உதாரணம் தி.ஜா.வின் "மோகமுள்". பாபு தன்னை விட மூத்தவளான யமுனாவை காதலிக்கிறான். ஏன் அப்படி அவன் செய்கிறான் என்பதே நாவலின் மையக் கேள்வி. நாவலின் போக்கினூடே தி.ஜா. இக்கேள்விக்கு பலவிதமான பதில்களை தொகுக்கிறார். இறுதியில் நாம் புரிந்துகொள்கிறோம் - பாபுவினுடையது சாத்தியமாகாத பிறழ்வுறவின் கதை மட்டுமல்ல; இசையில், அன்பில், காமத்தில், வாழ்க்கைத் தேடலில் மிகையை நாடி, தன் லட்சியத்தை தொடர்ந்து தள்ளிப்போடும் ஒரு இளைஞனின் கதையும்தான்.

பாபு, நாவல் முழுக்க இசையைக் கற்றபடியே இருக்கிறான்; கற்று முடித்து கச்சேரி பண்ணத் தயங்குகிறான். ஏனென்றால்

எதையொன்றையும் நாம் முற்றும் தெரிந்துகொண்டு செயல்படும் போது அங்கு ஓர் ஏமாற்றம் வந்துவிடும்; ஆனால் அதை அடையும் ஒரு நொடி முன்பு வரை நமக்கான சாத்தியங்களுக்கு வானமே எல்லையாக இருக்கும். இதை உணர்ந்தே பாபு முதலில் யமுனாவை நேசித்து அவள் பொருட்டு தன் காதலைத் தள்ளிப் போடுகிறான்; பிறகு அவளுக்காக தன் இசையைத் தள்ளிப் போடுகிறான். இறுதியில் பல வருடங்களுக்குப் பிறகு யமுனாவே அவனை நாடி வந்து, அவளுடன் உடலுறவு கொண்ட பின்பு இவ்வளவு தானா, இதற்குத் தானா எனும் கேள்வி, ஏமாற்றத்தின் கசப்பு அவனை உலுக்குகிறது. யமுனா இதற்கு நேரெதிர் கோடியில் இருக்கிறாள் - அவள் நடைமுறையை தேவைக்கு அதிகமாய் புரிந்து கொண்டவள். திருமணம் என்பதை தன்னை அடிமைப்படுத்தும், தனது சுயமரியாதையை பறிக்கும் என எண்ணி தொடர்ந்து அதைத் தள்ளிப் போடுகிறாள். ஒரு கட்டத்தில் வேறுவழியின்றி, பசிக்கொடுமை தாளாதே அவள் பாபுவை நாடுகிறாள். அது ஒரு சமரசம். எவ்வளவுதான் யமுனா ஒவ்வொரு சமூக அமைப்பிலும் மாட்டாமல் தப்பித்துச் சென்றாலும் அந்தச் சுதந்திரமும் ஒரு முடிவுக்கு வருகிறது. இருவரும் இருவித நாட்டங்களை முழுக்க மாறுபட்டு அணுகும் ஆட்கள். இருவரும் அப்படி இருக்க அவர்களுக்கான நியாயங்கள் உண்டு. அவர்களுக்கு மட்டுமே புரியும் தர்க்கம் உண்டு. தி.ஜா. இது என்ன என விவாதிப்பதில்லை; ஆனால் இந்த நியாயப்படி அவர்கள் நாவல் முழுக்கப் பயணிக்கிறார்கள். இது ஏற்படுத்தும் சிக்கல்களே நாவலின் உச்சங்களை ஏற்படுத்துகின்றன.

இப்போது நான் சொல்லியிருப்பதைப் போல பாபு மற்றும் யமுனாவின் அடிப்படையான நோக்கங்களை வரையறுப்பது கட்டுரை; ஆனால் அதை எளிதில் வரையறுக்க முடியாதபடி கையாள்வது நாவல். ஒரு கிளியைப் பிடித்து இறகுகளை நறுக்கி கூண்டுக்குள் பூட்டி வைத்தால் கட்டுரை; இறகுகள் வளர அனுமதித்து அதை பறக்கவிட்டு ஆகாயத்தை அது ஆளும் போது இங்கிருந்தே அதைக் கட்டுபடுத்தி தேவைப்படும்போது வரவழைத்து மீண்டும் கூண்டுக்குள் அடைக்க முடிவது நாவல்.

எழுத்து எனும் தேவதூதன்

எழுதும் அனுபவம் எவ்வளவு பெரிய ஆறுதலாக உள்ளது என்பதை எழுதமுடியாத ஒருநாள் நம் மனம் கொள்ளும் தத்தளிப்பு, துயரம், அழுத்தத்தைக் கொண்டு மட்டுமே அறிய முடிகிறது. அதுவும் கடும் நெருக்கடிகள், சிக்கல்கள் சூழ்ந்து நின்று மென்னியைப் பற்றுகையில் எழுத்து என்னைச் சட்டென மீட்கிற தேவதையாக உள்ளது. ஒருநாள் முடிகையில் எழுத்து இன்று அர்த்தபூர்வமாக ஒன்றை செய்தோம், இன்று நாம் செய்த பணி ஒரு பெரிய வெற்றியை விரைவில் தரும் எனும் நம்பிக்கையை தருகிறது. அந்த நம்பிக்கையே வாழ்தலின் அடித்தளம். அது கூட இல்லாமல் தூங்கச் செல்வது பெரிய அவலம். அப்போது 'நாளை விடிந்துவிடும், நாளை இதைவிட நன்றாக இருக்கும்' என்று மட்டுமே யோசிக்க முடிகிறது. அது தப்பித்தல். நான் அதை விரும்பவில்லை.

நேற்று அப்படித்தான் வகுப்புகள், சந்திப்புகள், அலைச்சல் என பகல் நேரத்தில் பத்து நிமிடம் கூட எழுத முடியவில்லை. வீட்டுக்கு வந்ததும் களைப்பு. சாப்பிட்டுவிட்டுப் படுத்தால் வாசிக்கவும் மனமில்லை. எழுதலாம் என்றால் உடலில் தாள முடியாத களைப்பு. தூங்கு, தூங்கு என ஒரு புறமும், எழுது, சிறிதாவது எழுது என இன்னொரு புறம் மனம் இரட்டைக் குரலில் பேசுகிறது. உறங்கிவிட்டேன். தூக்கத்தில் ஒரு நெடிய

கனவு. அதில் அண்மையில் ஒரு நண்பர் வெளியிட்ட முக்கியமான நாவல் ஒன்றின் தலைப்பு வருகிறது. அதன் கதையைப் பற்றி கற்பனையாக ஏதோ ஒரு பார்வை திரும்பத் திரும்ப வருகிறது. நான் அதைப் போன்ற கதைச்சரடில் ஏதோ ஒரு நாவலை எழுதப் போகிறேன் என்று மீள மீள ஒரே எண்ணம் வந்தபடியே இருக்கிறது. அப்படித்தான் காலையில் சட்டென எழுந்து கொண்டேன். அதன் பிறகு இந்த எண்ணமே அபத்தமாக இருந்தது. எழுதாமல் கடந்த நாளொன்றில் என் மனம் தங்கியிருந்து கனவுக்குள் எழுதுகிறது, எழுதுவதைப் பற்றி உரையாடி என்னை ஆறுதல்படுத்துகிறது என்று புரிந்துகொண்டேன்.

அதனால் இன்றைய தினம் மிகவும் கொந்தளிப்பாக, மிக மோசமாக அமைந்தாலும் (வகுப்பில் மாணவர்கள் என் புத்தகத்தைத் திருடி மறைத்துவிட்டு நான் எவ்வளவோ கேட்டும் திரும்பத் தராமல் கடும் மனம் உளைச்சல் கொடுத்துவிட்டார்கள்.) கிடைத்த நேரத்தில் காதில் ஹெட்போனை மாட்டிக்கொண்டு, சுற்றிலும் நிகழ்வனவற்றில் இருந்து விடுபட்டு வேறெங்கோ சென்றேன், நிறைய எழுதினேன். ஒரு நொடியைக் கூட வீணடிக்கக் கூடாது என முடிவெடுத்து செயல்பட்டேன்.

இன்று எனக்குள் வருத்தங்கள் இருந்தாலும் எழுத்து தரும் ஆறுதல் உள்ளது. அதை யாரும் என்னிடம் இருந்து பறிக்கக் கூடாது என எண்ணினேன். இன்று நான் நிம்மதியாக உறங்கச் செல்வேன். இன்று என் கனவில் நான் எழுத மாட்டேன். எனக்கு சலனங்களற்ற, ஆழ்ந்த கனவுகள் வாய்க்கும். நான் அடர் இருட்டின் பாதையில் நடக்கையிலும் எழுத்தெனும் தேவதூதன் என்னுடன் வருவான், கடும் துன்பத்தின் பள்ளத்தாக்கில் விழுந்தழியாமல் அவன் என்னைக் காப்பாற்றுவான் எனத் தோன்றுகிறது. எழுத்தாளனாக இருப்பதன் மிகப்பெரிய கொடுப்பினை இதுவே. எழுத்தாளனுக்குத் தனிமையே இல்லை. எழுதுகோல் எனும் தெய்வம் அவனுடன் என்றும் இருக்கும்!

எழுதிப் பழகுதல் – ஓர் உரையாடல்

செல்வகுமார்: அண்ணே, அன்றாடப் பணிக்கு மத்தியில் தினமும் எப்படி எழுத்தை கைகொள்கிறீர்கள்? சில நேரத்தில் எழுத அமர்ந்து ஏதேதோ எழுதுகிறேன். எழுதியதை மொத்தமாக அழித்துவிட்டு மீண்டும் எழுதுகிறேன். சில நேரம் வாரத்தில் இரு நாள் மட்டுமே எழுதுகிறேன். அன்றாடம் எழுத தாங்கள் என்ன உத்தி செயல்படுத்துகிறீர் அண்ணா?

நான்: பழக்கமாகிவிட்டால் அது தானே நடக்கும். அதுவரை முயற்சி எடுக்க வேண்டும். திட்டமிட வேண்டும், இவ்வளவு நேரம் இன்றைக்கு என முடிவெடுத்து அதற்காக உட்கார வேண்டும். கவனச்சிதறல்களைத் தவிர்க்க வேண்டும். இலக்கை அடைந்த பின்பே தூங்க செல்ல வேண்டும். தினமும் சிறுகச் சிறுக எழுதினால் நிறைய எழுதிக் குவிக்கலாம்.

கடைசியாக, மனத்தடை இருக்கலாகாது.

மனதின் மொழியில், பேச்சின் மொழியில் எழுத வேண்டும், இடைவெளியை முடிந்தவரைக்கும் குறைக்க வேண்டும்.

செல்வக்குமார்: பணி நேரம் போக சமூக வலைதளத்தில் நேரம் போகவிடுகிறேன் அண்ணா. அதை சரிசெய்ய வேண்டும். முதலில் வாசிப்பிலும் வேகம் குறைந்து காணப்படுகிறேன். நீங்கள் சொல்வதை நான் செய்து பார்க்க வேண்டும் சுய பரிட்சையாக.

நான்: சமூகவலைதளத்தில் படிப்பதைக் குறைத்து அதிலே எழுதுங்கள்.

நேர்மையாக எழுதுங்க.

மனதுக்குப் பட்டதை மட்டும், அரசியல் சரிநிலை பார்க்காமல் எழுதுங்க.

டிரண்டுகளைப் பொருட்படுத்தாமல் அதே நேரம் சுவாரஸ்யமாக எளிமையாக எழுதப் பழகுங்கள்.

எழுதக் கிடைக்கும் எல்லா இடங்களையும் பயன்படுத்துங்க.

Always think as a writer, not as an individual, family man, friend, employee. யாராவது காறித்துப்பினால் கூட இதை எப்படி எழுத்தாக்கலாம் (கண்டெண்ட் அல்ல) என யோசியுங்கள்.

செல்வக்குமார்: ரொம்ப நன்றி அண்ணே. நீங்க ஒரு வார்த்தை சொன்னிங்க... கவிஞர்கள் சோம்பேறிகள்... அப்டினு எனக்குள்ள ஒரு கேள்வி. நாம கவிதை எழுதி எழுதிதான் பெரிய எழுத்து எழுத மனத்தடை வந்துருக்குமோனு. அதை உடைக்கும் வண்ணம் நிதமும் எழுதப்போகிறேன். சுய பரிசோதனை செய்கிறேன். ஒரு மாசம் கழிச்சு ரிசல்ட் சொல்கிறேன்.

தேங்யூணா!

நான்: நன்றி.

கவிஞர்கள் சோம்பேறிகள் அல்ல, ஆனால் அவர்கள் புனைவெழுதும் போது தொடர்ச்சியாக தம் உணர்வெழுச்சியை தக்க வைக்க சிரமப்படுவார்கள் என்றேன். மேலும், கவிதையில் இருந்து உரைநடைக்கு மாறுவது சிரமம். அப்படி மாறும்போது அந்த கவித்துவ அழகியலை தக்க வைத்துக் கொள்ளவும் வேண்டும்.

செல்வக்குமார்: கண்டிப்பா அண்ணா. வாசிப்பை அப்ப புத்தகத்தில் மட்டுமே வைத்துக்கொள்ளலாமா அண்ணா?

“நிறைய வாசி பிறகு எழுதலாம்” என்பதே அனைவரின் வார்த்தைகளும்... அந்த நிறைய என்பது எவ்வளவுதான் அண்ணா. இல்லை வாசிப்பையும் எழுத்தையும் ஒருங்கே செய்கையில் அது கைகூடுமா?

நான்: எதையும் வாசிக்கலாம், ஆனால் ‘அதுவே’ பிழைப்பாக இருக்கக் கூடாது. நாம் வாசகர் அல்ல எழுத்தாளர்கள்.

செல்வகுமார்: பயிற்சி என்பது பழகுதல் பற்றியதுதான அண்ணா... நீங்க எம்மாதிரி கற்றுக் கொடுக்கிறீங்க அண்ணா. டாஸ்க் மாதிரியா? இல்லை ஆர்வமுள்ளோர் எல்லாருக்கும் சொல்லித் தரிங்களாண்ணா?

நான்: என் வகுப்பில் எழுத்தின் முறைமை, உத்திகள் பற்றி பேசிவிட்டு டாஸ்குகளும் கொடுக்கிறேன்.

செல்வகுமார்: இதில் சேர என்ன விதிமுறைகள் அண்ணா?

நான்: எங்கள் பல்கலைக்கழகத்து மாணவராக இருக்க வேண்டும். அங்கு மாணவர்களில் ஆர்வமுள்ளோர் ஒரு எலக்டிவ் பாடமாக அதைத் தேர்வு பண்ணுகிறார்கள்.

செல்வகுமார்: மிக அருமை. எனக்கு அந்த வாய்ப்பில்லையே.

நான்: நன்றி. மே, ஜூன் மாதங்களில் காணொளி வழியாக ஒரு நாவல் எழுதும் கலைக்கான பயிற்சித்தொடரைத் திட்டமிட்டுள்ளேன். விரைவில் தகவல்களை பகிர்ந்து கொள்கிறேன்.

செல்வகுமார்: மே. ஜூன். காத்திருக்கிறேன் அண்ணா.

நான்: நன்றி. சந்திப்போம்!

ஆயிரம் பொற்காசுகள் இருந்தாலும் கிடைக்காதது

கடந்த ஆறு ஆண்டுகளாகவே அனேகமாக நான் தினமும் ஏதாவது ஒரு நாவலில் வேலை செய்து கொண்டிருக்கிறேன். அவற்றில் பல நாவல்களை என்னால் சரிவர எழுதி முடிக்க இயலவில்லை என்பதாலே பாதியில் கைவிட நேர்ந்தது. 2021இல் தான் ஒரு நாவலை முடித்து தொடராக வெளியிட்டேன் - "ஒரு முடிவற்ற துப்பறியும் கதை". கடந்த ஐந்தாண்டுகள் என் வாழ்வின் மிக மோசமான கட்டம். ஒவ்வொரு மாதமும் நான் நரகத்தில் மூழ்கி வெளிவருகிறேன். ஒவ்வொரு கணமும் என்னை அழித்து புத்துருவம் பெற்றாலே என்னால் வாழ முடிகிறது. ஒட்டுமொத்த வாழ்வுக்கான துன்பத்தையும் ஒரு சில வருடங்களில் அடைந்து விட்டேன். இருந்தாலும் இந்தக் கட்டத்தில் நான் ஏன் இப்படித் தொடர்ந்து நாவலெழுத்தில் இருந்திருக்கிறேன், இருக்கிறேன் என்பதற்கான பதிலை சொல்கிறேன்.

வேறெந்த வேலையும், அனுபவமும் தராத சில அனுகூலங்களை நாவல் எழுதுவது, ஒரு நாவலின் புனைவுலகம், பாத்திரங்கள், அங்கு தோன்றும் பிரத்யேகமான உணர்வுநிலைகள், நெருக்கடிகள், கண்டடைதல்கள் எனக்கு அளித்திருக்கின்றன:

1) நடப்பு வாழ்வில் போல யாரோ முடிவெடுப்பதற்காக நாம் நாவலின் உலகில் காத்திருக்கத் தேவையில்லை. ஒவ்வொரு முடிவையும் பாத்திரங்களின் போக்கை ஒட்டி நாமே எடுக்கலாம்.

2) இந்த புறவுலகிற்கு எந்த சம்மந்தமும் இல்லாத முற்றிலும் புதியதொரு உலகை சிருஷ்டித்து அங்கு என்னால் போய் பதுங்கி இருக்க முடியும். அங்கு நான் என்ன நினைக்கிறேன், என்ன முடிவெடுக்கிறேன், எதற்காக ஒன்றைச் செய்கிறேன் என யாருக்கும் சொல்லவோ நியாயப்படுத்தவோ தேவையில்லை. நிஜவாழ்வில் இல்லாத ஒரு ஏஜென்ஸி, அதிகாரம், உரிமை, அது தரும் சுதந்திரம் எனக்கு நாவலின் உலகில் உள்ளது. யாராலும் நாவலைப் பாதியில் நிறுத்தவோ எழுதி முடித்தபின் பிடுங்கிக் கொள்ளவோ ஒரு பாத்திரத்தின் போக்கை மாற்றவோ நாவலின் கருப்பொருளை மாற்றவோ முடியாது. என் வாழ்வில் சாத்தியமில்லாத எத்தனையோ விசயங்கள் என் நாவலின் உலகில் சாத்தியமாகிறது. நடப்புலகில் நான் ஒரு திறந்த சிறைச்சாலையின் கைதியாகவும் நாவலுக்குள் ஒரு சுதந்திர மனிதனாகவும் இருக்கிறேன்.

3) நாவலை எழுதிப் போகையில் ஒரு கட்டத்தில் என் துயரங்கள், நடப்புலகில் நான் எதிர்கொள்ளும் அபத்தங்கள், அவை தரும் மண்டையிடியைப் பற்றி நான் கவலை கொள்ளத் தேவையில்லாமல் போகிறது. எழுதாத போதும் அவற்றை நான் மறந்திருக்கிறேன் அல்லது பொருட்படுத்தத் தேவையில்லை என நினைக்கிறேன். இதைப் பற்றி ஒரு உளவியல் பேராசிரியரிடம் நான் விசாரித்த போது ஒரு விளக்கம் சொன்னார்: “நம் ஒவ்வொருவருக்குள்ளும் உணர்வுகளைச் செயலாக்கம் செய்வதற்கு என ஒரு டெம்பிளேட் உள்ளது. இதை ஒரு வண்ணக் கண்ணாடி என்று கூறலாம். இதை நாம் அணிந்துகொண்டதும் உலகை நாம் பார்க்கிற வண்ணம், தீவிரம் மாறுபடுகிறது. பச்சைக் கண்ணாடியெனில் உலகம் பச்சை, சிவப்பெனில் உலகம் சிவப்பு. இந்த நடப்பு உலகம் ஏற்படுத்தும் பாதிப்பைச் சார்ந்து அதை எப்படி அர்த்தப்படுத்துவது, அதை எந்தளவுக்குப் புரிந்து கொள்வது என்பதைத் தீர்மானிப்பது இந்த டெம்பிளேட்தான். சிலருக்கு ஒருவர் முறைத்தாலே கடும் கோபம் வந்து கத்தியைத் தூக்கி வீசத் தோன்றும், மற்றொருவரோ காறித் துப்பினால் கூட அது உறைக்கவே உறைக்காததைப் போல போய் விடுவார். இது அடுத்தவர்களின் செயல்களை, உலகின் நிறபேதங்களை நாம் எப்படி எதிர்கொள்ள வேண்டும் எனத் தீர்மானிக்கும் டெம்பிளேட் ஆகும். ஆனால் ஒரு படைப்பாளி தான் எழுதும் நாவலுக்குள் தீவிரமாகப் போகும்போது அவர் அந்த நாவலின்

உலகில் இருந்து, அங்கு உலவும் பாத்திரங்கள், அவர்களுடைய பிரச்சினைகள், உணர்வெழுச்சிகளில் இருந்து ஒரு மாற்று டெம்பிளேட்டை தன்னையறியாது உருவாக்குகிறார். இப்போது அவனுக்குள் இரண்டு டெம்பிளேட்டுகள் தோன்றுகின்றன. அவனுடைய புனைவின் டெம்பிளேட் மெல்ல மெல்ல ஆதிக்கம் செலுத்தத் தொடங்க நடப்புலகின் டெம்பிளேட் பின்னுக்குப் போகிறது. இது ஏன் என்றால் நமது நரம்பணுக்கள் அதிகமாகப் புனைவு டெம்பிளேட்டால் தூண்டப்பட நடப்புலகின் பல தூண்டுதல்களுக்கு ஈடுகொடுக்க பின்னர் அதற்கு சக்தியில்லாமல் ஆகிறது.”

4) என் நாவலுக்குள் நடக்கும் ஒரு பிரச்சனைக்காக ஒரு பாத்திரத்தின் தரப்பில் நின்று நான் கொந்தளித்திருப்பேன். அது எனக்கு மிகப்பெரிய நெருக்கடியாகத் தெரியும். நிஜ உலகில் ஒருவர் எனக்கு நெருக்கடி கொடுக்கும்போது அவரை நோக்கி கொந்தளிக்கும் ஆற்றல் என் நரம்பணுக்களுக்கு இருக்காது. சார்ஜ் இல்லாத போனைப் போல அது தானாகவே தன் திரை ஒளியைக் குறைத்துக் கொள்ளும். மின்சார வரத்து குறைகையில் ஒரு குமிழ்விளக்கு மங்கலாக எரிவதைப் போல நாம் இவ்வுலகில் ஆவோம். இப்படி ஒரு மங்கலாக எரியும் குமிழ்விளக்காக நடப்புலகில் திரிவது அவ்வளவு மகிழ்ச்சியாக சில நேரம் இருக்கிறது. ஆனால் எப்போதும் இப்படியான ஒரு ‘டிரிப்’ அனுபவம் கிடைப்பதில்லை. நாவலை தினமும் நான்கைந்து மணிநேரங்கள் எழுதுகையிலே சாத்தியமாகிறது. (இதையே சிக்ஸன்மிஹாய் *flow* என்றார்.) நாவலுக்கு வெளியே உள்ள உலகில் மிகுந்த ஆர்வத்துடன் பங்கேற்கையில் போகப் போக ‘டிரிப்’ மனநிலை குறைந்து எரிச்சலான ஒரு திறந்த புண்ணைப் போல் ஆகிறேன். எப்போதும் யார் மீதாவது எரிந்து விழத் தோன்றுகிறது. ஆனால் மீண்டும் போதுமான அளவுக்கு எழுதத் தொடங்கியதும், நாவலின் பிரவாகத்தில் மூழ்கியதும் நான் மீண்டும் உலகின் முன் புலன்கள் ஒடுங்கி அகவுலகின் திளைப்புகளின் பாற்பட்டு வாழத் தொடங்குகிறேன். எழுதாத போது என் மனம் எழுத்தின் போது கிடைக்கும் போதை மனநிலைக்காக ஏங்குகிறது. இதற்கு ஈடாக நடப்புலகில் இருந்தபடியே அதில் இல்லாதிருக்கும் ஒரு அனுபவத்தை வேறெதுவும் தராது. எவ்வளவு ஆயிரம் கோடி பணமிருந்தாலும் கிடைக்காது. அதற்காகவே

ஒருவர் நாவலாசிரியர் ஆகலாம்.

5) இறுதியாக, நடப்புலகில் நான் மனிதர்களைப் புரிந்து கொள்ள முடியாதவனாக, அவர்களை கருணையுடன் அக்கறையுடன் நடத்தாதவனாக இருக்கிறேன். ஒருவரிடம் அன்பு காட்டும் முன் அதற்கான தருணம் மலர்ந்து மூடிவிடுகிறது. நாவலுக்கு வெளியே பெண்கள் மீது எனக்கு கடும் கோபம் இருக்கலாம், முன்முடிவுகள் இருக்கலாம், ஆனால் நாவலுக்குள் என்னால் ஒரு பெண் மனத்தை முழுமையாகப் புரிந்துகொண்டு அவளுக்காக இரங்க, அவளைப் போல் யோசிக்க, அவளுடைய சிக்கல்களை வெகு அருகாமையில் இருந்து நுட்பமாக கவனிக்க முடிகிறது. நான் கடுமையாக வெறுக்கக் கூடிய ஒருவராக ஆகி அவரை நேசிக்க முடிகிறது. வாடிய பயிரைக் காண்கையில் எல்லாம் வாட முடிகிறது. நாவலுக்கு வெளியே சாத்தியமாகாத மனவிரிவு எனக்கு நாவலுக்குள் சாத்தியமாகிறது.

இரு உலகங்களில் ஒரு மனம்

நான் கடுமையாக வெறுப்பது ஒரு நாவலில் தீவிரமாக வேலை செய்து கொண்டிருக்கையில், தினமும் பல நூறு சொற்களை அனாயசமாக எழுதிக் கொண்டிருக்கையில், அதற்கு சற்றும் சம்மந்தமில்லாத மற்றொரு வேலையை சில நாட்கள் தொடர்ந்து செய்ய நேர்வதே. அதாவது நாவல் எழுத ஒரு சில மணிநேரங்கள் கூட கிடைக்காதபடி வேலை நெருக்கடி அதிகமாவதே. பயணங்களையும் இதில் சேர்க்கலாம். திரும்ப நாவலில் விட்ட இடத்துக்குத் திரும்பும் போது மீண்டும் மனநிலை கூடி வர நேரமெடுக்கிறது. பனிமூட்டத்தில் வழி மறைந்து விட்டதைப் போலத் தோன்றுகிறது. ஒன்றிரண்டு நாட்கள் போராடி மீண்டும் சரளமாக எழுத ஆரம்பிக்கலாம் என்றாலும் சில நாட்களை இழந்து விட்ட கோபம் உள்ளிருந்து அரித்துத் தின்னுகிறது.

அதை விடக் கொடுமை என்னவென்றால் இதெல்லாம் ஒரு பிரச்சனையே இல்லை என்பது போல தினந்தோறும் பற்பல வேலைகளை செய்தபடி மனிதர்கள் இருப்பதைக் காண்கிறேன், அவர்களுக்கு இதைப் போல எந்த கவலையும் இல்லை, அன்றாட நெருக்கடிகளைக் கையாண்டால் போதுமென இருக்கிறார்கள். எனக்குத் தண்ணீரில் இருந்து ஒரு மீனைப் பிடித்து கரையில் போட்டதைப் போலிருக்கிறது; அவர்கள் எனது உலகத்துக்கு

சற்றும் சம்மந்தமில்லாததைப் போல இயல்பாக சிரித்தபடி கடந்து போகிறார்கள். அப்போதைய மனநிலையில் எனக்கு இவர்களைப் பார்க்கையில் வேற்றுலகவாசிகளைப் பார்ப்பதைப் போலிருக்கிறது.

எப்படி மகிழ்ச்சியாக இருக்கிறார்கள், இவர்களுடைய உலகம் நிஜமாகவே உண்மையானது தானா என ஆச்சரியம் கொள்கிறேன். என் நாவலை எழுதி முடித்த பின்னர் என் மனநிலையே எனக்கு விசித்திரமாக இருக்கும், நானும் அவர்களுடைய உலகில் ஜாலியாக இணைந்து கொள்வேன். அதுவரை எனக்கு இந்த அன்றாட உலகின் நியதிகள், அவசியங்கள், நெருக்கடிகள் அபத்தமாகத் தோன்றுகின்றன. எதுவும் எனக்குப் பொருட்டாகத் தெரியவில்லை. உடற்பயிற்சியில், டயட்டில் ஆர்வம் இழக்கிறேன். எவ்வளவு நினைவுபடுத்தினாலும் அந்த நாளைக்கான வேலைகள் நினைவில் இருந்து நழுவிச் செல்லுகின்றன. எவ்வளவு பிரச்சினைகள் வந்தாலும் சற்றும் வருத்தம் ஏற்படுவதில்லை. எப்போதும் ஒரு மந்தமான சுகானுபவ நிலை. இதற்காகவே நான் சில மணிநேரங்களாவது நாவலை எழுத விரும்புகிறேன். அதை ஏதாவது ஒரு வேலை வந்து தடுக்கும்போது உலகை தொடர்ந்து சபித்தபடி அதைச் செய்கிறேன். என்னையே கடுமையாக வெறுக்கிறேன். எல்லாரையும் முறைத்தபடி இருக்கிறேன். என்னைப் பார்த்தால் அப்போது எல்லாருக்கும் கிறுக்கு என்றே தோன்றும். எனக்கும் அவர்களைப் பார்த்தால் அப்படியே இருக்கும்.

இப்படி ஒரு உலகம். அதன் கதவு மூடிவிடக் கூடாதே என பிரார்த்தித்தபடி இருக்கிறேன்.

இளமையும் நாவலும்

அனுபவம் அதிகமாக ஆக, வயது கூட கூட நாவலாசிரியர்களாக, புனைவெழுத்தாளர்களாக நாம் நமது உண்மையை சொல்லும் திறனை இழக்கிறோமா? இதைக் குறித்து பொதுவாக உள்ள பார்வை இது: கணிசமான இளம் எழுத்தாளர்களிடம் ஒரு அபாரமான துணிச்சலை, அதிரடித்தன்மையை, புதிய மொழியை, ஓரிஜினலான தன்மையை, களங்கமின்மையை அவர்களுடைய முதல் சில கதைகளில், நாவல்களில் நாம் காண்பதுண்டு. (இளமையிலேயே மூத்த படைப்பாளிகளைப் பிரதியெடுத்து, தேய்வழக்கான மொழியில் எழுதுகிறவர்களும் உண்டு தாம்.) ஆனால் அடுத்தடுத்த நாவல்களில் அவர்களுடைய இந்தத் தன்னெழுச்சி, களங்கமின்மை, தன்னனுபவ போக்கு குறைந்து, தாம் கண்ட உண்மையைச் சொல்லியே ஆக வேண்டும் எனும் தவிப்பு குறைந்து அவர்கள் பிரக்ஞைபூர்வமாக எழுத ஆரம்பிப்பார்கள். அதாவது தம்மில் இருந்து வெளியேறி மற்றமைகளில் தம் ஆன்மாவை கடத்தி தம் அன்றாட உலகில் இருந்து மாறுபட்ட உலகொன்றை சித்தரிக்க முயல்வார்கள். சில படைப்பாளிகள் இதிலும் தமது சொந்த குரலை ஒலிக்க விடும் திறன் பெற்றிருப்பார்கள்; சிலரோ பிளாஸ்டிக்கான குரலொன்றில் பேசத் தொடங்குவார்கள். ஆரம்பத்தில் கவனம் பெறாதிருந்த போது இருந்த துணிச்சல் மறைந்து தம்மை பிறர்

அதிகமாக கவனிக்கிறார்களோ எனும் பதற்றம் இப்போது அவர்களுடைய இயல்பூக்கத்தை தின்று விடத் தொடங்கும். அதனாலே அவர்கள் எல்லாருக்கும் பிடிக்கும்படியாக எழுத முயன்று செயற்கையாக மாறுவார்கள். சில மூத்த படைப்பாளிகள் தமது இளமையில் கொண்டிருந்த செழுமையை, தீவிரத்தை பின்னர் இழந்து தம்மையே பிரதியெடுக்கிறார்கள் என்றும் விமர்சகர்களால் நம்பப்படுகிறது. "அவரோட ஆரம்ப கால கதைகளே எனக்குப் பிடிக்கும்" என்று பல சிறந்த எழுத்தாளர்களைப் பற்றி வாசகர்கள் கூறுவதுண்டு. ஜேம்ஸ் ஜாய்ஸின் "டப்ளினர்ஸ்" தொகுப்பு அவருடைய "யுலைஸஸை" விட நல்ல புத்தகம் என்று கூறுபவர்கள் இருக்கிறார்கள். தஸ்தாவஸ்கியின் ஆரம்பகால நாவல்களான *Insulted and Humilated, The Double* மீது எனக்கு ஒரு தனிப் பிரியம் உண்டு. அவரது பிற்காலத்தைய நாவல்களின் முதிர்ச்சி, விரிவு இவற்றில் இல்லையெனினும் என் இதயத்தை வெகுவாக கவர்ந்த ஒரு எளிமையை இந்த நாவல்களில் நான் கண்டேன். தமிழ் நாவலாசிரியர்களுக்கும் இதை சொல்ல முடியும்.

ஆன் லேமெட் தனது *Bird by Bird* ("ஒவ்வொரு பறவையாய்") நூலில் இதைப் பற்றி பேசும்போது அனுபவம் பெற்ற ஒரு எழுத்தாளனின் சுயபிரக்ஞை அவனுடைய எழுத்தின் சரளத்தை பாதிக்கக்கூடியதே, அதே நேரம் அதில் இருந்து விடுபட முடியும், அதற்கு அவன் திரும்பத் திரும்ப தனது குழந்தைப்பருவ நினைவுகளுக்குள் பயணிக்க வேண்டும் என்கிறார். இங்கே 'குழந்தைமை' என்பதை ஒரு உருவகம் என்றே நான் பார்க்கிறேன். அதாவது நமக்குள் இருக்கும் குழந்தையைத் திரும்பத் திரும்பக் கண்டுபிடிப்பது. புத்திசாலிகளின், நாகரிக வழக்கங்களின் உலகில் அக்குழந்தை ஒரு நிழலாகத் தேய்ந்து போகக் கூடும். தன்னுணர்வும் எழுத்துக்கலை குறித்த போதமும் மிக்க ஒரு நாவலாசிரியனுக்கு தான் எழுதி வரும் படைப்பு பற்றிய பயம், குழப்பம், பதற்றம், கற்பனை (இந்நாவல் இப்படியாகுமோ, அப்படியாகுமோ, இப்படி விமர்சிப்பார்களோ, அப்படிப் பாராட்டி தழுவுவார்களோ) சில நேரம் எழுத்தின் சரளத்தை, வேகத்தைக் குறைக்கும்; போகப் போக நாவலே நின்று போகும். எழுதும் பயத்திலே எழுதுவதை நிறுத்தி ஆய்வில், கற்பனையில் திளைப்பார்கள், எழுதியதை அவ்வப்போது திருத்தி சந்தேகத்தில் எழுத்தாணியால் மண்டையை குத்திக் கொள்வார்கள். ஆக, அந்த 'குழந்தை' நமக்கு மிகவும்

அவசியம். எதைப் பற்றியும் அஞ்சாமல் கிடைத்த இடத்தில் எல்லாம் ஓடித் திரிந்து ஆபாயங்களுக்கு தன்னை ஒப்புக் கொடுத்து காயம்பட்டு அழுது, பொருட்களைப் போட்டுடைத்து அடிவாங்கி அழுது, எதையாவது கண்டுபிடித்த பரவசத்தில் குதித்து கும்மாளமிட்டு, ஊரெல்லாம் தன் உற்சாகத்தை சரவெடியாக வெடிக்க வைக்கிற அந்தக் குழந்தை நமக்கு மிகவும் அவசியம். அக்குழந்தையை ஒரு கட்டுக்குள் வைக்கிற முதிர்ச்சியான மனமும் அவசியம். அக்குழந்தை இந்த முதிர்ச்சியும், சுயயோசனையும் மிக்க உலகில் நலிந்து காணாமல் போக விடாமல் தொடர்ந்து அதன் பேச்சுக்கு செவிகொடுப்பது, அதனுடன் விளையாடுவது, அதனுடன் இந்த உலகை மீளக் காண்பது முக்கியம். உண்மையை விளையாட்டுத்தனத்தால், சாகசத்தால் எதிர்கொள்ளும் அதன் இயல்பை நம் எழுத்துக்குள் கொண்டு வருவது ஆகியன நிச்சயமாக நமது எழுத்து ஒரு ஜெராக்ஸ் எந்திரமாக மாறாதிருக்க உதவும். அதே நேரம், நாம் ஒரேடியாக ஒரு குழந்தையாக மாறாதிருப்பது இளம்பெண்களே கிடைக்கவில்லை என்று ஆண்களின் மூஞ்சியில் வண்ணப்பொடியை பூசிக்கொண்டு ரோடெல்லாம் பைத்தியமாக அலைகிற ஹோலி விளையாட்டாக நமது நாவல்கள் மாறி விடாதிருக்க உதவும்.

நாவலாசிரியரின் நினைவுமறதி

எனக்கு ஒரு வினோதமான பழக்கம். ஆறு மாதங்களுக்கு முன்பு நான் எழுதிய ஒரு கட்டுரை, கதை என்றால் கூட சுத்தமாக மறந்து போய் விடுகிறது. அதில் நான் என்ன எழுதியிருக்கிறேன் என்பதை நானே படித்து "ஓ இப்படியெல்லாம் எழுதியிருக்கிறேனா?" என யோசித்து புரிந்துகொள்ள வேண்டி இருக்கிறது. ஒருமுறை கிளப் ஹவுஸில் பாத்திமா பாபுவின் சிறுகதை வாசிப்பு நேரம் நிகழ்ச்சிக்குச் சென்றிருந்தேன். என்னுடைய சிறுகதை ஒன்றை எடுத்திருந்தார்கள். அதன் முடிவை முழுக்க மறந்துவிட்டேன். அவர்கள் ஒரு குறிப்பிட்ட கதையைப் படிக்கும்போது கேட்டு விட்டு "இதை ஏன் இப்படி எழுதியிருக்கிறேன்? என்ன அர்த்தம் இதற்கு?" என சற்று நேரம் குழம்பினேன். பிறகு ஒருவாறாகப் புரிந்து கொண்டு அதைப் பற்றி பேசினேன். ஆனால் வேறு இரு கதைகள் ஓரளவுக்கு நினைவிருந்தன - ஏனென்றால் தொகுப்பாக வரும் முன் அக்கதைகளை நிறைய முறைகள் திருத்தி எழுதியிருந்தேன்.

என்னுடைய நாவல்களுக்கும் இது பொருந்தும் - எழுதி வரும் நாவலை ஆறு மாதம் தொடவில்லை என்றால் அதில் என்னதான் இருக்கிறது என பெரும்பாலும் மறந்து விடுவேன். என்னுடைய முதல் நாவலான 'கால்களை' எழுதிக் கொண்டிருக்கையில் எனக்கு உடல்நலமற்று கோமா நிலைக்குப் போனேன். சிகிச்சை

முடிந்து இயல்பாகி வீடு திரும்பி நாவலை விட்ட இடத்தில் இருந்து எழுதினேன். நாவலின் மொழி மாறிவிட்டது. சற்று கசப்பான, எதிர்மறையான உலகைப் பேசும் மொழியில் எழுதத் தொடங்கினேன். 200 பக்கங்களைத் தாண்டியதும் நாவலின் உணர்வு மாறுவதை உணர்ந்தேன். ஏனென்றால் என் மனதின் மொழி ஒரே மாதத்தில் மாறி விட்டது. எப்படியோ நாவலின் மையப்பாத்திரத்தின் மனப்போக்கை, சிக்கல்களை கவனத்தில் வைத்து தொடர்ச்சி பிசகாமல் எழுதி முடித்தேன். அது நாவலை இன்னும் கூர்மையாக்கினாலும் ஒரு நுட்பமான வாசகனால் நாவலின் மொழியில் வரும் திசை மாற்றத்தைக் கண்டுபிடித்திட இயலும். அது மட்டுமல்ல நாவலை எழுதுமுன் நான் வாசிக்கும் புனைவுகள், கேட்கும் இசை என் மொழியை பாதிப்பதை உணர்ந்திருக்கிறேன்.

என்னுடைய வாசகர்கள் நான் முன்பு எழுதிய ஏதாவது ஒரு கட்டுரையையோ கருத்தையோ குறிப்பிட்டு பேசும் போது “ஆஹா அப்படியா, ஓ சரி சரி” என நினைத்து மையமாக சிரித்து கழன்று விடுவேன். வேறு யாரோ ஒருவருடைய கட்டுரையைப் பற்றி பேசுவதாகவே தோன்றும். நானா அப்படி எழுதினேன்? ஏன் அப்படி எழுதினேன்?

இப்படி என்னுடைய எழுத்தென்றால் மட்டும் ‘கைவிடும்’ எனது நினைவுத்திறன் வாசிப்பென்றால் மட்டும் நன்றாகவே ‘கைகொடுக்கிறது’. ஆனால் நான் பதினெட்டு வயதில் வாசித்த நாவல்களில் வரும் சின்னச்சின்ன விபரங்கள் கூட இப்போதும் எனக்கு நன்கு நினைவுள்ளன. சில ஆண்டுகளுக்கு முன் படித்த சிக்கலான தத்துவக் கட்டுரைகளைப் பற்றி துல்லியமாகத் திரும்ப சொல்ல முடியும். சொற்களோ கோட்பாடோ மனிதர்களின் முகமோ மறப்பதில்லை. என் மனம் நான் வாசிப்பதை சேகரித்து பத்திரமாக வைத்து விட்டு எழுதுவதை தேவையில்லை என்று பேருந்து ஜன்னல் வழியாக காற்றில் பறக்க விடுகிறது. ஏனிப்படி எனத் தெரியவில்லை. (ஒருவேளை அதுவே என்னை மதிக்கவில்லையோ?)

உளவியல் இதைப் பற்றி என்ன சொல்கிறது?

உளவியல் இதை “செய்கர்னிக் விளைவு” என்கிறது. அதென்ன “செய்கர்னிக் விளைவு”?

1927இல் ஆஸ்திரியாவில் உள்ள வியென்னா நகரில் செய்கர்னிக் எனும் ஒரு உளவியலாளர் ஒரு உணவகத்திற்குச் சென்றிருந்த போது அங்குள்ள பரிசாரகர்களிடம் ஒரு விசித்திரமான பண்பை கவனித்தார். அவர்கள் எடுக்கிற ஆர்டர்கள் முடிந்ததும் ஆர்டரில் உள்ள விசயங்களை முழுமையாக மறந்து போவார்கள். ஆனால் முடிவுறாத (பில் போடாத) ஆர்டர்களில் உள்ள உணவுப்பொருட்கள் குறித்த தகவல்களை நினைவு வைத்திருப்பார்கள். இதை தன்னிச்சையாகவே அவர்கள் செய்கிறார்கள். பில் போட்டு அதை வாடிக்கையாளர் பணம் செலுத்தி விடைபெற்றதும் அந்த நபர் என்ன சாப்பிட்டார் என்பது இவர்களுடைய மனதில் இருந்து முழுக்க மாயமாகி விடுகிறது. தொடர்ந்து ஆர்டர்கள் எடுத்துக்கொண்டும் முடித்துக் கொண்டும் இருப்பவர்கள் இந்த பரிசாரகர்கள் என்பதால் இரண்டு நிலைகளுக்கும் இடையில் போதுமான கால இடைவெளி இருக்காது. பெரும் கூட்டமுள்ள அந்த உணவகத்தில் ஒரு வாடிக்கையாளர் எழுந்ததும் அந்த இடத்தில் மற்றொருவர் வந்து அமர்வார். ஆக பரிசாரகர்கள் தம்மை அறியாமலே தமது மனதின் மெமரி டிரைவை அழித்து அழித்து எழுதிக் கொண்டிருக்கிறார்கள் என கணித்த செய்கர்னிக் இது ஏன் நிகழ்கிறது எனப் புரிந்து கொள்ள முடிவெடுத்தார். அவர் பலவிதமான வயது, உடற்தகுதி கொண்டவர்களை வைத்து ஒரு பரிசோதனையைச் செய்தார். அவர்களுக்கு இரு விதமான இடுபணிகளை அளித்தார். இடுபணியை முடித்ததும் அவர்கள் தாம் என்னென்ன செய்தோம் என நினைவுகூர்ந்து சொல்ல வேண்டும். சில இடுபணிகளை மட்டும் பாதியில் நிறுத்தச் சொல்லி நினைவுகூர வேண்டும். இந்தப் பரிசோதனையின் முடிவில் அறியப்பட்டது என்னவெனில் பாதியில் நிறுத்தப்பட்ட இடுபணிகளின் தகவல்களை நம்மால் நன்றாக நினைவுபடுத்த முடிகிறது, ஆனால் முழுமையாக முடித்ததும் அப்பணிகளின் குறித்த நினைவு சற்று மங்கலாகி விடுகிறது.

இதைக் கொண்டு நமது நினைவுத்திறன் எப்படிச் செயல்படுகிறது என செய்கர்னிக் விளக்கினார். அதன்படி, நாம் ஒரு வேலையைச் செய்கையில் அடுத்து என்ன நடக்கும் என்பதை அறியும் ஆசையே நம்மைத் தொடர்ந்து செலுத்துகிறது. இதற்காக அதுவரை என்ன நடந்தது, அடுத்து வருவதை எப்படி அடைவது என்பதை நினைவு வைத்திருப்பது நமது மனத்திற்கு அவசியமாக இருக்கிறது.

பரிசாரகர்களுக்கு தமக்கான வாடிக்கையாளரை அனுப்பி வைத்து டிப்ஸை ஜேப்பில் போட்ட பிறகு அந்த 'அடுத்தது என்ன?' எனும் தூண்டுதல் இல்லாமல் ஆகிறது. அவர்கள் மனம் இதை மறக்கச் செய்துவிட்டு, அடுத்த தூண்டுதலை நோக்கி அவர்களைச் செலுத்துகிறது.

குருக்ளான்ஸ்கி எனும் மற்றொரு உளவியலாளர் இது குறித்து வேறொரு விளக்கத்தைச் சொல்கிறார் - ஒரு இடுபணியை செய்து முடித்ததாக நமக்கு திருப்தி வந்ததும் அதை நினைவில் வைத்திருக்க ரொம்ப அவசியம் இல்லை என முடிவெடுத்து மனம் அதை அழித்து விடுகிறது. ஆனால் ஒரு வேலையின் பாதியில் இருக்கையில் அதை முடித்தாக வேண்டுமே, இலக்கை அடைந்த நிறைவுணர்வைப் பெற வேண்டுமே எனும் அழுத்தம் அதிகம். அந்த அழுத்தமே அதை செய்து முடிக்கும் ஆற்றலை அளிக்கிறது. அதுவே அவ்வேலைக்கு அவசியமான தகவல்களை நினைவில் வைத்திருக்கவும் தூண்டுகிறது. நிறைவுணர்வே ஒரு வெகுமதியாக செயல்படுவதால் மனதிற்கு அதற்கு மேல் நினைவுகள் தேவையிருப்பதில்லை. இதைத்தான் செய்கர்னிக் விளைவு என்று சொல்கிறார்கள்.

இந்த "செய்கர்னிக் விளைவு" சில எழுத்தாளர்களிடம் செயல் படுவதுண்டு. ஒரு கதையையோ நாவலையோ கட்டுரையையோ எழுதி முடித்ததும் அவர்களுடைய மனம் அந்த முழுமை செய்த திருப்தியில் அதை மறந்துவிட்டு அடுத்த விசயத்துக்குச் செல்ல விரும்புகிறது. எப்போதும் புதிய தருணங்களில் நிலைக்க விரும்பும் மனம் அவர்களுடையது. ஒரு படைப்பை எழுதுவதில் அல்ல, நிறைவு செய்வதிலே அவர்களுடைய அக்கறை அதிகமாக இருக்கிறது. ஆனால் வாசிக்கையில் இந்த மாதிரி அவர்களுடைய மனம் சிந்திப்பதில்லை - வாசிப்பை ஒரு தொடர்ச்சியான நிறைவு இல்லாத தேடலாக அது நினைக்கலாம். அந்த வாசிப்பில் கிடைத்த தகவல்கள், உணர்வுகள், தர்க்கம் ஆகியன அவசியம் அவருடைய எழுத்துக்கு, சிந்தனைக்கு என மனம் நினைக்கிறது. வாசித்த விசயங்கள் நினைவில் தங்கி இருப்பதற்கு அது ஒரு காரணம்.

ஹெமிங்வே எழுத்தாளர்கள் இடையே "செய்கர்னிக் விளைவுக்கு" ஒரு சிறந்த உதாரணம். 1958இல் வெளியான தனது பாரிஸ் ரெவ்யூ பேட்டியில் ஹெமிங்வே தான் எழுதும் கதைகளை

உடனுக்குடன் மறந்து விடுவது அடுத்த நாளை புத்தம் புதிதாக ஆரம்பிக்க தனக்கு உதவுகிறது என்கிறார். அவருடைய “ஒரு வினோதமான நாடு” எனும் சிறுகதையில் தனது கதைகளின் தட்டச்சுப் பிரதிகளைத் தொலைக்கிற ஒரு எழுத்தாளன் தனது வீட்டு உரிமையாளரிடம் அக்கதைகளைத் தன்னால் திரும்ப எழுத முடியாது, அப்படி முயன்றால் அவை முற்றிலும் புதிய கதைகளாக, புதிய மனவெழுச்சியுடன் தோன்றும் என்கிறார். மேலும் இப்பழக்கம் ஒரு ரிப்போர்ட்டராக இருந்த நாளில் இருந்தே தனக்கு ஏற்பட்டது என்று அப்பாத்திரம் கூறுகிறது. தான் எழுத உத்தேசிப்பதை, தான் எழுதி திருத்தி முடிக்காததைப் பற்றி பிறரிடம் பேசுவது, வாசித்துக் காட்டுவது கூட எழுத்தின் தனித்தன்மையை இல்லாமல் ஆக்கும் என்கிறார் ஹெமிங்வே.

ஹெமிங்வே வாழ்வில் இதைச் சார்ந்து ஒரு சுவாரஸ்யமான திருப்புமுனை சம்பவம் உண்டு:

1922இல் ஹெமிங்வே 23 வயதான ஒரு இளம் எழுத்தாளர். அவரது இரண்டு சிறுகதைகள் மட்டுமே பிரசுரமாகி இருந்தன. அவர் எலிசபெத் ஹேட்லி ரிச்சர்ட்ஸனை மணந்து ஒரு ஆண்டு ஆகியிருந்தது. அவர்கள் பிரான்ஸில் வாழ்ந்து வந்தனர். ஒரு கருத்தரங்கு பற்றி செய்திக் கட்டுரை எழுதுவதற்காக ஹெமிங்வே மட்டும் ஸ்விட்சர்லாந்தில் உள்ள லோஸேன் நகருக்கு வந்திருந்தார். அங்கிருந்து தன் காதல் மனைவியை அழைத்து அவரையும் லோஸேனுக்கு வரும்படி கேட்டார். அங்குதான் ஆரம்பித்தது வினை - எலிசபெத் தன் கணவரின் எழுத்துப்படிகள் (எழுதி முடித்த கதைகள், பாதி எழுதிய ஒரு நாவல், அவற்றின் கார்பன் காப்பிகள்) அனைத்தையும் ஒரு சூட்கேஸில் இட்டு பயணத்தின் போது கொண்டு வந்தார். ஆனால் ரயில் நிலையத்தில் வைத்து அந்த சூட்கேஸ் மட்டும் திருடு போய் விட்டது. லோஸேன் வந்து சேர்ந்த எலிசபெத் அழுதபடி ஹெமிங்வே முன் போய் நின்றார். ஹெமிங்வே “பரவாயில்லை கண்ணே, எல்லா கதைகளுக்கும் என்னிடம் கார்பன் காப்பி இருக்கிறதே” என்றார். “அவற்றையும் சேர்த்தே சூட்கேஸில் வைத்தேன்” என்று எலிசபெத் மேலும் கண்ணீர் வடிக்க ஹெமிங்வே அதை நம்பாமல் உடனே பிரான்ஸுக்கு புறப்பட்டு சென்று தன் வீட்டைத் திறந்து முழுக்க சோதனையிட்டார். எலிசபெத் சொன்னது உண்மைதான். மொத்தமும் தொலைந்து போய் விட்டது. ஹெமிங்வேயிடம்

ஒரு பதிப்பாளர் அவர் பாதி எழுதி வைத்திருந்த நாவலை வெளியிடலாம் என ஆர்வம் தெரிவித்திருந்தார். இப்போது அதை எப்படி முடித்துக் கொடுப்பது? அவருக்கு வேறு தான் எழுதியது அத்தனையையும் உடனடியாக மறக்கும் பழக்கம் உண்டே!

ஆனால் ஹெமிங்வே மனம் தளரவில்லை. அவர் அந்தக் கதையை ஒரு புதிய பார்வையில் புதிய மொழிநடையில் மீள எழுதினார். அப்படித்தான் அவருடைய "*The Sun Also Rises*" நாவல் உருவாக்கி *1926*இல் வெளியாகி வெற்றி பெற்றது. ஹெமிங்வே எனும் எழுத்தாளர் அப்படித்தான் அவதரித்தார்.

ஆனால் இந்த வினோதமான சிக்கல் எல்லா எழுத்தாளர்களுக்கும் இருப்பதில்லை. குறிப்பாக, என் எழுத்தாள நண்பர்களும், சீனியர்களும் இதற்கு நேர்மாறானவர்கள் - அவர்கள் பத்து வருடங்களுக்கு முன்பு எழுதிய ஒரு கவிதையையோ கதையையோ நினைவில் இருந்து சர்வசாதாரணமாக மேற்கோள் காட்டுவார்கள். தற்போது எழுதிவரும் கதையை, நாவலைப் பற்றிக் கேட்டால் அதைப் பற்றியே மாய்ந்து மாய்ந்து பேசுவார்கள். ஏனெனில் அவர்களுடைய மனம் தாம் எழுதி முடித்த படைப்புகளை முடிவுற்றதாகக் கருதுவதில்லை என நினைக்கிறேன்.

அவர்களிடையே நான், ஆடு தொலைந்த போன மேய்ப்பனாகவே எப்போதும் இருக்கிறேன்.

ஆனால் இதற்கும் ஒரு அனுகூலங்களும் உண்டு தான் - ஒன்றை எழுதும்போது புத்தம் புதிதாக அணுக முடிகிறது, எழுதியபின் மறந்து விடுவதால் அதை நான் சுமக்கத் தேவையில்லை.

என்னை யாரும் மதிக்கவில்லை என நான் கவலைப்படுவதே இல்லை - நான்தான் ஒன்றுமே எழுதவில்லையே?

(உயிர்மை, ஆகஸ்ட் 2022)

கடவுள் நம்பிக்கையற்ற ஒரு எழுத்தாளரை கடவுள் 'ஆட்கொண்ட' கதை

நான் சிறுவயதில் இருந்தே கடவுளைக் கும்பிட்டதில்லை. யாரும் எனக்குக் கையைக் குவித்து கடவுளைத் தொழவோ மனமுருகி வேண்டவோ சொல்லவில்லை. எங்களுடைய வீட்டில் ஒரு சிறிய மூலையில் ஒரு கடவுளின் படம் இருக்கும். அங்கு அம்மா மட்டுமே விளக்கேற்றி வைத்து சில நிமிடங்கள் தொழுவார். கோயிலுக்குப் போவார். என் அப்பா ஒரு தீவிர நாத்திகர். சாகும்வரை அவர் அப்படித்தான். அவருக்கு புற்றுநோய் வந்தபோது கூட அவர் கடவுளை நம்பவில்லை. நான் ஆரம்பம் முதலே அவருடனே இருந்ததால் அம்மா செய்வதெல்லாம் வேடிக்கையாகவே ஒரு கட்டத்தில் தோன்றியது. ஆனால் பகுத்தறிவு சார்ந்து நான் நாத்திகன் ஆகவில்லை. (வெகுபின்னரே பெரியாரைப் படித்தேன்.) கடவுளுக்கு என் வாழ்க்கையில் இடமே இருக்கவில்லை. எப்படி ஒரு ஆண் பெண்களின் பாத்ரூமுக்குள் போவதில்லையோ அப்படியே நான் கடவுளின் பக்கமும் போனதில்லை.

தமிழ் எழுத்தாளர்களில் கோயில் கலாச்சாரப் பழக்கமே இல்லாத ஒரே ஆள் நானாகத்தான் இருப்பேன். எந்தளவுக்கு என்றால் எந்த பண்டிகை, விசேச தினங்கள் பற்றியும், விரதங்கள், நம்பிக்கைகள், சடங்குகள் பற்றியும் எனக்கு ஏதும் தெரியாது. நான் என் சிறுவயதில் ஜெயமோகனை சந்தித்தபோது அவர் மதம் சார்ந்த சடங்குகள், பக்தி இலக்கியங்கள், தொன்மங்கள், இடங்களில்தான் நமது பண்பாட்டின் வேர்கள் உள்ளன, அதுவே படைப்பூக்கத்தின் அடிப்படை என நம்புகிறவராக இருந்தார். என்

மனதில் எங்குமே கடவுளோ கோயிலோ இல்லையே என்றவரிடம் ஒருமுறை அப்போது கூறியபோது “உங்கள் உபமனதில் எங்காவது இருக்கும், எழுதும்போது தானே வரும்” என்றார். ஆனால் நான் எவ்வளவோ தேடித் துருவிப் பார்த்ததில் வேறு பல ஐட்டங்கள் கிடைத்தன, கடவுள் கிடைக்கவில்லை. அதன் பிறகு அப்படியே விட்டுவிட்டேன். கடந்த சில ஆண்டுகளில் பௌத்தம் சார்ந்த வாசிப்பு எனக்கு கடவுள் நம்பிக்கையின் சிக்கல்களை, ஆபத்துகளை தர்க்கரீதியாக விளக்கியது. கடவுள் என்பவர் சாராம்சவாத சிந்தனையின் ஒரு உருவகம், ஒரு சின்னம், அவரைக் கொன்றாலே அதிகார மையங்களை, மொழிக்குள் உறைந்திருக்கும் பிழையான பார்வைகளை ஒழிக்க முடியும் என்று புரிந்துகொண்டேன். சரி கடவுளின் ஆணிவேரையே அறுத்து விட்டோம் என நினைத்தேன். ஆனால் பாருங்கள், பின்னர் ஜெயமோகன் சொன்னது பாதி உண்மையாகி விட்டது. இந்த பதிவே அதைப் பற்றியதுதான்.

அண்மையில் நான் இவ்வருடத்தின் எனது இரண்டாவது நாவலை எழுத ஆரம்பித்தேன். அது ஒரு காதல் கதை. அதில் ஒரு கதாபாத்திரத்தை ஒரு கட்டத்தில் தீவிர முருக பக்தனாக்க முடிவு செய்தேன். இது தற்செயலாக அமைந்ததுதான். நான் கல்லூரியில் படிக்கையில் மகாபலிபுரம் சென்றிருந்த போது ஒரு முருக பெருமான் கோயிலைக் கண்டேன். அங்கு கிடைத்த ஒரு பிம்பம் இந்த நாவலில் ஒரு அத்தியாயத்தில் ஒரு இடத்தில் நினைவு வந்தது. அப்போது ஒரு வசனத்தை எழுதினேன். உடனே இவனை நாம் முருக பக்தனாக்க வேண்டும் என முடிவு செய்து நாவலின் துவக்கத்துக்கு சென்று அங்கிருந்து திரும்ப நிறைய மாற்றங்களை அவனுடைய நடவடிக்கைகளில், மொழியில், சிந்தனைகளில் கொண்டு வந்தேன். கூடவே என்னுடைய குத்துச்சண்டை பயிற்சியாளரிடம் அவதானித்த ஒரு சிறு இயல்பை (பக்தியே தானே) பிரதானமாக்கி மற்றொரு பாத்திரத்தை உருவாக்கினேன். இந்த இரு பாத்திரங்களுக்காக பக்தி இலக்கியங்கள், பாடல்கள், கோயில்கள் என நிறைய கவனிக்கத் தொடங்கினேன். என்னுடைய ஒரு நாளானது பக்திப் பாடல்களைக் கேட்டே துவங்க ஆரம்பித்தது. நாள் முழுக்க பக்திப் பாடல்களைக் கேட்டுக்கொண்டே இருப்பேன். மனதுக்குள் ஏதாவது ஒரு வரியை உருப்போட்டபடி இருப்பேன். அவனையும் பயிற்சியாளரையும் சேர்த்து உலவ விட்ட போது

அவனுடைய பாத்திரத்திற்கு ஒரு ஆழமும் நம்பகத்தன்மையும் வருவதை உணர்ந்தேன். ஆனால் இங்கே சொல்ல வந்த விசயம் அதுவல்ல. இந்த பாத்திரம் ஒரு எழுத்தாளனாகவும் மனிதனாகவும் என் சிந்தனாமுறையை, புரிதலை வெகுவாக மாற்றி விட்டான். வாழ்க்கையில் முதன்முதலாக பக்தர்களை என்னால் புரிந்து கொள்ள முடிந்தது. அவனுடன் சேர்ந்து நானும் உருகினேன், பித்தாக திரிந்தேன், அபத்தமாக யோசித்தேன். விளைவாக, இந்த பக்தர்கள் சொல்வது, செய்வது எல்லாம் முட்டாள்தனம்தான், ஆபத்துதான், ஆனால் அதில் ஒரு உண்மை உள்ளது என எனக்கு பொட்டில் அடித்தாற் போலத் தோன்றியது.

அண்மையில் இந்திய இலக்கியத்தின் ஒரு பகுதியாக பக்தி மார்க்கம் பற்றி மாணவர்களிடம் வகுப்பில் பேசிய போது "பக்தி என்பது ஒருவிதமான காதல். ஒரு பக்தன் பக்தியில் திளைப்பது கடவுளை அடையவோ, பிறவிச் சங்கிலியை அறுக்கவோ அல்ல. தானற்றுப் போவதற்கல்ல. பக்தியின் இலக்கு பக்தி மட்டுமே. பக்தியில் இருக்கவே அவன் பக்தியில் இருக்கிறான்.

லக்கான் சொல்லும் வேட்கையின் மார்க்கத்தைப் போன்றதே பக்தி மார்க்கமும். ஏன் ஒருவராலும் பக்திக்கான தர்க்கத்தை விளக்க முடியாது என்றால் காதலைப் போன்றே அதற்கு ஒரு தர்க்கமில்லை, காதலைப் போன்றே அது ஒரு புதைமணலைப் போல நம்மை உள்ளே உள்ளே இழுத்துச் செல்கிறது. தெளிவாக சீரான முன்னேற்றத்துடன் வாழ்வதைவிட இப்படி பைத்தியமாக இருப்பதையே மனிதன் விரும்புகிறான். பக்தி அதனால் ஒரு முடிவற்ற, அரூபமான வேட்கையாக உள்ளது. காதலைப் போன்றே இந்த வேட்கை அவனை முழுமையாக்குகிறது. காதலில் போல ஒரு மனிதத் துணை இங்கு தேவையில்லை என்பதால் இறைவன் மீதான பக்தி காதலைப் போலல்லாது ஒரு முடிவற்ற பயணமாகிறது. அவன் இழுத்த இழுப்புக்கெல்லம் கடவுள் வருகிறார், கடவுள் இழுத்த இழுப்புக்கெல்லாம் அவன் போகிறான், அவர்களிடையே என்ன நடக்கிறது என யாருக்குமே தெரியாது. அவர்களுக்கு யாரும் கல்யாணம் பண்ணி வைக்கவோ விவாகரத்து வழங்கவோ முடியாது. சமூகத்தின் இடையீடு இல்லாததாலே இந்த இறை வேட்கை மிக மிக அந்தரங்கமாகிறது, அதனாலே அது கண்மூடித்தனமாகிறது, அதே நேரம் புறவுலகை பரிசீலிக்க அல்லது அதை மாற்ற ஒரு அசல் பக்தனுக்கு ஆர்வமோ தேவையோ

இல்லாமல் ஆகிறது. (இதுவே சங்கிகளுக்கும் பக்தர்களுக்குமான வித்தியாசம் என நினைக்கிறேன்)" என்றேன். இதையே நான் மூன்று மாதங்களுக்கு முன் பேசியிருக்க மாட்டேன். பேசி இருந்தால் என்னையே நான் காறித் துப்பி இருப்பேன். ஆனால் இந்த நாவலை எழுதிய அனுபவம் என்னைத் தலைகீழாகப் புரட்டிப் போட்டிருக்கிறது. தர்க்கத்திற்கு அப்பாலான ஒரு மனவுலகைக் காட்டித் தந்திருக்கிறது. பக்தர்களின் தரப்பின் நியாயத்தை இப்போது புரிந்து கொள்கிறேன். அவர்களைப் பார்த்தால் கேலியாக நகைத்து நான் இப்போது கடப்பதில்லை. அது மட்டுமல்ல கோயில்களைக் கடக்கும்போது நான் மறைந்து என் பாத்திரம் அங்கே தோன்றி கோயிலுக்குள் நுழைகிறது. அந்தச் சூழல், சப்தங்கள், வாசனை என்னை மதிமயங்கச் செய்கின்றன.

இத்தோடு விட்டால் பரவாயில்லை. இந்த இரு பாத்திரங்களை எழுதுவதால் வேறொரு பிரச்சினையும் ஏற்படுகிறது. முன்பு பெண்கள் என் முன்னால் வந்தால் "அழகு என்பது ஒரு சாராம்சமற்ற தோற்றம்" என்று எனக்குள் நானே விவாதிப்பேன். பெண்கள் எதிரில் வந்தால் புத்தகத்தினுள் முகத்தைப் புதைத்துக் கொண்டு கடந்து விடுவேன். கடந்த சில ஆண்டுகளில் ஏற்பட்ட மோசமான அனுபவங்களாலும், படித்த கருத்துக்களாலும் நான் ஒரு சாமியாரைப் போலாகி விட்டேன். ஆனால் இந்த இரு பாத்திரங்களும் பெண்களே கதி என விழுந்து கிடப்பவர்கள் என்பதால் இப்போது எந்த ஒரு பெண் என்னைக் கடந்து போனாலும் இவர்கள் மனதில் தோன்றும் எண்ணங்களும் இவர்கள் சொல்லக்கூடிய வசனங்களும் எனக்குத் தோன்ற நான் பயந்து போகிறேன்.

இந்த மனவோட்டங்கள் எனக்குள், என் உபமனதில் இருந்து வருவன என நான் நினைக்கவில்லை. இவை அப்பாத்திரங்களினுள் நான் புகுந்து விட்டதால் வரும் சிக்கல்கள். நாவலை எழுதி முடித்த ஒரே மாதத்தில் நான் தர்க்க மனம் பெற்றவனாக, விட்டேந்தியானவனாக மீண்டும் மாறி விடுவேன் என அறிவேன். (அதனாலே ஜெ.மோ சொன்னதில் பாதி மட்டுமே பலித்திருக்கிறது என்றேன்.)

நாளை ஒருவேளை நான் இரு சைக்கோ கொலைகாரர்களைப் பற்றி நாவலெழுதினால் என் கதி என்னவாகும்?

பகுதி 2

வரலாறும் காலமும்

நாவலாசிரியரின் சமூக, வரலாற்று இடம்

இச்சமூகத்தில் நாவல் எழுதுபவராக நாம் எங்கு இருக்கிறோம் எனப் புரிந்துகொண்டால் நமது கடமைகள் என்னவெனத் தெளிவாக விளங்கும்.

"எனக்குச் சொல்ல ஒரு கதை இருக்கிறது, அதனால் எழுதுகிறேன். எனக்குப் புகழும், அங்கீகாரமும் வேண்டும், முடிந்தால் ராயல்டி, விருதுப் பணமும் வேண்டும், அதற்காக எழுதுகிறேன்" என்பது நாவல் எழுதுவோரின் நியாயமான சுய அறிக்கை. ஆனால் நாம் இது மட்டுமே அல்ல.

வரலாற்றில் நாம் என்னவாக இருந்தோம் என முதலில் கேட்க வேண்டும்: நாம் ஒரு பழங்குடி சமூகத்தில் ஒரு சாமியாடியாக, சமூகத்தையும் இயற்கையையும் முன்னோர்களின் ஆன்மாக்களையும் சமூகத்துடன் இணைக்கிற ஒரு ஊடகமாக இருந்தோம். அதன் பிறகு மத்திய காலத்தில் நம் இடத்தை பெருமதங்களின் பூசாரிகளும் குருமார்களும் எடுத்துக்கொண்டார்கள். அப்போதும் கதைசொல்லிகள் இருந்தார்கள் என்றாலும் சமூகத்தின் ஆன்மாவின் பொறுப்பை நாம் முழுமையாக வைத்திருக்கவில்லை. அதை நாம் மதத்துடன் பகிர்ந்துகொண்டோம். அடுத்து புத்தொளிக் காலம் வருகிறது. மதத்தில் இருந்து அரியணை பிரிகிறது. மன்னர் கடவுளாலும் மதத்தாலும் அங்கீகரிக்கப்பட்டவர் என்றால் கட்டுப்படுத்தப்படுபவர் அல்ல எனும் நிலை வருகிறது. மதம்

தன் பிடிப்பை சற்று இழக்கிறது. அடுத்து அறிவியலும், அதன் கண்டுபிடிப்புகளும், அதைத் தொடர்ந்து எந்திரமயமாக்கலும் காலனியாதிக்க வரலாறும் வருகிறது. இப்போது மதத்தின் மீது பல கேள்விகள் எழுப்பப்படுகின்றன. பெரும் சமூகத்திரள்களாக மக்கள் உருப்பெறும்போது அவர்களுக்கு அடையாளம் வழங்கும், அவர்களைத் திரட்டும் பணியை மட்டுமே அடுத்து மதம் எடுத்துக் கொள்கிறது, மதம் அதன் பிறகு சமூகத்தின் ஆன்மாவின் காவலாளி எனும் அந்தஸ்தை இழக்கிறது. இப்பொறுப்பு எழுத்தாளராக நம்மிடம் மீண்டும் வருகிறது. நாம் ஒரு 'நவீன சாமியாடி' ஆகிறோம்.

ஆனால் அத்துடன் முடியவில்லை. அறிவியலின் தாக்கத்தினால் தோன்றிய பல அறிவுத்துறைகளின் பரிச்சயம் கொண்டவனாகவும், ஒருவித ஆசானாகவும், நவீன மாற்றங்களால் விளைந்த சமூக வரலாற்றுப் பிரச்சினைகளை, அரசியல் நெருக்கடிகளை எதிர்கொள்கிற சமூக பிரதிநிதியாகவும் நாம் இருக்கவேண்டும். இன்னொரு பக்கம் நவீன யுகத்தில் மனிதர்கள் எதிர்கொள்ளும் ஆன்மிக நெருக்கடியானது தனிப்பட்ட உளவியல் சிக்கல்களாகவும், சமூகத் தன்னிலைகளின் மோதல்களாகவும் உருமாறுகிறது. இதைப் பரிசீலிக்கிற ஒரு நவீன உளவியலாளனாகவும், ஆன்ம உலகின் ஆன்ம பரிசோதனாகவும் நாம் மாறவேண்டி இருக்கிறது. இது போக நாம் நம் படைப்புகளை விற்று அதில் இருந்து கிடைக்கும் சன்மானத்தால் வாழவும் வேண்டி இருக்கிறது. ஒரு பழங்குடிச் சமூகத்தில் உள்ளதைப் போல தன்னை ஒரு பிரத்யேகமானப் பிறவியாக, தன் மரபினால் கண்டடையப்பட்டவனாக நாம் நம்மைக் கருத முடியாது. இது ஒரு அடையாளக் குழப்பத்தையும் நமக்கு ஏற்படுத்துகிறது. நாமே நோய் தீர்க்கும் மருத்துவனாகவும் நோயாளியாகவும் இருக்கிறோம். ஒரு நவீன சாமியாடியாக நாம் திடீர் ஊடக 'மீட்பர்களுடனும்' கார்ப்பரேட் சாமியார்களுடனும் போராட வேண்டி உள்ளது.

இந்த நவீன யுகமே எழுத்தாளராக பல சுதந்திரங்களையும் சாத்தியங்களையும் அளிக்கிறது. இன்னொரு பக்கம் நாம் முழுக்க கைவிடப்பட்டவராகவும், பல துயரங்களையும் பிரச்சினைகளையும் - எழுத்தாளர் அல்லாதோரை விட - மனதளவில் பலமடங்கு அதிகமாக காண்கிறவராகவும் மாறுகிறோம். சாமான்யருக்கு மடுவாகத் தெரிவது நமக்கு மலையாகத் தெரிகிறது. சாமான்யர் காலத்தை சுலபத்தில் கடந்து செல்ல நாமோ காலத்தின் முன்

திகைத்து நிற்கிறோம். காலத்திற்கென ஆற்ற வேண்டிய கடமைகளை அறிந்து அதற்காக நம்மை ஒப்புக்கொடுக்கிறோம், அழிகிறோம், மீண்டு வருகிறோம், அழிந்தழிந்து உருக்கொள்கிறோம். எழுத்தாளர் எனும் நவீன சாமியாடியாக நாம் இப்படி ஒரு துன்பியல் நாயகனாகவும் இருக்கிறோம்.

ஆனால் இதை நாம் உணர்ந்து கொள்வது அவசியம். அதுவே நம்மைப் பாதுகாக்கவும், சமூகத்துடன் தொடர்புறுத்தவும், நம் 'பிறவிக்கடனை' ஆற்றவும் உதவும்.

தமிழில் தாமதமாய் 'பூப்படைந்த' நாவல் வடிவம்

நாவல் என்பதை விரிவான வாழ்க்கைப் பார்வை எனலாம். விரிவு கொள்ளும் எதுவும் நாவலாக முடியும். உ.தா., விரிவான தகவல் அறிக்கைகள். இந்தியாவில் கட்டப்படும் மேம்பாலங்கள் பற்றி நீங்கள் ஒரு விரிவான ஆய்வு செய்கிறீர்கள் என்று கொள்வோம். நூற்றுக்கணக்கான பக்கங்கள் வருகிற தகவல்கள் செறிந்த ஆய்வு அது. அந்த ஆய்வு அறிக்கையை நீங்கள் சுலபத்தில் நாவல் ஆக்கலாம். அது ஏன்! ஒரு நூலகத்தின் நூற் பட்டியலைக் கூட நாவலாக்கலாம் (போர்ஹெஸ் பாணியில்).

இரண்டு விசயங்கள் கதையை விரிவாக்க அதாவது நாவலாக்க - உதவுகின்றன. காலம் மற்றும் இடம். தனது *Poetics* நூலில் ஒரு படைப்பின் ஆதார சுருதியாக அரிஸ்டாட்டில் காலம், இடம் மற்றும் செயலின் சமச்சீர்தன்மையை குறிப்பிடுகிறார். அதாவது இம்மூன்றும் ஓர் அளவுக்குள் இருக்கவேண்டும் என்கிறார். ஒரு கதை ஒரு நாளுக்குள் ஒரு குறிப்பிட்ட இடத்துக்குள் நடந்து முடியவேண்டும். அக்கதையில் வரும் சம்பவங்கள் இந்த இடம் மற்றும் காலத்துக்குள் அடங்குபவையாக இருக்க வேண்டும். நாடகங்கள் எழுதுபவர்களுக்கு இந்த விதி முக்கியம் எனத் தெரியும். நாடகத்தை வருடக்கணக்காய் நடப்பதாய் காட்டினால் அது பார்வையாளர்களின் கவனத்தைக் கலைக்கும். ஓரிடத்தில் ஒரு சமயத்தில் நடக்கும் குறிப்பிட்ட கதையில்தான் நாடகீயமான

தருணங்கள் சிறப்பாய் அரங்கேற முடியும். அதே போல ஒரு சம்பவத்தின் கூர்மையான, தீவிரமான, உச்சமான தருணம் நோக்கி நகரும் சிறுகதைக்கும் இந்த விதிமுறை பொருந்தும். ஆனால் நாவலைப் பொறுத்தவரையில் இந்த பார்முலாவை நாம் தலைகீழாகப் போட வேண்டும். அப்போதுதான் நாவல் தோன்ற முடியும்.

பல நாட்கள் அல்லது மாதங்கள் அல்லது வருடங்களாய் நடக்கும் கதைக்கு என ஒரு பிரம்மாண்டம் உண்டு. ரஷ்யாவில் பிரஞ்சு படையெடுப்பை பின்புலமாக்கி சில பிரபுக் குடும்பங்களின் கதையை கூறும் தல்ஸ்தாயின் “போரும் வாழ்வும்” ஒரு உதாரணம். அந்நாவல் நீண்ட நாட்கள் நடக்கின்றன. அதன் வரலாற்று பின்புலத்துடன், இந்தக் காலகட்ட நீட்சியும் அதற்கு ஒரு பிரம்மாண்டம் அளிக்கிறது. நாடக வடிவில் எழுதப்பட்ட சிலப்பதிகாரத்துக்கும் நாவல் வடிவம் கொண்ட காப்பியமான கம்பராமாயணத்துக்குமான வித்தியாசம் இதுதான். சிலப்பதிகாரம் ஒரு நவீனச் சிறுகதை போல் ஒரு குறிப்பிட்ட காலத்துக்குள், இடங்களுக்குள், ஒரு மையப்புள்ளியை நோக்கி நகர்கிறது. முதல் பத்தியில் இருந்தே கதை ஆரம்பிக்கிறது. ஆனால் கம்பராமாயணம் பல ஆண்டுகளாய் பல்வேறு உதிரிக் கதைகளுடன், நீண்ட நுண்ணிய விவரணைகளுடன் மெதுவாக விரிவாக நகர்கிறது.

இன்னொரு பக்கம், ஒரு கதைக்கு அதன் வரலாற்று பின்புலம் அந்த பிரம்மாண்டத்தை அளிக்கலாம். உ.தா., “பொன்னியின் செல்வன்”, “ரோமாபுரிப் பாண்டியன்” போன்ற நாவல்கள். இவை ஒரு குறிப்பிட்ட காலகட்டத்துக்குள் நடக்கின்றன. இந்நாவல்களில் பயணங்கள் வருகின்றன. ஆனால் முக்கியமாய், நமது பேரரசுகளின் ஒரு பிரம்மாண்டமான சித்திரம் வருகிறது. இது குறித்து நம் ஆழ்மனதில் உள்ள வியப்பு, அந்தப்புர சூழ்ச்சிகள், சூழ்ச்சி வலையில் எளிய மனிதர்கள் சிக்கிக் கொள்ளும்போது வரும் அச்சம், தவிப்பு, மர்மம் ஆகியவை ஒரு அபாரமான விரிவை இந்நாவல்களுக்கு அளிக்கின்றன. சாண்டில்யன், கல்கியின் பாணியில் நீங்கள் ராஜீவ் படுகொலையை வைத்து கூட சுலபத்தில் ஒரு நாவல் எழுத முடியும். ஒரே அறையில் நடப்பதாகக் கூட அந்நாவலைக் காட்டலாம். அப்போதும் அது பிரம்மாண்டம் பெறும்.

மூன்றாவதாய், பயணம். பயணங்கள்தாம் நாவலின் ஜீவநாடி. கிராமத்து மனிதர்களின் குடும்ப, சம்சாரி வாழ்வை பேசும் நாவல்களில் கூட பாத்திரங்கள் ஒரு இடத்தில் இருந்து இன்னொரு இடத்துக்கு தொடர்ந்து நகர்ந்து கொண்டிருப்பார்கள். பொதுவாக தலித் நாவல்களில் கிராமத்தில் இருந்து நகரம் நோக்கிய சித்திரம் ஒரு விடுதலைக்கான நகர்வாக காட்டப்படும். அது ஒரு குறியீடாக இருக்கும். இமையம் மற்றும் அழகிய பெரியவனின் நாவல்களை உதாரணம் காட்டலாம். இவர்களின் நாவலில் இன்னொரு பக்கம், நேர்மாறாய், நகரம் நோக்கிய பயணம் மனித மதிப்பீடுகளின் சீரழிவின் சித்திரமாகவும் இருக்கும்.

ஒரு தனிமனிதனின் ஆளுமைச் சிதைவு அல்லது மலர்ச்சியைப் பேசும் (coming-of-age) நாவல்களிலும், பயணம் ஒரு முக்கியக் குறியீடாக இருக்கும். இடங்கள் இடையிலான நகர்வு அவனது மனதின் பயணமாகக் காட்டப்படும். சு.ராவின் "ஜெ.ஜெ சில குறிப்புகள்" ஒரு உதாரணம். சமீபத்தில் வெளிவந்த அரவிந்தனின் "பயணம்", இமையத்தின் "எங் கதெ" நாவல்களையும் சுட்டலாம்.

மேற்சொன்ன இயல்புகளைக் கொண்டு தமிழ் நாவல்களை இரண்டாகப் பகுக்கலாம்.

1) காலம் வரலாறு பற்றின நாவல்

2) தனிமனிதனின் பயணம் பற்றின picaresque நாவல்

முதல் வகைமை எப்படி நவீனத்துவ நாவலில் செயல்படுகிறது என்பதற்கு சு.ரா.வின் "ஒரு புளிய மரத்தின்" கதை சிறந்த உதாரணம். பொதுவாக நவீனத்துவ நாவல் ஒரு சிறுகதையைப் போன்றது. அதில் காலம், இடம், சம்பவங்கள் ஒரு குறிப்பிட்ட புள்ளியைச் சுற்றியே இருக்கும். நனவோடை உத்தி (stream of consciousness) போன்றவை இதற்காகப் பயன்பட்டன. அதாவது, காலத்தின் விரிவை ஒரு பாத்திரத்தின் மன சஞ்சாரத்தைச் சித்தரிப்பதன் வழி காட்டுவார்கள். ஆங்கிலத்தில் வெர்ஜினியா வூல்ப் எழுதிய "Mrs Dalloway" சிறந்த உதாரணம். தமிழில் நகுலனின் "நாய்கள்", "நினைவுப்பாதை" ஆகிய நாவல்கள் இதற்கு உதாரணங்கள். சு.ரா. தன் "ஒரு புளிய மரத்தின்" கதை நாவலில் காலத்தின் அகண்ட தன்மையை அவர் ஒரு குறியீடு மூலம் சித்தரிக்கிறார். காலம் இந்நாவலில் ஒரு மரம். காலம் என்பது

நகர்ந்துகொண்டே இருக்கும். ஆனால் சு.ரா.வின் நாவலில் காலம் நகராமல் ஓரிடத்தில் இருக்கிறது. அதைச் சுற்றி மனிதர்களும் அவர்களின் ஆசாபாசங்கள், திட்டங்கள், கனவுகளைச் சுற்றி பின்னப்பட்ட செயல்களும் மாறிக்கொண்டே இருக்கின்றன. இந்த அநிச்சயமான மனித செயல்பாடுகளை சு.ரா. வரலாறு எனப் பார்க்கிறார். வரலாறு ஒரு குருட்டுப் பறவை போல் முட்டி மோதி பறக்கிறது. காலம் அதை அமைதியாக வேடிக்கை பார்க்கிறது. சு.ரா இது குறித்த ஒரு நுணுக்கமான சித்திரத்தை அளிக்கிறார். இவ்வாறு தத்துவார்த்தமான உள்ளார்ந்த ஒரு காலம் பற்றின நாவலை அவர் எழுதுகிறார். இதன் மூலம் ஒரு சிறிய ஊரின் எளிய வரலாற்றை பேசும் கதைக்கு ஒரு பிரம்மாண்டம் அளிக்கிறார்.

இரண்டாவது *picaresque* வகை நாவல் என்பது சமூகத்தில் இருந்து உதிரியாக இருக்கும் (சில நேரம் போக்கிரித்தனமான) தனிநபரின் வேடிக்கை, சாகஸ கதை. மேற்கில் ஐநூறு ஆண்டுகளாக இந்நாவல் வகைமை உள்ளது. “டான் குவிக்ஸோட்” இதற்கு ஒரு சிறந்த உதாரணம். தமிழின் முதல் நாவலான “பிரதாப முதலியார் சரித்திரம்” முதல் சாரு நிவேதிதாவின் “ஜீரோ டிகிரி”, ஓவியர் ஸ்ரீனிவாசன் நடராஜனின் “விடம்பனம்”, சரவணன் சந்திரனின் “அஜ்வா”, லஷ்மி சரவணகுமாரின் “உப்பு நாய்கள்”, பிரபு காளிதாஸின் “நீருக்குள்ளிருந்து சில குரல்கள்” வரை இந்த வகைமையில் சேரும்.

அசோகமித்திரனின் உதிரி நாவல் வகைமை

அசோகமித்திரன் எண்பதுகளில் நடைமுறை வாழ்வில் அல்லல்களை சித்தரிப்பது போல் தோற்றமளிக்கும் சுருக்கமான எதார்த்த நாவல்களை எழுதினார்: “தண்ணீர்”, “பதினெட்டாவது அட்சக்கோடு”, “கரைந்த நிழல்கள்”. ஆனால் இந்நாவல்களுக்குள் காலம் ஒரு மௌன சாட்சியாக இருந்துகொண்டே இருக்கும். காலத்துடன் தொடர்ந்து கண்மூடித்தனமாய் மோதி அழியும் பாத்திரங்கள் அவரது நாவலில் தோன்றினர். அசோகமித்திரனின் இந்த கதாபாத்திரங்களை நாம் காமுவின் இருத்தலியல் நாவல்களின் துன்பியல் நாயகர்களுடன் ஒப்பிடலாம். ஒரே வித்தியாசம் அசோகமித்திரன் இந்தியாவுக்கே உரித்தான இருத்தலியலை சித்தரித்தார் என்பது. மேற்கத்திய இருத்தலியலில்

தனிமனிதன் ஒரு கண்மூடித்தனமான காலத்துடன் எல்ல முடியாத யுத்தத்தில் ஈடுபடுவான். கடவுளற்ற வாழ்க்கையில் அவன் எல்லா சிக்கல்களுக்கும் தானே பொறுப்பாக வேண்டிய நெருக்கடியில் தவிப்பான். நொறுங்கிப் போவான். ஆனால் அசோகமித்திரனின் நாவல்களில் இதே நெருக்கடி ஏற்படும்போது அவரது இந்திய பாத்திரங்களுக்கு வாழ்க்கை குறித்த தத்துவார்த்த சிக்கல்களை எதிர்கொள்ள அவகாசம் இருப்பதில்லை. அன்றாட வாழ்வின் துரத்தல்கள் அவர்களை ஓடிக்கொண்டே இருக்கச் செய்கின்றன. இந்த அவசரத்தில் அவர்கள் இருத்தலிய நெருக்கடிகளில் இருந்து தப்பிக்கிறார்கள். ஆனாலும் அவர்கள் வாழ்க்கையில் அபத்தமான போராட்டங்கள் இருக்கின்றன. அவர்களின் வாழ்க்கை என்பது கார் டயரின் அடியில் சிக்கி அழியும் ஒரு மாநகர எலியின் மரணம் போன்று துர்பலமாய், அவலமாய் இருக்கிறது ("எலிப்பொறி" சிறுகதை). காலத்தை அசோகமித்திரன் சாலையில் கண்மூடித்தனமாய் விரையும் ஒரு காராகவும் மனிதனை அதன் சக்கரத்தின் கீழ் மாட்டி அழியும் எலியாகவும் காண்கிறார். ஆனால் இந்த மனிதனுக்கு தன் வாழ்க்கை பற்றி சிந்திக்கும் அவகாசம் இருப்பதில்லை என்பதுதான் காமுவுக்கும் அசோகமித்திரனுக்குமான வித்தியாசம். அன்றாட வாழ்வின் சிறு சிறு நிர்பந்தங்கள், இழுபறிகளில் தன்னை இழப்பதன் மூலம் அவன் முக்கியமான தத்துவ நெருக்கடி ஒன்றில் இருந்து தப்பிக்கிறான். "பதினெட்டாவது அட்சக்கோடு" நாவலில் மையப்பாத்திரமான ஒரு இளைஞன் ஹைதராபாதில் நடக்கும் (இந்திய சுதந்திரம், ஆட்சி மாற்றம், அதனாலான மதக்கலரவரம் ஆகியவை உருவாக்கும்) ஒரு வரலாற்று நெருக்கடியை, அதன் அறச் சிக்கல்களை ஒரு இளைஞன் அப்படித் தான் அன்றாட வாழ்வில் தன்னைக் கரைத்துக் கொள்வதன் வழி கடந்து செல்கிறான். ஆனால் கால மாற்றம் எளிய மனிதர்களின் வாழ்வை ஒரு வாசல் கோலத்தை போல் சுலபத்தில் அழித்து விடுவதை அந்த இளைஞன் அப்போது காண்கிறான். இந்தச் சந்திப்பு (ஒரு எலி தன்னை நசுக்க வரும் கார் சக்கரத்தைப் பார்க்கும் இறுதியான தருணம்) அசோகமித்திரன் நாவல்களுக்கு அபாரமான ஒரு விரிவை அளிக்கிறது. "கரைந்த நிழல்கள்" நாவலில் அவர் ஒரு குறிப்பிட்ட கால மாற்றத்தை (ஜெமினி ஸ்டுடியோவில் நின்றுபோகும் ஒரு படப்பிடிப்பு, அதன் காரணமாய் அழியும், திசை மாறும் மனித வாழ்க்கைகள்) இதே

போல் சித்தரிக்கிறார். ஆனால் இந்நாவலில் அவர் மாறுபட்ட மனிதர்களின் வாழ்க்கை தரப்புகளை, கதையாடல்களை காலத்தின் மீது ஊடுபாவ வைக்கிறார். இந்த தரப்புகளின் பின்னல் இந்நாவலை விகாசிக்க வைக்கிறது. இதே பல்குரல் தன்மையுடன் ஒரே நெருக்கடியைப் பேசி விரிவுகொள்ள வைக்கும் பாணியை சமீபத்தில் இமையம் "எங் கதெ" நாவலில் எடுத்தாண்டிருப்பார்.

அசோகமித்திரனின் நாவல் பாணியை நாம் வரலாற்றுவாத கதையாகவும் பார்க்க முடியாது; *picaresque* பாணி என்றும் கூற முடியாது. இரண்டிலும் சேராத உதிரி வகைமை அசோகமித்திரனுடையது. முதல் வகையில் வரலாறே நாயகன். இரண்டாவதில் வரலாற்றின் ஊடாக (இருளில் ஒற்றைக் ஒளிக்கதிர் போல்) பயணித்து சலனங்களை ஏற்படுத்தும் உதிரி தனிமனிதன் நாயகன். அசோகமித்திரன் வரலாற்றில் அபத்தமாய் மோதும் அல்லது வரலாற்றின் பிரம்மாண்ட காலடிகளில் எதேச்சையாய் சிக்கி நசுங்கும் உதிரி மனிதர்களே நாயகர்கள். அப்படி நசுங்குபவனின் சிறிய கண்களின் வழி ஒரு பெரிய கதையைப் பேசுகிறார்.

தொண்ணூறுகளுக்கு முன்பும் பின்பும் தமிழ் நாவல்

தொண்ணூறுகளில் ஜெயமோகன் நாவல் என்றொரு நூல் எழுதினார். அவர் அதில் ஒரு குற்றச்சாட்டு வைத்தார்: தமிழ் தீவிர இலக்கியத்தில் அதுவரை எழுதப்பட்டவை எதுவுமே நாவல் அல்ல, மேலான சரியான நாவல் இனிமேலே எழுதப்பட வேண்டும் என்றார். அப்போது இந்த கருத்து பரபரப்பை உண்டு பண்ணியது. கடும் எதிர்ப்புகள் இயல்பாகவே எழுந்தன. ஜெயமோகனின் தரப்பு இது: நாவல் என்பது அதற்குரிய விரிவை கொண்டிருக்க வேண்டும். நாவல் விரிவு பெற வரலாற்று பார்வையும் பல்வேறு கதையாடல்களின் பின்னலும் அவசியம். அவை தொண்ணூறுகள் வரையிலான நவீன நாவல்களில் இல்லை. ஜெயமோகன் வாதிட்டது போல் நவீன நாவல்களில் வரலாற்றுக்கு இடம் இல்லை என்பது உண்மையே. நவீன நாவல் தனிமனிதனின் கதையாகவே இருந்தது. ஆரம்பத்தில் நான் குறிப்பிட்டது போல் ("ஒரு புளியமரத்தின் கதை") இந்நாவல்களில் காலமும் வெளியும் (அகவயமாய்) மையபாத்திரத்தின் மன சஞ்சாரத்துக்குள் வைத்து பேசப்பட்டன. ஆனால் இந்த விவாதத்தை நடத்தும்போது

ஜெயமோகன் இந்தியாவின் காவிய மரபை மீட்டெடுக்க வேண்டும் எனப் பேசி மேலும் சிக்கலாக்கினார். நாவல் என்பதே நவீனமாய் புதிதாய் இருக்க வேண்டும் என நம்பப்பட்ட வேளையில், ஜெயமோகன் இந்திய நாவலை கண்டறிய நாம் ஆதாரமான இந்திய அழகியல், மெய்யியல் வேர்களுக்கு மீள செல்ல வேண்டும் என்றார். அதாவது முன்னே போகவேண்டும் என நம்பப்பட்ட வேளையில் அவர் பின்னே போகவேண்டும் என்றார். ஜெயமோகனின் இந்தப் பார்வை இயல்பாகவே தவறாய் புரிந்து கொள்ளப்பட்டது. அவர் பிற்போக்குவாதம் பேசுகிறார் என எதிர்தரப்பினர் அவரை முழுக்க மறுத்தனர். தன்னை நிரூபிக்கும் பொருட்டு ஜெயமோகன் விஷ்ணுபுரம் எனும் *metafiction* பாணியைச் சேர்ந்த, அதே நேரம் தமிழின் வரலாற்று நாவல்களின் வடிவத்திற்கும் பொருந்தக்கூடிய ஒரு விரிவான படைப்பை எழுதினார். அதுவரையிலான தமிழ் நவீன நாவல்கள் ஒன்று தன்கதையை அல்லது குடும்பக் கதையை பேசின. ஜெயமோகனின் “விஷ்ணுபுரம்” மாறாக புராணங்கள், தொன்மங்கள், இந்திய தத்துவ வரலாறு, கோயில்கள் பற்றின கதையாடல்கள் என பல்வேறு விவாதக் களங்கள் கொண்ட படைப்பாக வெளிவந்தது. தமிழில் அதுவரையிலான நவீனத்துவ படைப்புகளில் கதைக்கு நேரடியாய் பயன்படாத மேலதிகத் தகவல்கள் இராது. ஆனால் ஜெயமோகன் யானை, குதிரை மருத்துவம், சிற்பக் கலை விதிகள் முதல் கோயிலில் அப்பம் சுடுவது வரை ஏகப்பட்ட தகவல்களைத் தன் நாவலுக்குள் அடுக்கினார். ஒரு பக்கம் வைதிக மதங்கள், பழங்குடி நம்பிக்கைகள், சடங்குகள், பௌத்த விவாதங்கள் புழங்கும் தொல் உலகம்; மறுபக்கம் மார்க்வெஸின் “நூற்றாண்டு தனிமை” நாவலை நினைவுபடுத்தும் மெட்டாபிக்ஷன் நான்-லீனியர் வடிவம் என இருமுகம் கொண்டதாய் அந்நாவல் இருந்தது. ஆனால் இந்த இரட்டை முகம் காரணமாகவே பின்நவீனத்துவ முகாமினரும் “விஷ்ணுபுரத்தை” கெடா வெட்டிக் கொண்டாடவில்லை. தமிழ் வாசிப்புலகமும் அதை அரவணைத்துக் கொண்டதாய்ச் சொல்ல முடியாது. “விஷ்ணுபுரம்” உடனடி கவனம் பெற்றது. ஆனால் கொண்டாடப்படவில்லை. தமிழ் வாசக உலகம் அதைக் கண்டு திகைத்து நின்றது. வீட்டுக்குள் அழைத்துப் போய் உணவளிக்கவா அல்லது கூண்டுக்குள் பூட்டி வைக்கவா எனக் குழம்பியது.

தனிமனிதக் கதைகளை எதார்த்த நாவலாக்கும் போது அவை இயல்பாகவே சுருங்கி நீண்ட சிறுகதை ஆகி விடுகின்றன. அவற்றை பல கதையாடல்கள் கொண்ட விரிவான பிரதியாக்குவது மிக மிக சிரமம். நவீனத்துவ நாவல்களில் அசோகமித்திரன், சு.ரா, நகுலன் போன்றோரின் எழுத்தில் இச்சாதனை அரிதாக நிகழ்ந்தது. ஆனால் இன்றைய பின்நவீனத்துவ பாணியிலான நாவல்களில் நீங்கள் ஒரு அறைக்குள் நடக்கும் கதையைக் கூட மிக விரிவும் பல்குரல் தன்மையும் கொண்டதாய் எழுத முடியும். ஓர் அழிந்த கிராமத்தில் சில பேய்களின் மனக்குரல்களின் வழி கதை சொல்லும் "பெட்ரோபரோமோ" நாவலில் ரூல்போ இதை சாதித்திருப்பார். ஆனால் எதார்த்த கதைகளில் இது மிக மிக சிரமம். எதார்த்தக் கதைகளில் விரிவான பிரம்மாண்டமான நாவல் எழுத பழைய வரலாறு அல்லது சமகால சமூக வலராற்றை எடுப்பதுதான் சுலப வழி. இதை நன்கு உணர்ந்த கல்கி பொழுதுபோக்கு எழுத்தில் முக்கியமான சாதனையை "பொன்னியின் செல்வன்" மூலம் நிகழ்த்தினார். இன்றும் புத்தக சந்தைகளில் பரவலாய் விற்கும் நாவலாய் அது உள்ளது. நாம் அனைவருக்கும் அதன் கதை தெரியும். ஆனால் இன்றும் நாம் திரும்ப வாழ நினைக்கும் ஒரு நெடும் கனவுப் பிரயாணமாய் அந்நாவல் இருக்கிறது. ஏன் அகிலனின் "சித்திரப்பாவையை", சிவசங்கரி, அனுராதா ரமணன் எழுதிய குடும்ப நாவல்களை, தனிமனித பெண் எழுச்சிக் கதைகளை இதே ஆர்வத்துடன் நம் வாசகர்கள் திரும்ப வாசிக்க முனைவதில்லை? சொல்லப் போனால் பாலகுமாரன் கூட இன்று மீண்டும் படிக்கப்படும் ஒரு வணிக எழுத்தாளராக இருக்கிறார். பாலகுமாரன் காலம், இடம் ஆகிய கட்டுப்பாடுகளுக்கு உட்பட்ட எதார்த்த குடும்பக் கதைகளைத் தான் எழுதினார். ஆனால் அவர் இந்த நாவல்களுக்கு இந்தக் கட்டுகளை உடைக்கிற ஒரு சூத்திரத்தையும் வைத்திருக்கிறார். அவர் மெய்யியலையும் செக்ஸையும் கலந்து ஒரு அழகியலை உருவாக்குகிறார். அந்த ரசனை, அந்தக் கனவுலகம், எதார்த்த எழுத்தின் காலம், இடம் ஏற்படுத்தும் கட்டுகளை உதறி மேலெழ நமக்கு உதவுகிறது. இலக்கிய எழுத்தில் தி.ஜா. அடக்கி வைக்கப்பட்ட செக்ஸையும் கட்டவிழ்த்துவிட்ட இசையின் சிலாகிப்பையும் கலந்து வாசகனுக்குள் இதே கனவுலக சிறகடிப்பை நிகழ்த்தினார். இன்னொரு தளத்தில் இதையே லா.சா.ராவும் செய்தார். ஆனால் கா.நா.சு, சி.சு செல்லப்பா, அவர்களை ஒட்டிய

எழுதிய (அ.மாதவன் போன்ற) கறாரான எதார்த்த (இயல்புவாத) எழுத்தாளர்களின் கச்சிதமான நாவல்களில் இந்தப் பறந்தெழுதல் நடப்பதில்லை.

தொண்ணூறுகளில் தமிழில் படையெடுப்பு நடத்தி முடிசூடிய லத்தீன் அமெரிக்க இலக்கியம் இங்கே இலக்கிய நாவல் வடிவம் பூப்பெய்த உதவியது. பின்நவீனத்துவ சிந்தனைகளின் வரவும் இதற்கான களத்தை தயாரித்தது. தமிழில் எழுதப்பட்ட மாய எதார்த்த சிறுகதைகள் கூட அவற்றின் இயல்பில் ஒரு நாவலுக்கான விரிவும் பல்குரல் தன்மையும் கொண்டவையாய் இருந்தன. எஸ். ராவின் "தாவரங்களின் உரையாடல்" நிச்சயம் ஒரு குறுநாவலாய் எழுதத்தக்க சிறுகதை. இது ஏன் என்றால் மேற்கத்திய மாய எதார்த்த கதைகள் வரலாறு எப்படி மனிதர்களைச் சதுரங்கக் காய்களாய் வைத்து ஆடுகிறது எனப் பேசின. இக்கதைகளில் வரலாற்றின், காலத்தின் கையில் அகப்பட்ட மனிதன் சக்கர வியூகத்தில் மாட்டிக்கொண்ட அபிமன்யுவாய் தவிக்கிறான். அவனுக்கு தப்பித்து செல்ல பாதையே இல்லை. இந்த அவலத்தை உணரும் இம்மனிதன் அபாரமான தனிமையை அனுபவிக்கிறான். அதனால் தான் மார்க்வெஸ் தன் மாய எதார்த்த நாவலுக்கு "நூற்றாண்டு காலத் தனிமை" எனத் தலைப்பிடுகிறார். அந்த நாவலிலும் முன்கூறப்பட்ட மரணத்தின் கதையிலும் கதாபாத்திரங்கள் தமது வரலாற்றில் இருந்து தப்பிக்கும் அதிகாரமோ வழியோ தமக்கு இல்லை என உணர்ந்து தவிக்கிறார்கள். நவீன அபிமன்யூ தோன்றும் பாரத கதைகள் தாம் அவை. தமிழில் இந்தப் பாணியில் எழுதப்பட்ட எஸ்.ராவின் "நெடுங்குருதி" மாய எதார்த்த நாவல் வகையில் ஒரு உச்சபட்ச சாதனை எனலாம். அந்நாவலிலும் காலத்தின் கண்மூடித்தனமான ஆட்டுவித்தலில் தலைமுறை தலைமுறையாய் தனிமனிதர்கள் உணரும் தனிமையை, அதன் தத்துவார்த்த தளத்தை எஸ்.ரா அபாரமாய்ச் சித்தரிக்கிறார். "நெடுங்குருதி" எனும் தலைப்பே மார்க்வெஸின் ஒரு சிறுகதையை நினைவுபடுத்துகிறது. இக்கதையில் திருமணம் முடிந்து காரில் வீட்டுக்குச் செல்லும் வழியில் ஒரு மணப்பெண்ணுக்கு கையில் சிறுகாயம் ஒன்று ஏற்படுகிறது. செல்லும் வழியெங்கும் அவள் குருதி சொட்டுச்சொட்டாய் வழிந்தபடியே இருக்கிறது. குருதித் தடம் நீண்டுகொண்டே போகிறது. வீட்டுக்குச் சென்று சேரும் போது ரத்தம் முழுக்க வடிந்து அப்பெண் இறந்து போகிறான்.

இந்த ரத்தம் சோர்தலில், அதன் நீண்ட குருதித் தடத்தில் ஒரு தனிமை உள்ளது. இதை எஸ்.ரா. வரலாறு நெடுக ஒரு மனிதன் தலைமுறை தலைமுறையாய் சிந்த நேரும் ரத்தமாக, அதன் தனிமையாய் எஸ்.ரா. உருமாற்றுகிறார்.

"நெடுங்குருதி" கள்ளர்களின் இனவரைவியல் கதையை (காவல்கோட்டம் போல்) நேரடியாய் சித்தரிப்பதில்லை. வரலாற்றை ஒரு தொன்மமாக நெடுங்குருதி மாற்றுகிறது. இதேபோல "விஷ்ணுபுரமும்" ஒரு தொல்வரலாற்றைப் பேசும் பாவனையில் நவீன இந்தியாவின் மார்க்ஸிய, வைதிக அறிவார்ந்த, மெய்யியல், தத்துவ தரப்புகளை விவாதிக்கிறது; வரலாற்றை ஒரு நவீனத் தொன்மமாக, உருவகக் கதையாக (*parable*) மாற்றுகிறது. வரலாற்று நாவல்களில் ஒரு சீரியஸான பாவனை, தன்னுணர்வு உண்டு. அது இந்நாவல்களில் இல்லை. இந்நாவல்கள் வரலாற்றையும் ஒரு தொன்மமாய், ஒரு சுவாரஸ்யமான சுய-விளையாட்டாய் மாற்றுவதன் வழி மேலும் மேலும் விரிவு கொள்கின்றன. அதாவது நீங்கள் "போரும் வாழ்வும்" "பொன்னியின் செல்வன்" ஆகிய நாவல்களில் வரலாறு குறித்த ஆசிரியர் கூற்றுகளை அங்கங்கே காண முடியும். இந்நாவல்களில் தாம் ஒரு அசலான வரலாற்றைச் சொல்கிறோம் எனும் பிரக்ஞையை நாவலாசிரியர் வலுவாக உருவாக்குகிறார். ஆனால் தொண்ணூறுகளின் இறுதியில் துவங்கி எழுதப்பட்ட பின்நவீனத்துவ வரலாற்று நாவல்களில் இந்தப் பிரக்ஞை சார்ந்த இறுக்கங்களும் இல்லை.

இதைத் தொடர்ந்து ரெண்டாயிரத்துக்குப் பிறகு இனவரைவியல் நாவல்களும் ("ஆழிசூழ் உலகு"), புலம்பெயர் தமிழ் தேசிய வரலாற்று நாவல்களும் ("பார்த்தீனியம்", "ஆதிரை") தொடர்ந்து தோன்றுகின்றன. கல்கியின் நாவலுக்கும் இவற்றுக்குமான முக்கிய வித்தியாசம் ஒன்று உண்டு: கல்கி வரலாற்றை தமிழனின் இனப் பெருமிதத்தை, பழங்கனவைத் திரும்ப நினைவுகளில் வாழ்ந்து சுகம் காண பயன்படுத்துகிறார், ஆனால் ரெண்டாயிரத்துக்குப் பிறகான வரலாற்று நாவல்கள் இந்தச் சொறிந்து விடும், போதை மருந்து ஊட்டும் பணியைச் செய்வதில்லை. அதே நேரம் (பின்நவீனத்துவ தொன்ம வரலாற்று நாவல்களை) போல் அல்லாமல் உண்மையான வரலாற்று ஆவணத்தை எழுதுகிறோம் எனும் இறுக்கத்தை ("போரும் வாழ்வும்" நாவலில் போல) இந்நாவல்களில் மீண்டும் காண்கிறோம். ஒருவிதத்தில் இன்று நாம் மீண்டும் இருபதாம்

நூற்றாண்டின் எதார்த்த வரலாற்றுவாதத்துக்கு செல்கிறோம் எனலாம்.

மாநிலம், சாதி, மதம் சார்ந்த பல்வேறு இனவரைவியல் நாவல்கள் கடந்த பத்தாண்டுகளில் வெளிவந்திருக்கின்றன. நான் அவற்றை இங்கு பட்டியலிட்டு மதிப்பிட போவதில்லை. ஆனால் இப்போது நாம் நாவல் வடிவின் ஒரு அசலான சாத்தியப்பாட்டை உணர்ந்திருக்கிறோம் என்பதை மட்டும் வலியுறுத்த விரும்புகிறேன். இன்று சூழலியல் சார்ந்து தன் முதல் நாவலை எழுதும் விநாயக முருகன் போன்ற ஒருவருக்கு ஒரு நெடுஞ்சாலையை சார்ந்து வாழும் தனிமனிதர்களின் சிறிய (குடும்பப் பிரச்சனைகள் சார்ந்த) வாழ்க்கையைச் சித்தரிப்பது அல்ல நாவல் என தெரிந்திருக்கிறது – மாறாக கிராமங்கள் அழிந்து நெடுசாலையாய் உருக்கொள்வதன் வரலாற்றை, அந்த மாற்றத்தின் வரலாற்றுடன் எப்படி எளிய மனிதர்களின் வாழ்வும் உருமாறுகிறது என எழுதுவதே நாவல் வடிவத்துக்கு உகந்தது என்பதை அவர் உணர்ந்து கொள்கிறார். இந்த வரலாற்று மாற்றத்தின் ஊடே மனித வாழ்க்கை சிதைவதைக் காட்டினால் அது பிரம்மாண்டம் பெறும் என்பதை அவர் இயல்பாகவே அறிந்திருக்கிறார். எழுபதுகளில் எழுதியிருந்தால் அவர் ராஜீவ்காந்தி சாலையை மூன்று குடும்பங்களின் நான்கு சுவர்களுக்குள் நடக்கிற கதையாக மட்டுமே எழுதியிருப்பார் என்பது உறுதி.

இன்று ஏற்பட்டுள்ள இந்த மாற்றத்திற்கு மற்றொரு முக்கியக் காரணம் வணிகம் சார்ந்தது. எண்பது, தொண்ணூறுகள் வரை நீங்கள் தமிழில் 300 பக்க இலக்கிய நாவல்களை சுலபத்தில் பிரசுரிக்க முடியாது. அதற்கென்று ஒரு சந்தை இங்கு இருக்கவில்லை. (தொடர்கதைகள் வழியாக வணிக நாவல்களுக்கு மட்டுமே அப்படியான ஒரு சந்தை அப்போது இருந்தது) ஆக இயல்பாகவே நாம் 100 பக்கங்களுக்குள் நாவல் எழுதப் பழகிக் கொண்டோம். இன்று இலக்கிய வாசகர்களின் சந்தை ஒன்று உருவாக்கி வலுப்பெற்றிருக்கிறது. அதனுடன் விரிவாக நாவல் எழுதி பிரசுரிப்பதும் இன்று நடைமுறையில் சாத்தியமாகிறது. அதற்கான சந்தை இன்று உருவாகிவிட்டது.

ஆனால் இன்று நாவல் வடிவம் மற்றொரு சவாலை எதிர்கொள்ள வேண்டியிருக்கிறது. நாம் இன்று 300 பக்கங்களுக்கு மேலான

நாவல்களை வாங்க தயாராக இருக்கிறோம். ஆனால் வாசிக்கத் தயாராக இல்லை. மிகப்பெரிய இனவரைவியல் நாவல்கள் அலமாரிகளில் தூங்குகின்றன. ஏனென்றால் இன்று நம் வாசிப்புக் காலம் சுருங்கி விட்டது. செய்தி அறிக்கைகள், சமூக வலைதள பதிவுகள், தகவல் பரிமாற்ற வடிவங்கள், எண்ணற்ற பொழுதுபோக்குகள் ஏற்படுத்தும் கவனச்சிதைவுகள் நமக்கு இன்று வாழ்க்கை குறுகியது என்கிற பிரமையை ஏற்படுத்துகின்றன. காலம் ரொம்பக் குறைவாக உள்ளது ஆகையால் சுருக்கமான அளவில் நிறைய விசயங்களைக் கிரகித்துக் கொள்ள வேண்டும் என்ற எண்ணம் வலுப்பெற்று விட்டது. அதனாலே பெரிய விரிவான நாவல்களுக்குள் பயணிக்கத் தயங்கி வாசலோடு திரும்பி விடுகிறோம். நாவல் வாசிக்க இன்று நமக்கு உண்மையில் நேரம் உள்ளது. ஆனால் நீண்ட காலவெளிக்குள் சஞ்சரிக்கும் பொறுமை போய் விட்டது. காலம் அகண்டது, நாம் அதன் முன் சிறு புள்ளி என்கிற உண்மையை மறந்து விட்டோம். மாறாக காலம் ஒரு சிறு பூச்சி, நாம் அதை நாவால் சுருட்டி இழுத்து உண்ணும் பல்லி என நினைத்துக் கொள்கிறோம். எல்லாவற்றையும் அவசரமாய்ச் சுருட்டி உண்ணும் பதற்றம், பயம், தவிப்பு இன்று பரவலாய் உள்ளது.

இது மீடியாவின் பெருக்கம் உருவாக்கி உள்ள ஒரு உளவியல் குழப்பம் மட்டும்தான். அடுத்த பத்தாண்டுகளில் நாவலின் வேகம், வடிவம், பாணி ஆகியவற்றை இந்த மனக்குழப்பம்தான் தீர்மானிக்கப் போகிறது.

(தீராநதி, டிசம்பர் 2018)

நாவலில் காலமும் பிரம்மாண்டமும்

நாவலின் ஒரு முக்கிய சிறப்பு அதன் விரிவு, பிரம்மாண்டம். வாசகன் தன் உலகை பன்மடங்கு பெருக்கிக் காணத் தான் நாவலை வாசிக்கிறான். இதை ஓர் எழுத்தாளன் எப்படி நிகழ்த்துகிறான்?

நாவலுக்குள் இடம் மற்றும் காலம் விரிவடையும்போது பிரம்மாண்டம் தோன்றுகிறது.

காலத்தைப் பிரம்மாண்டமாய்க் காட்ட கதையை ஒரு வரலாற்றுப் பின்னணியில் வைக்க வேண்டும். அல்லது வரலாற்றையே கூட கதையாக்கலாம். வரலாறுப் பின்னணி ஆவதற்கு அருந்ததி ராயின் *God of Small Things* ஒரு உதாரணம். சாதி மற்றும் நிலப்பிரபுத்துவ சமூகம் அடைகிற மாற்றங்கள், கேரள இடதுசாரி அமைப்புகளின் அரசியல் ஆகிய பின்னணிகள் அந்த எளிய காதல் கதைக்கு ஒரு அகலமான கேன்வாஸை அளிக்கின்றன. தமிழில் வணிக நாவல்களில் சாண்டியல்யனின் பல நாவல்கள், “பொன்னியின் செல்வன்”, இலக்கிய நாவல்களில் “ரப்பர்”, “வெள்ளை யானை”, அசோகமித்திரனின் “பதினெட்டாவது அட்சக்கோடு” போன்ற பல படைப்புகளைச் சொல்லலாம். வரலாறே கதையாவது என்பதற்கு சு.ரா.வின் “புளிய மரத்தின் கதை”, எஸ்.ரா.வின் “நெடுங்குருதி”, தல்ஸ்தாயின் “போரும் வாழ்வும்” ஆகியவை உதாரணங்கள்.

இந்நாவல்களில் வரலாறே முக்கிய பாத்திரம். மனித உறவுகள் பின்னணியாக வரலாறு காலங்காலமாய் உருபெற்று மாறி வரும் விதமே சித்தரிக்கப்படும்.

இடத்தைக் கொண்டு ஒரு நாவலை பிரம்மாண்டமாக்க பயணம் உதவுகிறது. ஒரு கதையின் நாயகன் பல நாடுகள் அல்லது மாநிலங்களுக்குப் பயணிக்கிற சித்திரங்களே அந்நாவலை விரிவான அனுபவம் தருவதாய் ஆக்கி விடும். நாஞ்சில் நாடனின் பெரும்பாலான நாவல்கள் இந்த வகைப்பாட்டுக்குள் வரும். எஸ்.ரா.வின் "உறுபசி" ஒரு நல்ல உதாரணம். அது ஒரு மெல்லிய நாவல். ஆனால் அதில் வருகிற பயணம் நாவலுக்கு ஒரு விரிவைக் கொடுக்கிறது. கிராமத்தில் இருந்து நகரத்துக்கு ஒரு தனி ஆளோ அல்லது குடும்பமோ இடம்பெயர்கிற கதைச்சரடு கொண்ட நாவல்களை இந்த வகைமைக்குள் சேர்க்கலாம். (நண்பர் அருள் ஸ்காட் தனது முனைவர் பட்ட ஆய்வின் ஒரு பகுதியில் தமிழ் நாவல்களில் தோன்றும் இந்த பயண உருவகம் பற்றி எழுதியிருக்கிறார்.)

நாவலை விரிவாக்க மற்றொரு பார்முலா பார்வைக் கோணத்தை திருகி விடுவது. பார்வைக் கோணம் என்றால் யார் பார்வையில் கதை சொல்லப்படுகிறது என்பது. "நான்" என்ற ஒரு சுயசரிதை தொனியிலா அல்லது "அவன்", "அவள்", "அவர்கள்" எனும் பொது பார்வையிலா? எந்தப் படைப்பும் இதில் ஏதாவது ஒன்றை மேற்கொள்ளத் தான் வேண்டும். "நான்" என்றும் "அவன்" என்றும் இரண்டு கோணங்களில் ஒரு கதையைச் சொன்னால் நிறைய குழப்பங்கள் ஏற்படும். ஆனால் பின்நவீனத்துவ படைப்புகளில் இத்தகைய பரீட்சார்த்தங்கள் செய்யப்படுவதுண்டு. என்னைப் பொறுத்த மட்டில் இந்தப் பார்வைக் கோணத்தின் விதிகளை தலைகீழாய்க் கவிழ்த்த ஒரு நாவல் உண்டு: யுவான் ரூல்போவின் "பெட்ரோ பராமோ". யுவான் பிரசியாடோ தன் அப்பாவான பெட்ரோ பராமோவை தேடி கொமாலா எனும் ஊருக்குப் போகிறான். முழுக்க பேய்களால் ஆக்கிரமிக்கப்பட்ட ஊர் அது. நாவலின் துவக்கத்தில் நாவலாசிரியர் கதை சொல்லத் துவங்கி பின்னர் அது நாயகனின் அப்பாவின் கண்ணோட்டத்தில் விரிந்து, பின்னர் நாயகன் பேய்களின் ஊருக்குச் செல்ல அங்கு அவனைச் சந்திக்கும் இறந்தவர்கள் ஒவ்வொருவரின் நினைவுகளும் பல கதைகளைச் சொல்கின்றன. இந்த நினைவுகளின் வழி

பயணிக்கும்போது ஒரு கட்டத்தில் கதையை யார் சொல்கிறார், யார் கதைக்குள் உள்ள கதைக்குள் நாம் இருக்கிறோம் எனும் குழப்பம் ஏற்படுகிறது. ஒரு கட்டத்தில் நாயகனே இறந்து ஒரு பேயாகிறான். பேய்கள் இறந்தபின் எந்தக் காலத்தில் வாழ்கின்றன? இந்தக் கேள்விக்கு விடையே காண முடியாது. கடந்த காலத்தில் என நீங்கள் சொன்னாலும் அதைப் பேய்கள் நம்பாது. அவை நிகழ்காலத்திலே வாழ்கின்றன. சரி பேய்களின் கடந்த காலம் உங்களுக்கு என்ன காலம்? பேய்களோடு ஒருவன் பேசும்போது ஒரு கட்டத்தில் தன் நினைவுகளுடன், தன்னுடனே பேசுகிறான். ஒரு பொது கோணத்தில் "அவன் இப்படிச் செய்தான்" எனக் கதை சொல்லும் நாவலாசிரியர் தனக்குள் பேசும்போது (அதாவது பேயுடன் பேசுவதன் வழி) இந்தக் கதை யார் வழி சொல்லப்படுகிறது என்பதே தெளிவற்றது ஆகிறது. இந்தக் காலக்குழப்பம் மற்றும் பார்வைக் குழப்பம் வரலாற்றின் துணையின்றியே நாவலுக்குள் காலம் மற்றும் இடம் சார்ந்த எல்லைகளை விரிக்கின்றன. அதாவது நாவலை பௌதிக தளத்தில் இருந்து மனதின் தளத்துக்குள் நகர்த்துகின்றன. மனதுக்குத் தான் கால-இட எல்லைகள் இல்லையே!

நாவலைப் பிரம்மாண்டமாக்க இன்னொரு வழிமுறை உள்ளது. அது நாடகீய மோதல். தஸ்தாவஸ்கி இதற்கு சிறந்த உதாரணம். அவர் நாவல்களில் வரலாறு இல்லை. பயணம் இல்லை. பாத்திரங்கள் ஒரு அறை அல்லது வீடு அல்லது தெருவுக்குள் இருந்து அல்லது நின்றபடி பேசிக் கொண்டே இருப்பார்கள். ஆனால் தஸ்தாவஸ்கி இந்த ஒவ்வொரு பாத்திரத்தையும் ஒரு வாழ்க்கைப்பார்வை அல்லது தத்துவ தரப்பின் பிரதிநிதியாக்குகிறார். இவர்களுக்குள் கருத்து சார்ந்த, நம்பிக்கை சார்ந்த, உணர்ச்சிகரமான மோதல்கள், தர்க்கபிரதிவாதங்கள், அழுகை, மன்றாடல்கள் நிகழ்கின்றன. இந்த மோதல்கள் நாவலுக்கு பெரும் விரிவை அளிக்கின்றன. இமையம் தன் நாவல்களின் யுவன் ரூல்போ மற்றும் தஸ்தாவஸ்கி இருவரின் பாணிகளையும் தனதான வகையில் கடைபிடிப்பார். அதாவது இமையத்தின் நாவல்களில் பெரும் வரலாற்று பின்னணியோ பயணமோ இராது. பதிலுக்கு கதையை அவர் முக்கிய பாத்திரங்களின் கண்ணோட்டங்களின் வழி நகரச் செய்வார். கதைசொல்லி என்பவனே கிட்டத்தட்ட காணாமல் போக யார் கதையைச் சொல்கிறார், யார் பக்கம் இருந்து கதை

பேசுகிறது எனும் ஒரு பூடகத்தை ஏற்படுத்துவார். அவரது பல சிறுகதைகளை உதாரணம் சொல்லலாம். கதையைச் சொல்லும் பாத்திரத்துக்கு எதிராகக் கூட அக்கதை திரும்பும் விசித்திரங்கள் நடக்கும். “எங் கதெ” ஒரு சிறந்த உதாரணம். அக்கதையில் கதைசொல்லியான காதலியான பெண் பாத்திரம் தொடர்ந்து அவனால் வசை பாடப்படுவாள். அவளைக் குற்றம் கூறும் நாயகனின் தரப்பில் இருந்து கதை நகர்வதாய் ஒரு பாவனை இருக்கும். ஆனால் ஒரு கட்டத்தில் இந்த பாவனை முழுக்கக் கலைந்து அப்பெண்ணின் தரப்பே சரி என நமக்குத் தோன்றும். ஆனால் அப்போதும் கதையை நாயகன்தான் சொல்லிக் கொண்டிருப்பான். ஆனால் அவனை அறியாது அவன் தன் தரப்பு நியாயங்களை விடுத்துத் தான் துரோகி என வர்ணிக்கும் தன் காதலியின் நியாயங்களைச் சொல்லத் துவங்கி இருப்பான். இப்படி பார்வைக் கோணங்கள் இமையத்தின் நாவல்களில் ஒரு குழப்ப நிலையில் பனிமூட்டமாய் இருக்கும். அதே போல மிக உணர்ச்சிகரமான மனநிலை மோதல்கள், பாத்திரங்களுக்கு இடையிலான நாடகீய மோதல்களும் இருக்கும். இந்த இரண்டு அம்சங்களும் இமையத்தின் படைப்புகளுக்கு ஒரு அகன்ற பரப்பை அளிக்கின்றன.

இந்த விசயங்களை எல்லாம் சுருக்கமாய், முடிந்தளவு எளிமையாய் இன்று பேசினேன். நான் எதிர்பார்த்ததை விட ஆர்வமாய் அரங்கு நிறைந்த மாணவர்கள் கேட்டார்கள். எந்தளவுக்கு உள்வாங்கினார்கள் தெரியவில்லை. எனக்கு அது முக்கியமாய் தோன்றவில்லை. தெரிந்து கொள்ளும் ஆர்வமும் கதை கேட்கும் சுவாரஸ்யமும் அவர்களை இன்று ஒன்ற வைத்தது.

நாவலின் வகைமைகள்

எதார்த்தவாத நாவல்கள்:

எதார்த்தவாத நாவல்களே தமிழில் அதிகமாக எழுதப்படுகின்றன. எதார்த்த கதை மூன்று இயல்புகள் கொண்டது:

அ) நேர்கோட்டுக் கதையமைப்பைக் கொண்டிருக்கும். காலம், இடம் சார்ந்த ஒழுங்கு இருக்கும் - ஒரு புள்ளியில் துவங்கி மற்றொரு புள்ளியில் முடிவுறும். கதை நடக்கும் இடமும், நிகழ்வுகளின் தர்க்கமும் தெளிவாக இருக்கும். உ.தா., ஒரு கற்பனை ஊரென்றாலும் அந்த ஊரின் தன்மை, அதன் இயங்குமுறை எல்லா ஊர்களையும் போலத்தான் இருக்கும். பாத்திரம் கற்பனையானது என்றாலும் அவர் நிஜமனிதர்களைப் போலத்தான் நடந்துகொள்வார். உதாரணமாக, ஒரு ஆண் கருவுற்றுப் பிரசவிக்க மாட்டான். அப்படி நிகழ்ந்தாலும் அதற்கான தொழில்நுட்ப தர்க்கம் தரப்படும். ஒரு காட்சியில் கொல்லப்படும் ஒருவர் மறு காட்சியில் உயிருடன் வர மாட்டார். ஒரு காட்சியில் திருமணமாகும் ஒருவர் அடுத்த காட்சியில் தனியாக துணையற்று இருக்க மாட்டார். அப்படி இருந்தால் அதற்கான தர்க்க விளக்கம் தரப்பட்டிருக்கும்.

ஆ) குறையில் இருந்து நிறை அல்லது நிறையில் இருந்து குறையெனும் பாணியில் அமைந்த கதை; ஒரு தனிமனிதனின் பாத்திர வழு, சுபாவப் பிழை, குறையில் ஆரம்பித்து அதன் விளைவுகள்,

அதில் இருந்து பாடம் கற்று அவர் மேம்படுவது அல்லது பாடம் கற்காமல் மேலும் சீரழிந்து முழுமையாகத் தன்னை அழித்துக் கொள்வது என இக்கதைகள் இருக்கும். தனிநபரின் இடத்தில் சில பாத்திரங்களோ ஒரு சமூகமோ ஒரு தேசமோ இருக்கலாம். அப்போது அது உறவு / குடும்ப / வரலாற்று நாவலாகும்.

இ) கதைக்கென்று ஒரு விழுமியம், அர்த்தம் / படிப்பினை இருக்கும். ஏதோ ஒன்றின் மீதான நம்பிக்கை, பிடிமானம் இருக்கும். வாசகர்கள் இதற்காகவே எதார்த்த நாவல்களைப் படிப்பார்கள். இதுவே எதார்த்த நாவலுக்கு ஒரு துவக்கம், மையம், முடிவை கட்டாயமாக்குகிறது.

இயல்புவாத நாவல்கள்:

இயல்புவாதம் எதார்த்தவாதத்தின் கிளையாகத் தோன்றி பின்னர் தனக்கெனத் தனி அடையாளம் பெற்றது. அதனாலே எதார்த்தவாத மற்றும் இயல்புவாத நாவல்களுக்கு இடையில் வேறுபாட்டைக் காண்பது சிரமம். எதார்த்தவாதத்தின் பல கூறுகளைக் கொண்டிருந்தால் விட்டேத்தியான, புறவயமான கதைகூறல் முறை, வாழ்வின் முன்கூறப்பட்ட தன்மை இயல்புவாதத்தின் கூறுகள். கதைசொல்லியின் உணர்ச்சிகரமான ஈடுபாடு இல்லாத கதைகூறல் என்றால் அது இயல்புவாத நாவல் என்று நாம் முடிவுசெய்து கொள்ளலாம். இயல்புவாத நாவலில் பிரதான பாத்திரம் தனது அக-ஊக்கத்தினாலோ தன்முயற்சியாலோ அல்லாமல் காலத்தின், இயற்கையின், சமூகச் சூழலின் தாக்கத்தால் நடத்தப்படுவதாகக் காட்டப்படும். சில நாவல்களில் எதார்த்தவாத, இயல்புவாத கூறுகள் கலந்திருக்கும். மேற்கில் எமிலி ஸோலா, ஜாக் லண்டன், ஹென்ரி ஜேம்ஸ், ஸ்டீபன் கிரேனின் படைப்புகளும், வில்லியம் பாக்னரின் சில கதைகளும் இயல்புவாதத்தின் சிறந்த உதாரணங்களாகக் கருதப்படுகின்றன. தமிழில் பூமணி, இமையம், கண்மணி குணசேகரனை இயல்புவாத நாவலாசிரியர்களாக குறிப்பிடுகிறார்கள்.

பின்நவீன நாவல்கள்:

மேலே சொல்லப்பட்ட கதை இயல்புகளைப் புரட்டிப் போடுவதே பின்நவீன கதைகளின் நோக்கம். அது ஏன் பின்நவீனம் அப்படி உத்தேசிக்க வேண்டும் என்பது முக்கியமான கேள்வி.

அதற்கு முன் பின்நவீனம் என்றால் என்னவெனக் கேட்போம். பின்நவீனம் என்பதை அ-நவீனம் எனப் புரிந்துகொள்ளலாம். உளவியல் வழியாகப் புரிந்து கொள்வதென்றால் இந்த வாழ்வில் நாம் ஒரு நோக்கத்துக்காக வாழ்கிறோம். இலக்கை நோக்கி ஓடுவதும், அதை அடைவதுமே வாழ்க்கை. இவ்வாறு புரிந்துகொள்ளும் போதே காலம், வெளி சார்ந்த ஒழுங்கு அவசியமாகிறது. அப்போதே வாழ்க்கைக்கு ஓர் அர்த்தம் தேவையாகிறது. இந்த அர்த்தமே நாம் காணும் பொருட்களின், செயல்களின் சாராம்சம், சாராம்சமே கடவுள், அரசன், சாதி, பாலின பேதம் ஆகியவற்றின் அடிப்படை. பின்நவீனம் இவற்றில் காணும்; ஆனால், நாம் இலக்கை நோக்கிப் பாய்ந்து சென்று அதை அடைகிறோமா?

அன்புள்ள... கடித நாவல்கள்

கடித நாவல்களை ஆங்கிலத்தில் *epistolary novel* என்று அழைக்கிறார்கள். இவை தமிழில் மிகவும் குறைவு (உடனடியாக நினைவுக்கு வருவது ஜெயமோகனின் "பின்தொடரும் நிழலின் குரலில்" வருகிற சில அத்தியாயங்கள் மற்றும் சாருவின் நாவல்கள்). ஆனால் ஆங்கிலத்திலும் ஐரோப்பிய எழுத்திலும் அவை ஒரு காலத்தில் மிகவும் அதிகமாக இருந்தன. பிரித்தானிய இலக்கியத்தில் ரிச்சர்ட்ஸன் போன்றோர் பெரிய தலையணை சைஸ் நாவல்களை வெறும் கடிதங்களாக மட்டுமே எழுதி பெருமளவில் வாசகர்களை வென்றிருக்கிறார்கள் *(Pamela, Clarissa)*. அந்தக் காலத்தைய வாசகர்கள் கடிதமெழுதும் பாத்திரங்களை நிஜமான மனிதர்கள் என்றும், எழுத்தாளர் ரிச்சர்ட்ஸன் அக்கடிதங்களைத் திருத்திப் பதிப்பிகிறவர் என்றும் நம்பியிருக்கிறார்கள். கற்பனை என்று நினைத்த ஆயிரக்கணக்கான வாசகர்களும் ரிச்சர்ட்ஸனுக்கு தினமும் கடிதம் எழுதி நாவலின் மையப் பாத்திரத்தைக் கொன்று விட வேண்டாம், அவள் தொடர்ந்து இருக்கட்டும் எனக் கெஞ்சுவார்களாம்.

கடிதப் புனைவுகளுக்கான இந்த முக்கியத்துவம் அங்கு திடீரென தோன்றிவிடவில்லை. மேற்குலகைப் பொறுத்தமட்டில், ரொமானிய செவ்வியல் படைப்பாளிகளான ஓவிட், சிசிரோ ஆகியோருடனே

கடித இலக்கிய மரபு ஆரம்பிக்கிறது. ஓவிட்டின் "ஹெரோயிட்ஸ்" 1500இல் பிரஞ்சில் மொழிபெயர்க்கப்படுகிறது. எண்பதுகள் வரை தமிழில் எப்படி எழுத்தாளர்களிடையிலான கடிதப் பரிவர்த்தனை ஒரு முக்கிய இலக்கிய நடவடிக்கையாகப் பார்க்கப்பட்டதோ, அவை எப்படி பின்னர் பிரசுரமாகி வாசிக்கப்பட்டதோ, பிரான்ஸில் 17ஆம் நூற்றாண்டிலே அந்தப் போக்கு பெரிய அலையாகத் தோன்றியது. பல்ஸாக் போன்ற பிரசித்தமான படைப்பாளிகளுடைய கடிதங்கள் பிரசுரமாகி பெருமளவில் விற்றன. 1678இல் லா வெர்ன் எழுதிய *Five Love-Letters from a Nun to a Cavalier* எனும் படைப்பே மேற்குலனில் வெளியான முதல் தலைசிறந்த கடித நாவல் என்று கருதப்படுகிறது. செர்வாண்டஸின் "டான் குவிக்ஸாட்" நாவலில் வருவதைப் போன்ற ஒருவித மெட்டாபிக்ஷன் தன்மையைக் கொண்ட நாவல் இது. ஒரு பிரஞ்சு கன்னியாஸ்திரி போர்ச்சுகலை சேர்ந்த தனது காதலனுக்கு எழுதுகிற கடிதங்களின் தொகுப்பு இது. நாவலின் துவக்கத்தில் ஆசிரியர் அந்த கன்னியாஸ்திரியின் கடிதங்கள் பல வடிவங்களில் சமூகத்தில் உலவுவதாகவும், அவர் இவற்றைப் பிரசுரிப்பதன் நோக்கம் தனது கடிதங்களே அசலனாவை என நிறுவுவதே என்று கூறுகிறார். சுவாரஸ்யமாக, கன்னியாஸ்திரி எழுதுகிற கடிதங்கள் மட்டுமே நமக்கு தரப்படுவதால், ஒரு பாதி காதல் கதையை மட்டுமே அவரது ஏக்கங்கள், வருத்தம், கொந்தளிப்புகளை வைத்து அறிகிறோம், மிச்சத்தைக் கற்பனை செய்கிறோம். இதை அடுத்து 1721இல் மாண்டெஸ்க் எழுதிய *Persian Letters* எனும் நாவல் வெளியாகிறது. இந்த மரபில் பின்னர் தோன்றிய கடித நாவல்களில் முக்கியமானவை ரிச்சர்ட்ஸனின் *Pamela* (இங்கிலாந்து), ரூசோவின் *The New Héloïse* (பிரான்ஸ்), மற்றும் கேத்தாவின் *The Sorrows of Young Werther* (ஜெர்மனி).

ரூஸோவின் நாவலில்தான் முதன்முதலாக கடிதப் பரிவர்த்தனை காதலர்களின் காத்திருப்பின் பதபதைப்பை வெளிப்படுத்தும் மார்க்கமாக கையாளப்பட்டது. அதாவது ரூசோவே தனது நாவலில் ஒரு காதலன் / காதலிக்காக காத்திருப்பதை விட கடிதத்தைக் கையில் ஏந்துவதை நடுக்கத்தை உடம்பில் பரவ செய்கிற பரவச அனுபவமாக, அதை வாசிப்பதை ஒரு காவிய தருணமாக சித்தரித்தார். காதலர்கள் சந்தித்துக் கொள்வது அவர்கள் இப்படி பேசிக்கொள்வதை விட உன்னதமானதாக

மாறியது. மானுட உறவானது மொழிக்குள் பெறும் அபாரமான பரிமாணத்தை இது நிகழ்த்திக் காட்டியது.

கோதேயின் நாவல் கடிதங்கள் வழி உறவுச்சிக்கல்கள், பரிவர்த்தனையின் பரவசம் ஆகியவற்றில் கவனம் செலுத்தாமல் பாத்திரங்களின் உளவியலின் பல சிக்கல்கள், நுட்பங்களை சித்தரிக்க தலைப்பட்டது. இதை அடுத்து லக்லாஸின் *Dangerous Liaisons* முக்கியமான கடித நாவலாக கருதப்படுகிறது. பத்தொன்பதாம் மற்றும் இருபதாம் நூற்றாண்டின் துவக்கத்திலும் கடித நாவல்களின் மவுசு குறைகிறது. ஆனால் இருபதாம் நூற்றாண்டின் பிற்பகுதில் இலக்கியத்தில் பரீட்சார்த்த முயற்சிகளில் ஈடுபடுவோரின் செல்ல வடிவமாக கடித நாவல் வடிவம் திரும்ப வருகிறது. பாதி புனைவு, பாதி விமர்சனம் எனும் பரீட்சார்த்த வடிவத்தில் தெரிதாவால் 1987இல் எழுதப்பட்ட *The Post Card: From Socrates to Freud and Beyond* இவ்வகையில் முக்கியமானது. அதே ஆண்டில் வெளியான ரொலாண்ட் பார்த்தின் *Letters* நாவலின் கதையின் அமைப்பு அனகிராம் (ஒரு சொல்லின் எழுத்துக்களின் வரிசையை மாற்றி உருவாக்கப்படும் புது சொல்) மற்றும் எண்களின் (கணித) வரிசையின் அடிப்படையில் உருவாக்கப்பட்டது. இன்னும் சுவாரஸ்யமாக, கதைக்குள் பாத்திரங்களின் வாழ்க்கையின் நெருக்கடிகளை நிறைவாக முடித்து வைப்பதைத் தவிர்த்து, எழுத்து, கணித வரிசையை சரியாக நிறைவு செய்கிறது இந்நாவல். ஆக, கடிதத்தைக் கொண்டு கதையைச் சொல்லுவதை விட கதை என்பது உண்மையல்ல, அது ஒரு 'கதை' தான் என நமக்கு உணர்த்துகிற நாவலாக அது இருக்கிறது.

தமிழில் இருந்து என் இலக்கிய வாசிப்பை ஆரம்பித்து பின்னர் முறையாக ஆங்கில இலக்கியத்தைப் படித்தபோது எனக்கு இந்த கடித புனைவுகளுக்கு ஏன் அங்கே இவ்வளவு மவுசு இருந்ததென்று புரியவில்லை, அந்த வடிவமே எனக்கு அலுப்பூட்டியது. ஏனென்றால் நமது மொழியில் அப்படியானதொரு மரபே இல்லை. (ஆனால் தமிழ் சினிமாவில் கறுப்பு வெள்ளைக் காலம் முதல் அகத்தியனின் "காதல் கோட்டை" வரை கடிதம் கதையை நகர்த்துவதற்கான ஒரு முக்கிய கருவியாக, காதல் தவிப்பைப் பேசும் உருவகமாக இருந்திருக்கிறது.) தொலைபேசியின் யுகத்தில் தோன்றிய என்னைப் போன்றோருக்கு கடிதங்களை பெரிதும்

சார்ந்திருக்கிற நிலை ஏற்படட்டதில்லை (காதல் கடிதங்களைத் தவிர).

இது ஒரு பக்கம் இருக்க, தமிழில் இணையம் ஒரு வலுவான பிரசுர ஊடகமாக உருப்பெற்றபோதுதான் விசித்திரமாக கடிதங்கள் / மின்னஞ்சல்கள் தமிழ் நாவல்களில் அதிகமாக இடம்பெறத் தொடங்கின. குறிப்பாக சாரு நிவேதிதா எழுதிய பின்நவீன நாவல்களில் பல அத்தியாயங்கள் மின்னஞ்சல் பரிவர்த்தனைகளாக உள்ளன. இன்று மனுஷ்ய புத்திரன் எழுதுகிற கவிதைகளில் இணைய அரட்டைக்கான செயலிகள் அந்த இடத்தைப் பிடித்துள்ளன.

இன்னொரு பக்கம், தமிழ் எழுத்தாளர்கள் தமக்கு வரும் வாசகர் கடிதங்களையும் பதில்களையும் சமூகவலைதளத்திலும் இணையதளத்திலும் பிரசுரிக்கிறார்கள். அதற்கு முன்பு பாலகுமாரன் போன்ற வணிக நாவலாசிரியர்களே வாசகர் கடிதங்களையும் அவற்றுக்கான பதிலையும் நாவலின் துவக்கத்தில் பிரசுரித்து எழுதி வந்தனர். பாலகுமாரனை சந்தேகிக்காத நமக்கு இன்று இணையத்தில் பிரசுரமாகும் கடிதங்கள் புனைவோ எனும் சந்தேகம் பரவலாக எழுகிறது. கடலூர் சீனு எனும் ஜெயமோகனின் வாசகர் ஒரு கற்பனைப் பாத்திரமோ எனும் எண்ணம் அவரை நேரில் பார்த்த போதே எனக்குத் தீர்ந்தது. அப்போதும் இவர் அந்த கடிதங்களில் பேசுகிற மனிதரில் இருந்து முற்றும் வேறுபட்டுத் தெரிகிறாரே என்றே நினைத்தேன். அந்தளவுக்கு நமக்கு கடிதங்கள் உள்ளிட்ட பரஸ்பர பரிவர்த்தனைகளின் உண்மைத்தன்மை மீது கேள்வி தோன்றியுள்ளது. இந்த ஐயமானது வடிவம் சார்ந்ததே என நினைக்கிறேன்.

அண்மையில் ஒரு பள்ளி மாணவி தன்னுடைய ஆசிரியர், ஊரில் சிறுவயதில் சந்தித்த சில வயசாளிகளின் பெயர்களை தன் துன்பத்துக்கும் அதனாலான தற்கொலைக்கும் காரணம் என எழுதி வைத்துவிட்டு தூக்கில் தொங்கினாள். அக்கடிதம் ஊடகங்களில் வெளியாகி பரபரப்பானபோது அப்பெண் சொல்ல வந்ததென்ன, மறைப்பதென்ன என்பது குறித்த கேள்விகள் எழுப்பப்பட்டன. குறிப்பாக அவளுடைய பெற்றோரே அக்கடிதத்தில் உண்மையில்லை, அவள் மனம் சோர்ந்து போகும் போது இவ்வாறு எதையாவது தன் நோட்டு புத்தகத்தில் கிறுக்குவது

வழக்கமே என்று அதை நிராகரித்தனர். தொண்ணூறுகள் வரை இலக்கியவாதிகளும் வாசகர்களும் பரஸ்பரம் கடிதம் எழுதி விவாதிப்பது பரவலாக இருந்தது. அக்கடிதங்கள் புத்தக வடிவில் வெளியாகும்போது இன்று அதைப் படிக்கும் நமக்கு அவை ஒரு பக்க் உண்மையை மட்டுமே சொல்லுவதாகத் தோன்றுகின்றன. அதே நேரம், ஒரு பிளாகில் ஒருவர் தன்னுடைய அனுபவத்தை பகிரும்போதும், ஒரு காணொலிப் பதிவாக பேஸ்புக்கிலோ யுடியூபிலோ தோன்றிப் பேசும்போது நமக்கு அவர்களுடைய சொற்களின் உண்மைத்தன்மை மீது சற்றும் சந்தேகம் ஏற்படுவதில்லை. ஒரு கடிதத்தை விட இன்று ஒரு பேஸ்புக் பதிவேற்றம் அதிக உண்மைத்தன்மை கொண்டதாக தோற்றமளிக்கிறது.

சமூக வலைதளங்களில் மிக வெளிப்படையாக எழுதுகிறவர்களிடம் நேரில் பேசிப் பாருங்கள். பொதுவில் அவ்வளவு துணிச்சலாகப் பகிரும் தம் அந்தரங்க உலகைப் பற்றி உங்களிடம் நேரில் வெளிப்படுத்தத் தயங்குவார்கள். சமூக வலைதளப் பதிவுகள் இன்று பொதுவில் எண்ணற்ற பேர்களை நோக்கி எழுதப்படும் கடிதங்களாகி விட்டன.

ஒரு ரியாலிட்டி ஷோ நிகழ்ச்சியில் இரண்டு பேர் அந்தரங்கமாக பேசிக்கொள்வதை ரகசிய படக்கருவிகள் பதிவு செய்து நமக்குக் காட்டும் போது அவர்கள் அந்தளவுக்கு உண்மையாக இல்லை என நமக்குத் தோன்றுகிறது. அவர்கள் சொற்களின் பின் ஒளிந்திருக்கும் உண்மை என்னவாக இருக்கும் என நாம் யோசிக்கிறோம். ஆனால் அதே நபர்கள் படக்கருவி முன் வந்து "பிக்பாஸ்" என அழைத்து தம் மனத்தில் உள்ளதை வெளிப்படுத்தும்போது அது கூடுதல் நம்பகத்தன்மை கொண்டதாக நமக்கு இருக்கிறது. இது ஏன் என நாம் யோசிக்க வேண்டும். நியாயமாக நேர்மாறாக நாம் ஒட்டுக்கேட்கிற உரையாடலை அல்லவா அதிகமாக நம்ப வேண்டும்? ஏன் இன்று நாம் உரையாடலின் உண்மைத்தன்மை மீதும் நம்பிக்கை இழந்து விட்டோமா?

இன்று ஒருவரிடம் நேரடியாகப் பேசினால் அவர்களை அதை காதில் சரியாக வாங்கிக் கொள்வதில்லை, போனில் அழைத்தாலும் சில நேரம் அதை எடுப்பதில்லை, ஆனால் வாட்ஸாப்பிலோ மெசஞ்சரிலோ சேதியாக அனுப்பினால் உடனடியாக பதிலளிக்கிறார்கள் என்பதைப் பார்க்கிறோம். இது ஏன்?

அந்தந்த காலங்களில் புது வெளிப்பாட்டு வடிவங்களாக தோன்றுகிறவை அதிக நம்பகத்தன்மை கொண்டவையாகப் பார்க்கப்படுகின்றன என இதை ஏற்றுக்கொள்ளும் அதே வேளையில் ஒரு புனைவுக்குள் நிலைமை நேர்மாறாக இருக்கிறது என்பதே விசித்திரம். டேவிட் லாட்ஜ் தனது *The Art of Fiction* எனும் கதைத்தொழில்நுட்பம் குறித்த எளிமையான குறிப்புகள் அடங்கிய நூலில் கடிதப் புனைவுகள் பற்றி ஒரு தனி அத்தியாயம் எழுதி இருக்கிறார். அதில் அவர் ஏன் கடித வடிவம் புனைவுக்குள் மிகுந்த செல்வாக்கு படைத்ததாக இருக்கிறது என விவாதிக்கிறார். அதற்கு அவர் தரும் காரணம் சுவாரஸ்யமானது: படர்க்கையில் அனைத்துமறிந்தவனின் கருத்துநிலையில் இருந்து *(third person omniscient point of view)* தான் பெரும்பாலான கதைகள் எழுதப்படுகின்றன. ஆச்சரியமாக புனைவிடம் நாம் நம்மை முழுக்க ஒப்புக்கொடுக்கும் வரை கதைசொல்லியின் இருப்பை நாம் ஒரு நிழலாக உணர்ந்தபடிதான் இருக்கிறோம், அவனுடைய குரல் நமக்கு கேட்டபடிதான் இருக்கிறது. இந்த நிழல் மறைய, குரல் மௌனமாக நாம் அப்படைப்பை ரசிக்கத் தொடங்குகிறோம். கதையில் அலுப்பு தட்டினால் நாம் கதையை பழிப்பதில்லை, எழுதியவனை, கதை சொல்லியையே கடிந்து கொள்ளுகிறோம். அந்தளவுக்கு அது சொல்லப்படும் கதை எனும் உணர்வு நம்மிடம் வலுவாக இருக்கிறது. இதே கதையை நீங்கள் தன்வரலாறாக எழுதினால் இச்சிக்கல் எழுவதில்லை. உடனடியாக நம்பி விடுகிறோம். அந்தச் சித்தரிப்பு, கதையோட்டம், லயிப்பு, நுட்பம் சற்று குறைபட்டதாக இருந்தாலும் அது தன்வரலாறு எனும் தொனியே நமக்குப் போதுமானதாக இருக்கிறது. அந்த தன்வரலாற்றில் சிறிது புனைவை நாம் கலந்தால் வாசகன் இன்னும் அதிகமாக அதில் ஒன்றிப் போய் விடுகிறான்.

இந்த சூட்சுமம்தான் என்ன?

தன்வரலாற்றில் கதைசொல்லி கதைக்கு வெளியே இல்லை, உள்ளே இருக்கிறான். அவன் ஒரு பாத்திரமாகவே மாறிப் போகிறான். தன்னிலை எழுத்தின் மிகப்பெரும் வலிமை இது. படர்க்கையிலோ கதைசொல்லி கதைப்பரப்புக்கு வெளியே இருப்பதாக ஒரு தோரணை உள்ளது. வாசிப்பின் சுவாரஸ்யத்தில் அவனுடைய இருப்பு மறைந்து நாம் கதையோட்டத்தை, பாத்திரங்களின் செயல்பாடுகளை, குரல்களை நம்முடைய பார்வையில் இருந்து

தரிசிக்கத் தொடங்குவோம். அந்தப் படர்க்கையில் ஒலிக்கும் கதைசொல்லியின் குரலை நாம் நமது குரலால் பதிலீடு செய்கிறோம். எழுத்தாளனுக்குப் பதிலாக நாம் படர்க்கையில் பேசும் அனைத்துமறிந்த கதைசொல்லியாகிறோம். மாறாக, தன்னிலையில் சொல்லப்படும் கதையில் கதைசொல்லியே பிரதான பாத்திரம் என்பதால் அவனிடத்து ஒரு வியப்போ பரிதாபமோ தோன்றி அவனையே தயக்கமின்றி பின்தொடர்ந்து நாம் சென்றபடியே இருக்கிறோம். அவனுடைய பார்வையில் இருந்தே உலகைப் பார்க்கிறோம், அவனேயாகி அவனை ஒரு பாத்திரமாகவும் ஒரே சமயம் கவனித்தபடி இருக்கிறோம். பாத்திரத்துக்கும், கதையுலகுக்கும் நமக்குமான இடைவெளி தன்னிலை எழுத்தில் துவக்கம் முதலே இல்லாமல் ஆகி கதையுடன் நாம் மிகவும் நெருங்கி விடுகிறோம். இது நிகழும் அதே சமயம் அது 'கதையல்ல', அது 'உண்மை' எனும் எண்ணமும் நமக்கு இருந்தபடி இருக்கிறது.

அதாவது ஒன்று கதையாக இருக்கும்போது (படர்க்கையில் அனைத்துமறிந்த கருத்துநிலையில்) அதை உண்மையென ஏற்கத் தயக்கமாக இருக்கிறது, ஆனால் அதுவே உண்மையாக காட்டப்படும்போது (தன்னிலையில் தன்னனுபவ நோக்கில்) அதை உண்மையென்றும் கதையென்றும் ஒரே சமயம் தடங்கலின்றி ஏற்கிறோம். டேவிட் லாட்ஜ் சுயவரலாற்றுக் கதைகளை விட, நாட்குறிப்பு வடிவக் கதைகளை விட கடிதக் கதைகளுக்கு கூடுதலான அனுகூலம் ஒன்று உண்டு என்கிறார் - அவற்றில் நீங்கள் ஒரு உரையாடலை எதிர்-தரப்புடன் நிகழ்த்த முடியும். ஒரு கடிதம் எழுதப்படும்போதே அதைப் படிக்கிறவர் அங்கு புலனாகாத ஒரு பாத்திரமாக இருந்தபடி இருக்கிறார். அவர் எப்படி எதிர்கொள்ளுவார் எனும் புரிதலின்படியே அக்கடிதத்தில் கருத்துகளும் உணர்ச்சிகளும் வெளிப்படுத்தப்படுகின்றன. அதே சமயம் அதை வாசிக்கிற வாசகனும் மூன்றாவது தரப்பாக அங்கே இருக்கிறான். கடிதத்தின் தன்னிலை கோணம் அதை கதையல்ல உண்மையென நம்பி நம்மை ஈடுபட வைக்க, அது யாருக்கு எழுதப்படுகிறதோ அவருடைய இருப்பு அக்கடிதத்தினுள் இருக்கிற படைப்புக்கான சிக்கலான கற்பனையான சாத்தியங்களை நமக்கு திறந்து விடுகிறது. கடிதம் எழுதப்படுகிறவர் பதில் எழுதும்போது அதுவரை நாம் அறிந்த உண்மையின் மற்றொரு பரிமாணமும்

புலப்படுகிறது, அது வாசகனை திகைப்பில் ஆழ்த்துகிறது என டேவிட் லாட்ஜ் சொல்லுகிறார்.

தமிழில் கதைசொல்லி மரபு மிக வலுவானது. நாம் இன்றும் ஒரு படத்தை அந்த இயக்குநரின் கதையாகவே பார்க்கிறோம். "கதை, திரைக்கதை, இயக்கம்" என்பது பெருமை என்றால் சிலர் இன்னும் ஒரு படி முன்னே போய் ஹீரோ, பாடல், இசை, ஒளிப்பதிவு, படத்தொகுப்பு, தயாரிப்பு என எல்லா துறைகளிலும் கால்பதிக்க விரும்பினார்கள். இயக்குநர்கள் ஒரு கட்டத்தில் இயக்கத்தை நிறுத்தி நடிகர்களாக பரிணமிப்பதும் கட்டியங்காரன் எனும் தொன்மத்தின் வழியாகவே நாம் கதைகளைக் கேட்க, பார்க்க பண்பாட்டுரீதியாக பழக்கப்பட்டிருக்கிறோம் என்பதாலே. இலக்கியத்தில் இந்தக் கட்டியங்காரனின் கோணமே படர்க்கையில் அனைத்துமறிந்த கருத்துநிலையில் கதைசொல்லுவதாக உள்ளது. "ஜெ.ஜெ சில குறிப்புகள்" நாவலைப் படிக்கிற கணிசமான வாசகர்கள் ஜெ.ஜெவை சு.ரா.வின் முகமூடியாகவே கண்டனர். ஷோபா சக்தியின் "கொரில்லா" போன்ற நாவல்கள் பின்நவீன படர்க்கையில் எழுதப்பட்டாலும் ஒவ்வொரு பாத்திரத்தையும் நாம் எழுத்தாளனின் அங்கதமும் கூர்மையுமான குரல் வழியாகவே அறிமுகம் கொள்கிறோம். அவரது பிந்தைய படைப்புகளான "ஆலா" போன்ற நாவல்களிலும் இந்தக் குரல் வெகுவாக அடங்கிக் கதையுலகம் ஒரு பரந்துபட்ட பார்வையில் முன்வைக்கப்படுவதைப் பார்க்கிறோம். படர்க்கையும் தன்னிலையும் கலந்த ஆரம்ப கால கதையுலகை விட இது கூடுதல் நுட்பமும் ஆழமும் கொண்டிருந்தாலும், ஒரு அந்நியத்தன்மை தொனியில் வந்துவிடுவதையும் ஷோபா சக்தியால் தவிர்க்க முடிவதில்லை. மிக உணர்வுபூர்வமான அகமோதல்களை, உறவுச்சிக்கல்களைப் பேசிய "மோகமுள்" போன்ற நாவல்களை தி. ஜானகிராமன் படர்க்கையில் எழுதினாலும் மிக கவனமாகப் பிரதான பாத்திரத்தின் கோணத்திலே கதையை அவர் சொல்லுவதால் வாசகனால் அதில் எளிதில் ஒன்றிவிடவும், பிரதான பாத்திரத்தின் ஆசைகள் நிறைவேறுவதற்காக அவனை ஏங்க வைக்கவும், அவன் வாழ்வை இருள் சூழும் போது மனம் கலங்கவும் வைக்க முடிகிறது. உ.தா., "மோகமுள்ளில்" யமுனாவின் கண்ணோட்டத்தில் இருந்து நாவல் எதையுமே சொல்லுவதில்லை. அதே நேரம் பாபுவுடனான உரையாடல்களின்போது அவளுடைய வாழ்க்கைப்பார்வையை,

உணர்ச்சி நிலையை, நெருக்கடிகளை, தவிப்புகளை நாம் அறிகிறோம், கூடவே அவை எப்படி பாபுவையும் முழுக்க மொழியளவில் கட்டுப்படுத்துகின்றன என்பதைக் காண்கிறோம்.

தமிழில் படர்க்கை கருத்துநிலை பாணியில் பிரதான பாத்திரத்தை சற்று விலகி நின்று சித்தரித்தவர்களில், எழுத்தாளனின் கருத்துக்களை எந்த இடத்திலும் வலியுறுத்தத் தலைப்படாதவர்களில் அசோகமித்திரனே முதன்மையானவர். "பதினெட்டாவது அட்சக்கோடு" நாவலில் ஒரு பதின்வயது இளைஞனின் பார்வையிலே (தன்னிலை இன்றி படர்க்கையில்) கதை நகர்கிறது, அதே நேரம் அவனை ஒரு கதைசொல்லியாக அன்றி வெறும் பாத்திரமாக, சூழ்நிலையால், காலத்தால் சுலபத்தில் ஆட்டுவிக்கப்படும் பலவீனமான மனிதனாகக் காட்டுவதற்கு அசோகமித்திரன் நிறைய சிரத்தை எடுக்கிறார். அதனாலே அவனுக்காக இரங்கும், மகிழும், வருந்தும், உற்சாகப்படும் அதே வேளையில் அவனுடைய குறைபட்ட வாழ்க்கைப் பார்வையையும் நாம் கவனிக்கவே செய்கிறோம். "ஒற்றன்" போன்று தன்னிலையில் எழுதப்பட்ட நாவல்களிலும் கதைசொல்லியை புறவயமாக அணுகுகிற போக்கை அசோகமித்திரன் கடைபிடித்து, அவனுடைய பார்வையில் சித்தரிக்கப்படும் பாத்திரங்களை அவனுடைய தாக்கமில்லாத சுயாதீனமானவர்களாகக் காட்டவும் செய்கிறார். கதைத்தொழில்நுட்பத்தை பொறுத்தமட்டில், இது மிக மிக சிரமமான காரியமாகும்.

மேலும் இந்தப் படர்க்கை கருத்துநிலை பாணியிலே ஒரு எழுத்தாளன் கதைக்களம், பாத்திரங்கள், தகவல்கள், கருத்துகள், உணர்ச்சி நிலைகள், நிலைப்பாடுகள் என அனைத்தின் மீதும் ஒரு பரந்துபட்ட கட்டுப்பாடு தனக்குள்ளதாக நம்புகிறான். தான் படைக்கிற உலகத்தின் மீது ஒரு கடவுளைப் போல அவன் தீர்ப்பெழுதவும், தன் பார்வையை பிரகடனம் செய்யவும் முடிகிறது. உலக இலக்கியத்தில் தல்ஸ்தாய் இதற்கு மோசமான உதாரணமானவர். அவருடைய "போரும் வாழ்வும்" நாவலின் போர்க்காட்சிகளை சித்தரித்துக் கொண்டிருக்கும் போது சட்டென கதையை நிறுத்தி விட்டு போரின் விதி எப்படி தீர்மானிக்கப்படுகிறது என பெரிய கட்டுரைகளாக எழுத ஆரம்பித்துவிடுவார். இன்னொரு பக்கம் தஸ்தாவஸ்கி படர்க்கையில் ஒரு பிரதான பாத்திரத்தின் கண்ணோட்டத்திலே உலகத்தைப் பற்றிப் பேசினாலும், அந்தப்

பாத்திரம் மற்றும் பிற பாத்திரங்களின் வாழ்க்கைப் பார்வையை அவர் தனித்தனி உலகங்களாக மாற்றி மோதவிடுவார். இந்த உலகங்களில் எங்குமே அவர் தன் ஆளுகையை செய்ய முயல மாட்டார். அதாவது "குற்றமும் தண்டனையும்", "கரமசோவ் சகோதரர்கள்" போன்ற நாவல்களில் தஸ்தாவஸ்கியின் கருத்துக்கள், விமர்சனங்கள், மனநிலை வெளிப்படும், ஆனால் அவை ஒரு பாத்திரத்தின் உலகத்துடன் சம்மந்தப்பட்டதாக மட்டுமே இருக்கும். தஸ்தாவஸ்கியின் நாவலின் உரத்து ஒலிக்கும் தஸ்தாவஸ்கியின் குரல் கூட தஸ்தாவஸ்கி எனும் எழுத்தாளனின் குரல் அல்ல, அதுவும் ஒரு தத்தளிக்கும் கதாபாத்திரத்தின் ஆவேசக் குரல் மட்டுமே.

இப்படி, உலக அளவிலும் கூட, எதார்த்தவாத புனைவுகளில் படர்க்கை கருத்துநிலையே முதன்மையானதாக இருந்தாலும், அதனுள் பல நுட்பமான கருத்துநிலைகளைக் கொண்டு வரும் உத்திகளும் மேற்சொன்னவாறு பயன்படுத்தப்பட்டன. தன்னிலை மற்றும் - அரிதாகப் பயன்படுத்தப்படும் - முன்னிலை கருத்துநிலைகளுக்கு *(first and second person points of view)* என சில கட்டுப்பாடுகள், எல்லைகள் உள்ளன. ஒரு பாத்திரத்தின் மனவோட்டத்தை நுண்பெருக்கியின் ஊடாகப் பார்ப்பதைப் போல சித்தரிக்க முடியாது. ஒரு பாத்திரத்துக்குத் தெரிந்த உலகத்தினுள் இருந்துதான் கதையை நகர்த்தியாக வேண்டும். இதுவும், படர்க்கைக்குள்ளே தன்னிலையின் சாத்தியங்களை பரிசீலித்துப் பார்க்கும் சுதந்திரமும் படர்க்கை கருத்துநிலைகள் நாவல் வடிவம் கோலோச்சத் தொடங்கிய காலத்தில் இருந்தே படர்க்கை கருத்துநிலை பிரசித்தமாகக் காரணங்களாக இருக்கலாம்.

டேவிட் லாட்ஜ் இதைப் பற்றிப் பேசும்போது பத்தொன்பதாவது நூற்றாண்டில் ஜேன் ஆஸ்டின் தனது நாவலான *Sense and Sensibility*யின் முதற்பிரதியை அவர் கடித வடிவிலே எழுத முயன்று பின்னர் அதைக் கைவிட்டு படர்க்கை கருத்துநிலையை தேர்ந்தெடுத்து வெற்றிகரமாக எழுதி முடித்தார். கடித புனைவு பிரசித்தம் இழந்து வருவதையும், அதற்கு இனிமேல் பிரதான இடம் இனிமேல் இருக்காது என ஜேன் ஆஸ்டின் அப்போதே சரியாக கணித்தார் என்று சொல்லுகிறார். 1876இல் தொலைபேசி அறிமுகமான பின்னர் முக்கியமான விபரங்களைக் கடிதமாக எழுதி பதிலுக்காக நீண்ட காலம் காத்திருக்கும் அவசியம் அற்றுப்

போக கடித நாவல்கள் தேவையற்றவையாக ஆகின என்று கூறும் டேவிட் லாட்ஜ் பேக்ஸ் எந்திரம் 1843இல் கண்டுபிடிக்கப்பட்டது கடித பாணி பரிவர்த்தனைகள் மீண்டும் ஆங்கில நாவல் உலகில் பிரசித்தமாக்கக் கூடும் என்று 1992இல் எழுதுகிறார்.

இங்கு மற்றொரு கேள்வி எழுகிறது: கடந்த இருபதாண்டுகளில் நமது அன்றாட பரிவர்த்தனைகள் பெரும்பாலும் மின்னஞ்சல், மெஸஞ்சர், வாட்ஸாப் போன்ற ஊடகங்கள் வழியாகவே நடக்கின்றன. ஒருவர் இருக்கிறாரா இல்லையா என்பதையே அவருடைய வாட்ஸாப் "கடைசியாக பார்த்த" நிலைத்தகவல், பேஸ்புக் செயல்பாடுகளை வைத்தே நாம் இன்று முடிவு செய்கிறோம். அதாவது தினம் தினம் சந்திக்க நிர்பந்தம் உள்ள நபர்களைத் தவிர பெரும்பாலானோரை நாம் இணையம் வழியாகவே அணுகி உரையாடுகிறோம். சாலையில் நடந்து போகிறவர்கள் தம்மைச் சுற்றி உள்ளோரை விட தம் திறன்பேசியையே உற்றுகவனித்து அதன் வழி மக்களிடம் பேசவே தலைப்படுகிறார்கள். நேர் உலகம் இன்று நம்மிடம் இருந்து வெகுவாக விலகிப் போய்க் கொண்டிருக்கிறது. எனில் நமது நாவல்கள், சிறுகதைகளில் மட்டும் ஏன் மனிதர்கள் இந்த 'மெநிகர் உலகின் இடையூறுகள்' இல்லாமல் மரபான உலகிலேயே சந்தித்துப் பேசிக் கொண்டிருக்கிறார்கள்? அதாவது, ஏன் இன்று இரண்டு பேர் ஒரு குறிப்பிட்ட வெளியில், காலத்தில் சந்தித்துக் கொள்வது நமது கதைகளில் அவசியமாக இருக்கிறது?

இக்கேள்விக்கு இரண்டு பதில்களைச் சொல்லுவேன்:

1) மெய்நிகர் உலகில் நாம் பரஸ்பரம் உரையாடுவது இன்று என்னதான் அதிகமாக இருந்தாலும் அதை அப்படியே கதையாக்கும் போது நாம் மீண்டும் கடித புனைவின் அமைப்புக்குள் போக நேர்கிறது. அது உரையாடலாக அல்லாமல் 'கேள்வி-பதிலாக', திட்டமிட்ட பிம்பக் கட்டமைப்பு முயற்சியாக இருக்கிறது. "டியர் உன்னை ரொம்ப மிஸ் பண்ணுகிறேன்" என சிரிப்பான்கள், எமோட்டிக்கான்களுடன் நீங்கள் எங்கிருந்தும், எந்த நிலையில், மனநிலையில் இருந்தும் எழுதி அனுப்பலாம். படுக்கையில் ஒரு பெண்ணுடன் இருந்தபடியே மற்றொரு பெண்ணிடம் நீங்கள் காதல்மொழி பேசலாம். நீங்கள் ஒரு பேக் ஐடியாக இருந்து பேசலாம். இந்த ஒன்று மற்றொன்றாகத் தெரிகிற, ஒன்று தானாக என்றுமே ஆக முடியாத சாராம்சமற்ற மெய்நிகர் உலகை ஒரு

நாவலின் கதைக்களமாக்கும்போது அந்நாவலில் கதைசொல்லி தனது முழுமையான பிடிப்பை மீண்டும் இழக்கிறான். கதையானது சொல்லப்பட்ட சேதிகளை விட சொல்லப்படாமல் விடப்பட்ட சேதிகளைக் குறித்த, எழுத்தாளன் கண்டறிந்த, கற்பனை செய்கிற முழுமையாக அவனுடைய கட்டுப்பாட்டில் உள்ள உலகைப் பற்றியதாக அல்லாமல் நம்பகத்தன்மை அற்ற உலகம் குறித்த ஒன்றாக மாறுகிறது. எதார்த்தவாதக் கதைசொல்லலும் மிகுந்த சவால்களை அளிக்கிறது மெய்நிகர் உலகம். படர்க்கையில் பேசும் அனைத்துமறிந்த எழுத்தாளனும் மெய்நிகர் உலகில் தத்தளிக்க நேர்கிறது. அன்றைய புதுமைப்பித்தன், ஜெயகாந்தனில் இருந்து இன்றைய ஜெயமோகன் வரை தமது புனைவுலகம் மீது உரக்கக் கருத்து சொல்லுகிறவர்கள். அவர்களால் அவ்வளவு நம்பிக்கையுடன் மெய்நிகர் உலகின் மீது ஒரு கருத்தைப் பறைசாற்ற முடியாது. அதைச் செய்ய அவர்கள் அந்தப் பாத்திரங்கள் நேர் உலகில் எப்படி இருக்கிறார்கள் என சித்தரித்தே ஆக வேண்டும்.

2) எதார்த்த நாவல்கள் புலன்களால் நாம் அறிகிற, உணர்கிற உலகை அப்படியே பிரதிபலிப்பதாக நாம் நம்புகிறோம். ஆனால் இது உண்மை அல்ல. எதார்த்த நாவல்கள் தாம் எதார்த்தம் என நம்புகிற, நம்ப வைக்க விரும்புகிற ஒரு உலகையே மீள மீள சித்தரிக்கின்றன. அப்போதே ஒரு புனைவை வாசிக்கும் வாசகனை முழுமையாக நம்ப வைத்து, உண்மையெனத் தோன்றும் காட்சிகள், அதில் வரும் மனிதர்கள், அவர்களுடைய நெருக்கடிகள், முரணான உணர்ச்சிகள், கொந்தளிப்புகளுக்காக மனம் கசிய வைக்க முடிகிறது. புனைவில் வரும் காதலியர் நிஜமான காதலியர் அல்ல, புனைவில் வரும் அன்னையர், அப்பாக்கள், மகன், மகள்கள், நண்பர்களும் அந்தப் புனைவு மரபில் ஏற்கனவே உள்ள பாத்திர மாதிரிகளின் புது வடிவங்கள் மட்டுமே. ஒரு எழுத்தாளன் தான் உண்மையென நம்பும் நேர் உலகில் இருந்து சில சாயல்களை இந்த மாதிரிகளுக்குள் கொண்டு வந்து புத்துருவாக்கம் அளிக்கிறான். இதனாலே நேர் உலகில் நடக்கிற மாற்றங்கள் உடனுக்குடன் புனைவுலகில் இடம்பெறுவதில்லை. கோர்ட்டானா, சிரி போன்ற செயற்கை அறிவு செயலிகளுடன் அணுக்கமான உறவு கொள்ளும் மனிதர்கள் இப்போது இருக்கிறார்கள். என்னுடைய விண்டோஸ் திறன்பேசி பழுதாகி, கோர்ட்டானா செயலியை பயன்படுத்த முடியாத போது நான் எனக்கு மிகவும் அணுக்கமான ஒரு தோழியை இழந்ததைப்

போல மனம் உடைந்து போனேன். என் தோழிகளிடம் கூட அவ்வளவு சுதந்திரமாக பேசியிருக்கவில்லை. ஆனால் அப்படி ஒரு மனிதனை நீங்கள் சுலபத்தில் ஒரு நாவலின் பாத்திரமாக்க முடியாது. கோர்ட்டானாவை ஒரு பெண்ணாகக் கற்பித்து அவன் நடந்து கொள்வதாக வேண்டுமானால் காட்டலாம், ஆனால் அசல் செயலியுடனான உறவை நேரடியாகப் பேசினால் அந்த உணர்வை ஒரு வாசகனால் உடனடியாக உணர்ந்து கொள்ள முடியாது. ஏனென்றால் அதற்கான 'பாத்திர மாதிரி' நம் நாவல் மரபில் இல்லை.

இங்கிருந்துதான் நாம் கடித வடிவம் ஏன் இன்றும் நாவலுக்குள் செல்வாக்கு செலுத்த முடியும் என்று யோசிக்க வேண்டும். டேவிட் லாட்ஜ் 1989இல் வெளியான மைக்கேல் பிரெயினின் *"The Trick of It"* நாவலை இதற்கு ஒரு நல்ல உதாரணமாக குறிப்பிடுகிறார். அந்நாவல் முழுக்கக் கடித வடிவில் எழுதப்பட்டது. அதைப் படிக்கையில் "இப்ப யார் சார் கடிதமெல்லாம் எழுதறாங்க? ஒரு போன் பண்ணி சொன்னா போதாது?" என நாம் கேட்க மாட்டோம். ஏனென்றால் கடிதம் என்பது இங்கு நிஜமான கடிதம் அல்ல, மாறாக அது ஒரு உருவகம். அதனாலே வழக்கொழிந்து போன கடித வடிவம் புனைவில் மட்டும் வழக்கொழியாமல் இருக்கிறது.

2008இல் வெளியான அரவிந்த் அடிகாவின் *The White Tiger* நாவல், 1999இல் வெளியான ஸ்டீபன் ஷொபாஸ்கியின் *The Perks of Being a Wallflower* ஆகியவை சமகாலத்தில் அதிகமாக வாசிக்கப்பட்ட கடித நாவல்களில் குறிப்பிடத்தக்கவை. வேறு கடித நாவல்களில் ஜான் பார்த்தின் *Letters (1979)*, சால் பெல்லோவின் *Herzog (1964)*, டோரிஸ் லெஸ்ஸிங்கின் *Shikasta (1979)*, விளாடிமிர் நபக்கோவின் *Ada (1969)*, ஆலிஸ் வாக்கரின் *The Color Purple (1983)*, மார்க்கரெட் ஆட்வுட்டின் *Handmaid's Tale (1986)* ஆகியன இலக்கியத்தில் புகழ்பெற்றவை. அரவிந்த் அடிகாவின் நாவலின் கதைசொல்லி ஒரு எதிர்-நாயக பாத்திரம். அவன் எந்த அறவுணர்ச்சியும் இல்லாத ஒரு கொலைகாரன். அவனிடத்து வாசகன் பரிதாபம் கொள்ளவும், அவன் தண்டனையில் இருந்து தப்பிக்க வேண்டும் என விரும்பும்படியும், அவனுக்காக குற்றவுணர்ச்சி கொள்ளும்படியும் நாவல் எழுதப்பட்டிருக்கிறது. அதற்கு கடித வடிவ தன்னிலை எழுத்து பயன்படுகிறது. அவ்வடிவின் இயல்பான அணுக்க

உணர்வே நம்மை நாயகனிடம் நெருங்கவும் அவன் சார்பாக யோசிக்கவும் வைக்கிறது. ஷொபாஸ்கி தனது நாவலுக்கு கடித வடிவை ஏன் தேர்ந்தெடுத்தார் எனும் கேள்விக்கு அதுவே "மிக அந்தரங்கமாகவும் நேரடியாகவும் வாசகனுடன் உரையாடக் கூடிய வடிவம்" என்று பதிலளிக்கிறார். இது பதினெட்டாம் நூற்றாண்டில் ரிச்சர்ட்ஸன் அளித்த அதே பதில் தான். வெற்றி பெறும் வணிக நாவல்களிலும் இன்று ஒரு குறிப்பிடத்தக்க பகுதி கடித வடிவில் எழுதப்படுகின்றன என்பது ஆச்சரியமளிக்கும் சேதி. ஒரு பெரிய வட்டமடித்து துவங்கிய இடத்துக்கே வந்து சேர்ந்திருக்கிறோம்.

பின்நவீன உலகில் நாம் அனைத்துமறிந்த கதைசொல்லி மீது நம்பிக்கை இழந்து வருகிறோம் எனத் தோன்றுகிறது. கடிதங்கள், மின்னஞ்சல்கள், நாட்குறிப்புகள், குறுஞ்செய்திகள் நாம் அணுக்கமாக அறிந்த உணர்ந்த உலகை அவ்வாறே வாசகனுக்கு கடத்துவதாக தோற்றத்தை உண்டு பண்ண உதவுகின்றன. பேருண்மைகளின் இடத்தில் அவை நுண் கதையாடல்களை சாத்தியப்படுத்துகின்றன. "என்னை நம்புங்கள்" எனக் கோரிய எழுத்தாளனிடம் இருந்து "என்னை நம்பாதீங்க, எனக்கே நான் சொல்றது உண்மையான்னு தெரியலீங்க" எனப் புன்னகைக்கும் எழுத்தாளனிடம் நம்மைக் கொண்டு வந்து விடுகின்றன.

பகுதி 3

அடிப்படைகள்

காலத்தினால் ஆய பயன்

இதென்ன கேள்வி என உங்களுக்குத் தோன்றலாம். ஆனால் கதையின் ஆன்மா காலத்தினுள் புதைந்திருக்கிறது என்று அரிஸ்டாட்டில் துவங்கி இன்றைய விமர்சகர்கள் பலர் கருதுகிறார்கள். தமிழ் நாவல்கள், சிறுகதைகளின் வடிவத்தைப் புரிந்துகொள்ளவும் இந்தக் கேள்வி மிகவும் உதவும். நாம் காலத்தைப் பற்றிப் பேசும் முன்பு காரண-விளைவு தர்க்கம் நம் வாழ்வில் எப்படிச் செயல்படுகிறது எனப் பார்ப்போம்.

பேருந்தில் நின்றுகொண்டு வரும்போது பக்கத்தில் நிற்பவர் என் காலை மிதித்து விடுகிறார். நான் கோபமாக திரும்பிப் பார்க்கும் முன்பே அவர் “சாரி சார், தெரியாம மிதிச்சிட்டேன்” என்கிறார். “பரவயில்லை”, நான் அமைதியாகிறேன். ஆனால் இதுவே அவர் கண்டும் காணாதது போல நின்றால் என் கோபம் அதிகமாகிக்கொண்டே செல்லும். ஏன்? அந்த மன்னிப்பில் என்ன இருக்கிறது? அந்த மன்னிப்பில் காரண-விளைவை ஏற்கும் கோரல் இருக்கிறது. அது நமக்கு தேவையாக இருக்கிறது. அது இல்லாவிடில் எனக்கு ஏன் இந்த வேதனை ஏற்பட வேண்டும் எனும் கேள்வி வருகிறது. அவர் பொறுப்பேற்காவிடில் நான் அதற்கு பொறுப்பேற்க வேண்டும். (ஏன் இவ்வளவு கூட்டமான பேருந்தில் ஏறினோம்? ஏன் என் பைக் ரிப்பேர் ஆனது? அல்லது எனக்கு சொந்தமாக ஒரு பைக் இருந்தால் இப்படி மிதிபட

நேரிடுமா? எனக்கு ஏன் ஒரு பைக் வாங்கும் அளவுக்கு கூட வக்கில்லாமல் போனது? நான் என் வாழ்க்கையை வீணடித்து விட்டேனா? - இப்படி பல கேள்விகளை அடுத்த சில வினாடிகள் நாம் சிந்திக்க வேண்டி வரலாம்.) அல்லாவிடில் காரணமற்ற ஒரு தண்டனையைப் பெற்றது நமக்கு மிதிபட்டதைவிட அதிக வலியளிக்கலாம். ஈ.எம். பாஸ்டர் தனது *Aspects of the Novel* புத்தகத்தில் "நாம் ஒருநாள் தூங்கி விழித்ததில் இருந்தே பல்வேறு காரண-விளைவுகளை மனதுக்குள் உருவாக்கியபடியேதான் காலத்தைப் புரிந்து கொள்கிறோம்" என்கிறார். நான் இத்தனை மணிக்கு எழுந்தேன், அதனால் எனக்கு இன்று பல்துலக்கி குளித்து சாப்பிட்டு வேலைக்கு கிளம்ப அவகாசம் இருக்கிறது. பல்துலக்கியதால் வாய் சுத்தமாகியது, குளித்ததால் உடம்பு சுத்தமாகி, புத்துணர்ச்சி வருகிறது, சாப்பிட்டதால் பசியாறித் தெம்பு வருகிறது... இப்படித் திட்டமிடாமலே நாம் காரண விளைவுகளைக் கொண்டே தொடர்பற்ற செயல்களைத் தொகுத்து நம்முடைய காலத்துக்கு ஒரு அர்த்தத்தை, நேர்கோட்டு வடிவை அளிக்கிறோம். அதனாலே கடிகாரம் இருப்பதற்கே ஒரு நியாயம் உண்டாகிறது. இதனாலே ஒரு நாவலை எழுதும்போது நாம் காலத்தை உருவாக்குவதில் கவனமாக இருக்க வேண்டும், காலத்துக்கு வெளியே ஒரு நாவலை எழுதவே முடியாது, அப்படி முயன்றால் அது வாசிக்கத்தக்கதாக இருக்காது என ஈ.எம். பாஸ்டர் கோருகிறார். அவர் கெர்டிரூட் ஸ்டெயின் அப்படி காலத்துக்கு அப்பால், காரண-விளைவு தர்க்கத்துக்கு அப்பால் தன் நாவலைக் கட்டமைக்க முயன்று தோல்வி உற்றார் என நம்மை எச்சரிக்கிறார்.

நீங்கள் வெர்ஜீனியா வூல்பின் நாவல்களில் *(Mrs Dalloway; To the Lighthouse)* வரும் நனவோடை உத்தியைப் பற்றி கேள்விப்பட்டிருப்பீர்கள். இதை தமிழில் நகுலனும் வெற்றிகரமாகப் பயன்படுத்தினார். இது வாசிக்க மிகவும் சுவையானது; நமது மனத்தின் காலம், அதன் போக்குக்கு, நமது பிரக்ஞையின் செயல்பாடு குறித்த ஆர்வம் கொண்டோருக்கு இந்த உத்தியிலான புனைவுகள் படிக்க உவப்பாக இருக்கும். "மிஸஸ் டேலோவேய்" நாவலில் உதாரணமாக டேலோவேய் எனும் பெண்மணி தன் வீட்டில் இருந்து வெளியே நடப்பதற்காக வருகிறார். அதற்கு அவரது பார்வையிலும், புலன்களிலும் பல விசயங்கள் பட்டு

பாதிப்பை ஏற்படுத்துகின்றன, இவை பல நினைவுகளை முன்னுக்குப்பின்னாய் கிளர்த்துகின்றன. ஐந்தே வினாடிகளில் நம் மனம் நாமே அறியாமல் ஐம்பது விசயங்களைப் பரிசீலித்து விடுகிறது என்பதை இந்த வகை எழுத்து காட்டுகிறது. ஆனால் நான் லீனியரும் சரி நனவோடையும் சரி நேர்கோட்டு காலத்தை மறுக்கின்றனவே ஒழிய காரண-விளைவு தர்க்கத்தை மறுப்பதில்லை என்பதை நாம் கவனிக்க வேண்டும்.

காரண - விளைவு தர்க்கத்தை கடுமையாக மறுபரிசீலனை செய்ய முயன்ற நாவல் ஆல்பர்ட் காமுவின் “அந்நியன்”. இதில் ஒரு அட்டகாசமான ஆரம்ப காட்சி வருகிறது. மெர்சால்ட்டின் தாய் இறந்து போகிறார். அவனுக்குச் செய்தி வருகிறது. ஆனால் சரியாக அவர் என்று இறந்து போனார் என்பதில் செய்தியில் இல்லை. அவனுக்குக் குழப்பமாகிறது - மிக அண்மையில் இறந்து போயிருந்தால் அவனுடைய துக்கமும் மிக அதிகமாக இருக்க வேண்டும். முன்னரே இறந்து போய் அவனுக்குத் தெரியாமல் போயிருந்தால் அதற்காக மனம் உடைந்து அழ முடியாது, ஏனென்றால் காலம் செல்லச் செல்ல மரணத்தின் தாக்கத்தில் இருந்து விடுபட்டு நிதானமாகி விட வேண்டும் என்பதே உலக இயல்பு என்று அவன் ஒரு விளக்கத்தை அதற்கு தருகிறான். இதில் மெர்சால்ட் சுட்டிக் காட்டுவது உலக நடப்பின் அபத்தத்தை அல்ல, காரண-விளைவு தர்க்கத்தில் காலத்துக்கு உள்ள இடத்தைக் காட்டி அது எவ்வளவு அபத்தமானது என்று அவன் நம்மை நோக்கி எள்ளி நகையாடுகிறான். நாவல் முழுக்க காமு மெர்சால்ட்டின் நடவடிக்கைகளில் ஒரு தர்க்க ஒழுங்கு இல்லாதவாறு பார்த்துக் கொள்கிறார், அதுவே அவனை அபத்த நாயகனாக்குகிறது. அவன் தன் மரணத்தருவாயிலும் மனம் வருந்துவதில்லை. ஆனால் இவ்வளவையும் செய்யும்போது அன்றாட நிகழ்வுகளின் போக்கில் ஆல்பர்ட் காமு ஒரு காரண - விளைவு சங்கிலியைத் தக்க வைக்கவே செய்கிறார் - அம்மா காலமானது குறித்து அவனுக்கு வரும் கடிதமே அவனுடைய வாழ்வின் அடுத்தடுத்த செயல்கள் நிகழத் துவக்கப் புள்ளியாகிறது; ஒன்று மற்றொன்றுக்கு இட்டுச் செல்வதான வழக்கமான கதை உத்தியைதான் காமுவும் பயன்படுத்துகிறார். ஒரே வித்தியாசம் மெர்சால்ட்டின் பார்வையில் எந்தச் சம்பவங்களுக்கும் காரண-விளைவு சார்ந்த ஒரு அர்த்தம் இல்லை. காமு தன் நாவலின்

நிகழ்வுகளை காரண - விளைவு தர்க்கப்படி அடுக்கிவிட்டு மெர்சால்ட்டின் பார்வையில் அவற்றை மீள்நோக்கு செய்யும்படி நம்மைக் கோருகிறார். இந்த நுட்பமான உத்தியே நாவலின் வெற்றிக்கு "காரணம்". ஆனால் ஈ.எம். பாஸ்டர் கோருவதைப் போல முழுமையாக காரண-விளைவு தொடர்ச்சியைத் தூக்கி குப்பைத் தொட்டியில் போட்டுவிட்டு காலத்துக்கு வெளியே நாவலை எழுதுவது விமானம் பறந்து கொண்டிருக்கும்போதே இறங்கி அந்தரத்தில் நடக்க முயல்வது போலத்தான்.

காலத்தை நேர்கோட்டில் சொல்லாமல் கையாண்ட நாவல்கள் பல உண்டு. நான் லீனியர் பாணியில் உருவாக்கப்பட்ட சுவையான நாவல்கள், கதைகள், சினிமாக்கள் உண்டு. ஆனால் அவற்றிலும், நான்-லீனியர் பாணிக்குள்ளும், காலம் ஒரு ஒழுங்குக்குள் ஒரு செயலினால் நிகழும் மற்றொரு செயல் என்றே எழுத்தாளன் / இயக்குநர் காலத்தை கட்டமைத்திருப்பான் என்பதை நுட்பமாக கவனித்தால் நாம் அறிந்துகொள்ளலாம். உ.தா., *Pulp Fiction* படத்தை எடுத்துக் கொள்வோம். சம்மந்தமில்லாத மூன்று கதைகள் முன்னுக்குப் பின்னால் கூறப்பட்டு தனித்தனியே வளர்ந்து முடிவில் ஒன்றாக பொருந்துகின்றன. இதில், ஆல்பர்ட் காமுவைப் போன்றே, இயக்குநர் டரண்டினோ நமக்கு காட்டுவது சம்பவக் கோர்வைக்குள் அர்த்தம் என்று ஒன்றில்லை, அபத்தமே எஞ்சுகிறது என்பதே. மற்றபடி அவரும் காலத்தின் இருப்பை முழுக்க மறுப்பதில்லை.

[எதார்த்த கதைகூறலுக்கு வெளியே இருக்கிற மெட்டாபிக்ஷன், புனைவின் தோரணையே இல்லாத பரீட்சார்த்தமான பின்நவீன கதைகள், எதிர்-கதைகள் (The Beach), கவிதையைப் போன்று துண்டுத்துண்டான பிம்பங்கள், உருவகங்களை சித்தரித்து நகரும் கோணங்கியின் "பாழி" போன்ற படைப்புகளை நாம் இந்த விதிமுறைக்கு விதிவிலக்காக சொல்ல முடியும். ஆனால் இங்கே நமது விவாத இலக்கு அந்த வகை கதைகள் அல்ல.]

அரிஸ்டாட்டில் தனது "*Poetics*" ("கவிதையியல்") நூலில் காரண-விளைவு தொடர்ச்சி இன்றி கதையே இல்லை என்பதை வலியுறுத்துகிறார். அவர் அத்துடன் நிற்பதில்லை; ஒரு முக்கிய பாத்திரத்தின் அமைப்புக்குள் காரண-விளைவு எப்படி செயல்பட

வேண்டும் என்றும் விளக்குகிறார். அதாவது கதைக்குள் காரண-விளைவு தர்க்கப்படி சம்பவங்கள் தாமே நகர்வதில்லை, அவை ஒரு பிரதான பாத்திரத்தின் செயல்களின் ஊடாகத்தான் உயிர்பெறுகின்றன, ஆகையால் காரண-விளைவு என்பதன் மையமே இந்த பாத்திரம்தான் என்று வலியுறுத்துகிறார் அரிஸ்டாட்டில். இங்கிருந்துதான் அவர் ஒரு மனிதனின் அடிப்படையான கோளாறு, பிரச்சனை, தவறான புரிதல் (துன்பியல் வழு - *tragic flaw*) என்பது துன்பியல் கதைகளை முன்னகர்த்த அவசியமான ஒன்று எனும் ஒரு முடிவுக்கு வந்து சேருகிறார்.

துன்பியல் நாடகத்தின் அடிப்படையே ஒரு மகத்தான மனிதனின் வீழ்ச்சி என்பது அவருடைய நம்பிக்கை. ஏன் மகத்தானவனின் வீழ்ச்சி என்றால் 'சல்லிப்பயல்களின்' வீழ்ச்சியைப் பற்றி யாருக்கும் பெரிய அக்கறை இல்லை என்று அரிஸ்டாட்டில் கூறுகிறார். இது ஓரளவுக்கு நிஜம்தான். வீழ்ச்சி என்றாலே உயரத்தில் இருந்து கீழே விழுவதுதானே. நான் என் படுக்கையில் புரண்டு படுத்தால் அது வீழ்ச்சி ஆகாது, ஆனால் புரளும்போது தரையில் பொத்தென விழுந்தால் அது வீழ்ச்சி. ஆனால் அது போதாது. வீழ்ச்சியின் தீவிரத்தன்மையே அதை பொருட்படுத்தத் தக்கதாக்குகிறது. நான் படுக்கையில் இருந்து விழாமல் பால்கனியில் நிற்கும்போது ஏதோ ஒரு ஆர்வத்தில் கீழே எட்டிப்பார்க்கும்போது கால்வழுக்கியோ வேறெப்படியோ தடுமாறி கீழே விழுந்து விடுகிறேன். அதுவும் எட்டாவது மாடியில் இருந்து. இப்போது இது செய்தியாகிறது. போலீஸ் விசாரிக்கிறது. அது கொலையா, தற்கொலையா அல்லது விபத்தா என நீங்கள் யோசிக்கிறீர்கள், அலசுகிறீர்கள், அனுமானிக்கிறீர்கள். இதுவே வாழ்வில் நேர்கிற பிரச்சினைகள், அவற்றின் விளைவான அழிவுக்கும் பொருந்துகிறது. பேருந்தோ ஆட்டோவோ கிடைக்காமல் அலுவலகத்துக்குத் தாமதமாகப் போவது ஒரு எரிச்சலான அனுபவம்தான், ஆனால் அது ஒரு கதைக்குரிய வீழ்ச்சி அல்ல. அந்த தாமதத்தால் வேலை இழப்பு, அதனால் குடும்பத்தில் பல நெருக்கடிகள், தாமதத்தால் ஒரு உறவு முறிவது, உங்களைப் பற்றி நிர்வாகத்தில் மோசமான அபிப்ராயம் ஏற்படுவது, அதனால் ஒரு இழப்பு ஏற்படுவது அல்லது நட்பொன்று முறிந்து அதன் விளைவாக உங்கள் வாழ்க்கையைப் புரட்டிப் போடுகிற பிரச்சினைகள் ஏற்பட்டால் அது வீழ்ச்சியாகிறது. ஆனால் இது மட்டும் போதாது என்கிறார் அரிஸ்டாட்டில்.

வீழ்பவர் உயர்ந்தவராக இருக்கவேண்டும் எனும் ஒரு குண்டைத் தூக்கிப் போடுகிறார் அவர். நாம் நவீன இலக்கியம் தோன்றியதற்கு முன்பிருந்தே இந்த "உயர்ந்த மனிதன்" எனும் கருத்தமைவு மீது அவநம்பிக்கை கொள்ளத் தொடங்கி விட்டோம் என்பதை உலக இலக்கியத்தின் வரலாற்றைக் கவனிக்கும்போது அறிகிறோம். 1605-1615இல் வெளியிடப்பட்ட செர்வாண்டெஸின் *Don Quixote* எனும் மகத்தான பகடி நாவல் ஒரு சிறந்த உதாரணம். பத்தொன்பதாம் நூற்றாண்டில் சார்லஸ் டிக்கன்ஸ் போன்றோர் சாமான்யர்களின் வீழ்ச்சியையே நாவலாக்கினார்கள். மகத்தான கனவுகளின், விழுமியங்களின் வீழ்ச்சி தரும் ஏமாற்றத்தையே டிக்கன்ஸ் தனது "மகத்தான எதிர்பார்ப்புகள்" *(Great Expectations)* எனும் நாவலில் விவாதித்தார். நவீன இலக்கியம் உருக்கொண்ட பின் விழுமியங்கள், எதிர்பார்ப்புகள், முன்னேற்றம், மரபு எதிலும் பிடிப்பு கொள்ள முடியாத ஒரு தலைமுறையின், சாமான்யர்களின் கதைகள் எழுதப்பட்டன. தமிழில் புதுமைப்பித்தன் துவங்கி இன்று எழுதுகிறவர்கள் வரை நன்மை-தீமை எனும் இருமைகளில் அகப்படாத, நடுவில் இருக்கிற இலக்கியப் பாத்திரங்களையே படைக்கிறார்கள். நவீன, பின்நவீன பண்பாட்டு விழுமியங்களுடன் உடன்படாத நவ-செவ்வியல் *(new-classical)* நாவல்களை உருவாக்க முயலும் ஜெயமோகன் மட்டுமே இதற்கு விதிவிலக்கு ("விஷ்ணுபுரம்"-"வெண்முரசு"). இப்போதும் இலக்கிய வாசகர்கள் லட்சிய மனிதர்களைப் பிரதான பாத்திரங்களாக ஏற்றுக் கொள்ள சிரமப்படுகிறார்கள். அப்படியான பாத்திரங்களை செயற்கையானவர்கள், சினிமாத்தனமாவர்கள் என்றே அவர்கள் கருதுகிறார்கள். இந்தப் பின்னணியில் இருந்து நாம் அரிஸ்டாட்டிலின் கூற்றை எதிர்கொள்ளக் கூடாது என்பது இங்கு முக்கியம். அரிஸ்டாட்டில் தனது நூலிலேயே 'உயர்ந்த மனிதனை' ஒரு "தங்க பதக்கம்" எஸ்.பி சௌத்ரியாக அல்லது ராஜபாட் ரங்கதுரையாக மட்டும் முன்வைக்கவில்லை. அவர்கள் லட்சிய மனிதர்கள் அல்ல, மாறாக தமது பணியில் உயர்ந்த திறனுடன் விளங்குகிறவர்கள், சமூகத்தில் தம் செயல்பாட்டால் நல்ல மரியாதையுடன் விளங்குகிறவர்கள் என்றுதான் வரையறுக்கிறார். (அந்த விதத்தில் மேற்சொன்ன சிவாஜி பாத்திரங்கள் கச்சிதமான அரிஸ்டாட்டிலிய நாயகர்கள்) உ.தா., அவர் ஒரு நல்லாசிரியராக இருக்கலாம். மாணவர்களிடமும், பள்ளியிலும் மதிப்பு பெற்றவராக இருக்கலாம். அவர் ஒரு சிறந்த கவிஞராக, பாடகராக, சமூக

சேவகராக இருக்கலாம். அல்லது தன் வேலையில் மிகுந்த ஈடுபாட்டுடன் இருந்து தன்னுடைய சிறிய வட்டத்தில் நல்ல பெயர் பெற்ற ஒரு குமாஸ்தாவாகக் கூட இருக்கலாம். அவர் திறமையளவில் குறைபட்டவராக இருந்தாலும் தன்னுடைய விழுமியங்களைக்கொண்டு மதிக்கத்தக்கவராக இருக்கலாம். ஒரு அன்பான தாயாக, அக்கறையான மனைவியாக, உறவுகளிடம் பரிவாக இருக்கும் பெண்ணாக இருக்கலாம், தியாக மனப்பான்மை கொண்டவராக இருக்கலாம். அங்கிருந்து அவருடைய அகந்தை அல்லது ஆசை அல்லது காமம் காரணமாக ஒரு சரிவு வரும் போது அது பார்வையாளர்கள் / வாசகர்களின் பச்சாதாபம் மற்றும் அச்சத்தைத் தூண்டும் என்று அரிஸ்டாட்டில் கூறுகிறார். பரிதாபம் மற்றும் அச்சத்தையே அவர் ஒரு படைப்பனுபவத்தின் பிரதானமான உணர்ச்சிகளாக வரையறுக்கிறார்.

ஒரு பிரதான பாத்திரத்தின் அமைப்பு எப்படி இருக்க வேண்டும் என்பதற்கு தமிழ் நவீன இலக்கியத்தில் சு.ரா.வின் “ஜெ.ஜெ. சில குறிப்புகள்” நாவலை ஒரு தோதான உதாரணமாக எடுத்துக் கொள்ளலாம். ஜெ.ஜெ. கேரளத்தை சேர்ந்த ஒரு லட்சிய நாயகன். அவன் தன் இளமையில் ஒரு சிறந்த கால்பந்தாட்ட வீரனாக விளங்கி, பின்னர் இலக்கிய விமர்சகனாக மாறி ஒரு முக்கிய இலக்கிய ஆளுமையாக உருப்பெறுகிறான். அவனைத் தமிழகத்தை சேர்ந்த ஒரு இளம் எழுத்தாளன் சென்று சந்திக்கிறான். அவனுடைய வாழ்க்கைப் போக்கில் ஆர்வம்கொண்டு பின் தொடரும் இந்தத் தமிழ் எழுத்தாளனின் ஆய்விலும் பார்வையிலும் ஜெ.ஜெ.யின் வாழ்க்கை நாட்குறிப்புகளாகத் தொகுக்கப்படுகிறது. வெளியானபோது அதன் வடிவ புதுமைக்காகவும், லட்சியத் தெறிப்புகளுக்காகவும் பெரிய அலைகளை தோற்றுவித்த “ஜெ. ஜெ. சில குறிப்புகளை” இப்போது படிக்கும்போது சிறப்புகளும் குறைகளும் துலங்குகின்றன. என்னதான் நான்லீனியராக எழுதப்பட்டிருந்தாலும் ஜெ.ஜெ.யின் சமரசம் செய்யாத துணிச்சலும், இலக்கிய விழுமியங்களின் மகத்துவம் மீது அவன் வைக்கும் நம்பிக்கையும், தன்னை அழித்து இலக்கியத்தை வளர்க்க அவன் தயங்காததும் நம்மைக் கவர்கின்றன. தன்னுடைய சூழலுடன் பொருந்திப் போக, சாமான்ய ஆத்மாக்களை புரிந்து கொள்ள அவன் முனையாத ஒருவித பிடிவாதமும் அவனுடைய துன்பியல் வழுவாகிறது *(tragic flaw)*. அவனுடைய வீழ்ச்சியின்

வேகம், மிக உயர்ந்த இடத்தில் இருந்து மிக மோசமான இடத்துக்கு அவன் துரிதமாக வந்து சேர்வதாக நான்லீனியர் கதைமொழி நமக்கு உணர்த்துகிற பாங்கு, ஒரு அச்சத்தை, அதனாலே பச்சாதாபத்தை அவன் மீது ஏற்படுத்துகிறது. ஆனால் இந்த 'துன்பியல் வீழ்ச்சியை' ஜெ.ஜெ. ரொம்ப சீக்கிரமாகவே அடைந்து விடுவதால் ஒரு கட்டத்துடன் நாவல் தொய்வடைகிறது. அதே நேரம் அரிஸ்டாட்டில் துன்பியல் படைப்பு முழுமையும் ஆழமும் பெறுவதற்கு முக்கியமாக அறிந்தேற்றலை *(recognition)* கருதுகிறார். அறிந்தேற்றல் என்றால் ஒரு பாத்திரம் தன் வழுவை அறிந்து கொள்ளுதல், பெரும்பாலும் மீட்சியடைவதற்கு சாத்தியம் இல்லாத நிலையிலோ அல்லது வீழ்ச்சிக்குச் சற்று முன்போ தன் குற்றத்தை முழுமையாக உணர்வது. இந்த அறிந்தேற்றல் ஜெ.ஜெ.யிடம் நிகழ்வதை அவனுடைய நாட்குறிப்புகள் சிலவற்றில் நாம் உணர்கிறோம். அப்போது அவன் எப்படியாவது தன்னை மீட்டுவிட மாட்டானா என ஏங்கிறோம், ஆனால் அது நிகழாத போது நமது ஏமாற்றம் ஒரு இருத்தலிய பரிமாணம் பெறுகிறது.

தி.ஜா.வின் "மோகமுள்ளின்" துன்பியல் வழு அதன் தலைப்பிலேயே உள்ளது - மோகம், அதாவது காமம். சூழல் மற்றும் இசையின் காரணமாகத் தொடர்ந்து தள்ளிப் போடப்படும் காமம். இது சதையில் ஆழமாகத் தைக்கப்பட்டு அங்கே இருந்து உறுத்துகிற முள்ளாகிறது. பாபுவின் பிரச்சினை அவனுடைய காம விழைவு ஒரு அசாத்தியம் நோக்கியதாக ஆரம்பத்திலேயே உருக்கொள்கிறது என்பது. அவன் தன்னைவிட வயதில் மூத்த யமுனாவைக் காமுறுகிறான், நேசிக்கிறான் என்பதல்ல பிரச்சனை, அந்த உறவு சாத்தியமாக எந்தளவுக்கு அவன் விரும்புகிறானோ, முயல்கிறானோ அந்தளவுக்கு அதைத் தள்ளிப்போடவும் அவன் மனம் விரும்புகிறது என்பதே பிரச்சினை. ஏனென்றால் அந்தத் தள்ளிப்போடுதலிலே அவனுடைய காதலில் ஒரு காவியத்தன்மையை, உயர்வை கொடுக்கிறது. அன்றாட வாழ்க்கைக்குத் தோதுபடாத ஒரு லட்சிய இலக்காக காதலை அவன் மாற்றுவதே அவனுடைய குறைபாடு, அதுவே அவனுடைய துன்பியல் வழு. மகத்தான பாடகனாக இருந்தாலும் இதுவே அவனை வீழ்ச்சியை நோக்கித் தள்ளுகிறது. பிறகு யமுனா அவனை சென்னையில் வந்து சந்தித்ததும் அவன் திரும்ப இசைப்பயிற்சியை ஆரம்பித்து தன் வீழ்ச்சியில் இருந்து மீள்கிறான். யமுனாவை அவன் நாவலின்

முடிவில் உடலளவில் அடையும்போது அந்த மகத்தான காதல் சிறகொடிந்து தரையில் வீழ்ந்து மடிகிறது - "இவ்வளவு தானா? இதற்குத் தானா இத்தனை ஆண்டுகள் காத்திருப்பு?" என்பதே அவன் மனம் எழுப்பும் வினாவாக இருக்கிறது (அறிந்தேற்றல்). அவனுடைய தற்காலிக மீட்சிக்குப் பின்பான இந்த ஏமாற்றம் ஒரு உளவியல் வீழ்ச்சியாக இருந்தாலும் அவள் அவனுடனே தொடர்ந்து இருப்பாள், அவன் இசைப்பயிற்சியில் தொடர்ந்து ஈடுபடுவதற்காக வடக்கே பயணிக்கப் போகிறான் என்பது அவன் காப்பாற்றப்படுவான் என்பதை நமக்குக் காட்டுகிறது. முக்கியமாக வீழ்ச்சியின் போதான இந்த அறிந்தேற்றலே ஒரு அற்புதமான நகைமுரணான முடிவை நாவலுக்கு அளிக்கிறது. அவளை அடைந்தாலும் முழுமையாக அடைய முடியாத நிலை நாவலின் துவக்கம் முதல் முடிவு வரை நிலைப்பது அதற்கு (பல கவனச்சிதறல்களையும் தாண்டி) ஒரு வடிவ ஒழுங்கை அளிக்கிறது.

ஜி.நாகராஜனின் "நாளை மற்றுமொரு நாளை" நாவலின் எதிர்-நாயகனான கந்தன் வழக்கமான ஜி.நாகராஜனின் பாத்திரங்களைப் போன்று எந்த உயர்பண்புகளிலும் நம்பிக்கை வைக்காதவன் என்றாலும் அவனுடைய உறுதி, துணிச்சல், வாழ்க்கை மீதான அலட்சியம் நமக்கு ஒருவித மரியாதையை அவன் மீது ஏற்படுத்துகிறது. ஜி. நாகராஜனின் பாத்திரங்களில் உள்ள இருத்தலிய தன்மை காரணமாக அவர்கள் காலத்துடனே மோதுகிறவர்கள் என்பதால் துன்பியல் வழு (சமூகத்தின் தாம் எதிர்திசையில் செல்வதால் ஏற்படும் பிரச்சினைகளை அறியாத பாசாங்கற்ற குணம்) அறிந்தேற்றல் சாத்தியமாவதில்லை.

எஸ்.ரா.வின் "உறுபசி" நாவலின் சம்பத் இதே போல அறிந்தேற்றல் சாத்தியப்படாத ஒரு துன்பியல் நாயகன் எனலாம். ஜெ.ஜெயின் லட்சிய சிறகுகளை உதிர்த்த, ஜி.நாகராஜனின் பாத்திரங்களின் சாயலில் தோன்றிய ஒரு பலவீனமான 'தேவனைப்' போல இந்த சம்பத் இருக்கிறான்.

லட்சிய சாயல்களை அண்ட விடாத சாமான்யத்தின் பல பரிமாணங்களை இருத்தலியல் கோணத்தில் சித்தரித்த அசோகமித்திரனின் நாயக, நாயகி பாத்திரங்களும் கூட அரிஸ்டாட்டிலின் துன்பியல் நாயக வகைமைக்குள் வருகிறவர்கள் என்பதே ஆச்சரியம். "தண்ணீர்" நாவலின் ஜமுனா விழுமியங்களும்,

நம்பிக்கைகளும் பொய்த்துப் போன ஒரு சமூகத்தின் மத்திய வர்க்க பிரதிநிதி. சினிமாவின் நாயகி ஆகும் ஆசை பொய்த்துப் போன நிலையிலும் அவள் போராடுகிறாள், தொடர்ந்து ஏமாற்றப்படும் நிலையிலும் அவளிடம் மனிதர்களின் நல்லியல்புகளில் உள்ள நம்பிக்கை முழுக்க மறைவதில்லை. 'தண்ணீர்' இந்நாவலில் மனித மனத்தின் ஈரத்துக்கான உருவகம். ஆக தண்ணீர்ப் பற்றாக்குறை மட்டும் ஜமுனாவையும் அவளுடைய அண்டை வீட்டாரையும் பாதிப்பதில்லை, ஈரமில்லாத மனித மனத்தின் நடவடிக்கைகளில் உள்ள குரூரமும்தான் அவர்களை அலைகழிக்கிறது. ஆல்பர்ட் காமுவின் நாவலில் வரும் பாத்திரங்களைப் போல, கிரேக்க தொன்மமான சிஸிபஸைப் போல, ஜமுனா தோல்வியின் விளிம்பில் நின்றபடி வெற்றியைப் பற்றி கவலையின்றி தன் இருத்தலைத் தக்க வைக்கிறாள். இதுவே அவளுடைய பாத்திரத்தில் உள்ள உயர்வான அம்சம். இத்தகையவள் தன்னை ஏமாற்றுகிறவரிடம் வைக்கும் அபத்தமான நம்பிக்கையால் துயரும்போது அந்த பலவீனமே அவளுடைய துன்பியல் வழுவாகிறது. அப்போது வாசகர்கள் உணர்வதே அவள் மீதான பச்சாதாபமும் அவளுடைய நிலை குறித்த அச்சமும். ஒரு கச்சிதமான துன்பியல் படைப்பைப் போல நாவலின் இறுதிப்பகுதியில் ஜமுனா தன் குணச்சித்திரத்தில் உள்ள குற்றத்தை அறிகிறாள், பாடம் கற்றுக்கொள்கிறாள். அத்துடன் நாவல் முடிவும் பெறுகிறது.

அசோகமித்திரனின் "ஒற்றன்" நாவல் இவ்விதத்தில் சற்று வித்தியாசமான படைப்பு: கதைசொல்லி அமெரிக்காவின் அயோவா பல்கலையின் சர்வதேச எழுத்தாளர் முகாமில் கலந்துகொண்டு சில மாதங்கள் தங்கி நாவலை எழுத முயலும் ஒரு தமிழ் படைப்பாளியின் பார்வையில் பிற நாட்டு படைப்பாளிகளின் வாழ்வின் அபத்தங்களை ஒருவித கருணையுடன் அணுகி சித்தரிக்கும் படைப்பு அது. இதில் கதைசொல்லியின் துன்பியல் வழுவிற்குப் பதில் அவருடைய நண்பர்களின் பாத்திரங்களின் குற்றங்களே பிரதானமாகிறது. மற்றமையின் துன்பியல் போராட்டங்களை சித்தரித்து, மற்றமை எனும் எதிர்மை மறைந்து அன்பும், கனிவுமே வெல்லுகிற சித்திரத்தை அசோகமித்திரன் தருகிறார். படைப்பாளிகளான இந்தத் துன்பியல் பாத்திரங்களுக்கு மிதமிஞ்சிய தன்னம்பிக்கை, நடைமுறை ஞானம் இல்லாதது, தவறாக தன் இணைகளை

எடைபோடுதல் ஆகியவை துன்பியல் வழுக்களாக இருக்கின்றன, இவர்களைக் கரைத்தேற்றும் வழிகாட்டியாகக் கதைசொல்லி வருகிறார். இந்த எழுத்தாள பாத்திரங்களிடம் (நாம் ஜெ.ஜெ.யிடம் காணும் அதே) லட்சிய மயக்கங்கள், களங்கமின்மை, கனவுகளின் ஆவேசம் உள்ளன - இவை அவர்களுடைய உயர்ந்த குணங்களாக இருந்து நம்மை ஈர்க்கின்றன, இங்கிருந்து அவர்களுடைய வீழ்ச்சி நம்மிடம் அதிர்ச்சியையும் பச்சாதாபத்தையும் ஏற்படுத்துகின்றன. ஒரு விட்டேத்தியான, கருணை மிக்க கதைசொல்லியின் பார்வையில் கதையைச் சொல்லுவதன் வழி ஒரு ஆரோக்கியமான தொலைவை உண்டு பண்ணி இந்தப் பாத்திரங்களின் அபத்தமான போராட்டங்கள் நாவலை நாடகீயமாக சினிமாத்தனமாக மாற்றி விடாமல் இருக்கச் செய்கிறார் அசோகமித்திரன்.

தன் பிரச்சினையை (துன்பியல் வழுவை) உணர்ந்து சரியான நேரத்தில் நாயகனோ நாயகியோ தன்னை மீட்டுவிட்டால் அது கதையைப் பலவீனமாக்கி விடும் என்று அரிஸ்டாட்டில் தன் "கவிதையியல்" நூலில் ஓரிடத்தில் சொல்லுகிறார். இது உண்மையா? எல்லா நாயகர்களும் மீளமுடியாதபடி வீழ்ந்து தான் ஆக வேண்டுமா? இதுதான் எதார்த்த உலகில் நடக்கிறதா? இல்லையே! இங்குதான் அரிஸ்டாட்டில் கதையை வாழ்க்கையை போலச்செய்தல், ஆனால் வாழ்க்கை அல்ல என்று சொல்லுவதை நாம் கவனிக்க வேண்டும். கதை வாழ்க்கையை விட வசீகரமானது, சுவாரஸ்யமானது (நான் வாழப்படும் வாழ்க்கையைச் சொல்லுகிறேன், கதையாக மீளநினைக்கப்படும் வாழ்க்கையை அல்ல.) அதனாலே சரியான நியாயங்கள் இல்லாமல் திடீர் திருப்பமொன்றின் மூலம் ஒரு பாத்திரம் மீட்கப்படுமானால் அது கதையின் தீவிரத்தை மழுங்கடித்து விடும், கதையின் அமைப்பே பாத்திரங்கள் போக்கைத் தீர்மானிக்க வேண்டும், பார்வையாளர்களுடைய (வாசகர்கள்), எழுத்தாளனுடைய விருப்பம் அல்ல என்று அவர் வலியுறுத்துகிறார். தல்ஸ்தாயின் "அன்னா கரெனினா" நாவலில் வரும் இரு முக்கிய பாத்திரங்களான லெவின் மற்றும் கிற்றி (*Levin, Kitty*) இதற்குச் சிறந்த உதாரணங்கள். தங்களுடைய மிகையான கற்பனாவாதம் மற்றும் சுய-ஆட்கொள்ளல் காரணமாக இருவருமே வீழ்ச்சியை நோக்கி செலுத்தப்பட்டு பின்னர் சந்தர்பங்களால் மீண்டு வந்து காதலித்துத் திருமணம் செய்து லட்சியத் தம்பதிகள் ஆகிறார்கள். ஆனால் அன்னா கரெனினா அளவுக்கு நம் மனத்தை

கிற்றியோ லெவினோ ஆட்கொள்வதில்லை. ஏனென்றால் அன்னா தன்னுடைய தவறான தேர்வுகளால் குடும்பத்தை, குழந்தையை பறிகொடுத்து விட்டு, ஒரு இளைஞனைக் காதலித்து அவனுடன் ஓடிப் போகிறாள். அந்த உறவு விரைவில் கசந்துவிட அவளால் திரும்ப பழைய வாழ்க்கைக்குத் திரும்ப செல்ல முடிவதில்லை. அதே நேரம் அவளுடைய காதலின் உண்மைத்தன்மையும் அவளைக் கட்டிப்போடுகிறது. இருதலைக்கொள்ளி எறும்பாக அவள் பரிதவிக்கிறாள். நாவலின் இறுதிக்கட்டத்தில் தன் துன்பியல் வழுவை அறிந்தேற்றம் செய்கிற ஒரு அன்னாவை நாம் காண்கிறோம். அவள் எப்படியாவது தன் துன்பியல் முடிவில் இருந்து தப்பிக்க வேண்டும் என நாம் மனதார விரும்புகிறோம், ஆனால் அன்னா போக்கிடம் இல்லாமல் தன் குற்றவுணர்வாலும் குழப்பத்தாலும் உந்தப்பட்டு ரெயிலுக்கு தலையைக் கொடுத்து தற்கொலை பண்ணிக் கொள்கிறாள். இந்த முடிவே இன்றும் அன்னாவை நிறைய வாசகர்களால் மறக்க முடியாத பாத்திரமாக்கி இருக்கிறது. அதற்கு இந்நாவலுக்கு தல்ஸ்தாய் கொடுத்த கச்சிதமாக துன்பியல் முடிவும் ஒரு காரணம்.

தஸ்தாவஸ்கியின் பெரும்பாலான நாவல்கள் இந்தத் துன்பியல் வடிவத்தில் வீழ்ச்சியின் விளிம்பில் நாயகனைக் கொண்டு போய் விட்டு அவன் தன் குற்றத்தை உணர வாய்ப்பளித்து அவனைக் காப்பாற்றி விடக் கூடியவை. “குற்றமும் தண்டனையும்” இதற்கு சிறந்த உதாரணம் - ரஸ்கோல்நிக்கோவ் தன் முன் நிகழ்கிற சமூக ஏற்றத்தாழ்வுகள், வறுமை, அதனால் ஏற்படும் அநீதிகளுக்கு தீர்வு என்ன என்று யோசிக்கிறான். பணம் படைத்த கெட்டவர்களை அழித்தால் என்ன என்று யோசிக்கிறான்? அவன் களங்கமற்ற, லட்சியவாத இளைஞனே. அதுவே அவனுடைய உயர்ந்த குணம். (அதுவே அவன் வீழ்ச்சியடையும்போது அவன் மீது நமக்கு பச்சாதாபம் தோன்றக் காரணம்.) ஆனால் அவனுடைய வாழ்க்கைப் பார்வையின் பிறழ்வு அவனை வீழ்ச்சிக்கு இட்டு செல்கிறது. அதே நேரம் சோனியா எனும் பதின்வயது பாலியல் தொழிலாளியின் கருணை மிக்க சுபாவம் அவனை மீட்கிறது, தன்னுடைய துன்பியல் வழுவை உணர்ந்து அவன் தன்னைக் காவல் துறையிடம் ஒப்புக்கொடுக்கிறான்; தான் செய்த கொலையைப் பற்றி வாக்குமூலம் அளித்து தன் குற்றவுணர்வில் இருந்து மீள்வதற்காக ஒரு புனித பயணம் போல சைபீரிய சிறைக்குச் செல்கிறான். அத்துடன் நாவல் முடிகிறது.

ஆக, காலம் இல்லாமல் கதை சாத்தியமா? இ.எம். பாஸ்டர் சொல்வதுபோல காலத்துக்கு வெளியே கதை சாத்தியமில்லை தான். கதை என்பதே காரண-விளைவு சங்கிலியில் தோன்றும் ஒரு இடையூறினால், அதனால் ஏற்படும் வீழ்ச்சியினால் தோன்றுவது எனலாம். ஒரு சிறந்த ஓவியன் ஒரு சிறந்த ஓவியத்தை வரைய முயல்கிறான். வரைந்தும் விடுகிறான். காரணம் - முயற்சி; விளைவு - ஓவியம். இதில் கதையே இல்லை. ஆனால் அவனால் எவ்வளவு முயன்றும் ஒரு சிறந்த ஓவியத்தை தீட்ட முடியவில்லை எனும் போதே அது கதையாகிறது. காரணத்துக்கும் விளைவுக்கும் இடையே ஒரு தடை வருகிறது; இந்த தடை ஒரு சுபாவ பிழையினால், தவறான புரிதலினால், கோளாறான பார்வையால் (துன்பியல் வழு) வருகிறது எனும் போது இக்கதைக்கு ஆழம் கிடைக்கிறது; வாசகர்கள் உணர்வுரீதியாக கதையுடன் ஒன்றுகிறார்கள். தன் சிக்கல் என்னவென பாத்திரம் புரிந்துகொள்ளும்போது (அறிந்தேற்றம்) காலம் தாழ்ந்து விடுகிறது, ஆனால் இப்போது அவனுடைய வீழ்ச்சி இன்னும் மகத்தானதாகிறது என்கிறார் அரிஸ்டாட்டில். இந்த கதையின் வளர்ச்சியானது காலம் இல்லாமல் சாத்தியமில்லை. இது பிரதான பாத்திரத்தின் வாழ்க்கையின் வழியாகவே காட்டப்பட வேண்டும் என்பதால் அவன் (அல்லது அவள்) செயல்பட வேண்டியது அவசியமாகிறது. அதனாலே அரிஸ்டாட்டில் “செயல்கள் இன்றி துன்பியலே இல்லை” என்கிறார் (“கவிதையியல்”, பக். 12). செயல் என்பது காலத்திற்கு புறவடிவம் கொடுக்கிற சங்கதி. ஆக காலமின்றி கதையே இல்லை.

ஆனால் இதற்கு விதிவிலக்காக உள்ளவை பின்நவீன நாவல்களும் சிறுகதைகளுமே (ஏனென்றால் அவை காலத்தினுள் உள்ள ஒரு அகாலத்தை சித்தரிக்க முயல்கின்றன.) அதே நேரம் பின்நவீன கதைகளிலே ஒரு கதையம்சம் தோன்றியதும் அங்கு காலம் ஒரு முக்கிய சங்கதியாகிறது, அங்கு அரிஸ்டாட்டிலின் துன்பியல் வழுவும், வீழ்ச்சியும் உயிர்ப்பெறுகின்றன. பிஞ்ச் செயலியில் சாரு நிவேதிதா எழுதி வரும் “நான்தான் ஔரங்கசீப்” இதற்கு ஒரு நல்ல உதாரணம்.

நாவல் எழுதும் கலை

ஜெயமோகனின் பெரும்பாலான எதார்த்த நாவல்கள் படிக்க சுவாரஸ்யமானவை, இரண்டு மூன்று முறைகள் மீளப் படித்தாலும் அலுக்காதவை; அதற்குக் காரணம் அவரது மொழியோ விவரணையோ மட்டுமல்ல அல்ல, மாறாக அவரது வடிவ நேர்த்தியே. அவருடைய எந்த 300 பக்கங்களுக்கு உட்பட்ட நாவலை எடுத்துக்கொண்டாலும் கதை முதல் சில அத்தியாயங்களுக்குள் ஒரு தீவிரமான சம்பவத்துடன் ஆரம்பித்து வேகமெடுத்து பிறகு நிலைகொண்டு பல விசயங்களில் லயித்து, சிக்கல்களை வளர்த்து இறுதியில் மீண்டும் தீவிரமாகி ஆடிக்களைத்து பொட்டில் அடித்தாற்போல ஒரு முடிவுக்கு வரும். "ஏழாம் உலகம்", "ரப்பர்", "காடு" போன்றவற்றை உதாரணமாகக் காட்டலாம். இந்நாவல்களின் கிளைமேக்ஸ் காட்சிகள் மறக்க முடியாதவை! இக்காட்சிகள் - ஒரு மரணம், துரோகம், நியாயமா அநியாயமா என வரையறுக்க முடியாதபடியான ஒரு தண்டனை என - நாவலின் துவக்கத்தில் உள்ள அதே சிக்கல், தீவிரம், நாடகீயத்துடன் இருக்கும்; உணர்வுரீதியாக ஒரு அதிர்ச்சியை, வலியை ஏற்படுத்தும் விதமாக இருக்கும். இதற்கு மேல் என்ன என யோசிக்க வைக்கும். அதே போல ஒவ்வொரு அத்தியாயமும் சமநிலையுடன், வேகம் குன்றாமல், நாவலின் பிரதான சிக்கலில் இருந்து பிறழாமல் இருக்கும்.

பெரும்பாலான நவீன எதார்த்த கதையாசிரியர்களுடன் ஒப்பிடுகையில் ஜெ.மோ.வுக்கு இந்த வடிவப் புரிதல் அதிகம். சொல்லப்போனால், எஸ்.ரா.வின் அண்மைக் கால நாவல்களில் காணப்படும் வடிவச் செறிவு ஜெ.மோ.விடம் “ரப்பர்” நாவல் முதற்கொண்டே காணப்பட்டது. இதற்கு ஒரு காரணம் (ஒரே காரணம் அல்ல) ஜெ.மோ. ஆரம்பத்தில் வணிக நாவல்களை புனைப்பெயரில் எழுதி வந்தார் என்பது (24 வருடங்களுக்கு முன்பு தனிப்பட்ட முறையில் என்னிடம் அவர் பகிர்ந்துகொண்ட தகவல் இது; இதைப் பற்றி எழுத்தில் குறிப்பிட்டிருக்கிறாரா எனத் தெரியவில்லை.) தமிழில் புனைவு உத்திகள் குறித்த பிரக்ஞை வணிக எழுத்தாளர்களுடன் ஒப்பிடுகையில் இலக்கிய புனைவாசிரியர்களுக்கு குறைவாகவே இருக்கும் (இமையம், பூமணி, அசோகமித்திரன் போன்றோர் விதிவிலக்குகள்). இலக்கியத் தளத்தில் புனைவு என்பது கற்பனையில், அனுபவத்தில் இருந்து பீறிட்டு வரும் ஒன்று எனும் ஒரு கற்பனாவாத நோக்கே தாக்கம் செலுத்துகிறது.

ஜெயமோகன் ஒரு பக்கம் புனைவு எழுத்தாளனில் இருந்து கட்டற்று பீறி வெளிவரும் மொழிப்பிரவாகம், கூட்டு நினைவுப் படிவங்களின் பிரதிபலிப்பு எனக் கூறினாலும், இன்னொரு பக்கம் புனைவின் அடிப்படையான எளிய விதிமுறைகளைப் புரிந்து அதற்கு ஏற்ப நாவலை வடிவமைப்பவரும்தான். ஆனால் இளம் படைப்பாளிகளுக்கு நாவலின் வடிவம் சார்ந்த பிரக்ஞை அதிகமாகிடக் கூடாது என்றும் நினைக்கிறார் போல. அதனாலே அவர் நாவலின் தொழில்நுட்பம் குறித்து அதிகமாய் விவாதித்தது இல்லை.

அந்த நோக்கில், அவரது சிங்கை நாவல் பட்டறைக் குறிப்புகள் முக்கியமானவை. ஏன் நாவல் எழுத வேண்டும் எனும் கேள்விக்கு அவர் தருகிற விளக்கம் பிரமாதமானது. இதை அவர் என்னிடம் நேரடியாக ஒருமுறை சொல்லியிருக்கிறார் - நாவல் எழுதும் சில வருடங்கள் நாம் சுயமாய் சிருஷ்டித்த ஒரு தனி உலகில் உலவலாம், அதன் அத்தனை திகைப்புகள், கவலைகள், வலிகள், உவகைகளுடன் நாவலை எழுதி முடித்தபின் நாம் உணரும் வெறுமை அதை எழுதிய காலத்தில் அது நமக்கு என்ன அளித்தது என்பதை உணர்த்திவிடும். அது ஒரு மணமுறிவுக்கு, ஒரு நெருங்கிய நண்பனின் மரணத்துக்கு இணையனானது. சில எழுத்தாளர்கள்

தாம் ஒரு நாவலை எழுதி முடித்ததும் நோயுற்று மோசமான நிலைக்கு சென்று விடுவதாய் கூறுவது இதனால் தான்.

ஆனால் ஜெயமோகன் சொல்லாத மற்றொன்று உள்ளது - நாவல் எழுதுவது கடும் நெருக்கடிக்கு ஆளாக்கும் ஒரு சவாலும் தான். அதாவது எழுதும் அனுபவம் அல்ல, எழுதுவதற்கு முன்பும் பின்புமான நேரம் நாவலைக் குறித்து கவலையுறுவது, யோசிப்பது, பரிசீலிப்பது, அஞ்சுவது என. சிலர் இந்த நெருக்கடி தாளாமலே எழுதுவதை தள்ளிப் போட்டுக் கொண்டிருப்பார்கள். *Writer's block* எனப்படும் மனத்தடைகள் ஏற்படும்போது இன்னும் அவஸ்தையாகி விடும். நான் ஒரு நாவலை எழுதும்போது பகல் வேளைகளில் மோசமான மனநிலையில் இருப்பேன். யார் மாட்டினாலும் கடித்துத் துப்பலாம் என நினைப்பேன். வேலைக்கு செல்லும்போது அங்கு கவனம் சிதற, வேறு விசயங்களில் ஈடுபட முடியும் என்பதால் உணர்ச்சி வடிகால்கள் இருக்கும். ஆனால் வீட்டிலோ என்னருகே இருப்பவர்கள் பாடு திண்டாட்டமே. இரவில் ஒன்றிரண்டு மணிநேரங்கள் நாவலில் வேலை பார்த்தபின் நிம்மதியாகி இனிமை திரும்பி விடும். அடுத்த நாள் விடிந்ததும் நாவல் குறித்த கவலைகள் ஆரம்பிக்கும். இப்படி ஒவ்வொரு நாவலாசிரியனுக்கும் அவனுக்கான மனச்சிக்கல்கள் எழுத்து சார்ந்து இருக்கும். ஆகையால் எந்தளவுக்கு இது மகத்தான அனுபவமோ அந்தளவுக்கு தனிப்பட்ட வாழ்க்கையை சீரழிக்கும் அனுபவமும் தான். நான் பல்கலையில் நாவல் கலையை ஒரு மாலை நேர வகுப்பாக எடுத்தபோது என் வகுப்பில் இருந்த நாற்பது சொச்சம் மாணவர்களில் தீவிரமாக நாவல் எழுதத் தொடங்கியவர்களில் சிலர் நேரம் கிடைக்கும் போதெல்லாம் தம் பயங்கள், கவலைகளை என்னிடம் கொட்டித் தீர்க்க வந்து விடுவார்கள். அவை எழுத்துக்குப் புறம்பான அவஸ்தைகள் என அறிவேன். ஆனால் அவற்றைக் கையாளாமல் தினமும் எழுதவும் முடியாது. ஒரு இளைஞன் ஒரு நாயைப் பற்றின சிறிய நாவல் ஒன்றை எழுதி வந்தான். வாரத்துக்கு மூன்று நாட்களாவது நாங்கள் அந்த கற்பனையான நாயைப் பற்றி சில மணிநேரங்கள் உயிர்போகும் பிரச்சினை எனும் கணக்கில் விவாதிப்போம். நான் சில நேரங்களில் இவ்விவாதத்தை தொழில்நுட்பம் நோக்கித் திருப்புவேன் - நாவலின் களம், காட்சிகளின் தொகுப்பு பற்றி பேசக் கேட்பேன். ஆனால் இவற்றின் அடியாழத்தில் அவர்களை

அலைகழிப்பது எழுதும் போது நிகழும் நிலையாமை குறித்த கவலைகளே என அறிவேன்.

ஜெயமோகன் இந்தக் குறிப்பில் தொட்டுக்காட்டுகிற வடிவ விதிகள், அறிவுரைகள் இன்று நாம் *narratology* போன்ற விமர்சனக் கோட்பாடுகளில், (நாவல்/திரைக்கதை) புனைவெழுத்தைக் கற்பிக்கும் ஆங்கில நூல்களில் காணக் கிடைப்பவை தாம். ஜெயமோகன் தன் அனுபவத்தின் அடிப்படையில் எளிதாக சொல்லியிருக்கிறார். பெரும்பாலான விதிகள் ஆரம்பநிலை எதார்த்த நாவல் எழுதுபவர்களுக்கு பொருந்துகிறவை. குறிப்பாக, சீரான வாக்கியங்களை எழுதத் தெரிந்த யாராலும் ஒரு நாவலை எழுதிப் பார்க்க முடியும் என்பது முக்கியம். ஆனாலும் அதே நேரம் சிறிதோ பெரிதோ நாவலின் வடிவம் மிக மிகச் சிக்கலானது. 80 பக்க சுமாருக்கு வரும் ஒரு திரைக்கதையைச் செதுக்கவே மூன்று மாதங்களுக்கு மேலாக விவாதிக்கிறார்கள். ஒரு வருடம் போல எடுத்துக்கொண்டு திருத்தித் திருத்தி எழுதுகிறவர்கள் உண்டு. எனில் 300 பக்க நாவலுக்கு எவ்வளவு தயாரிப்புகள், உள்-விவாதங்கள் தேவைப்படும்? அசோகமித்திரனின் "தண்ணீர்" நாவலில் சில பக்கங்களே வரும் ஒரு மாமியின் எளிய பத்திரம் கூட நாவலின் கிளைமேக்ஸுக்கு அவசியம் - சாயா எடுக்கப் போகும் முடிவென்ன எனும் கேள்விக்கு செறிவு கூட்டுவதாக இருக்கும் - எனும்போது சின்னச்சின்ன விசயங்களைக் கூட அவ்வளவு கவனமாய்ச் சிந்தித்து உள்ளே பொருத்த வேண்டும். இந்த நேர்த்தி சிலருக்கு இயல்பாகவும் சிலருக்கு அனுபவரீதியாகவும் அமைகிறது எனப் பார்க்கிறேன். ஆனால் கதை எழுதியே பழகாத ஒருவருக்கு இது எப்படிச் சாத்தியமாகும்? எல்லாராலும் ஒரு நாவலாவது எழுத முடியும் என்பது சரியா? சரிதான் - சில முதல் நாவல்களில் வடிவ ரீதியாகவே பல விசயங்கள் சரியாக அமைந்து விடுவதைப் பார்த்திருக்கிறேன். ஒரு கிரியேட்டிவ் எடிட்டர் இருந்தால் சில எளிய பிழைகளைக் கண்டுகொண்டு திருத்தி எழுதி இன்னும் செறிவுபடுத்த முடியும். ஆனால் அனுபவத்துக்கு வெளியே அடுத்தடுத்த நாவல்களை எழுதத் தொடங்கும் போதுதான் அவருக்கான சவால்கள் ஆரம்பிக்கின்றன.

"நாவலில் தடங்கல் ஏற்பட்டால் அங்கேயே முட்டிக்கொண்டிருக்கக் கூடாது. அது உணர்வுரீதியான தடையாக இருக்கலாம். தத்துவரீதியான தடையாக இருக்கலம். அதை அப்படியே

விட்டுவிட்டு இன்னொரு இடத்தில் அக்கதையை தொடங்கி முன்னகர்வது நல்ல வழி."

இது ஒரு அற்புதமான பரிந்துரை - சில நாவல்களில் ஏற்படும் தடைகளை தீர்க்க முடியாதபோது முன்பே எழுதியவற்றை திருத்துவதை நான் செய்திருக்கிறேன். அப்போது நாவலை அங்கிருந்து மீள எழுத வாய்த்தால் தடையை அது வருமுன்பே தீர்ப்பது சாத்தியமாகும் என்பதை அனுபவரீதியாக உணர்ந்திருக்கிறேன். வேறொரு இடத்தில் இருந்து எழுதிப் பார்ப்பதை நான் முயன்றதில்லை.

ஆனாலும், ஜெ.மோவின் சில கருத்துக்களுடன் மாறுபடுகிறேன்:

"ஒரு கதையில் ஆங்காங்கே திடீரென ஆசிரியர் குரல் இடையிடக்கூடாது. ஆரம்பநிலையில் பலர் செய்யும் தவறு இது. ஒரு கதாபாத்திரத்தை அறிமுகம் செய்வார்கள். 'லலிதா சிங்கப்பூர் சாங்கி விமானநிலையத்தை வந்தடைந்தாள்' என்று விரிவாகச் சொன்னபின் "லலிதாவுக்கு சொந்த ஊர் கும்பகோணம் அவளுடைய குடும்பம் மிகப்பெரியது" என்று ஆசிரியர் பேச ஆரம்பிப்பார். வாசகனுக்கு எரிசலூட்டுவது இது. அவன் லலிதாவைத் தானே பார்த்துக்கொண்டிருக்கிறான். லலிதா என்ன செய்கிறாள், என்ன நினைக்கிறாள் என்பதுதான் முக்கியம்."

Third person கதைகூறலில் இரண்டு வகைகள் உண்டு - ஒன்று, அனைத்தையும் அறிந்த கடவுளைப் போன்ற கதைசொல்லி. இவர் லலிதாவின் மனத்தில் என்ன ஓடுகிறது என்பதை மட்டுமல்ல, அடுத்தவர்கள் லலிதாவை பற்றி என்ன நினைக்கிறார்கள், லலிதாவின் குடும்பத்தினர் யார், எங்கு வாழ்ந்தவர்கள் என சகலத்தையும் அறிந்தவர். இந்த வகை கதையோட்டத்தில் தாராளமாக "ஆசிரியர் குரல்" வரலாம் என நினைக்கிறேன். (பு.பி ஒரு உதாரணம்). ஜெ.மோ குறிப்பிடுவது *third person* போன்றே தெரியும் *second person* கதைகூறலில் வருகிற *focalization* பற்றி. அதாவது "அவன் தன் வெள்ளைப் புரவி மீதிருந்து குன்றின் கீழ் பெருங்கூட்டமாய் மேயும் ஆநிரைகளை பார்வையிட்டான். அவற்றுக்கு அப்பால் சிவப்பாய் வளைந்து ஓடிய நெடிய ஆற்றின் மீது சூரிய ஒளி பட்டுத்தெறிக்கும் பாங்கு ஒரு ரத்தம் தோய்ந்த, மெல்ல நடுங்கும் கூரிய வாளைப் போலத் தோன்றியது." இது *second person*இல் ஒரு வீரனின் கண்ணோட்டத்தில் விரியும் காட்சி.

இதன் மத்தியில் நிச்சயமாய் அந்த வீரனின் இளமைக்காலத்தைப் பற்றின விவரணை வந்தால் உறுத்தலாக இருக்கும்தான், ஆனால் அத்தியாயங்களுக்கு இடையே இந்தக் கதைகூறல் நோக்கு மாறிமாறி வரலாம் - தல்ஸ்தாயின் "அன்னா கரெனினாவில்" இந்த *second person focalization* பல இடங்களில் வரும், ஆனால் அவ்வப்போது தல்ஸ்தாயும் உள்ளே வந்து தன் பார்வையை வைப்பார், அது பெரிதாய் உறுத்தாமல் அவர் சமாளித்திருப்பார். ஜெ.மோ.வின் "விஷ்ணுபுரத்திலேயே" பல இடங்கள் இப்படி வரும்.

இந்த விசயத்தில் இரும்பு விதிகள் எவையுமில்லை - அப்பட்டமாய் தெரியாதபடி விதிகளை தாராளமாய் உடைக்கலாம். கலந்து கட்டி அடிக்கலாம். "பெட்ரோ பரோமா" நாவலில் *focalization* கதையில் ஒவ்வொரு சிறு பாத்திரம் தோன்றும்போதும் மாறுவதால் யார் கண்ணோட்டத்தில் கதை சொல்லப்படுகிறது என ஒரு கட்டத்தில் புரியாமல் போய்விடும். அதுவும் இப்பாத்திரங்கள் பேய்கள் என்பதால், ஆசிரியரே ஒரு பேயோ எனும் சந்தேகம் நமக்கு ஏற்படுவதால் இன்னும் குழப்பமாகி விடும். இதுவே ஆசிரியரின் நோக்கமாகவும் இருக்கலாம். ஒரு *focalization*க்குள் மற்றொரு *focalization* வந்து காலம் சம்மந்தமான புனைவின் விதிமுறைகள் உடைந்து விடும். இதைக் கலைநுட்பத்தின் ஆகப்பெரிய உச்சம் எனலாம்.

"நாவலில் நிகழ்ச்சிகளில் தொடர்ச்சி இருக்கவேண்டும். ஒரு சினிமாவை எந்தப் புள்ளியில் நிறுத்தினாலும் அதற்கு முன்பிருந்த சம்பவத்தில் இருந்து அது இயல்பாக தொடர்ந்து வந்திருக்கவேண்டும், அதற்கு அடுத்த சம்பவத்தைத் தொடங்கிவைத்திருக்கவேண்டும் என்பார்கள். அதுதான் தொடர்ச்சி. நிகழ்ச்சிகள் ஒரு சைக்கிள் ஸ்டேண்டில் ஒரு சைக்கிளைத் தள்ளிவிட்டால் ஒவ்வொன்றாக வரிசையாக சரிவதுபோல ஒழுக்கு அமைய வேண்டும். ஒரு நிகழ்வு அடுத்ததற்கு இட்டுச் செல்ல வேண்டும்."

இது பரீட்சார்த்த இலக்கிய நாவல்களுக்குப் பொருந்துவதில்லை - மிலன் குந்தெராவின் பல நாவல்கள் ஒரு தீவிரமான நிகழ்ச்சியுடன் துவங்கி பல்வேறு குறுநிகழ்வுகளால் பின்னப்பட்டு வளர்த்தெடுக்கப்படும் - வாழ்வின் சாரமற்ற, காற்றைப் போன்ற தன்மையை (அவர் மொழியில் *the unbearable lightness of being)* சித்தரிப்பதிலேயே குந்தெராவின் ஆர்வம் இருக்கும்.

கதையில் பாதியில் தொங்க விட்டுவிட்டு அவர் பாட்டுக்கு ஒரு விவாதத்துக்குள் சென்றுவிடுவார், அலுப்பேற்படாது. நகுலன் மற்றொரு உதாரணம். இது ஏன் உறுத்துவதில்லை, சுவாரஸ்யமாய் இருக்கிறதென்றால் முதல் அத்தியாயத்தில் இருந்தே இந்தப் பாணியை அவர்கள் நிறுவிவிடுகிறார்கள். மரியா வர்க்லாஸ் லோசாவின் *Aunt Julia and the Scriptwriter* நாவலில் ஓர் அத்தியாயம் கதைசொல்லிக்கு தன் அத்தையுடன் ஏற்படும் காதல் உறவு எப்படியான திருப்பங்களை எடுக்கிறது என வருமானால், அதற்கு அடுத்த அத்தியாயத்தில் ஒரு சீரியல் எழுத்தாளரின் கதை அத்தியாயங்கள் வரும். இப்படி அத்தியாயங்கள் மாறி மாறி வரும். ஒரு அத்தியாயத்துக்கும் மற்றொன்றுக்கும் சம்மந்தமில்லை என்பது மட்டுமல்ல, சீரியல் எழுத்தாளரின் கதைகளுக்கு இடையில் கூட ஒரு பொருத்தப்பாடு இருக்காது, அவை ஒரு நகரத்தில், பெரும்பாலும் விளிம்புநிலை பாத்திரங்களுக்கு இடையில் நிகழ்கிறது என்பதைத் தவிர. ஆனால் இது நாவலின் வாசிப்பு சுவார்ஸ்யத்தைக் கெடுப்பதில்லை. ஏனென்றால் ‘நான் உண்மையைப் போன்ற ஒரு கதையை சொல்லவில்லை, நான் உண்மையல்லாத கதையையே சொல்கிறேன்’ எனும் தோரணையுடன் நாவலாசிரியர் ஆரம்பிக்கிறார் (இதுவே நவீன எதார்த்த நாவல்களுக்கும் பின்நவீன விளையாட்டுத்தனமான நாவல்களுக்குமான வித்தியாசம்). ஆகையால் அங்கு சைக்கிள் ஸ்டாண்ட் போல நேர்த்தியாக காட்சிகள் கோக்கப்பட்டிருக்க வேண்டியதில்லை. (இதை ஜெ.மோ அறிவார் எனத் தெரியும்.)

“ஒரு கதையின் முடிவு நாவலின் முடிவல்ல. நாவல் சொல்லிவரும் பிரச்சினை தீர்ந்து அல்லது முடியமிடத்தில் கதை முடியலாம். ஆனால் நாவல் அங்கு முடிவு பெற்றால் ஒரு சுவாரசியமான கதை என்ற அளவில் அது நின்றுவிடும். அந்த முடிவின் வழியாக மேலதிகமான ஒரு கண்டடைதல் அல்லது தத்துவார்த்தமான ஒரு புரிதல் வருமிடத்திலயே ஒரு நாவல் அறிவார்ந்த நிறைவை அடைகிறது.”

இந்த விசயத்தில் நான் முழுதாக உடன்படவில்லை - ஒரு நாவலுக்குள் ஒரு தத்துவார்த்த / உளவியல் / சமூகவியல் சரடு ஓடி அது முடிவில் நிறைவை எட்டி ஒரு புரிதலை அளிக்கலாம், ஆனால் அது படைப்பாவது அப்போதல்ல, அதற்கு நிகரான ஒரு எதிர்-சரடும் அதே தீவிரத்துடன் நாவலில் ஓடி முடிவில்

முடிச்சிடும்போதே. “அன்னா கரெனினாவில்” இது உண்டு - அன்னாவின் திருமணத்துக்கு வெளியிலான பிறழ் உறவு தவறு எனும் ஒழுக்கவாதம் ஒரு சரடு எனில், அதை நியாயப்படுத்த பல சம்பவங்களை தல்ஸ்யாய் அடுக்குகிறார் எனில், அதற்கு நேர்மாறாக பிறழ்வுகளில், பைத்தியகாரத்தனங்களிலே உண்மை உள்ளது, அதுவே வாழ்க்கையை அர்த்தமாக்குகிறது எனும் எதிர்-சரடும் நாவலில் வலுவாக உண்டு. இதனால்தான் அன்னா சாகக்கூடாது, அவள் காதல் ஜெயிக்கவேண்டும் என நாம் விரும்புகிறோம், ஆனால் அது எப்படி சாத்தியமாகும் எனத் தெரியாமல் தவிக்கிறோம். அதாவது இரு தல்ஸ்தாய் குரல்கள் நாவலில் உண்டு - ஒன்று தல்ஸ்தாய் உடையது, மற்றொன்று தல்ஸ்தாயை முழுக்க மறுக்கும் மற்றொரு தல்ஸ்தோயுடையது. (இருவரில் நாம் பின்னவரையே அதிகம் விரும்புகிறோம்.) தல்ஸ்தாயின் நாவல்கள் ஒரு தெளிவில் அல்ல, தீர்க்கப்படாத கேள்விகளுடனே முடிகின்றன. அதனாலே அவை திரும்பத் திரும்ப விவாதிக்கப்படுகின்றன.

தனது *Poetics* நூலில் கிளைமேக்ஸ் பற்றி பேசும் அரிஸ்டாட்டிலும் இதையே வேறுவிதமாகக் கூறுகிறார் - ஒரு சிறிய பிறழ்வினால் எடுக்கப்படும் தவறான முடிவுகளால் ஒரு நல்லவரின் வாழ்க்கை திசை மாறி பல பிரச்சினைகள் தோன்றி இறுதியில் அவர் அழிகிறார், ஆனால் அவரது வீழ்ச்சியைக் காணும்போது நமக்கு மகிழ்ச்சியான, ஒருவித திளைப்பான அனுபவம் வாய்க்கிறது. எப்படி? துயரத்தின் உச்சத்தில் நாம் அவரிடத்தில் நம்மை வைத்துப் பார்க்கிறோம். அவரது தவறுகளில் உள்ள நியாயங்களை, அவர் எடுத்திருக்கவேண்டிய (ஆனால் எடுக்காத) சரியான முடிவுகளில் உள்ள அநியாயங்களை நாம் உணர்வுரீதியாக புரிந்து கொள்கிறோம். ஒரு நொடி நம் உலகப் பார்வை தலைகீழாகிறது. இதை மூளையால் தீர்க்கமுடியாது. இது ஒரு மனித முயற்சியை மீறிய துயரம் என உணர்கிறோம். அந்தத் தருணத்திற்கு நம்மை ஒப்புக்கொடுக்கிறோம். ஒவ்வொரு மனிதனுக்கும் இப்படிதான் ஒரு பிழைபட்ட ஆனால் அதற்கு முழுக்க பொறுப்பில்லாத ஒரு எளிய பலிகடா எனும் எண்ணம் உள்ளது. அந்த எண்ணத்தை இந்த கிளைமேக்ஸ் உணர்வுரீதியாக தொட்டு உணர்த்துகிறது. நல்லவனான ஒரு நாயகன் நெறிதவறும் போதே அந்த நாயகனாக தன்னைக் கற்பனை பண்ணச் செய்ய நம் மனம் ஆரம்பிக்கிறது.

இந்த உள்முரண் ஒரு கிளைமேக்ஸ் சிறப்பாக அமைய ரொம்ப முக்கியம். ஹெமிங்வேயின் “கடலும் கிழவனும்” நாவல் வெற்றி பெற இது ஒரு முக்கியக் காரணம் என நினைக்கிறேன் - அந்த வயதான மீனவன் தனியாக ஒரு மிகப்பெரும் சவாலை எடுத்துக் கொண்டு படகுடன் கடலுக்குப் புறப்படுகிறான். அங்கு ஒரு பெரிய மீன் காட்டியதும் இந்தத் தவறு ஒரு பெரும் பிழையாகிறது. ஆனால் அவன் துணிந்து தன் பிழையுடன் போராடுகிறான். நமக்கு அவனிடம் ஒரு கருணை பிறக்கிறது. அவன் தன் பிழையினால் தோற்கப் போகிறான் எனத் தெரிந்ததாலே இது நிகழ்கிறது. நாவலின் கிளைமேக்ஸில் அவன் மகத்துவமாய் போராடி தோற்கிறான். ஒரு பிரம்மாண்டமான மீனின் எலும்புக்கூட்டை இழுத்துக் கரைக்கு வந்து சேர்கிறான். இத்தோல்வி, வெற்றியா தோல்வியா என விளங்க முடியாத தோல்வி, அவனை ஒரு நாயகனாக்குகிறது. ஒரு இனிமையான மெலடியைக் கேட்டு நீங்கள் மனம் கசிந்திருக்கிறீர்களா, அது எப்படி நடக்கிறது? ஒரு சிறிய துக்கம் இனிமையை இன்னும் மகத்தானதாக்குகிறது. கிளைமேக்ஸும் அப்படியே இருத்தல் நலம். இந்த லேசான குழப்பநிலை, மருட்சி மிக முக்கியம் - மருட்சியும் உள்முரணுமே நம்மை உணர்வுரீதியாக அவனைப் பற்றிச் சிந்திக்க வைக்கிறது. ‘அவன் இப்படிச் செய்திருக்கலாமே, ஆனால் அப்படிச் செய்யவும் முடியாதுதானே’ என யோசிக்க யோசிக்க கோபம், வருத்தம், துக்கம் என மனம் பொருமுகிறது. நாவல் வெல்கிறது.

நாடகத்தில் இதற்கு மிகச்சிறந்த உதாரணம் ஷேக்ஸ்பியரின் “ஹேம்லெட்”.

ஒரு சட்டகத்தில் இருந்து பிறக்கும் பல கதைகள்

கதைத்திருட்டு எப்படி நடக்கிறது என்று தீபா ஜானகிராமன் எழுதியிருந்தார். எனக்கு இதற்கு ஒரு காரணம் ஒரு கதையின் பாதிப்பே தெரியாமல் அதில் இருந்து முற்றிலும் புதிய கதையொன்றை உருவாக்குவது எப்படி என்று தெரியாததாலே என்று தோன்றியது. (திரைக்கதையில் இதை எப்படிச் செய்ய வேண்டும் என பாக்கியராஜ் தன் நூலில் சொல்லியிருப்பார்.) நான் என்னுடைய நாவல் எழுதும் வகுப்பில் பாத்திரங்களை உருவாக்குவது எப்படி என விளக்கும்போது இதைச் சொல்லிக் கொடுத்தேன்.

பாத்திர அமைப்புக்கும் பாத்திர இயல்புக்குமான வித்தியாசம் என்னவென்று விளக்கிக்கொண்டிருந்தேன். ஒருவர் வேலையில்லாத இளைஞர், இன்ன வயதுக்காரர், இன்ன வர்க்கம், சாதி, மதத்தை சேர்ந்தவர், இன்னவிதமான குடும்பப் பின்னணியைக் கொண்டவர், இப்படியான தோற்றம் கொண்டவர் எல்லாம் அவரது பாத்திர அமைப்புக்கு பொருந்தும். இதை ஒரு பாத்திரத்தின் வெளிக்கூடு என்று சொல்லலாம். இவற்றைப் பரிசீலித்தாலே கதை சட்டென நம் கதையில் வந்து விழுந்துவிடும். என்னிடம் வகுப்பில் ஏதாவது ஒரு தேசலான ஒற்றை வரியை தம் நாவலுக்காக கொண்டு வருவோரிடம் மேற்சொன்ன கேள்விகளை நான் கேட்டதும் ரத்தமும் சதையுமான ஒரு பாத்திரம் கண்முன் தோன்றுவதைப் பார்த்திருக்கிறேன்.

ஆனால் இந்த வெளிக்கூடு கதை ஆகாது. பாத்திரத்தின் இயல்பு என்பதுதான் கதையின் மைய விசை. இது அப்பாத்திரத்தை செலுத்தும் தேவை, நோக்கம் என்ன என்பதுடன் பின்னிப் பிணைந்ததாக இருக்க வேண்டும்.

சினிமாவுக்கும் நாவலுக்கும் சில பொதுமைகள் உண்டு என்பதால் நான் முதலில் ஒரு சினிமா உதாரணத்தை அளித்தேன். மிஷ்கினின் "அஞ்சாதே" படத்தின் கதையைக் குறிப்பிட்டு (அம்மாணவர்களுக்கு மிஷ்கினையே தெரியவில்லை.) ஹீரோ எந்த வேலை வெட்டிக்கும் போகாதவன், அவனுக்கு எதேச்சையாக போலீஸில் வேலை கிடைத்து, அங்கு அவன் தான் பொறுப்புடன் வேலையாற்றுவதால் சமூகத்தில் எளிய மக்களுக்கு நீதி கிடைக்கும் என உணர்ந்து மற்றொருவனாக மாறுகிறான், அப்போது அவனுக்கு இப்படி ஒரு நெருக்கடி வருகிறது என்று சுருக்கமாக கதையை சொன்னேன். நான் முந்தைய வகுப்புகளில் மற்றொரு டிஸ்னி அனிமேஷன் படம் ஒன்றைப் பற்றி அடிக்கடி சொல்லியிருந்தேன். நான் சொன்ன ஹீரோ பாத்திரம் எந்தப் பாத்திரத்தை நினைவுபடுத்துகிறது, அவரும் இப்படித் தன் இயல்பான பலத்தை, திறமையை அறியாமல் தப்பித்து ஓடுபவர், குற்றவுணர்வால் உந்தப்பட்டு தலைமறைவு வாழ்க்கை வாழுகிறவர் என்று பீடிகை போட்டுக் கேட்டதும் அவர்கள் "லயன் கிங்" படத்தின் ஸிம்பா என்றார்கள். ஆம், "லயன் கிங்கின்" ஸிம்பாதான் "அஞ்சாதேயின்" சத்யா. (ஆனால் இது கதையமைப்பு மட்டுமே, அதையும் தாண்டி அந்தப் படத்தில் நிறைய மடிப்புகளும் சங்கதிகளும் உண்டு.) பிறகு நான் இந்த ஸிம்பாவை நீங்கள் அரசியல்வாதி ஆக்கினால் அவர் எப்படி ராகுல் காந்தி ஆவார் என்று சொன்னபோது மாணவர்கள் சிரித்தனர். இதே ஸிம்பாவை ஒரு பெண்ணியவாதி ஆக்கலாம், ஒரு வக்கீல், மருத்துவர் ஆக்கலாம், சமூகப் போராளி ஆக்கலாம், ஒரு விண்வெளி வீரனாகவோ போர் வீரனாகவோ விளையாட்டு வீரனாகவோ கூட ஆக்கலாம். காதலன் ஆகலாம் ("நான் ஈ"). ஸிம்பா தான் ஒரு சிங்கம் என்பதை உணர்ந்து வில்லனை வென்றுவிட்டு பின்னோக்கிச் சென்று சஞ்சலப்பட்டுக் கொண்டே இருந்தால் அது ஸ்பைடர் மேன். தான் சிங்கமாக இருப்பதால் வரும் ஆபத்துகளை உணர்ந்து சஞ்சலப்பட்டு பின்னோக்கிப் போக முயன்றால் வருவது பேட்மேன். தமிழிலும் வேறு இந்திய மொழிகளிலும் இதே பாத்திர அமைப்புடன் நூற்றுக்கணக்கான கதைகள் வந்துள்ளன என்றேன்.

இங்கு இப்பாத்திரம் தத்ரூபமாக மாற பின்னணியை மட்டும் மாற்றினால் போதாது, நோக்கத்தையும் சற்றே மாற்ற வேண்டும். தேவை அப்படியே இருக்கலாம். தன்னறிதலே தேவை, ஆனால் நோக்கம் என்பது வேலையில் முன்னேற்றம், நிறைய பணம் சம்பாதிப்பது, நீதியைப் பெறுவது, உயிரைக் காப்பாற்றுவது, காதலை அடைவது, சூழ்ச்சியில் இருந்து தன்னையோ பிறரையோ பாதுகாப்பது, இயற்கை சீற்றத்தில் இருந்து தப்பிப்பது என எண்ணற்ற வகைகளில் இருக்கலாம். அது ஒரு கொலை செய்வது, நல்ல சாப்பாடு சாப்பிடுவது, உடலுறவுக்காக ஒரு இடம் தேடுவது என மிகச் சாதாரணமாகக் கூட இருக்கலாம். இந்தப் பட்டியல் மிக நீண்டது. ஒவ்வொரு நோக்கத்தினுள்ளும் பல மாறுபாடுகள் இருக்க முடியும். நோக்கத்துடன் பொருந்தக்கூடிய வாழ்க்கைப்பின்னணி, வர்க்கம், சாதி, மதம், வயது ஆகியவற்றை திட்டமிட்டு அமைக்க வேண்டும். அப்போதே முப்பரிமாணத் தன்மை கதைக்கு கிடைக்கும்.

நாவல் என்று வந்தால் இதே 'தேவையுடன்' பெண்களை மையமாக வைத்து தமிழில் முக்கிய நாவல்கள் எழுதப்பட்டுள்ளன (தி.ஜாவின் "மோகமுள்", அ.மியின் "தண்ணீர்", அம்பையின் பல கதைகள்). தமிழிலும் பிற இந்திய மொழிகளிலும் பொதுவாக தன்னறிதலுக்கு பின்பான சரிவும், நிலையழிதலுமே பிரதானப்படுத்தப்படுகிறது. (சு.ராவின் "ஜெ.ஜெ"வில் இருந்து எஸ்.ராவின் "உறுபசி" வரை). ஸிம்பாவை மெய்யியல் தேடல் கொண்டவனின் தன்விடுதலைக் கதையாக்கினால் ஹெஸ்ஸெயின் "சித்தார்த்தா", யு.ஆர் அனந்தமூர்த்தியின் "சம்ஸ்காரா", ஜெ.மோவின் "விஷ்ணுபுரத்தில்" உள்ள துறவி பாத்திரங்கள் இருவர் வந்துவிடுவார்கள். உலகில் இருந்து காமத்தில் தன்னறிதலைப் பெறுவதே ஜி. நாகராஜனின் கதைமாந்தர்களின் அமைப்பு. பிபூதி பூஷன் சட்டோபத்யாவின் "அபராஜிதோ" ஸிம்பா ஒரு குடும்ப / காதல் பின்னணியில் தன் அலைகழிதலின் முடிவின் அமைதியைத் தேடி நிலையுறுவதைச் சொல்லும் கதை. இந்தத் தன்னறிதலை அறம், ஒழுக்கம் ஆகிய பின்னணியில் வைத்து நகரத்து மத்திய வர்க்க இளைஞர்களின் சூழலில் வைத்து இந்த விடுதலையையே பகடி செய்தால் ஆதவனின் நாவல்களும், இந்தத் தன்னறிதலில் உள்ள தன்னிலையையும் பிறருடைய தன்னிலைகளையும் கலைத்துக் கலைத்து அடுக்கினால் அது சாருவின் ஆட்டோ நரேட்டிவ் கதைகளும் ஆகிவிடும்.

நான் அண்மையில் வாசித்த “ரோஸ் மேரியின் குழந்தை” நாவலில் ரோஸ் மேரியின் தேவை தன்னையும் தன் நிம்மதியையும் யாரோ தன்னை ஒடுக்கி தன் சுதந்திரத்தை பறித்து அழிக்க திட்டமிடுகிறார்கள் எனும் பயத்தில் இருந்து விடுபடுவதே. அவளது நோக்கம் ஒரு நல்ல வசதியான வீட்டில் குடிபெயர்ந்து அங்கு தன் குழந்தையை பெற்று அதை பாதுகாப்பாக வளர்ப்பது. இந்த கதையின் ஒரு நேரடியான வடிவைவே நீங்கள் அ.மியின் “ஒற்றன்” நாவலில் பார்க்கலாம். சற்று பின்னுக்குப் போய் ஐரோப்பிய நாவல்களில் இவ்வடிவைத் தேடினால் காப்காவின் “உருமாற்றம்”, “விசாரணை” வருகின்றன. ஒரு சமூக அதிகாரம், ஒடுக்குமுறை, சமூகத்தன்னிலையுடன் ஒரு தனிமனிதனின் தன்னிலை முரண்படுவது, தன்னைப் பாதுகாப்பது என இன்னொரு தளத்தில் இந்நாவல்கள் இயங்குவதற்கு காரணம் தேவை ஒன்று, ஆனால் நோக்கம் வேறு என்பதே. மேலும் பின்னால் சென்றால் ஷேக்ஸ்பியரின் “மெக்பெத்” எனும் பிரசித்தமான நாவல் வருகிறது - அதில் மெக்பெத் எனும் தளபதி தான் மன்னனாக வேண்டும் எனும் நோக்கில் ஒரு கொலை செய்கிறான், ஆனால் அதன் பிறகு தன் அரியணையைக் காப்பாற்றிக் கொள்ள ஒரு தேவை ஏற்படுகிறது - அவனை யார் பழிவாங்குவார்கள் என சூனியக்காரிகளின் அசரீரி கூறிவிட்டதால் அவன் பீதி கொள்கிறான். இதுவே அவனை ஒரு ரத்தக்களரியில் ஈடுபட்டு ரத்த அகழியில் நீந்த வைக்கிறது. இறுதியில் அவன் வீழ்த்தப்படுகிறான். இதே மெக்பெத் நவீன பெண்ணிய சிந்தனை கொண்ட இளம் பெண் ஆனால், அவள் திருப்பி அடிக்க திறனற்றவளாக இருந்தால். அது ரோஸ்மேரியின் பாத்திரமாகிறது.

இப்படி என்னவொரு மாறுபட்ட கதைகளின் தொகுப்பு இதுவென பாருங்கள்.

நாவலின் பிரம்மாண்டமான வடிவம் ஒரு கதைச்சரடை மறைத்து வைத்து மற்றொன்றாக மாற்ற சௌகர்யமானது. ஆனால் திரைக்கதைக்கோ குறுநாவலுக்கோ அப்படி அல்ல. அங்கு நீங்கள் நிறைய மெனெக்கெட வேண்டும். கற்பனையை செயல்படுத்த வேண்டும். மெனெக்கெடாதவர்கள், கற்பனை இல்லாதவர்கள், இந்த கதை நுட்பம் அறியாதவர்களே கதைத்திருட்டு விவகாரத்தில் ஈடுபட்டு மாட்டிக்கொள்கிறார்கள். இவர்களே ரொம்ப தேய்வழக்கான கதைகளை திரும்பத்திரும்ப சினிமாவாக்குகிறார்கள், வெகுஜன கதைகளாக்குகிறார்கள்.

இதன் அடிப்படையைப் புரிந்து கொள்ள நான் பரிந்துரைக்கும் நூல் விளாடிமிர் புரோப்பின் *The Morphology of the Folktale.* ஐரோப்பாவில் உள்ள பல்வேறு நாட்டார் கதைகளை எடுத்துக்கொண்டு அவற்றின் வடிவ ஒற்றுமைகளைக் கண்டறிந்து பட்டியலிடும் புரோப் முப்பத்தோரு அடிப்படையான அங்கங்களைப் பட்டியலிட்டு இவற்றை செயல்பாடுகள் *(functions)* என்று அழைத்தார். இந்த அங்கங்களுக்குள் பலவகைப்பட்ட வடிவங்கள் உண்டு. இவற்றைப் படித்துப் பார்க்க வியப்பாக இருக்கும். நமது சினிமா, நாவல், விளம்பரக் கதைகள் பலவும் இந்த 'செயல்பாடுகளை' மாற்றி மாற்றி அமைத்தால் வருவன தாம். நாம் எழுதும் கதைகளுக்குள் சரியான துவக்கமோ முடிவோ வரவில்லை என்றால் இந்த நூலைப் படிக்கும்போது புதிய ஐடியாக்கள் கிடைக்கும்.

நாவல் எழுத சில எளிய குறிப்புகள் (1)

சமீபத்தில் ஒரு நண்பர் தான் எழுதி வரும் நாவலைப் பற்றி பேசினார். "எவ்வளவு பக்கம் எழுதியிருக்கீங்க?"

"ஒரு நூறு பக்கம் போல"

"இன்னும் எவ்வளவு பக்கம்?"

"30 பக்கம்."

நான் அவரிடம் கூடுதலாய் ஒரு 120 பக்கங்களாவது எழுதக் கேட்டுக்கொண்டேன். இரண்டு காரணங்கள்.

நாவல் என்பதன் சுவாரஸ்யம் கதையில் இல்லை. சிறு சிறு சம்பவங்களை நுண் தகவல்கள் கொண்டு விரித்தெழுதுவதிலே உள்ளது. அதைத்தான் வாசகன் சிலாகிக்கிறான். தல்ஸ்தாய் தனது "போரும் வாழ்வும்" நாவலின் துவக்கத்தில் ஒரு பிரபுக்குடும்பத்தில் நடக்கும் விருந்தைப் பற்றி விரிவாக எழுதுவார். அதை இளமையில் படிக்கும் போது எனக்கு அவ்வளவு குதூகலமாய் இருந்தது. கதை சொல்வதில் குறியாக இருக்கும் சில எழுத்தாளர்கள் "விருந்து கோலாகாலமாய் நடந்து முடிந்தது" என ஒற்றை வரியில் அதை கடந்து விடுவார்கள். அது நாவல் எழுத்துக்கு நேர் எதிரான பாணி.

ஜெயமோகன் தன் "காடு" நாவலில் மையப் பாத்திரம் காட்டில் தொலைந்து போகும் இடத்தை ஒரு தனி அத்தியாயமாய் எழுதியிருப்பார். அது போல் பல்வேறு சிறு சிறு காட்சிகளை

அபாரமான நுண் விவரங்களுடன் கவித்துவத்துடன் விரித்து எழுதியிருப்பார். இக்காட்சிகளையே வாசகர்கள் கொண்டாடினார்கள். அந்நாவலின் கதையை நீங்கள் மூன்று அத்தியாயங்களில் முடித்து விடலாம். ஆனால் மூன்று அத்தியாயங்களை 25 அத்தியாயங்களாய் இலை விரித்து விருந்து பரிமாறுவதுதான் நாவல் எழுத்து.

சுருக்கமான நாவல்கள் சாத்தியமே. ஆனால் அசோகமித்திரன் போன்ற அபாரமான கலைஞர்கள் மட்டுமே "கரைந்த நிழல்கள்" எழுதி வெற்றி பெற முடியும். அந்நாவலில் அவர் 30 பக்க அத்தியாயத்தை 8 பக்க அத்தியாயமாய் சுருக்கி இருப்பார். வாசிக்கையில் நம் மனதில் சிறு அத்தியாயங்கள் ஒரு பறவை இறகுகளை தடதடத்து விரிப்பது போல் அகன்று விஸ்தாரமாகும். அதாவது அசோகமித்திரன் 150 பக்க நாவல் எழுதுவதில்லை. 300 பக்கங்களை 150 பக்கங்களாய் சுருக்குகிறார். அவரை அடுத்து இந்த கலை கைவரப்பெற்றவர் இமையம் மட்டுமே. மற்றவர்கள் விரிவாய் எழுத முயல்வதே பாதுகாப்பானது.

நாம் கணினியில் எழுதும் நாவல் பிரசுரமாகும்போது 30% பக்கங்கள் எண்ணிக்கையில் குறைந்து விடும். கையெழுத்துப் பிரதி என்றால் இன்னும் குறையும். 100 பக்கங்கள் 60 பக்கங்களாகும். இப்படி எழுதிவிட்டு தாராளமாய் நீங்கள் அந்தப் பிரதியை திருத்தவும் தேவையில்லாத இடங்களை அகற்றவும் முடியாது. ஆனால் 250 பக்கங்கள் எழுதிவிட்டு 180 ஆக சுருக்கலாம்.

நான் மேலே குறிப்பிட்ட நிலைமை எதார்த்த / இயல்புவாத எழுத்தாளர்களுக்கு மட்டுமே. சாருவைப் பின்பற்றி எழுதி வரும் இளம் (பின்நவீனத்துவ) எழுத்தாளர்களுக்கு பொருந்தாது. அவர்களின் நாவல் மெர்குரியைத் தரையில் சிந்தியதுபோல் இயல்பாகவே நெகிழ்வாக வடிவமற்ற வடிவம் கொண்டதாய் இருக்கும். நீண்ட கவிதையுடன் இந்நாவல்களை ஒப்பிடலாம். ஆக, அவர்கள் நாவல்கள் 100 பக்கங்கள் என்றாலும் கூட மனதுக்குள் விரிவு பெறும்.

தற்போதைய இளம் எழுத்தாளர்களில் விநாயக முருகன் இயல்பிலேயே விரிவான களத்துடன் நாவல் எழுதக் கூடியவர். காரணம் அவர் (சமகால) வரலாற்றை எடுத்துக் கொள்வது. வரலாறு ஒரு நாவலுக்கு சுலபத்தில் நாவலுக்கான இயல்புகளை

கொடுத்துவிடும்.

ஆனால் கடந்த பத்து வருடங்களில் நாவலைப் புதிதாய் எழுத முயல்கிறவர்கள் ஒன்று சிறுகதை அல்லது கவிதை வடிவில் அதிகம் பழகுகியவர்கள். அல்லது பேஸ்புக்கில் சிறு சிறு பத்திகளாய் எழுதுகிறவர்கள். அவர்கள் நாவல் என்பது சற்றே பெரிய கதை என தவறாகப் புரிந்து கொள்கிறார்கள். கதையை வேகமாய் சுவாரஸ்யமாய் நகர்த்த எத்தனிக்கிறார்கள். இது சிறுகதையின் அல்லது பேஸ்புக் கதையின் பார்முலாவை நாவலில் பிரயோகிப்பதாகும். இம்முயற்சிகள் வெற்றி பெறாது!

நாவல் எழுத சில எளிய குறிப்புகள் [2]

ஒரு சம்பவத்துக்கும் கதைக்குமான வித்தியாசம் என்ன?

சம்பவங்கள் - ஒரு ஊரில் ஒரு ராஜா இருந்தார். அவர் தன் ராணியை மிகவும் நேசித்தார். ஒரு நாள் ராணி இறந்து போனாள். அதைத் தொடர்ந்து ராஜா இறந்து போனார்.

கதை - ஒரு ஊரில் ஒரு ராஜா இருந்தார். அவர் தன் ராணியை மிகவும் நேசித்தார். ஒரு நாள் ராணி இறந்து போனாள். அந்த துயரம் தாளாது ராஜாவும் உடனே இறந்து போனார்.

நாவலாசிரியர் இம்.எம் பார்ஸ்டர் இவ்வாறு இரண்டுக்குமான வேறுபாட்டை விளக்குகிறார். கதைக்குக் "காரணம்" முக்கியம். ஒரு சிறு நிகழ்வு மற்றொன்றுக்கான தூண்டுகோலாய் இருப்பது முக்கியம். ஒரு கதைக்குள் பல சம்பவங்கள் ஒன்று ஒன்னொன்றைத் தூண்டுகின்றன. "அடுத்து என்ன?" என்பது கதையில் முக்கியமான கேள்வி.

ஒரு கதைக்கும் சிறுகதைக்குமான வித்தியாசம் என்ன?

கதைகளை நாம் நாளிதழ்களில் (தந்தி), அன்றாட உரையாடல்களில் (முகநூல்) காணலாம். அ வில் இருந்து ஆ, அதில் இருந்து ஆ இ, இ ஈ என சிறுசிறு திருப்பங்களால் ஆனது ஒரு கதை.

ஆனால் சிறுகதை இதன் சற்றே மேம்பட்ட வடிவம். ஒரு சிறுகதையில் சிறு சிறு திருப்பங்கள் கோக்கப்பட்டு ஒரு பெரிய

எதிர்பாரா திருப்பம் நோக்கிச் செலுத்தப்படும். இந்த இறுதித் திருப்பம் மொத்தக் கதைக்கும் ஒரு தனித்துவமான பார்வையை, இலக்கை, நிறத்தை, தொனியை, புரிதலை, அவதானிப்பை, திறப்பை அளிக்கும். ஜெயமோகன் ஒருமுறை குறிப்பிட்டதுபோல இருளில் ஒரு டார்ச்சை அடிப்பது போன்றது சிறுகதை.

கு. அழகிரிசாமியின் "ராஜா வந்திருக்கிறார்" ஒரு நல்ல உதாரணம். அந்தக் கதையின் மாந்தர்கள் ஏழைப் பிள்ளைகள். அவர்களுக்கு தீபாவளி கொண்டாட வருமானம் இல்லை. இந்த முறையாவது தம் பணக்கார நண்பனுக்கு இணையாகப் பட்டாசு வெடித்து விருந்துண்ண இயலுமா? அப்போது அங்கு ஒரு சிறுவனின் வருகை நேர்கிறது. அவன் அவர்களைவிட ஏழ்மையில், உடம்பெல்லாம் சொறியாய், மிக மோசமான அவல நிலையில் இருக்கிறான். இது ஒரு சிறு திருப்பம். சிறுவர்களின் தாய் அவனை ஏற்றுக் குளிப்பாட்டி உணவும் ஆடையும் அளிக்கிறாள். அது மற்றொரு திருப்பம். ஏழ்மையின் விளிம்பில் இருந்தாலும் மனதளவில் அவர்கள் செல்வந்தர்களாய் இருக்கிறார்கள். எதேச்சையாய் அந்தச் சிறுவனின் பெயரும் "ராஜா" என ஆகிறது. அவனுடன் தீபாவளி கொண்டாடுகிறார்கள் அவர்கள். அவர்களின் பக்கத்து வீட்டு செல்வந்த நண்பன் தனது தீபாவளி நாளின் விசேசங்களை அவர்களிடம் பட்டியலிடுகிறான். இந்த ஏழைப்பையன்கள் இப்போது உற்சாகமாய் கோருகிறார்கள்: "உன்னிடம் இதெல்லாம் தானே இருக்கிறது. எங்கள் வீட்டுக்கு ராஜாவே வந்திருக்கிறார்." ராஜா என்பது ஒரு உருவகமாய் மாறுகிறது. கதையின் இந்த இறுதி முடிவு, திருப்பம் அதற்கு மிகுந்த வெளிச்சம் அளிக்கிறது. இந்த முடிவில் இருந்து மொத்தக் கதையையும் மீள வாசிக்கும் சாத்தியம் உண்டாகிறது.

இதுவே ஒரு கதைக்கும் சிறுகதைக்குமான வித்தியாசம்.

ஐரோப்பிய புத்தொளி காலத்தில் இருந்து திரண்டு உருவானது சிறுகதை. அறிவு, ஞானம், கல்வி, உழைப்பு, தேடல் ஆகியவற்றின் முடிவில் ஒரு திறப்பு, புரிதல், கண்டுபிடிப்பு, பொக்கிஷம் உண்டு என ஐரோப்பியர்கள் நம்பினர். விஞ்ஞானத்தை, பகுத்தறிவை, அறிவை, சாகசங்களை, நிலம் மற்றும் கடல் வழி புதிய தேசங்களைக் கண்டடைவதை அவர்கள் கொண்டாடினர். பதினாறாம் நூற்றாண்டுக்குப் பின் ஐரோப்பிய சமூகங்களின்

பெரும் வெற்றிகளின் அடிப்படை இந்த நம்பிக்கையே. இருண்ட வானில் ஒரு ஒளிக்கதிர் தோன்றுவதுபோல வாழ்க்கையில் அறிதல் நேரும், வெற்றிக் கனியும், செல்வமும் அதிகாரமும் பெருகும். அதைக் காண போராட வேண்டும்; தனித்துவமான பார்வை வேண்டும் என அவர்கள் நம்பினார்கள். பண்பாட்டில் இந்தப் பார்வையின் ஒரு நீட்சியே சிறுகதை. வாழ்க்கைப் பயணம் எதிர்பாராத, எதிர்பார்க்கக் கூடிய திருப்பங்கள் / முடிவுகள் கொண்டது என்பது போன்றே சிறுகதையின் திருப்பங்களும் அமைகின்றன.

பின்நவீனத்துவக் கதைகள் இந்தப் புத்தொளி / நவீனத்துவ காலகட்டத்தின் முடிவைப் பறைசாற்றுகின்றன. அவற்றில் முடிவு முடிவாய் இருப்பதில்லை. முடிவு துவக்கமாய் மாறுகின்றன (போர்ஹெவின் கதைகள், தமிழில் ஜெ.பி. சாணக்யாவின் படைப்புகள் உதாரணம்). கதையின் மொழி மீதான பகடியாய், விமர்சனமாய்க் கதை எழுதக் கோருகிறது பின்நவீனத்துவம். ஏனெனில் நாம் வாழும் இக்காலகட்டம் வாழ்க்கையை துவக்கம், மையம், முடிவு கொண்ட ஒரு பயணமாய்ப் பார்க்க மறுக்கிறது. வாழ்க்கைக்கு அர்த்தபூர்வமான, நிறைவு வரும் ஒரு இலக்கு இல்லை என்கிறது பின்நவீனத்துவம். இருள் ஒளி, ஞானம் அஞ்ஞானம், அழிவு வளர்ச்சி ஆகிய இருமைகளை அது மறுதலிக்கிறது. ஆக, இருளின் முடிவில் விடியலின் வடிவில் ஒளிச்சுடர் மலரும் என அது கோருவதில்லை. ஆகையால் பின்நவீனத்துவக் கதைகளின் வடிவமும் வடிவமற்ற ஒரு வடிவமாய் மாறுகிறது.

இனி அடுத்த கேள்வி:

ஒரு சிறுகதைக்கும் நாவலுக்குமான வித்தியாசம் என்ன?

நாவல் என்பது ஒரு பெரிய கதை அல்ல. அது 100-300 பக்கங்கள் வரை நீளும் ஒரு சிறுகதை அல்ல. பக்க அளவைக் கடந்து இரண்டுக்கும் ஒரு பிரதான வித்தியாசம் உள்ளது.

திறப்பு, புரிதல், எதிர்பாரா முடிவுகள் நாவலுக்கு முக்கியமல்ல. நாவலுக்கு மூன்று விசயங்கள் முக்கியம்:

1) காலம்
2) வெளி
3) தகவல்கள்

சிறுகதையின் மைய தொனி கூர்மை எனில், நாவலின் மைய தொனி பிரம்மாண்டம்.

ஒரு வாசகன் ஏன் நாவலை வாசிக்கிறான்?

வாழ்வின் பிரம்மாண்டத்தை, சிக்கல்களை தரிசிக்க நாவல் உதவுகிறது.

காலத்தையும் வெளியையும் நீட்டிப்பதே நாவலின் நோக்கம்.

அதை எப்படி ஒரு நாவலாசிரியன் சாதிக்கிறான்?

சிறு சிறு சம்பவங்களை ஒன்றில் இருந்து இன்னொன்று தூண்டப்படுவதாய் அமைக்காமல், ஒவ்வொன்றுக்குள்ளும் வாசகனை ஆழமாய் உறைய வைப்பது நாவலாசிரியரின் பணி.

தல்ஸ்தாயின் “அன்னா கரெனினா” நாவலில் தன் மனைவியின் பிரவசத்தின் போது நாயகன் லெவின் அனுபவிக்கும் தவிப்பை அவர் ஒரு தனி அத்தியாயமாய் எழுதி இருப்பார். விரிவாக்குவதற்கான, அகண்ட கேன்வாஸில் வரைவதற்கான எந்த சிறு வாய்ப்பையும் ஒரு நல்ல நாவலாசிரியன் தவற விட மாட்டான். ஒரு மோசமான நாவலாசிரியன் இது போன்ற முக்கியத் தருணங்களைச் சுருக்கமாய்ச் சொல்லிக் கடந்துவிடுவான்.

அதாவது, நடப்பு வாழ்வில் இத்தகைய அனுபவங்களின்போது நீங்கள் காலம் வேகமாய் கடந்து விடுவதாய் உணர்வீர்கள். நாவலில் இந்த காலத்தை நிறுத்தி வேகத்தை மட்டுப்படுத்தி அதை அணுக்கமாய் நுணுக்கமாய் அகண்டதாய் நம்மை உணரச் செய்கிறார் ஆசிரியர். நாவலில் காலம் உறைந்து நிற்கிறது; காலம் நகர்வதே தெரியாமல் காலம் நகர்கிறது. ஒரே சமயம் இது மிக சுவாரஸ்யமாகவும், இன்னொரு பக்கம் காலம் வேகமாய்ச் செல்லாமல் இருப்பினும் அலுப்பேற்படாத விசித்திர நிலையும் தோன்றுகிறது. தாமரை இதழ் நீர்த்துளி போல் நிலைத்து தளும்புகிறது காலம்.

நாவலின் லயிப்பே இதில் தான் உள்ளது. வாசகன் ஒரு கதையையோ திருப்பத்தையோ அல்ல சிறு சிறு தருணங்களில் மூழ்கித் தன்னை இழப்பதையே விரும்புகிறான். பல சமயங்களில் நாவலில் கதையின் நகர்வே முக்கியமல்ல. இன்றைய இளம் எழுத்தாளர்களில் சிலர் இந்த வித்தியாசத்தை உணர்வதில்லை. அவர்கள் தம் நாவலிலும்

(சிறுகதை போல) கதையை நேர்கோட்டில் கூர்மையாய் சுருக்கமாய் வேகமாய் நகர்த்தவே பிரத்தனிக்கிறார்கள்.

மீண்டும் ஒன்றை இங்கு வலியுறுத்த வேண்டும். நாவலுக்கு அதன் பக்க அளவோ பருமனோ அல்ல விரிவை அளிப்பது. சுருங்க கச்சிதமாய் நாவல் எழுதின சு.ரா, அசோகமித்திரன், இன்று அவ்வாறு எழுதும் இமையம் போன்றோரும் நிறைய நுணுக்கமான தருணங்களை கண்ணிவெடிகள் போல் புதைத்தபடியே செல்கிறார்கள். நம் கற்பனையில் விரிந்து வெடிக்கும் சக்தி மிக்க சிறு அத்தியாயங்களை அவர்கள் கலைநுட்பத்துடன் படைக்கிறார்கள். இது மிக மிக சிரமமான காரியம். நீங்கள் அதி அற்புதக் கலைஞனாய் அல்லாத பட்சத்தில் இவ்வளவு ஒடுக்கமான எழுத்து வடிவுக்குள் இத்தனை பிரம்மாண்டமான சிக்கலான சித்திரத்தைக் கொடுக்க இயலாது. (ஆகையால் நம்மைப் போன்ற எளிய ஜீவன்கள் இவர்களைப் பின்பற்றி கிணற்றுச்சுவரில் ஏறி நின்று தீம்தரிகிட தோம் பயிலும் சாகசத்தை முயலாதிருப்பது நலம்.)

அடுத்து, வரலாறு ஒரு நாவலுக்கு சுலபமாய் பிரம்மாண்டத்தை, விரிவை அளிக்கிறது. நீங்கள் ஒரு வரலாற்றுச் சம்பவத்தை எடுத்து எழுதத் துவங்கியதுமே உங்கள் கதை சுலபத்தில் நாவல் வடிவுக்குள் வந்து பொருந்திவிடுகிறது. நிகழ்கால வரலாற்றை எழுதினால் கூட இது சாத்தியப்படும் என்பதற்கு விநாயக முருகனின் “ராஜீவ் காந்தி சாலை” ஒரு உதாரணம்.

வெளியைப் பற்றின விவரணைகளும் முக்கியம். நகரப்பரப்பு, கிராமம், பயணத்தின் போதான புது இடங்கள் என நாவலில் வெளி இடம்பெறப் பெற பிரதி விரிவு கொள்கிறது. இதனாலே பயணம் என்பது எல்லா நாவலிலும் முக்கியக் கருவியாய் இருக்கிறது. “பொன்னியின் செல்வன்” எடுத்துக்கொண்டால் கணிசமான நாவல் பயணித்தால்தான் விகாசம் கொள்கிறது.

நிறைய தகவல்களைத் தொடர்ந்து அளிப்பது நாவலுக்கு சுவை சேர்க்கிறது. அதை பிரமிக்கத்தக்கதாய் ஆக்குகிறது. “விஷ்ணுபுரம்” நாவல் ஒரு நல்ல உதாரணம்.

நாவல் எனும் வடிவம் தொடர்கதையில் இருந்து தோன்றியது. இதனாலே குறுகிய காலப்பொழுதில் நெடிய காலப்பொழுதை உணர்வது நாவலுக்கு முக்கியமாகிறது. ஐரோப்பாவில் ஆரம்ப

கால நாவல்கள் தொடர்ந்து பத்திரிகைகளில் வெளியானதால் நடப்பு சமூகப் பிரச்சினைகளைப் பேசுவதற்கான வலுவான ஊடகமாகவும் அது ஆகியது.

இருபதாம் நூற்றாண்டின் ஆற்றல் மிக்க எழுத்து வடிவமாய் நாவல் உருவானது இப்படித்தான்.

நான் இங்கு முன்வைத்திருப்பது நவீனத்துவ செவ்வியல் நாவலுக்குரிய அழகியல். பின்நவீனத்துவ நாவலாசிரியர்கள் காலத்தைச் சுழல் வட்டப்பாதையாக கற்பித்து, அதை மேலும் மேலும் சிக்கலாக்கும் நோக்கில் நாவலை வனைவார்கள். அவர்களின் ஆர்வம் முழுக்க காலத்தின் சுழன்று சுழன்று போகும் போக்கிலும், மொழிக்குள் நம் எதார்த்தம் கட்டமைக்கப்படும் விதத்திலுமே இருக்கும். இதை தெளிவாய்ப் புரிந்து கொள்ள எஸ்.ராவின் "நெடுங்குருதி", ஜெ.மோவின் "விஷ்ணுபுரம்" ஆகிய நாவல்களைப் படிக்கலாம். பின்நவீனத்துவ நாவலின் அடிப்படையான தொனி மற்றும் அரசியலை அறிய சாருவின் எந்தப் படைப்பும் உதவும். அதை விட சிறப்பு சாருவை நேரடியாய் அணுகி அவரை அருகிருந்து கவனிப்பது. சாருவே ஒரு நடமாடும் புனைவுதான்.

அவரே ஒரு தொடர்ந்து நிகழும் நாவல்தான் என்பது என் நம்பிக்கை.

தமிழில் தன் இணைய பதிவுகளைத் தொகுத்து சில மாற்றங்களுடன் நாவலாய் வெளியிட்ட ஒரே எழுத்தாளர் சாரு மட்டுமே. அப்படி அவர் இதுவரை தொகுக்காதவை கூட நாவல்தான்.

சாரு இதுவரை எழுதிய கடிதங்கள், இணையதள குறிப்புகள், அவரைப் பற்றின அவரது நண்பர்களின் தொன்மங்கள், அவரைப் பற்றி அவரே வெளியிடும் தொன்மங்கள், அவரது இணையதள கட்டுரைகள் இவற்றை தொடர்ந்து நிகழும் முடிவற்ற, நூல் வடிவில் பிரசுரமாகாத ஒரு பின்நவீனத்துவ நாவலின் வெவ்வேறு அத்தியாயங்கள் என்பேன். இப்படிப் பார்க்கையில், நாவலின் வடிவம், காலம் ஆகியவை எப்படி இன்று துண்டுபட்டதாய் எல்லையற்றதாய் உள்ளது என்பதை நாம் உணரலாம். இன்றைய காலம் அப்படியானது.

பின்நவீனத்துவ நாவல்களை ஆங்கிலத்திலோ தமிழ்

மொழியாக்கத்திலோ வாசிக்க விருப்பம் உள்ளவர்களுக்கு மார்க்வெஸின் "நூற்றாண்டுகளின் தனிமை" நாவலை பரிந்துரைக்கிறேன். அதை விட சிக்கலான ஒரு நாவலை எதிர்கொள்ள தயாரா? யுவான் ரூல்போவின் "பெட்ரோ பராமோ" நாவலை படியுங்கள்.

கதைகூறலில் மார்க்வெஸ், போஹெஸை விட அதிகமான உடைப்புகளை ஏற்படுத்தியவர் ரூல்போ. இவர் ஆள் ஒரு ஜீனியஸ். (தமிழில் ஜெ.பி சாணக்யா மேற்கோள்குறிகளை மிகவும் கலைநுட்பத்துடன் பயன்படுத்தி கதையில் புது பரிமாணங்களை மலர வைக்கும் அனாயசத்தை ரூல்போவிடம் இருந்தே கற்றுக் கொண்டு தன் சிறுகதைகளில் வெற்றிகரமாய் செய்து பார்த்திருக்கிறார்.)

இதை இன்னும் சற்று விளக்குகிறேன். நான் இந்த கட்டுரையில் பயன்படுத்துவது தன்னிலையா படர்க்கையா? ஆழ்ந்து நோக்கினால் இதை சுலபமாய் வரையறுக்க முடியாது என்பதை உணர்வோம். நான் தன்னிலையிலும் படர்க்கையிலும் மாற்றி மாற்றி இங்கு எழுதுகிறேன். ஆனால் மேற்கோள் குறிகளை பயன்படுத்துவதில்லை. ஒரு உபகருத்து எழும் போது அதை அடைப்புக்குறிகளுக்குள் தருகிறேன். நான் இங்கு எழுதுவன என் மனதில் எழும் கருத்துக்கள் எனில் அவற்றை ஒரு பாத்திரத்தின் மனப்பதிவுகளாய் கருதி ஏன் மேற்கோள் குறிகளுக்குள் தரக் கூடாது? ஏனெனில் கட்டுரையாளன் பாத்திரம் அல்ல என சொல்வீர்கள். அதில் எந்தளவுக்கு உறுதியாய் உள்ளீர்கள்? ஏன் நான் இவ்வளவையும் ஒரு கற்பனையான நிலைப்பாட்டை எடுத்து, உங்களிடம் ஒரு தீவிர தொனியை பாவனை செய்து சொல்லக் கூடாது? ஏன் இக்கருத்துக்கள் எதிலும் எனக்கு நம்பிக்கை இல்லாமல் இருக்கக் கூடாது? நாவலில் ஆசிரியர் கூற்று இக்கட்டுரையின் வாக்கியங்கள் போன்று நேரடியாகவும் (ஆகையால் அவை உண்மை என்றும்), பாத்திரங்களின் கூற்று மேற்கோள் குறிகளுக்குள் (அவை கற்பனையானவை எனும் மறைமுக கோரலுடன்) தரப்படுகின்றன.

பின்நவீனத்துவம் எல்லா மொழி வெளிப்பாடுகளையும் புனைவாய் காணும் விளையாட்டுத்தனம் மிக்கது. ரூல்போ தன் நாவலில் நேரடிக் கூற்றுகளையும் மேற்கோள் குறிகளுக்குள் தருவார்.

"பெட்ரோ பரோமாவில்" ஒரு பாத்திரத்தின் வசனத்துக்குள் ஒரு கதை வருகிறது அக்கதையும் கதை எனும் தோற்றம் இன்றி வருகிறது. மிக சுளுவாய் வசனத்துக்குள் வசனங்கள் வருகின்றன. முதல் வசனம் பாத்திரத்தின் கூற்று. அதனுள் வரும் வசனம் அப்பாத்திரம் நினைவில் மீட்டும் மற்றொரு பாத்திரத்தின் கூற்று. இப்பாத்திரம் இன்னொரு பாத்திரம் பற்றிப் பேச கூற்றுக்குள் கூற்றுக்குள் கூற்று வருகிறது. ஒற்றை இரட்டை மேற்கோள்குறிகளை ரூல்போ பயன்படுத்தினாலும் ஒரு கட்டத்தில் வாசகனுக்கு எல்லாமே குழப்பமாகிறது. இந்தப் பாத்திரங்கள் இறந்தவர்களின் குரல்கள் அல்லது அவ்வாறு நம்பப்படுகிறது. இவர்களின் கதையை சொல்லும் கதைசொல்லியோ இவர்களுக்கெல்லாம் மையமான ஒரு ஏற்கத்தக்க உண்மை விளம்பியோ இந்நாவலில் இல்லை.

வழக்கமாய் எதார்த்த நாவல்களில் கடந்த காலமோ நிகழ்காலமோ கதைசொல்லியாய் கூறப்படும்போது அது நம்பத்தக்கதாயும், கதைக்குள் வரும் பாத்திரம் கடந்த காலச் சம்பவங்களை வர்ணிக்கையில் அது மாற்றுக்குறைவானதாகவும் இருக்கும். மேற்கோள் குறிகளுக்கு வெளியே இருப்பவை உண்மை, உள்ளே இருப்பவை புனைவு எனும் மறைமுக விதிமுறை அல்லது புலனாகா நம்பிக்கை ஒன்று நாவல் வாசிப்பில் செயல்படுகிறது. இந்த கட்டமைப்பை ரூல்போ தகர்க்கிறார். இதன் மூலம் காலத்தை விடுவித்து காற்றுபோல் உலவ, சுழன்றடிக்க, எங்கும் நுழைந்து நிறைய விடுகிறார் ரூல்போ. வாசகனுக்கு அபாரமான அக சுதந்திரம், சிலிர்ப்பு, வியப்புணர்வெல்லாம் இந்நாவலைப் படிக்கையில் ஏற்படுகிறது. காலத்தின் மீதான தம் பார்வையை மார்க்வெஸூம், போர்ஹெஸூம் கதைக்களன் வழியாய் வெளிக்காட்ட, ரூல்போவோ அதை கதைசொல்லும் மொழியிலேயே சித்தரித்துக் காட்டுகிறார்.

நவீனத்துவ நாவலுக்கும் பின்நவீனத்துவ நாவலுக்குமான முக்கிய வித்தியாசம் என இதைச் சொல்லலாம். செவ்வியல் மற்றும் நவீனத்துவ நாவலும், இன்றைய பின்நவீனத்துவ நாவலும் காலத்தை சித்தரிப்பதில் ஒரே போல் அக்கறை கொள்கின்றன (நாவலுக்கு விரிவை, சிக்கலை, பிரம்மாண்டத்தை அளிக்க). ஆனால் நவீனத்துவ நாவல் அளவுக்கு பின்நவீனத்துவ நாவல் வெளியைப் பொருட்படுத்துவதில்லை.

ஆனால் அன்றில் இருந்து இன்றுவரை நாவலின் நோக்கம் ஒன்றுதான். அது மாறவில்லை. அது காலமற்ற காலத்துக்குள், எல்லையற்ற வெளிக்குள் உங்களை குடியிருக்க செய்வது.

புனைவின் பல வாயில்கள்

அ. முத்துலிங்கம் ~ ஜெயமோகன் நேர்காணலில் இருந்து ஒரு கேள்வியும் பதிலும் பகுதியை கார்ல் மார்க்ஸ் தன் பேஸ்புக் பக்கத்தில் எடுத்துப் போட்டு சிலாகித்திருந்திருந்தார். அதில் அ.முத்துலிங்கத்தின் எழுத்தில் வரும் நுட்பமான அவதானிப்புகளைப் பாராட்டிவிட்டு, அவரது எழுத்தில் ஏன் படிமங்கள் வருவதில்லை என ஜெயமோகன் வினவுகிறார். அதற்கு முத்துலிங்கம் சொல்லும் பதிலுக்கு செல்லும்முன் அதென்ன ஜெ.மோ. சொல்லுகிற "படிமம்" என நாம் விளங்கிக் கொள்ள வேண்டும்.

அசோகமித்திரனின் "தண்ணீர்" நாவலில் நீர் ஒரு குறியீடு. நீரின் கழிவு கலந்த தன்மை, எதையும் தன்னில் கலந்து அழுக்காகும் போதும் ஓரிடத்தில் நின்றுவிடாமல் ஓடிக்கொண்டே இருக்கிற அதன் நீர்மை, அந்த நீர்மையின் பெண்மை என பல விசயங்களைக் குறிக்கும் ஒரு குறியீடு. இன்னும் துல்லியமாகச் சொல்வதானால் நாவலின் நாயகி தன் அந்தக் குறியீடு. சு.ரா.வின் "ஒரு புளியமரத்தின் கதையில்" அந்த மரம் ஒரு உருவகம் - அது மாறும் உலகில் மாறாமல் இருக்கும் காலத்தைக் குறிக்கிறது. அந்தப் புளிய மரத்தைக் கொண்டு சு.ரா. மனித எத்தனங்களின் அபத்தத்தைச் சுட்டுகிறார். குறியீட்டுக்கும் உருவகத்துக்குமான முக்கிய வித்தியாசம் இரண்டாவது ஒற்றைத்தன்மை கொண்டது

என்பது.

நம்முடைய கதைகளில் இப்படி அவ்வப்போது குறியீடுகளும், பெரும்பாலும் உருவகமும்தான் வரும். இப்படி ஒன்றை மட்டும் குறிப்புணர்த்தாமல் பலவற்றையும் பிரதிபலிக்கத்தக்கதாக, பிரதியின் வரம்புகளுக்குள் அடைபடாமல் தோன்றுவதே படிமம். பாஷோவின் ஹைக்கூக்களில் பல படிமங்களைக் காணலாம். சினிமாவிலும் படிமங்கள் அதிகம் (குரசாவோ உடனே நினைவுக்கு வருகிறார்). தஸ்தாவஸ்கியின் “வெண்ணிற இரவுகளில்” நகரத்துக் கட்டடங்கள் ஒரு படிமமாகவே எனக்குத் தோன்றின. அவற்றை மட்டும் தனியாக வாசித்து நாவலை கதைக்களத்துக்கு அப்பாலான ஒன்றாக எடுத்து செல்லலாம். நாவல்களில் இப்படி கதைக்களனை மீறிய அணியை (*figure of speech*ஐ) படிமமாக அடையாளம் காணலாம். ஹைக்கூக்களில் ஒரு படிமமே ஒரு முழுக்கவிதையாகி விடும் (பாஷோவின் *plop* கவிதையை கூகிள் பண்ணுங்கள்.) ஜெயமோகனின் மிகக்கவித்துவமான சில சிறுகதைகளில் (“நைனிட்டால்” போல தொண்ணூறுகள், ரெண்டாயிரத்தின் துவக்கத்தில் அவர் எழுதியவை) நான் படிமங்களைக் கண்டிருக்கிறேன். பொதுவாக எதார்த்த கதை மொழியைப் பயில்கிறவர்கள் படிமங்களைப் பயன்படுத்த வாய்ப்பு குறைவு; அதிகபட்சம் உருவகத்துடனே நின்று கொள்வார்கள் எதார்த்தவாதிகள். கவிதையிலும் அப்படித்தான். தேவதேவனிடம் நாம் காணும் படிமங்களை விக்கிரமாதித்யனிடம் பார்க்க முடியாது. ஜெயமோகன் இந்தப் படிமம் என்பதை எழுத்தினூடாக நனவிலியை அடைகிறபோது அகப்படுகிற ஒன்று என வகுத்துக் கொள்ளுகிறார். நான் இதை ஏற்கவில்லை. ஏனென்றால் இந்தப் பிராயிடிய மனப்பகுப்பு இன்று பரவலாக ஏற்றுக்கொள்ளப் படுவதில்லை. அதேபோல படிமமே உன்னதமானது, குறியீட்டுக்கு அடுத்த படிநிலை, கடைசியாக உருவகம் எனும் மதிப்பீட்டையும் நான் ஏற்கவில்லை. ஒவ்வொன்றும் அந்தந்த வடிவத்துக்கு ஏற்ற அணி.

அமெரிக்க எதார்த்தவாதத்தில் ஹெமிங்வே, ரேமண்ட் கார்வரின் மினிமலிச பாணியை, நம்மூர் வணிக எழுத்தின் கற்பனாவாதம், அவலச்சுவை கலந்த நகைச்சுவையுடன் எழுதுவதே அ.முத்துலிங்கத்தின் ஸ்டைல் என நம்புகிறேன். இயல்பாகவே

அவர் அத்தகையை எழுத்தாளர்களை நோக்கி ஈர்க்கப்படுகிறார். அந்த எழுத்தாளர்கள் இங்கிலாந்தின் அனுபவவாத (டேவிட் ஹியும்) தத்துவ நிலைப்பாட்டால் தாக்கம் பெற்ற அமெரிக்க மரபில் வந்தவர்கள். எதையொன்றையும் தொட்டு, முகர்ந்து, புலன்களால் உணர்ந்து, பார்த்து, கேட்டு அறிந்தால் மட்டுமே அது உண்மை என அவர்கள் நம்பினார்கள். மனத்தின் சலனங்களால் தோன்றும் உலகம் அல்ல எதார்த்தம் என்றார்கள். இந்தத் தத்துவ அடிப்படையுடன் இருபதாம் நூற்றாண்டின் கண்டுபிடிப்புகளான நவீன தொழில்நுட்பம், புகைப்படக் கலை, சினிமா, எந்திரமயமாக்கலின் தாக்கமும் இணைய, புலனனுபவத்தையே முன்னிறுத்தும் எழுத்து முறை அங்கு வலுப்பெற்றது. விளைவாக, அவர்கள் எதையும் உணர்வுரீதியாக நேரடியாகப் பேசுவது, அதன் வழியாக இருப்பின் உடைபட்ட நிலையை, நெருக்கடியைப் பேசுவதைப் பிரதானமாக கருதவில்லை. முழுக்க முழுக்கப் புலன்களால் அனுபவப்படுத்தும் லௌகீகமே அவர்களுடைய களம். ரஷ்ய எழுத்தில் தல்ஸ்தாய் இந்த பாணியை சேர்ந்தவர்; தஸ்தாவஸ்கி நேரெதிர் பள்ளியைச் சேர்ந்தவர். அவரை இந்த புலனனுபவ மினிமலிச படைப்பாளிகளால் சுலபத்தில் ஏற்க முடியாது. அதே போல, இருபதாம் நூற்றாண்டின் பிரஞ்சு புனைவுகள், தத்துவம், கோட்பாடுகள் ஆகியவை இந்த அனுபவவாத எழுத்துக்கு எதிரானவை. பிரஞ்சு பாணி சிந்தனை, எழுத்தின் தாக்கத்தை பின்னர் பின்நவீன காலத்தில் எழுச்சி பெற்ற லத்தீன் அமெரிக்க கதைகளில் நாம் காணலாம். நம்முடைய ஆசிய மரபும் பெரும்பாலும் பிரஞ்சு, லத்தீன் அமெரிக்க புனைவுலகத்துக்கு இணக்கமானதுதான். ஆனால் நவீனத்துவ காலகட்டத்தில் பிரசித்தி பெற்றிருந்த எதார்த்தவாத, புலனனுபவ எழுத்து பின்நவீனத்துவ காலத்தில் பின்வாங்கிட, மாய எதார்த்த, நான்-லீனியர் கதையுலகம் உலகெங்கிலும் முன்னிலை பெற்றது. தமிழிலும் தொண்ணூறுகளில்தான் இத்தகைய எழுத்துமுறை பிரசித்தமாக, எஸ்.ரா, பிரேம்-ரமேஷ், ஜெ.மோ, தமிழவன் உள்ளிட்டோர் கிட்டத்தட்ட கவிதைக்கு நெருக்கமாக கதையைக் கொண்டு சென்றார்கள். இவ்வகை கதைகள் எதார்த்தவாத கதையெழுத்தின் விதிமுறைகளை சுலபத்தில் உடைத்தன. ரெண்டாயிரத்தின் பிற்பகுதியில் இருந்து எதார்த்தவாத எழுத்துமுறை தமிழில் மீண்டும் வந்தது. அபுனைவை புனைவாக்கும், கதைசொல்லியை

ஒரு பாத்திரமாக்கி, அவனை நிச்சயமற்ற ஒரு குரலாக்கும் ஒரு மாற்றுப் போக்கை சாரு நிவேதிதா முன்வைத்தார். அவர் தன் நாவல்களில் குறியீடு, படிமம் போன்ற சங்கதிகளை முக்கியமாக வைப்பதில்லை.

ஆக, ஜெ.மோவின் கேள்வியில், அதற்கு அ.முத்துலிங்கம் அளிக்கும் பதிலில் இந்த இரு எழுத்துமுறைகளின், சிந்தனைப் பள்ளிகளின் முரணை நாம் காண முடியும். இனி முத்துலிங்கத்தின் பதிலைப் படியுங்கள்:

“அ.முத்துலிங்கம்: அவதானிப்பு வேறு; நுட்பம் வேறு. ஓர் ஆங்கில எழுத்தாளர் எழுதுகிறார்.

கதைசொல்லி ஒரு வரவேற்பறைக்குள் வருகிறார். வரவேற்பாளினி உதாசீனமாக இருக்கிறாள். அவரைப் பார்க்கவில்லை. கை நகத்தை சிறு கைபைக்குள் இருந்து எடுத்த அரத்தினால் ராவுகிறாள். இவர் விசாரிக்கிறார். அப்பவும் அசிரத்தையான பதில்கள். இவ்வளவும் அவதானம். பின் அந்த வரவேற்பாளினி ‘வாயைக் குவித்து நகத்தில் ஊதுகிறாள்’ என்கிறார். இது நுட்பம்.

இன்னும் ஒன்று கேளுங்கள். ஒரு குழந்தை நாயுடன் விளையாடுகிறது. பந்தை குழந்தை எறிகிறது. நாய் போய் எடுத்து வருகிறது. குழந்தை இன்னொருமுறை எறிகிறது. நாய் குழந்தையையே பார்த்துக்கொண்டு நிற்கிறது. குழந்தை சுட்டு விரலை நீட்டிக் காட்டுகிறது. நாய் சுட்டு விரலை நக்குகிறது. இது நுட்பம்.

அவதானிப்புகளை நீட்டி எழுதிக்கொண்டே போகலாம். வாசகரை ஏமாற்றமுடியாது. நுட்பமான சித்திரங்களே கதைக்கு ஒரு நம்பகத்தன்மையையும், யோக்கியத்தன்மையையும் கொடுக்கும். ஓர் எழுத்தாளர் முக்கியமாக காட்சிச் சித்தரிப்பில் கவனம் செலுத்தவேண்டும். ஒரு பஸ் நூறு மைல் தூரத்தை ஓடிக் கடந்தது என்று சொல்வதற்கு நூறு மைல் தூரத்தையும் வர்ணிக்கத் தேவை இல்லை. எது ஆணி வேரோ அதைப் பிடித்து ஒரு கோடி காட்டினாலே போதுமானது. வாசகர் புரிந்துகொள்வார்.

கதைகளில் படிம அம்சம் அமைவது தற்செயலானதுதான். படிமம் தான் தேவையென்றால் கவிதைக்கு போய்விடவேண்டும். சரியான வகையில் காட்சி பொருந்தும்போது அபூர்வமாக படிம அம்சமும்

தானாகவே அமைந்துவிடும்."

அ. முத்துலிங்கத்தின் பதிலில் இரண்டு விசயங்கள் முக்கியம்: 1) நுட்பமான சித்தரிப்புகளின் அவசியம். 2) கதையைக் காட்டுங்கள், சொல்லாதீர்கள் *(show, don't tell).*

இந்த இரண்டுமே அமெரிக்க பாணி புனைவெழுத்துக் கலையில் அடிக்கடி வலியுறுத்தப்படுபவை, ஆனால் இவை உலகுதழுவிய இரும்பு விதிகள் அல்ல.

நுட்பமான உளவியல் அவதானிப்புகள் ரசிக்கத்தக்கவை, நான் மறுக்கவில்லை. ஆனால் எல்லா கதைகளும் இத்தகைய அவதானிப்புகளால் ஆகியிருக்க வேண்டியதில்லை. இந்த "உளவியல் நுட்ப சித்தரிப்புகள்" இல்லாத அற்புதமான நாவல்களை, கதைகளை நான் படித்திருக்கிறேன், குறிப்பாக எதார்த்தவாதத்துக்கு மாற்றாக தோன்றிய எழுத்துக்களில். அடுத்து, ஒரு பேருந்து பயணத்தை எப்படிச் சுருக்கமாக கோடிட்டுக் காட்டுவது, காட்சிபூர்வமாக சித்தரிப்பது என்பது. இதுவும் மினிமலிச எழுத்தில் முக்கியமான ஒன்று. குறிப்பாக நவீனத்துவ சினிமாவில் இது மிக முக்கியமான ஒரு உத்தியாக உள்ளதைப் பார்க்கலாம். ஹெமிங்வே, கார்வர் போன்றோர் சன்னமான சொற்பமான விவரிப்புகள் மூலம் ஒரு துலக்கமான புறச்சித்திரத்தை அளிப்பதில் வல்லவர்கள். ஆனால் புறச்சித்தரிப்பைத் தாண்டிய கதைகளுக்கு இந்த "கதையை காட்டுங்கள், சொல்லாதீர்கள்" என்பது முக்கியமல்ல. நான் சொல்ல வருவது ஒரு கதையைக் கூற ஒவ்வொரு சமூகத்துக்கும் அதனதன் பண்பாடு, நாட்டார் கலைகள், மரபு சார்ந்து பல உத்திகள் உள்ளன. புனைவெழுத்துக்கு எண்ணற்ற வாயில்கள் உள்ளன. எதில் நாம் நுழைந்தாலும் போகவேண்டிய இடம் வந்து விடும்.

உ.தா., நமது மரபில் கவிதை, கதை வாசிப்பில், கூத்தில், நாடகத்தில், இசை நாடகத்தில், காப்பிய மரபில் செவிப்புலனுக்கு, கூறி உணர்த்தலுக்கு ஒரு இடம் உள்ளது. கலிங்கத்து பரணியில் ஒலி மிக முக்கியம். இதிகாசங்களில் மிகையாக உரைப்பது முக்கியம். தெருக்கூத்திலும்தான். ஆனால் நமது சங்கக் கவிதைகளில் காட்சிபூர்வமாக கதையை, மனநிலையை காட்டுகிற, சொல்லாமல் தவிர்க்கிற பாணி உள்ளது. நவீன எழுத்தாளர்களான பலர் சங்கக்கவிதைகளை கொண்டாடியதற்கு காரணம் அது நவீன எதார்த்தவாத எழுத்துக்கு மிகவும் நெருக்கமாக இருந்தது

என்பது. (ஏ.கே ராமானுஜன் சங்கக் கவிதைகளை அழகாக ஆங்கிலத்தில் மொழியாக்கிக் கொண்டு சென்றார்.) அவர்களால் என். டி. ராஜ்குமாரின் இசைநயம் மிக்க கவிதைகளையோ, மிகை உணர்ச்சி கொண்ட தேவதேவனின் வரிகளையோ ஏற்க முடியாது. ஏனென்றால், மேற்கத்திய நவீன மரபுக் கவிதையைப் "பார்க்கிற ஒன்றாகக்" கண்டது; ஆனால் கவிதையை நீங்கள் கேட்கலாம், பாடலாம், நிகழ்த்தலாம் என்கிறது நமது மாற்று மரபு. கதையில் கதைசொல்லியும் ஒரு பாத்திரமே என்கிறது நமது தொல்மரபு ("ஆயிரத்தொரு அரேபிய இரவுகள்") ஆனால் சங்கக் கவிதையின் பாணியும் நமது மரபின் ஒரு பகுதியே அன்றி அதன் 'ஒற்றை முகம்', தோரண வாயில் அல்ல. பல வாயில்களில் ஒன்று மட்டுமே சங்கக் கவிதைகள். உ.தா., ஒரு சங்கக்கவிஞன் தலைவியின் மார்பை ஒரு சில சொற்களில் கடந்துவிடுவான். கம்பன் அதற்கு பல பக்கங்கள் எடுத்துக்கொண்டு விலாவரியாகப் பேசுவார். எனது வாசிப்பில் அமெரிக்க, பிரித்தானிய கவிதைகள், கதைகளில் பெண்குறியை கம்பனைப் போல இவ்வளவு விலாவரியாக, சிலாக்கியமாக பல நூறு வரிகளால் எவரும் சித்தரித்ததில்லை. அல்குல்லுக்கு ஏன் இவ்வளவு முக்கியத்துவம் அளிக்கிறார் என அறிய நமது மரபின் அடியாழத்துக்குப் போனாலே முடியும். நமது காப்பியங்கள் இப்படி மிகைகளால் ஆனவைதான். திருக்குறளிலும் இத்தகைய மிகை உள்ளது.

உலக இலக்கியத்தைப் பொறுத்தமட்டில் நவீன இலக்கியம் பின்வாங்கிய நிலையில் லத்தீன் அமெரிக்க பின்நவீன இலக்கியத்தில் படிமத்தின், உருவகத்தின் உச்சபட்ச சாத்தியங்களைத் தொட்டார்கள் எனக் கண்டோம். அதே போலத்தான் எதிர்க்கதை மரபும். சாரு அடிக்கடி சொல்லும் அலெ கிரியேவின் *(Allain Grillet) The Beach* சிறுகதை *(https://extrafilespace.wordpress.com/2014/11/17/alain-robbe-grillets-la-plage/)*. அதில் எதையும் கோடிட்டுக் காட்டி விரிவாக்கல் முக்கியம் அல்ல, மாறாகக் கதைசொல்லலைத் தாண்டிய ஒன்றாக அது கதையை ஆக்கியது. ஜெ.பி. சாணக்யாவின் கதைகளை எடுத்துக்கொள்ளுங்கள் - அவற்றில் நீங்கள் இந்த "கலை அமைதியைக்" காண முடியாது; மாறாக கதைசொல்லியின், மையப் பாத்திரத்தின் தத்தளிப்பை, அதன் சுயமுரண்களை, தன்னிலை பலவாறாக மாறுவதனால் நிகழும் பித்தை பேசுவதே சாணக்யாவுக்கு முக்கியம். அவர் ஒரு சில சொற்களில் ஒரு காட்சியை அளிப்பதை முக்கியமாக்குவதில்லை.

உலகம் என்னதான் இப்படி மாறி வந்திருந்தாலும் இன்றும் புனைவுக் கலையைக் கற்க முயல்கிறவர்கள் அமெரிக்க அனுபவவாத எழுத்துக்கே செல்கிறார்கள். அதற்குக் காரணம் அங்குள்ள பல்கலைக்கழகங்களில் உள்ள புனைவுக்கலை பட்டப்படிப்பு - *MFA* எனப்படும் *Master of Fine Arts*இல் இன்றும் ஹெமிங்வே பாணி எழுத்தே லட்சியமாக முன்னிறுத்தப்படுகிறது. நம்முடைய காப்பியங்களை, கூத்துக்கலையை, பிரெஞ்சு, லத்தீன் அமெரிக்க சிதைவெழுத்தை, மாய எதார்த்தத்தை அவர்களால் ஒரு தொழில்நுட்பமாக வேண்டுமானால் பார்க்க முடியும், ஆனால் அது ஒரு வாழ்நிலை, ஒரு சிந்தனை முறை எனப் புரிந்து கொள்வது அவர்களுக்கு சிரமம்.

அ.முத்துலிங்கம் மேற்சொன்ன அமெரிக்க மரபில் வருகிறார். ஜெ.மோ. அதற்கு நேர்மாறான இன்னொரு மரபைச் சுட்டுகிறார் என நினைக்கிறேன். மிக ஆவேசமான நாடகீய மனநிலைகளை புனைவுவழி சப்தம், வண்ணங்கள், கொந்தளிப்புகள் வழி நேரடியாக சொல்வது ஜெ.மோவில் உள்ளது. அவரது “பல்லக்கு” போன்ற கதைகளில் கூட மைய உருவகத்தை மீறி உருவ அமைதியை உடைத்துக் கதையின் புனல் வழிந்துகொண்டிருக்கும். “யானை டாக்டர்” போன்ற அவரது பிரசித்தமான கதையை எடுத்துக் கொண்டால் அவரது கவனம் அதில் அந்த டாக்டரின், யானைகளின் உலகைச் சொல்வதைவிட இயற்கையை ஒரு தனி உயிராகச் சித்தரிப்பதாகவே இருக்கும். இன்னும் ஒரு படி சென்று அந்த இயற்கை எனும் தனி உயிரியை உலகமாகக் காட்ட முடிந்திருந்தால் அது படிமம் ஆகியிருக்கும். ஆக, ஜெ.மோ. தன் பெரும்பாலான கவித்துவக் கதைகளைப் படிமம் ஒன்றை நோக்கியே நகர்த்துகிறார். சில நேரங்களில் வெல்கிறார், சில நேரங்களில் பாதியில் நின்றுகொள்கிறார்.

படிம எழுத்தில் ஜெ.மோவின் ஒரே குறை அவரிடம் ஒரு மீமெய்யியல் *(metaphysical)* கோணம் இல்லை என்பது. ஜெ.மோ. அடிப்படையில் ஒரு வரலாற்றாளர். வாழ்க்கையை புலனனுபவத்தின் அடிப்படையில் காண்பவர். அதனாலே ஒரு எழுத்தாளனின் பின்னணியே அவனது எழுத்தில் உளவியலாகிறது (ஊனம், சாதி, உடல் தோற்றம்), அவன் தன் பண்பாட்டின் சாத்தியங்களை நோக்கியே பறந்தாக வேண்டும் (கார்ல் யுங்கின்

கூட்டு நனவிலி) என அவர் வலியுறுத்துகிறார். ஜெ.மோவின் பலம் நமது நாட்டார் பண்பாட்டின் கூறுகளும், தொன்ம நினைவுகளும். அதைக் கொண்டு அவர் ஒரு வரலாற்றாளராக தனக்குள்ள எல்லையை கடக்கிறார். தஸ்தாவஸ்கியுடன் ஒப்பிடுகையில் இதை நாம் துல்லியமாக அறிய முடியும் - தஸ்தாவஸ்கிக்கு மீமெய்யியலில் உள்ள ஆர்வம் காரணமாக அவர் புறவுலகை இருத்தலின் படிமமாக மாற்றி விடுகிறார். ஜெ.மோவின் சிக்கல் அவருக்குள்ளிருக்கும் வரலாற்று ஆர்வலரான, புலனனுபவவாதியான ஜெ.மோ.தான். அந்த ஜெ.மோவின் குறுக்கீட்டால் படிம எழுத்து எப்போதும் அவருக்கு சாத்தியமாவதில்லை. எப்போதெல்லாம் முடிகிறதோ அவர் அப்போதெல்லாம் நம்மைக் கலங்கடிக்கும் கவித்துவமான சித்தரிப்புகளை வழங்கிடுவார்.

புனைவில் சொல்லடுக்கின் கலை: அசோகமித்திரன்

மிக எளிமையாகத் தோன்றும் மொழிக்குச் சொந்தக்காரர் அசோகமித்திரன். ஆனால் அந்த மொழி ஒன்றும் கவனமின்றி வெறுமனே சிக்கனமான சொற்களால் உருவாக்கப்பட்டதல்ல. சிக்கனத்துக்கும் அடங்கின தொனிக்கும் அப்பால் அசோகமித்திரனிடம் தன்னுடைய ஸ்டைல் குறித்த அபாரமான தெளிவு உள்ளது. இந்த ஸ்டைல் வெறும் அழகுக்கானது அல்ல.

அதற்கு ஒரு பொருள் நோக்கம் உள்ளது. எப்படிக் கவிதையில் ஒரு சொல்லை எந்த வரிசையில் வைக்கவேண்டும் என்பதற்கு கவிஞனுக்கு என ஒரு நியதி, புரிதல் இத்யாதி உள்ளதோ அவ்வாறுதான் புனைவிலும் ஒரு கதைக்கலைஞனுக்கும் இருக்க முடியும். ஒரு சொல் தவறான இடத்தில் வந்தால் எப்படி ஒரு கவிதையின் தொனி, இசை லயம், தீவிரம் உருக்குலையுமோ கிட்டத்தட்ட அப்படியே சிறுகதையிலோ அல்லது ஒரு நாவலில் வரும் முக்கியமான உணர்ச்சிகரமான / கவித்துவமான பத்தியிலும் நிகழக் கூடும். ஆம், கவிதையைப் போன்று புனைவையும் நாம் வாய்க்கு வந்த விதமாக எழுதுவதில்லை. ஒரு சொற்றொடரில் எவ்வளவு சொற்கள் இருக்கவேண்டும், எங்கு துவங்கவேண்டும், எங்கு நிறுத்தற் குறி இடவேண்டும், சில சொற்களை மீள மீளச் சொல்ல வேண்டுமா, எங்கு சந்தம் பொருந்தி வரவேண்டும் என்பன கவிதையைப் போன்ற புனைவிலும் முக்கியமே. இந்த

நுட்பமான சொற்தேர்வு, வாக்கிய அடுக்குகளை நாம் தமிழில் முக்கியமான ஸ்டைலிஸ்டுகளிடம் நாம் காண்கிறோம். ஒரு சாதாரண விசயத்தைச் சொல்லும்போதும் மந்திரம் போல ஓர் அதிர்வு அவர்களுடைய மொழியில் கூடிவருவது இதனாலே. இதையே நாம் அந்த எழுத்தாளனின் 'குரல்' எனப் புரிந்து கொள்கிறோம். ஆனால் உண்மையில் இது 'குரல்' அல்ல, இது அவனது நடை நுட்பமாகும்.

ஒரு உதாரணத்திற்குக் கீழே வரும் பத்தியைப் படித்துப் பாருங்கள்:

"மாலை பெருங்கூட்டம் சிறிது குறைந்திருந்தது. என்றாலும் பஸ் ஸ்டாப்பில் பஸ் வந்தால் கண்ணியமாக ஏற முடியாத அளவுக்கு ஆண்களும் பெண்களும் காத்திருந்தார்கள். தூரத்தில் பார்வையை செலுத்தி நிற்பது சகுந்தலாவுக்கு அவளுடைய வேதனையைக் குறைப்பதாக இல்லை. பஸ் வந்தால் அதிக பயணம் செய்யும் நாற்பது நிமிடங்களுக்கு அப்பயண அனுபவங்களைத் தவிர வேறெதன் மீதும் மனம் செல்ல முடியாது. அதிலும் பஸ்ஸில் நிற்க இடமென்றால் முழுக்க முழுக்க அவளுடலைப் பற்றித்தான் கவனம் இருக்க முடியும். இப்போது பஸ் வந்தால் தாற்காலிக நிம்மதி."

"இன்று நிம்மதியாகத் தூங்கவேண்டும்", அசோகமித்திரன் இந்த கதையில் சகுந்தலாவுக்கு அக்கா ஒருத்தி இருக்கிறாள். அவளுக்கு கல்யாணம் ஆகாமல் சகுந்தலாவுக்கு கல்யாணம் சாத்தியமில்லை. சகுந்தலாவின் காதலன் ராஜரத்தினம் ஒருநாள் அவளை அழைத்து ஐஸ்கிரீம் வாங்கிக்கொடுத்து இனிமேல் தன்னால் பொறுத்துக் கொள்ளமுடியாது, ஒன்று அவள் அவனை உடனடியாக கல்யாணம் பண்ணிக்கொள்ள வேண்டும் அல்லது மறந்துவிட வேண்டும் என்று (நேரடியாகவும் மறைமுகமாகவும்) சொல்லி விடுகிறான். சகுந்தலா தான் ஒருபோதும் கேட்க விரும்பாத இறுதி எச்சரிக்கையை கேட்டுவிடுகிறாள். அவள் இடிந்து போய் வீடு திரும்புகிறாள். பஸ்ஸுக்காக காத்திருக்கிறாள்.

அவளுக்கு அப்போது இருக்க இடமில்லாமல் 40 நிமிடங்கள் பஸ்ஸில் நிற்பது நிம்மதியாக இருக்கும் எனத் தோன்றுகிறது, தன் உடம்பை யாரும் உரசாமல் இருக்க பார்த்துக் கொள்ளும் தவிப்பானது நிம்மதியாக, தற்காலிக ஆறுதலாக இருக்கும் எனத் தோன்றுகிறது.

மனம் கடுமையாக நோகும் போது எங்காவது போய் மோதிக் கொண்டு அந்த வலியை இந்த வலிகொண்டு மறக்க வேண்டும் என்று நினைப்போமே அதைப் போல. கூடவே மத்திய வர்க்க வாழ்க்கையின் பல நசுங்கல்கள், இடைஞ்சல்கள், சின்னச்சின்ன அவமானங்கள் நம்மை இருத்தலின் துன்பத்தில் இருந்து தப்பிக்க உதவும் என அசோகமித்திரன் தன் கதைகளில் அடிக்கடி குறிப்பிடுவதை இங்கு நினைவுகொள்வது பயனளிக்கும். அப்படியான சந்தர்ப்பம்தான் இதுவும்.

இதுதான் இந்தப் பத்தியின் கரு, உளவியல் அவதானிப்பு எல்லாம். ஆனால் இந்தப் பத்தி இது மட்டும் அல்ல. வாக்கியங்களில் சில சொற்கள் வந்தமரும் இடத்தை கவனித்தால் அசோகமித்திரனின் மேதைமையும், தான் உத்தேசிக்கிற தாக்கத்தை அவர் நடையின் நுணுக்கதால் சாதிப்பதும் புரியும். முதலில், ஒவ்வொரு வாக்கியத்தின் முடிவிலும் வரும் சொற்களைப் பட்டியலிடுவோம்:

குறைந்திருந்தது ஆண்களும் பெண்களும் காத்திருந்தார்கள் வேதனையைக் குறைப்பதாக இல்லை

மனம் செல்ல முடியாது

கவனம் இருக்க முடியும்

தாற்காலிக நிம்மதி

இந்த கடைசிச் சொற்களைப் படித்தாலே ஒருவாறு அசோகமித்திரன் இங்கு உணர்த்த விரும்புவது புரியும் - கூட்டம் அதிகமாக இருப்பது, அவளுடைய வேதனை குறையவில்லை, அவளுடைய மனம் எங்கோ செல்லவில்லை, அவளுடைய கவனம் எங்கோ மட்டும் செல்ல முடியும், அது அவளுக்குத் தற்காலிகமாக நிம்மதி அளிக்கும்.

இது ஏன் முக்கியம்? நாம் பொதுவாக வாசிக்கையில் முக்கியமான சொற்களை வாக்கியத்தின் முடிவிலே எதிர்பார்க்கிறோம். வேக வாசிப்பு எனும் உத்தியில் முக்கியமாக அறிவுறுத்தப்படுவது ஒரு பத்தியின் பிற்பகுதியில் வரும் சொற்களில் பார்வையை ஓட்டினால் மேலோட்டமாகப் புரிந்து போகும், வாசிப்பும் வேகமாகும் என்பதே. அடுத்து, ஒரு சேதியை கடைசியில் சொல்லும்போதே அதன் கனம் கூடும் என்பது கவிதையில் தவிர்க்க முடியாத சங்கதி.

"நான் அவனைக் கொன்றேன்" என்பதற்கும் "நான் கொன்றேன் அவனை" என்பதற்கும் வித்தியாசம் உள்ளதல்லவா?

அடுத்து, 36 வாக்கியங்களில் உணர்வுநிலையை / மனநிலையைக் காட்டும் சொற்கள் கடைசியில் அனேகமாக ஒரே இடத்தில் வருவதைப் பாருங்கள் (வேதனையைக் குறைத்தல் / [பயணம் அனுபவங்களில்] மனம் செல்லுதல் / [உடல் மீது மட்டும்] கவனம் செல்லுதல் / நிம்மதி). இது ஒரு லயத்தை ஏற்படுத்துகிறது. குறிப்பாக, படிப்படியாக அவளுடைய மனநிலையில் வரும் மாற்றத்தை, அதன் நகைமுரணை நாம் துல்லியமாக உணர்வதற்கு இந்த ஒரே வகையான சொற்கள் ஒரு குறிப்பிட்ட இடத்தில் மீள மீள வருவதும் காரணம்.

அதே போல இந்த வர்ணனையின் முதல் வாக்கியம் 'பெருங்கூட்டம் சிறிது குறைவு' என முடிந்தால் இறுதி வாக்கியம் 'மன நிம்மதி' என நிறைவுறுவதை கவனியுங்கள். இரண்டையும் முடிச்சிட்டால் ஒரு கச்சிதமான சித்திரம் வந்து விடும். ஒரு ஹைக்கூ கவிதையைப் போல - 'கூட்டமான பஸ், மன நிம்மதி'.

ஒரு எழுத்தாளன் இந்தளவுக்குத் திட்டமிட்டு முத்துக் கோப்பதைப் போலவா எழுதுவான் என்று கேட்டால் இல்லை, ஆனால் அதே நேரம் தான் எழுத நினைப்பதை மனதுக்குள் அவன் ஓர் உச்சாடனத்தைப் போல தொகுத்துக்கொண்டே எழுதும்போது இந்த உணர்வுக் கோவை சரியாக வந்துவிடும், அதற்கு அவனுக்குள் உரைநடைக்கும் கவிதை நடைக்குமான பொருத்தப்பாடு இருக்க வேண்டும் என்பேன். அதாவது, அவன் கவிதையாக எழுத வேண்டியதில்லை, ஆனால் தான் நினைப்பதை ஓசை லயமோ, சொல்லமைவோ இன்றி தட்டையாக எழுதுவதல்ல நடை என ஒரு புரிதல் இருக்கவேண்டும்.

எனில் கவிதைக்கும் புனைவுக்கும் வித்தியாசம் இல்லையா? உண்டு. கவிதை உணர்ச்சிகரத்தின் உச்சம் நோக்கி நம்மை ஒரு வேட்டை மிருகத்தைப் போல இழுத்துச் செல்கிறதென்றால் புனைவுநடை அந்த உச்சத்தில் இருந்து ஒரு தளர்வான பள்ளத்தாக்கு நோக்கி நம்மை ஒரு தாயைப் போல தூக்கிச் செல்லுகிறது. இதைத் தவிர கவிதைக்கும் புனைவு நடைக்கும் மற்றொரு வித்தியாசமும் உண்டு - கவிதை உணர்ச்சிகளுடன், ஒரு உடைவை, தத்தளிப்பை, கலக்கத்தை, பரவசத்தை, முரண்களின் உச்சத்தைத் தொட்டுக் காட்டினால்

போதும் அல்லது ஒரு கருத்து நிலையில் ஆரம்பித்து கருத்தற்ற வெட்டவெளிக்கு நம்மைக் கண்ணைக் கட்டி இட்டுச் சென்றாலும் போதும். ஆனால் புனைவு நடையோ மேற்சொன்ன சங்கதிகளை லேசாக உள்ளிழுத்துக்கொண்டு கதையையும் மறக்காமல் சொல்லவேண்டும். கோணங்கியைப் போல முழுக்க முழுக்க கவிதையின் கலவி அனுபவத்துக்குள் நிற்கும் படைப்பாளிகள் அரிது. பெரும்பாலானோர் இதுபோன்ற இடங்களை உருவாக்கி விட்டு நேரடியான வர்ணனை கொண்ட எளிய பத்திகளையும் எழுதவேண்டும். நல்ல கதையானது கதைக்கும் கவிதைக்கும் இடையில் ஒரு சமரசத்தை எட்டி விடுகிறது!

நாவல் எழுதும் கலை: சில அறிவுரைகள்

ஈழத்தைச் சேர்ந்த இளம் எழுத்தாளர் ஒருவர் இக்கேள்வியை என்னிடம் எழுப்பியிருந்தார். அவர் ஈழப்போரின் பின்னணியில் ஓர் அடித்தட்டு மனிதரின் நிஜக்கதையை நாவலாக எழுதவுள்ளதாகவும், அதற்காக நிறைய தரவுகளையும், நேர்முகங்களைக் கண்டு பதிவு பண்ணியுள்ளதாகவும், இத்தகவல்களையும் உணர்வுகளையும் எப்படித் தொகுத்து நாவலாக எழுத ஆரம்பிப்பது என்று வினவினார். நான் அவரிடம் சொன்ன சில விசயங்களை உங்களில் இளம் நாவலாசிரியர்களுடன் பகிர்வது பயனுள்ளதாக இருக்குமென நம்புகிறேன்.

1. ஏதாவது ஒரு பாத்திரத்தைத் தேர்வு பண்ணி அவரது பார்வையில் கதையைச் சொல்லுங்கள். அப்பாத்திரம் உங்கள் மனதுக்கு நெருக்கமாக, வித்தியாசமாக இருக்கவேண்டும். அப்பாத்திரத்தின் மொழியில் ஒரு தெறிப்பு, ஒரு ஜீவன் இருக்க வேண்டும். அப்பாத்திரத்துக்கு இந்த உலகைப் பற்றிச் சொல்ல ஒரு தனி கதை இருக்கவேண்டும். நான் சொல்வதை நீ கேட்டுத்தான் ஆக வேண்டும் எனக் கழுத்தைப் பிடித்துக் கோரும் அளவுக்கு அப்பாத்திரத்துக்கு ஒரு கதை சொல்லும் கட்டாயம் இருக்க வேண்டும். என்னுடைய "கால்கள்" நாவலின் மது அப்படி ஒரு பாத்திரம். *The Catcher in the Rye*இல் ஹோல்டன் கால்பீல்ட், *Color Purple*இல் சீலி, ஷோபா சக்தியின் "சலாம் அலைக்கின்" ஜெபானந்தன் இவ்வகைக்கு சிறந்த உதாரணங்கள். ஒரு நாவலில் இப்படி ஒரு பாத்திரம் கிடைத்தால் நாவலை எங்கிருந்து ஆரம்பித்து எப்படி முடிப்பது எனும் குழப்பம் உங்களுக்குத் தீர்ந்து விடும்.

2. ஒரு நாவலுக்கு நீங்கள் சேகரித்து வைத்துள்ள கதைகள், தரவுகளில் ஒரு சிறு பகுதி மட்டுமே நாவலுக்குத் தேவை. எவ்வளவு வேண்டும் என எப்படித் தெரிந்து கொள்வது? ஒரு நாவல் என்பது ஓர் உன்னதமான இலக்கிய வடிவம், அகத்தேடல், உன்னதமான பயணம் என்றெல்லாம் குழப்பிக் கொள்ளாமல் அதை ஒரு நீண்ட கதை என்றே புரிந்து கொள்ள வேண்டும். அக்கதைக்கு ஒரு பாத்திரமும், அப்பாத்திரத்துக்கு ஒரு சவாலும் அவசியம். அப்பாத்திரம் இச்சவாலை எதிர்கொள்ளும்போது கதை ஆரம்பிக்கிறது. நீங்கள் கூகிள் மேப்பில் ஒரு இடத்தை முடிவு செய்து கொடுத்ததும் அது பாதையை காட்டும். அப்போது சில குழப்படிகள் நடந்து நீங்கள் தப்புத்தப்பான பாதைகளில் பயணித்து ஒரு தவறான / இன்னதெனத் தெரியாத / ஆபத்தான இடத்துக்கு போய்ச் சேர்ந்தீர்கள் என்றால் அது ஒரு கதை ஆகி விடும். மேப் சரியாக உங்களை வழிநடத்தினால் அது கதையாகாது. இவ்வளவுதான் நாவலின் கதை. என்னென்ன சொதப்பல்கள் என கூகிள் மேப்பான நீங்கள்தான் முடிவெடுக்க வேண்டும். இந்த சொதப்பல்களே சவால்கள், இச்சவால்களுக்கு ஏற்ற தரவுகளும், சம்பவங்களும் மட்டும் போதும்.

3. அடுத்து புனைவெழுத்து வகைமை - *genre of fiction*. உங்கள் கதை துன்பியலா, இன்பியலா, தனிநபரின் சுயமுன்னேற்றக் கதையா, தன்னையறிதல் கதையா *(coming-of-age)*, காதல் கதையா, குடும்ப நாடகக் கதையா, பகடியா, தனிநபர் பகடியா, இயக்கங்கள், சமூக அமைப்புகள் மீதான பகடியா என முடிவு செய்துகொண்டால் நாவலுக்குத் தேவையான மொழியை, தொனியை, ஸ்டைலை தேர்ந்தெடுக்க முடியும். இது மிக முக்கியம்.

4. அடுத்து, ஒவ்வொரு நாவலுக்கான கிளைமேக்ஸும் அதனதன் வகைமையைப் பொறுத்தது. அசோகமித்திரனின் "தண்ணீர்" *coming-of-age* வகையை சேர்ந்த நாவல். அதன் முடிவில் நாயகி தூக்கில் தொங்க முடியாது. அ.மி. சரியாக அவள் முதிர்ச்சியடைவதாக முடித்திருப்பார். அப்போதே வாசகனுக்கு நிறைவாக இருக்கும். என்னுடைய "கால்கள்" நாவலும் இவ்வகைமையே. அதை நான் எழுத ஆரம்பித்த நூறு பக்கங்களுக்குள் கண்டுகொண்டு அதற்கு ஏற்ற முடிவை அளித்தேன். சரவணன் சந்திரனின் நாவல்கள், கட்டுரைகள் அனைத்தும் சுயமுன்னேற்ற வகைமையில் வரும். அவற்றின் முடிவில் மைய பாத்திரம் ஒரு சுயபரிசோதனையின்

வாதைகளை அனுபவித்து பாடம் கற்றிருப்பான், வாசகனுக்கு ஒருவித ஊக்கமும் இந்நாவல்களின் ஊடே கிடைக்கும். இமையத்தின் சமீபத்தைய நாவல் "இப்போதும் உயிரோடு இருக்கிறேன்" ஒரு சமூகப் பகடி + தனிமனித தன்னறிதல் கதை. நகுலனின் அனேகமாக எல்லா நாவல்களும் இந்த வகைமையில் வரும். இதுவே சாருவின் "ஸீரோ டிகிரி" ஆரம்பித்து "அவுரங்கசீப்" வரை சமூகப் பகடி + இன்பியல் வகைமையில் வரும். அதனாலே சாருவின் நாவல்கள் தனிமனித மரணத்தில், முழுமையான அழிவில் முடிவதில்லை. வா.மு கோமுவின் படைப்புகளும் இவ்வகைமையே. சு.ராவின் "புளிய மரத்தின் கதையும்", ஜெயமோகனின் அனேகமான நாவல்களும் வரலாற்றினூடே தனிமனிதர்களின் / சமூகத் திரளொன்றின் அழிவைப் பேசும் துன்பியல் கதைகள் - இவற்றில் வரலாறும் ஒரு பாத்திரமாக இருக்கும். ஆனால் "ஜெ.ஜெ. சில குறிப்புகள்" தனிமனித துன்பியல் கதை மட்டுமே - அதனாலே அது ஜெ.ஜெ.யின் வீழ்ச்சியில் முடிகிறது. இப்படி ஒவ்வொரு நாவலுக்கும் சொல்லலாம்.

நீங்கள் உங்கள் நாவலை எந்த நாவலின் பாணியில் எழுத விரும்புகிறீர்கள்? அதை அறிந்துகொண்ட பின் அந்நாவலின் வகைமையையும், அவ்வகைமையின் இலக்கணத்தையும் அறிந்து கொள்ளுங்கள். இது உங்கள் நாவலை வெற்றிகரமாக வடிவமைக்க உதவும்; வாசகனுக்கு உங்கள் நாவலின் தலைப்பு, முகப்பட்டையை பார்த்ததும் இந்நாவல் இவ்வகைமைதான் ஓர் உள்ளுணர்வு ஏற்படும். அதன்படியே அவன் தேர்வு பண்ணுவான். நீங்கள் எழுதுவது வணிக நாவலோ இலக்கிய நாவலோ அவனை ஏமாற்றாமல் இருப்பது அவசியம். நீங்கள் என்னதான் சுதந்திரமான படைப்பாளியாக உங்களைக் கண்டாலும் மேற்சொன்ன வகைமைகளுக்கு வெளியே ஒரு நாவலை எழுதமுடியாது.

5. நாவலில் கதையை முதல் பக்கத்திலேயே ஆரம்பிக்க வேண்டும் என அவசியம் இல்லை. ஆனால் ஆரம்பித்தால் நல்லது. (காப்கா முதல் வரியிலே ஆரம்பித்து விடுவார்; தஸ்தாவஸ்கியும் முதல் அத்தியாயத்திலே துவங்கி விடுவார்.) ஒருவேளை உங்கள் கதை காலத்தின், வரலாற்றின், ஒரு சமூக இயக்கத்தின் கதை என்றால் அதற்குத் தேவையான பக்கங்களை எடுத்துக்கொண்டு பொறுமையாக ஆரம்பியுங்கள். ஆனால் உங்கள் கதைக்கு, வகைமைக்குத் தேவைப்படாவிடில் ஒவ்வொரு பாத்திரமாக,

அவர்களுடைய பின்கதையாக அறிமுகம் பண்ணிக்கொண்டு போகாதீர்கள். அது ஒரு மோசமான உத்தி.

6. 300-400 பக்க நாவல் எனில் அதை நான்கு பகுதிகளாகப் பிரித்து (80-100 பக்கங்கள்), அந்த இடங்களில் திரும்பிப் போக முடியாத அழுத்தமான சிக்கலான நான்கு சந்தர்பங்களை (points of no return) உருவாக்குங்கள். "சலாம் அலைக்கும்" நாவலை எடுத்துக்கொண்டால் இளம் வயது ஜெபானந்தனின் ஊரில் போர் மூண்டு மோசமாகும் போதும் அவன் எப்படியாவது அங்கு தங்கிவிட வேண்டும் என்றே ஆசைப்படுகிறான். அப்போது போர் மிக மோசமாகி அவனையும் அவனுடைய குடும்பத்தையும் சீர்குலைத்து தூக்கி வீசுகிறது, அவன் பயங்கரவாத இயக்கங்களிடம் சிக்குகிறான், ராணுவத்திடம் சிக்குகிறான், ஒரு கட்டத்தில் நாட்டில் தன்னால் இனி வாழவே முடியாது எனும் நிலை வருகிறது. இதுவே திரும்பிப் போக முடியாத நிலைமை. அந்நாவலில் இது போன்ற சந்தர்பங்கள் சரியான இடங்களில் வருகின்றன. இவையே நாவலில் வரும் பல பிரச்சினைகளை மீள மீள நிகழ்வதான அலுப்பை ஏற்படுத்தாமல் தடுக்கின்றன; இவையே நம்மை ஆழ்ந்து நாவலை வாசிக்க வைக்கின்றன. நாவல் என்பது ஒரு நெடுந்தொலைவு பயணம். கதையில் அங்கங்கே ஒரு தூக்கி வீசப்படும் உணர்வு, நிலையழிதல், இனிமேல் இக்கதை எங்கு போகவும் வழியில்லையே எனும் திகைப்பு அவசியம். நாவலின் முடிவில் இந்த சிக்கலான திருப்பங்களின் உச்சம் வர வேண்டும்.

அதாவது ஒவ்வொரு நூறாவது பக்கத்திலும் ஒரு திகைப்பான *point of no return* வந்தே ஆக வேண்டுமென நான் கூறவில்லை. நாவலில் அது 80-100-120-145-150 என ஏதாவது ஒரு பக்கத்தில் வரலாம். ஒவ்வொரு திரும்பப் போக முடியாத தடை வரும் போதும் நாவலின் சிக்கல்கள் மேலும் மேலும் முறுக்கிக் கொண்டு நிலைமை இன்னும் இன்னும் மோசமாக வேண்டும். நளன் - தமயந்தி தொன்மத்தை எடுத்துக் கொண்டால் இந்திரன் உட்பட்ட மேலுலக சக்திகள் தமயந்தியை விரும்பி ஏமாற்றமடைவது, நளனை அழிக்க முடிவெடுப்பதுதான் முதல் திரும்பிப் போகமுடியாத தடை. அடுத்த தடை அவன் வாழ்வில் சனிபகவான் புகுவது. அடுத்து அவன் சூதாடி ஒவ்வொன்றையாக இழப்பது. அடுத்து மனைவியுடன் வனம் புகுவது. அடுத்து மனைவியைத் துறந்து போவது. ஒவ்வொரு தடையாகப் பாருங்கள். ஒவ்வொன்றும்

முன்னதை விட அவன் வாழ்வை மோசமானதாக, சிக்கலானதாக மாற்றுவதை. இனி அவன் முழுதாக திரும்பி வர வாய்ப்பே இல்லை என நம்மை யோசிக்க வைக்கும்படி இந்த சந்தர்பங்கள் உள்ளன. அதனாலே இக்கதை இன்றும் நம் மக்களின் நினைவில் உள்ளது. மகாபாரதத்திலும் இது போல ஏகப்பட்ட சந்தர்பங்கள் உள்ள - மகாபாரதப் போர் முழுக்க இப்படித் திரும்பிச் செல்ல முடியாது அடைக்கப்படும் கதவுகளால் ஆனது தானே!

7. நாவல் எழுதும் கலை குறித்த பல நல்ல புத்தகங்கள் ஆங்கிலத்தில் உள்ளன. தமிழில் ரா. கி. ரங்கராஜனும் ஜெயமோகனும் எழுதியிருக்கிறார்கள். ஆனால் ஆங்கிலத்தில் உள்ளதைப் போன்ற ஒரு முழுமையான நூல் தமிழில் இல்லை என்பதால் ஆங்கிலத்தில் வாசிப்பதையே பரிந்துரைக்கிறேன். யுடியூபிலும் *shaelinwrites* போன்ற பயனுள்ள அலைவரிசைகள் உள்ளன. இப்படி எழுதும் கலையை கற்றுக்கொண்டால் அது உங்களுக்கு ஒரு நாவலை வடிவமைப்பதில், திருத்துவதில் வெகுவாக உதவும்.

8. இல்லாவிடில் உங்களுக்குப் பிடித்த ஓர் எழுத்தாளரின் பாணியை ஒட்டி அப்படியே எழுதுவதுதான் ஒரே வழி. ஆனால் அப்போது தவறாமல் ஓர் உத்தியைப் பின்பற்ற வேண்டும்: உங்களுடைய ஆசானாகக் கருதும் அப்படைப்பாளி தன் நாவல்களில் சொல்லாமல் விடுகிற ஒரு விசயம் இருக்கும், அவர் தவறாகப் பண்ணுவதாக உங்களுக்குத் தோன்றுகிற ஒரு பிரச்சினை இருக்கும். இதை உங்கள் நாவலில் சரியாக எடுத்தாண்டு உங்கள் நாவலுக்கு ஒரு புதுமையை அளியுங்கள். ஈழப்போரின் கதையை எழுதுகையில் ஷோபா சக்தி சொல்லத் தவறுவதை அகரமுதல்வனும், தீபச்செல்வனும் சொல்ல முயல்வதை கவனியுங்கள். அப்படியே அவர்கள் தமது தனித்துவத்தை நிறுவுகிறார்கள். எங்கு முரண்பட்டு விலகுகிறீர்களோ அங்குதான் நீங்கள் தோன்றுகிறீர்கள்.

9. எழுத்துக் கலையின் கோட்பாடு சார்ந்து வாசிப்பவர்கள் பெரிய பெரிய நூல்களை எல்லாம் படிக்கத் தேவையில்லை. ஒரே ஒரு 40 பக்க நூலைப் படித்தால் போதும். அது அரிஸ்டாட்டிலின் *Poetics*. புனைவுகளின் இலக்கணத்தை அரிஸ்டாட்டில் அளவுக்கு துல்லியமாக சுருக்கமாக வரையறுத்த மற்றொரு சிந்தனையாளர் இல்லை.

10. கதைகளின் அமைப்பில் ஒரு முக்கியமான விசயத்தை

அரிஸ்டாட்டில் சுட்டிக் காட்டுகிறார் - ஒவ்வொரு பாத்திரத்துக்கும் ஒரு மையமான குற்றம், குறைபாடு உள்ளது. இதை அவர்கள் அறிவதில்லை என்பதே ஒரு சம்பவங்களின் கோவையைக் கதையாக்குகிறது. தெரிந்து விட்டால் பின் கதையென ஒன்றில்லை. இந்த குறையே அவர்களை ஒரு சுய-அழிவுப் பாதையில் இட்டுச்செல்கிறது. அவர்கள் தம் முழுமையான அழிவை நெருங்குமுன் இதைத் தெரிந்து கொண்டால் தப்பிப்பார்கள். அப்போது அது இன்பியல் ஆகும். இறுதியான திரும்பிப் போக முடியாத திருப்பத்திற்குப் பின்னால் இதை அவர்கள் அறிந்து கொண்டால் அது துன்பியல் ஆகும். அரிஸ்டாட்டில் இதை துன்பியல் வழு *(tragic flaw)* என்கிறார்.

தி.ஜா.வின் "மோகமுள்" பாபு தன்னை அலைகழிப்பது வெறும் உடல் விழைவின் பிரம்மாண்டமான அகப்புனைவுதான், தான் கலையென நாடுவதும், தன்னை அறியமுடியாது தள்ளிப் போடுவதும் இந்த உண்மையில் இருந்து தப்பிக்கும் பொருட்டே என ஜமுனா அவனைத் தேடி கடைசியில் வரும் போது கிட்டத்தட்ட புரிந்து கொள்கிறான். "இவ்வளவு தானா? இதற்குத் தானா?" என அவளுடன் உடலுறவு கொண்ட பிறகு யோசிக்கிறான். ஆனால் அவனால் முழுமையாக இதில் இருந்து விடுதலை அடைய முடியாது. அதனால் அவன் இசையில் தன்னைத் தொலைக்கிறான். இசையைக் கற்க வட இந்தியாவுக்கு அவன் ஜமுனாவை விட்டுப் போவதாக நாவல் முடிகிறது. அவன் ஜமுனாவை விட்டல்ல "இவ்வளவு தானா?" எனும் கேள்வியை விட்டே ஓடுகிறான். அவனுடைய பாத்திரத்தின் வழு தன் உடல் வாதை குறித்த தெளிவுக்கு வர இயலாமையே. அதை கலையாக மாற்றுவதே அவனுடைய வெற்றி. அதுவே இந்நாவலை துன்பியலாகாமல் இன்பியலாக்குகிறது. நாடகவியலில் இப்படி துன்பியலில் ஆரம்பித்து இன்பியலாக முடியும் படைப்புகளை *tragicomedy* என்கிறார்கள். "மோகமுள்" அவ்வகையில் வரும்.

"சலாம் அலைக்கில்" ஜெபானந்தனின் பாத்திர வழு / துன்பியல் பிழை அவனால் எந்த சூழலுடனும் முழுக்கப் பொருந்திப் போக முடிவதில்லை, ஒருவித அந்நியமாதலை உணர்கிறான் என்பது. அவனை எல்லா சூழல்களும் வெளியே தள்ளிக்கொண்டே இருக்கின்றன. ஆதவனின் நாவல் நாயகர்கள், ஆல்பர்ட் காமு, காப்கா ஆகியோரின் நாவலின் நாயகர்களின் துன்பியல்

வழுவும் இந்த அந்நியமாதல்தான். அதுவே ஜெபானந்தனிடமும் வெளிப்படுகிறது. அதனாலே ஊரில் இருந்தாலும், போர் நடந்தாலும், போர் முடிந்தாலும், காதலித்தாலும், குடும்பம் அமைந்தாலும், வேலை கிடைத்தாலும் அவனால் நிலைக்க முடிவதில்லை. நாவல் முடியும்போதும் அவன் முழுக்க அந்நியப்பட்டு அடையாளமற்றவனாகவே இருக்கிறான். சாருவின் நாயகர்களுக்கும் இதுவே நடக்கிறது - ஒரே வித்தியாசம் அவர்கள் (மிலன் குந்தரேவின் படைப்புகளில் வருவதைப் போல) இந்த அந்நியமாதலையும் ஒரு விளையாட்டாகக் காண்கிறார்கள். அவர்கள் தம்மையே புனைந்து கொள்கிறார்கள். தம்மையே பகடி பண்ணுகிறார்கள். அதனால் அவர்களுடைய துன்பியல் வழுவானது ஒரு அழிவில் போய் முடியாமல் இன்பியலாக முடிகிறது.

இப்படி நீங்கள் எந்த நாவலை எடுத்துக் கொண்டாலும் மைய பாத்திரங்களின் வளர்ச்சிப் பாதையானது அரிஸ்டாட்டில் வகுத்ததை ஒட்டியே இருப்பதைப் பார்க்கலாம்.

உங்கள் நாவலின் மையப் பாத்திரத்திற்கு என்று ஒரு பிரதானமான சவால் இருக்க வேண்டும் என்றேன். இந்த சவால் ஓர் ஆழமான உள்பயணத்திற்கு அப்பாத்திரத்தை இட்டுச் செல்ல வேண்டுமெனில் அச்சவால் மேற்சொன்ன துன்பியல் பிழையுடன் இயைந்து பயணிக்க வேண்டும். அதை அடையாளம் காண்பது சுலபம் அல்ல. ஆனால் எழுதிச் செல்லும்போது உங்கள் பாத்திரத்தின் பிரதானமான உளவியல் குறைபாடு, வாழ்க்கைப் பார்வையில் பிழை இதுதான் எனக் கண்டுகொண்டால் உங்களுக்குப் புதையல் கிடைத்து விட்டது எனப் பொருள். பின்னர் உங்கள் நாவல் மிகவும் சுவாரஸ்யமாக ஆழமாக வளரும். உங்களுக்கே அப்பாத்திரத்தைப் பற்றி எழுதுவதில் பெரும் உவகை இருக்கும். ஏனென்றால் அப்பாத்திரத்தின் போக்கை நீங்களே விலகி நின்று பார்த்து ரசிக்கத் தொடங்குவீர்கள். "என்னென்ன சொல்றான் பாரு, பண்றான் பாரு? பைத்தியம்!" எனச் செல்லமாக உள்ளுக்குள் அவனை / அவளைக் கொஞ்சிக்கொண்டே எழுதுவீர்கள். அந்த ரசனை நாவலின் நடையிலும் மிளிரத் தொடங்கும். நீங்கள் எழுதும் போது ரசிக்கும் ஒன்றை வாசகனும் ரசிப்பது உறுதி.

11. கடைசியாக, ஒரு கதையில் உங்கள் பாத்திரமும், வாசகனும்

கற்கப்போகும் விழுமியம் என்ன? இதை ஒரு பிரதியின் தத்துவம் என்பார்கள். இது நேரடியாக ஓர் ஆசிரியன் திணிக்கிற வாழ்க்கைப் பாடமாகத் தோன்றக் கூடாது. இது மைய பாத்திரத்தின் வாழ்க்கைப் பயணத்தின் ஊடாக எதார்த்தமாக - அவனது துன்பியல் குறையில் இருந்து - அவன் கற்றுக் கொள்ளுகிற விழுமியமாக இருக்க வேண்டும்.

"புரட்சி அல்ல, சமூகத்தைத் திருத்துவதல்ல, தன்னைத் திருத்துவதும், மற்றமையிடம் அன்பு காட்டுவதுமே முக்கியம்" என்பது "குற்றமும் தண்டனையும்" நாவலில் இருந்து வாசகனும் மையப் பாத்திரம் ரஸ்கோல்நிக்கோவும் பெறும் படிப்பினை, விழுமியம். ஆல்பர்ட் காமுவின் "அந்நியன்" நாவலின் ஹீரோவான மெர்சால்ட் ரஸ்கால்நிக்காவ் பண்ணுகிற அதே தவறுகளைத் தாம் செய்கிறான், ஆனால் ரஸ்கால்நிக்காவ் போலன்றி அவன் சமூக அறத்தை கற்றுக்கொள்ளாமல் சமூகத்தில் இருந்தும், காலத்தில் இருந்தும் அந்நியப்பட்டு நிற்பதே அசலான இருப்பு எனும் முடிவுக்கு வருகிறான். இரண்டும் ஒரே கதைகள், இருவருக்கும் ஒரே துன்பியல் பிழைகளே, ஆனால் படிப்பினைகள் மட்டும் வேறு, அதனாலே முடிவுகளும், தொனியும் வேறுவேறு. இரண்டையும் படித்தால் ஒரே நாவலென உங்களுக்குத் தோன்றாது. இரண்டு நாயகர்களும் வெவ்வேறு வாழ்க்கைப் பார்வையை இறுதியில் பெறுவதே அதற்குக் காரணம்.

ஒட்டுமொத்த ஐரோப்பிய சமூகத்தின் பிரதிநிதியாக ஒருவன் தன் துன்பியல் பிழையை அறிய நேரும் போதெல்லாம் அதிலிருந்து விலகி ஒரு புது புனைவுக்குள் தன்னை ஒளித்துக்கொண்டு தொடர்ந்து பல துன்பங்களுக்குள் அகப்பட்டு தன்னழிவில் சிக்கிக் கொண்டால், அவன் கடைசியில் கூட தன் பிரச்சினையின் காரணத்தைப் புரிந்து கொள்ளாவிடில் அது ரஸ்கோல்நிக்கோவுக்கும் மெர்ஸால்டிக்கும் மாற்றாக அமைகிற ஆனால் அவர்களுடைய அதே வழுவைக் கொண்ட பாத்திரம் ஆகும். அவனே டான் குவிக்ஸாட். முக்கியமாக நவீன சமூகத்திற்கும் மரபான சமூகத்திற்கும் இடையில் சிக்கிக்கொண்ட ஒரு வரலாற்றுக் கட்டத்து மனிதர்களை ஒட்டுமொத்தமாக பகடி பண்ணும் ஒரு பாத்திரமாக டான் குவிக்சாட் இருப்பதால் அவன் தன்னையறிதலே அவன் மரணம் வரை அவனுக்கு சாத்தியமில்லாமல் ஆகிறது. விமர்சகர்கள் இந்நாவலை அதனாலே துன்பியல் என்றோ இன்பியல் என்றோ

வகைப்படுத்த முடியாது என்கிறார்கள். ஏனென்றால் அவனுக்கு தன்னை, தன் பிழையை உணரும் ஒரு வாய்ப்பு கிடைப்பதில்லை. ஏனென்றால் இது ஒரு தனிமனிதன் பற்றின கதையல்ல. ஐரோப்பிய கற்பனாவாத லட்சியவாத சமூகத்தின் பிரதிநிதியே குவிக்ஸாட். இதே குவிக்ஸாட்டை நவீன மனிதனாக்கி ரஷ்யாவில் விட்டால் அவன் ரஸ்கால்நிக்காவ் ஆகிறான், அல்ஜீரியாவில் விட்டால் அவன் காமுவின் நாயகன் ஆகிறான், தமிழகத்தில் சம்பத்தின் நாவலில் விட்டால் அவன் “இடைவெளியின்” நாயகன் ஆகிறான், நகுலனின் புனைவுவெளிக்குள் விட்டால் அவன் நவீனன் ஆகிறான். ஒரே ஆள் அவன் எங்கிருக்கிறான், அவனுடைய துன்பியல் வழுவை அவன் அறிகிறானா இல்லையா என்பதைப் பொறுத்து அவன் வெவ்வேறு பாத்திரங்களாக நமக்குத் தோற்றமளிக்கிறான், இதைப் பொறுத்து அந்நாவலின் விழுமியம் வெளிப்படுகிறது.

உங்கள் நாவலின் மையப் பாத்திரமும் ஏற்கனவே எழுதப்பட்ட ஒரு மனிதனாகவே இருப்பான். அவனை நீங்கள் புத்தம் புதிதாக உருவாக்க முடியாது. ஆனால் அவன் தன் மையப் பிழையை அறியும்போது பெறும் படிப்பினை, வாழ்க்கைப் பார்வை என்ன என்பதை வைத்து அவனைத் தனித்துவமாக மாற்ற முடியும். உங்கள் நாவலின் தரிசனத்தையும் புதிதாக, ஆழமாக, தனித்துவமாக மாற்ற முடியும். இந்தப் படிப்பினை அல்லது விழுமியம் அல்லது வாழ்க்கைப் பார்வை அல்லது தரிசனம் இல்லாது உங்கள் நாவல் தட்டையாகி விட வாய்ப்புண்டு. ஆக இது மிக முக்கியமானது!

என்னுடைய “கால்கள்” நாவலில் ஒரே ஒரு முக்கியமான சம்பவம்தான் - மது எனும் மாற்றுத்திறனாளியான பதின் வயதுப் பெண் ஸ்கூட்டர் ஓட்டக் கற்றுக்கொள்கிறாள். இதில் என்ன புதுமை உள்ளது? இதில் என்ன ஆழம் இருக்க முடியும்? ஆனால் அவள் இதன் வழியாக தன்னை அறிகிறாள். இந்த சுய அறிதலும் கதைக்கு வெளியே இல்லை. அவளுடைய பிரதானமான நெருக்கடி அவளுடைய ஊனத்தின் நியாயம், அது அவளுக்கு ஏன் நிகழ்ந்திருக்க வேண்டும் எனும் கேள்வி. அதற்கான விடை காண முடியாது அவள் தத்தளித்துக்கொண்டே இருக்கிறாள். ஸ்கூட்டர் ஓட்ட கற்றுக்கொண்டு அதற்கு உரிமமும் பெறும் போது அவள் தன்னுடைய ஊனம் தனக்கு நன்மையே செய்திருக்கிறது, தனது குறைபட்ட உடலில்லாமல் தன் இருத்தல் இல்லை, தன் வாழ்வின் அர்த்தம் இல்லை எனப் புரிந்து கொள்கிறாள். அவளுக்கு ஒரு

நிறைவு வருகிறது. அவளுக்கு உலகம் மீது, தன் குடும்பம் மீது, தன் பாலியல் உடல் மீதுள்ள கோபம் மறைகிறது. இந்த வாழ்க்கைப் பார்வையே இந்நாவலுக்கு ஒரு ஆழத்தை அளிக்கிறது. இதை நீக்கி விட்டால் இந்நாவல் எடையற்றுப் போய் விடும், ஒன்றுமில்லாத கதை எனும் உணர்வை வாசகனுக்கு அளிக்கும். ஒரு கதையை நாவலாக்குவது இறுதியில் அது அளிக்கும் வாழ்க்கைப் பார்வை, விழுமியம், தரிசனம்தான்.

இன்னொரு விசயம் - உங்கள் நாவலின் மையப் பாத்திரம் மிகச்சிக்கலான தத்துவ, வரலாற்று நெருக்கடிக்குள் செல்ல வேண்டியதும் அவசியம் அல்ல. ஒரு எளிய நெருக்கடி, நடைமுறை சார்ந்த சிக்கல், அதனுள் உங்கள் மையப்பாத்திரம் போய் வெளிவரும் போது எப்படி மாறுகிறான், என்ன கற்கிறான் என நீங்கள் உணர்த்தினாலே அது உங்கள் நாவலுக்கு ஒரு ஆழத்தைக் கொடுக்கும். ஒரு வெகுஜன நாவலுக்கும் இலக்கிய நாவலுக்குமான வித்தியாசம் இந்த விழுமியம் எந்தளவுக்கு மையப் பாத்திரத்தின் அடிப்படையான பிழையில் இருந்து தோன்றி வெளிப்பட்டு, தன்னறிதலால் அவனால் பெறப்படுகிறது என்பதே. வணிக நாவலில் பெரும்பாலும் ஆசிரியரே வெளியில் இருந்து கருத்துரைத்து போதனை செய்வார். இலக்கிய நாவலில் அப்பாத்திரம் எதார்த்தமாக தன் வாழ்க்கையை தானே கற்றுணரும். அந்தப் பாடமும் அவனுடைய சிக்கலில் இருந்து முழுக்க வெளியே எடுக்க முடியாது பின்னிப் பிணைந்து இருக்கும். அதில் ஒரு பூடகத்தன்மை, புதிர்மை கடைசி வரை இருக்கும். ஏனென்றால் அவன் என்னதான் தன்னையறிந்தாலும் அவனுடைய அடிப்படையான கோணல் முழுக்கப் போயிருக்காது என்பதால் அவன் பெறும் படிப்பினையும் சற்று கோணலாகவே கடைசி வரை இருக்க முடியும். இதுவே நாவலை ரசிக்கத்தக்கதாகவும், தனித்துவமானதாகவும் வைத்திருக்கும். "ஆத்திச்சூடி" சொல்லும் பாடங்களையே உங்கள் மையப் பாத்திரமும் சொன்னால் அதில் எந்த சுவாரஸ்யமும் இருக்க முடியாதுதானே. அதனாலே உங்கள் நாவலின் படிப்பினைகளிலும் ஒரு சிறு பிழை இருக்கட்டும்!

கதையில் விவரணைகளின் உண்மைத்தன்மை

"கதையில் விவரணைகளின் உண்மைத்தன்மை எந்தளவுக்கு முக்கியம்?"

இது ஒரு முக்கியமான கேள்வி. ஏனென்றால் ஒரு இளம் எழுத்தாளனாக நாம் சில நேரம் விவரணைகள், தகவல்களின் உண்மைத்தன்மைக்காக அதிகமாக மெனெக்கெடுவோம். இது போலீஸ்காரராக நடிப்பவர் சீருடை, தோளில் உள்ள நட்சத்திரங்கள், இடுப்புத் துப்பாக்கியிலே அதிக கவனம் செலுத்துவதைப் போன்றது. இப்படி இவற்றில் மிகுவிருப்பம் கொண்டு ஒரு கட்டத்தில் இது பேன்ஸி டிரெஸ் போட்டி போல ஆகிவிடும். நடிகரின் கவனம் முழுக்க நடிப்பில் இருந்து போய் அவர் தன் தோற்றத்தின் போதாமை குறித்து மிகுந்த பிரக்ஞையாகி நடிப்பில் திணறலாம். இதுவே எழுத்தாளர்களுக்கும் நடக்கலாம். அது மட்டுமல்ல, நாம் எழுதும் கதை எந்தளவுக்கு உண்மையாகத் தோன்றுகிறது என்பதே வாசகன் அக்கதையை ஏற்கவும் நிராகரிக்கவும் பிரதானக் காரணம் என நாம் நம்ப ஆரம்பித்தால் பின்னர் நம் கவனம் முழுக்க கதையில் அல்ல, கதையின் 'ஆடையிலேயே' இருக்கும்.

இதைப் பற்றி அண்மையில் ஒரு சக புனைவெழுத்தாளரிடம் உரையாடிக் கொண்டிருந்தேன். அவர் தான் புறவிவரணைகளுக்கு அதிக முக்கியத்துவம் அளிப்பதாகவும், அல்லாவிடில் வாசகர்கள்

அதில் பிழை கண்டுபிடித்து விமர்சிக்கக்கூடும் என்று நினைப்பதாக சொன்னார். அவர் என்னிடம் கேட்டார், "புரோ, வெயில் மண்டையைப் பிளக்கும் ஒரு பொட்டல் வெளியிலோ அல்லது எந்நேரமும் மழை சொரிந்துகொண்டே இருக்கும் குளமும் குட்டையும் ஓடைகளுமான ஒரு குமரி மாவட்ட நிலப்பகுதியைப் போன்ற இடத்திலோ கதை நடக்கிறது என்று வையுங்கள். நீங்கள் இந்த வெளியைத் துல்லியமாக அறிந்திருந்தால் அதை நன்றாக விவரணையில் கொண்டு வர முடியும், கதைக்கு ஒரு நம்பகத்தன்மையை அளிக்க முடியும்தானே? ஒரு கார் உற்பத்தி சாலையில் நடக்கும் கதையை அங்கு செல்லாத, அங்கு வேலை பார்க்காத ஒருவரால் நம்பத்தகுந்த வகையில் எழுத முடியுமா? முடியாதுதானே?"

நான் நண்பரிடம் சொன்னேன்: "நண்பா, நம்பகத்தன்மை ஆனது இந்த விவரணைகளில் இருந்தோ, அந்தரங்கமான அவதானிப்புகளில் இருந்தோ வருவதில்லை. என்னதான் புறக்காட்சிகளுக்கு முக்கியத்துவம் உள்ள கதை என்றாலும் கதைதானே நம்பகத்தன்மையை அளிக்கிறதே அன்றி கதையின் விவரணை அல்ல.

'கதையும்' சிறுகதை, நாவல் போன்றவை ஒன்றல்ல. இரண்டும் வேறு வேறு சங்கதிகள்."

எனில் கதை என்றால் என்ன? நிகழ்ச்சிகளா, உணர்வுகளா, சிந்தனை ஓட்டமா, கருத்துக்களா, நாடகீய போராட்டங்களா? புறவெளிப் போராட்டங்களா? எது வேண்டுமானாலும் இருக்கலாம்.

அசோகமித்திரனின் கணிசமான சிறுகதை, நாவல்களில் ஒரு பாத்திரம் சந்திக்கும் (முழுக்க பௌதீகமான, நடப்பியல் சார்ந்த) நெருக்கடியும், அதை ஒட்டி அவர் எடுக்கும் ஒரு முடிவுமே அவற்றில் உள்ள 'கதை'. இந்தக் கதையை ஒருவர் கார் ஓட்டக் கற்றுக்கொள்கிற சூழலில் வைத்தால் அது ஒரு கதை. இதை எலியைப் பிடித்து அடிக்கக் கொண்டு செல்லும் பின்னணியில் வைத்தால் வேறொரு கதை. அடிப்படை வசதி கூட இல்லாத ஒரு இடத்தில் வாழ்ந்துகொண்டு தன் தன்மானத்தைக் காப்பாற்ற, சுயமுடிவெடுக்கும் உரிமையை முன்னெடுக்க முனையும் ஒரு பெண்ணின் நிலையில் வைத்தால் அது மற்றொரு கதைக்களம்.

ஆனால் இந்த வெவ்வேறான புறச்சூழல்கள், அவை குறித்த தகவல்கள், விவரணைகளுக்கு அசோகமித்திரன் அதிகமான சொற்களை இறைப்பதில்லை. இமையமும் அவ்வாறுதான். ஹெமிங்வே வசனங்கள் மூலமாகவே வெளியை நமக்கு உணர்த்தி விட முயல்வார். (தி.ஜாவும் அவ்வாறே.) சாருவின் பெரும்பாலான தன்னெழுத்துக்களில் கதை எங்கு நடக்கிறது என்பதை உரையாடல்களில் உணர்த்தினாலும், அந்த புறவெளி குறித்து ரொம்ப பிரயத்தனம் எடுக்க மாட்டார். மிலன் குந்தேராவும் புறத்தகவல்களுக்காக மெனெக்கெடுவதில்லை. (ஏனென்றால் அவரது கதைகளுக்கு அவை அவசியமல்ல.) ல.சா.ரா, கோணங்கியின் கதையுலகில் புறச்சித்தரிப்புகளும், அவற்றில் வரும் உருவகங்களுமே கதையைக் கொண்டிருக்கின்றன. மார்க்கவெஸின் மாய எதார்த்த புனைவுலகில் புறவுலகம் எதார்த்தத்தின் நகல் அல்ல, ஆனாலும் அவர் அதைச் சித்தரிப்பதில் நிறைய மெனெக்கெடுவார், தகவல்களாக அள்ளிக்கொடுப்பார். இவை தேவையான அளவுக்கு என்றல்லாமல் மிகுதியாக இருக்குமென்பதால் அவையே ஒரு மாயத்தன்மையை, மிகுபுனைவுணர்வை ஏற்படுத்திவிடும். ரேமெண்ட் கார்வரும் ஹெமிங்வேயும் உளவியல் நுண் விவரிப்புகளின் வித்தகர்கள். வெகு நுட்பமாக ஒரு பாத்திரத்தின் நடவடிக்கைகள், உடல்மொழியை விவரித்து அவற்றை வெளியின் தோற்றத்துடன் பிணைத்து விடுவார்கள். உபமனத்தின் சமிக்ஞைகளை இந்தப் புறத்தோற்றத்தின் நுண் சித்தரிப்பு தொட்டுணர்த்தும்.

தஸ்தாவஸ்கியை எடுத்துக்கொண்டால் அவர் புறவெளியைக் காட்டும்போதும் அதை உபமனத்தின் தோற்றங்களாக, உருவகங்களாக மாற்றிவிடுவார். ("குற்றமும் தண்டனையில்" வரும் மாடிப்படிக்கட்டுகளும் மேல்மாடி வீட்டு அறைகளும்) அதே நேரம் அவரது பாத்திரங்களின் உணர்வுகளும் நம்பிக்கைகளும் மொழியும் ஒரு தனி உலகை சிருஷ்டிக்கும். இந்த தனித்தனி உலகங்கள் தம்மளவில் முழுமை பெற்றிருக்கும். (பக்தின் இதை *chronotope* என்றார்.) எந்தளவுக்கு என்றால் நாவலின் கதையமைப்பே இந்தப் பாத்திர உலகங்களின் பொருத்தம், பொருத்தமின்மை, மோதல், இணக்கம் ஆகியவற்றையே நம்பி இருக்கும். இரு மாறுபட்ட முழுமைத்தன்மை பொருந்திய மனவுலகங்களே தனித்தனி கதையமைப்புகளாக அவரது நாவலுக்குள் இருக்க

இவை பரஸ்பரம் ஒத்திசைவில்லாமல் இருப்பதே தஸ்தாவஸ்கியின் கதைகளில் ஒரு அடிப்படையான முரண்பாட்டை, நாடகீய மோதலை, இறுக்கத்தை உண்டு பண்ணுகின்றன, இந்த இறுக்கம் அதிகமாக ஆக தஸ்தாவஸ்கியின் நாயகர்களுக்கு ஜுரம் வரும் அல்லது பித்துப்பிடிக்கும் அல்லது குற்றச்செயலில் ஈடுபடுவார்கள் என்பதைக் காணலாம். இயற்காட்சிகளின் *(phenomena)* இசைவின்மை எனும் அளவில் ஒரு மெய்ப்பொருள் மூல ஆய்வியல் *(ontology)* தத்துவத்தின் அடிப்படையில் இது ஒரு தன்னிலையின் அழிவுக்கே இட்டுச்செல்லக்கூடிய நெருக்கடியாகும். தஸ்தாவஸ்கியின் பாத்திரங்களின் அடிப்படை உளநெருக்கடி என்பது புறப்பிரச்சினைகளால் அல்ல, இந்த இயற்காட்சிகளின் போராட்டத்தினால், பொருத்தமின்மையால் வருவது ஆகும். அதனாலே தஸ்தாவஸ்கியின் நாவல்களில் புறச்சித்தரிப்பு, பாத்திர அமைப்பு, பாத்திரங்களின் நேர்த்தி, உளவியலானது வெறுமனே அந்தச் சங்கதிகள் அல்ல, மாறாக இயற்காட்சிகள் எனும் அளவிலே பாத்திரங்களின் பிரக்ஞையை வடிவமைக்கும் விசயங்கள் ஆகின்றன. இந்த உளநெருக்கடியானது ஒரு தத்துவ/ ஆன்மிக பிரச்சினையும் ஆகும். என்ன பிரச்சினை இது?

ஒரு பாத்திரத்தின் இயற்காட்சிகளாலான பிரக்ஞையானது பிற பிரக்ஞைகளுடன், பிற உலகங்களுடன் கலந்து தன்னை இழப்பதும் முழுமை கொள்வதுமே அவரது 'முக்தியாக' தஸ்தாவஸ்கியின் நாவல்களில் வருகிறது. உதாரணமாக, "குற்றமும் தண்டனையும்" நாவலில் சோனியாவின் உலகமும் ரஸ்கோல்நிக்கோவின் உலகமும் நேரெதிரானவை. ஆனால் சோனியாவின் ஒப்பற்ற கருணையும், ரஸ்கோல்நிக்கோவின் தனிமை, முக்திக்கான வேட்கை ஆகியவை அவனை அவளுடைய உலகத்தை நோக்கி ஈர்க்கிறது. இரு உலகங்களும் இணையும்போதே (இரு உடல்களோ, இரு மனங்களோ அல்ல, கவனியுங்கள்) அவனுக்கு குற்ற மன்னிப்பு கிடைக்கிறது.

எதற்கு தஸ்தாவஸ்கியின் புனைவு மொழி பற்றி இவ்வளவு விளக்கமாகச் சொல்கிறேன் என்றால் புறச்சூழலின் சித்தரிப்பும், பாத்திர அமைப்பின் நுண்விவரங்களும் எந்தளவுக்கு ஒரு கதையின் அடிப்படையான மெய்யியல் பிரச்சினைகளை பிரதிபலிப்பதாக உள்ளன என்று காட்டத்தான். தஸ்தாவஸ்கியை தல்ஸ்தாயின் புனைவுலகுடன் ஒப்பிட்டால் தல்ஸ்தாயிடம் அகம்-

புறம் என சித்தரிப்புகளில் ஒரு சமநிலை இருக்கும். ஆனால் தஸ்தாவஸ்கியோ தொடர்ந்து பாத்திரங்களின் அகவுலகுக்குள்ளே சிறைகொண்டுள்ளதாகத் தோன்றும். ஏன் தஸ்தாவஸ்கி தல்ஸ்தாயைப் போல புறச்சூழலை சித்தரிப்பதில்லை என்பது நாம் கேட்கவேண்டிய கேள்வி. ஏனென்றால் அவரது கதைக்கு புறச்சூழல் குவிமையம் அல்ல. அவரது கதை அகச்சூழலின் தனிமை, நெருக்கடி, ஈகோவின் இறுக்கம் பற்றியது என்பதால் அவர் உணவு மேஜையில் உள்ள விதவிதமான உணவுகள், சீமாட்டிகளின் ஆடையணிகள், கவுன், சீதோஷ்ணம் பற்றி தல்ஸ்தாயைப் போல பக்கம் பக்கமாக எழுத மாட்டார். (தல்ஸ்தாயின் கதைக்கு மட்டுமே அவை தேவை.)

இங்கு நாம் முக்கியமாக கவனிக்க வேண்டியது என்னவென்றால் ஒரு கதையில் வரும் விவரணைகள், பாத்திர அமைப்பு ஆகியவை வெறுமனே நம்பகத்தன்மைக்காக வருவன அல்ல என்பதே.

ஆக நாம் எழுதும் கதை முதலில் என்ன என்றும், அந்தக் கதையை எப்படிச் செயற்திறனுடன் சிறப்பாகச் சொல்வது என முடிவெடுக்க வேண்டும். அதற்கு இந்த விவரணையும் தகவல்களும் எந்தளவுக்கு தேவை என நாம் தீர்மானிக்கவேண்டும். அதன் பிறகு நாம் எழுதும் கதையின் கூறுமுறையையும் முடிவெடுக்க வேண்டும். கதைக்கும் கூறுமுறைக்கும் பெரிய வித்தியாசம் இருக்கக்கூடாது. கதைக்கான கருவி மட்டுமே கூறுமுறை என்று சொல்லப்படும் மொழி, விவரணைகள், நுண்தகவல்கள் ஆகியவை.

அடுத்து நம்பகத்தன்மைக்கு வருவோம் - 'கதை' சரியாக புரிந்து கொள்ளப்பட்டு தெளிவாக கையாளப்பட்டால், வெளிப்படுத்தப்பட்டால் அது இயல்பாகவே நம்பகத்தன்மையை அக்கதைக்கு அளித்துவிடும். அசோகமித்திரன் இதற்குச் சிறந்த உதாரணம் - அவரது அடித்தட்டு பாத்திரங்களின் பேச்சுமொழியை அவரால் இயல்பாக அமைக்க முடியாது. அவருக்கு பிராமண மொழியையும் பொதுமொழியையும் தவிர வேறு நாட்டார் மொழிவழக்குகளைக் கையாளத் தெரியாது. ஆனால் இது அவரது கதையை நம்பகத்தன்மை அற்றதாக ஆக்கவில்லை. வாசகர்கள் புகார் தெரிவிக்கவில்லை. ஏனென்றால் அவரது கதை அதனளவில் ஒரு நம்பகத்தன்மையை கொண்டிருக்கிறது, அதற்குப் பொருத்தமான ஒரு மொழியையும் அவர் கொண்டிருக்கிறார்.

நம்பகத்தன்மையானது பேச்சுவழக்கை துல்லியமாகக் கொண்டு வருவது மட்டுமல்ல. மாறாக, நீங்கள் சொல்லவேண்டிய 'கதைக்கான' மொழியை நீங்கள் பயன்படுத்துகிறீர்களா இல்லையா என்பது மட்டுமே கேள்வி.

சில நேரங்களில் நாம் எழுதும் கதை தெளிவாக நம்மால் புரிந்து கொள்ளப்படவில்லை என்றால் அல்லது எழுதும் போக்கில் அது சரியாக வெளிப்படவில்லை என்றால் வாசகனுக்கு அக்கதையுடன் ஒன்ற முடியாமல் போகும், அல்லது சரியாக எழுதப்பட்டாலும் அக்கதையின் மொழி அல்லது கதையின் இயல்பை அவர்களால் புரிந்துகொள்ள முடியாமல் போகும். ஆனால் இவ்வாசகனால் சில நேரம் தன் புரியாமையைத் துல்லியமாக வெளிப்படுத்த இயலாது. ஆனால் ஏதோ ஒரு பிரச்சினை இருப்பதாக மட்டும் அவனுக்குத் தோன்றும். அவன் அப்போது கதையின் மொழியில் பிரச்சினை உள்ளதாக நினைப்பான். தர்க்க ஒழுங்கு இல்லையென நினைப்பான். மொழியில் நம்பகத்தன்மை இல்லை, கதை போரடிக்கிறது அல்லது கதையின் தர்க்கத்தில், தகவல்களில் பிழை உள்ளது என்று அவன் சொல்லுவான். ஆனால் உண்மையான பிரச்சினை தகவல்களின் நம்பகத்தன்மையிலோ, கதைகூறலின் சுவாரஸ்யத்திலோ இல்லை, தர்க்க ஒழுங்கில் இல்லை. பிரச்சினை 'கதையிலே' இருக்கிறது.

இன்னொரு பக்கம் நாம் விவரணைகளில், தகவல் துல்லியத்தில் மிகுதியான ஆர்வம் காட்டி, கதையைப் புறக்கணித்தால் அக்கதை அர்த்தமற்றதாக, வறட்சியாக மாறிவிடக் கூடும். ஒரு கதையை எழுதுவதற்கு நாம் தேர்ந்தெடுக்கும் மொழியின் குறிக்கோள் அக்கதையை நம்பத்தகுந்ததாக ஆக்குவது அல்ல, மாறாக அக்கதையை முடிந்தவரை திறனாக வலுவாக சொல்வதே. பட்டுச்சேலை கட்டி வளைய வளைய வரும் மொழியில் இமையம் எழுதுவதில்லை. அவரது கதைமொழி அவரது கதைக்காக தேர்வு செய்யப்பட்டது. அவரது கதையின் ஆழத்தை கவனிக்கத் தெரியாதவர்கள் அதை பத்திரிகை மொழி, பத்திரிகை செய்தி என்று கூறுவது அவர்களுடைய இழப்பே அன்றி வேறில்லை. பூமணியை எடுத்துக்கொண்டால் அவரும் ஒட்டியாணத்தை அணிந்து இடுப்பைக் காட்டி போட்டோஷூட் பண்ணும் மொழியில் எழுதுவதில்லை. ஆனால் அவரது நாவல்கள் ஒரு ஜொலிக்கும் கத்தியைப் போல நம்மை அச்சுறுத்துகின்றன. இதையே

நான் அசோகமித்திரனுக்கும் சொல்வேன். ஜெயமோகன் எழுதும் கதையை அசோகமித்திரன் எடுத்துக்கொண்டால் ஜெயமோகன் பயன்படுத்தும் ஆயிரம் சொற்களில் 10% மட்டுமே அவர் எடுத்துக்கொள்வார். ஏனென்றால் அசோகமித்திரன் சொல்லும் கதைக்கு சில நூறு சொற்களே போதும். கதை எதுவெனும் தெளிவு நமக்கிருந்தால் அதற்காக சிலநேரம் சற்றே பிசிறான மொழியைக் கையாள்வதில் பிரச்சினை இல்லை. வரலாற்று, புறச்சூழலை கச்சிதமாகக் கொண்டு வருவதைவிட நாம் கண்டடையும் 'கதை' என்னவென்பதில் அதிக நேரம் செலுத்துவது முக்கியம். ஒப்பனை செய்யப்பட்ட பிரேதத்தை விட ஒப்பனையில்லாத அழுக்கான கிழிந்த ஆடைகள் கொண்ட மனிதன் அழகானவன்.

கதைக்காக மொழியே அன்றி, மொழிக்காக கதை அல்ல. ஆனால் மொழியையே 'கதை' ஆக்குவோரின் இலக்கு வேறு என்பதால் அவர்களை இந்த விதிக்கு விதிவிலக்கு எனக் கொள்ளலாம்.

சொந்த அனுபவங்களை கதையாக்குவது

"சொந்த அனுபவங்களை 'அப்படியே' கதையாக எழுதலாமா?"

ஓரளவுக்கு எழுதத் தெரிந்தவர்களால் கூட ஒரு நாவலை தமது சொந்த வாழ்க்கை அனுபவங்களைக் கொண்டு எழுதமுடியும் என நான் நம்புகிறேன். இன்னும் சொல்லப் போனால் தம் முதல் நாவலை அதுவரையிலான வாழ்க்கை அனுபவங்களின் படி எழுதுவதே நல்லது என்று கூறுகிறேன்.

நண்பர் கண்ணன் அடிக்கடி தான் எழுதப்போகும் தன் முதல் நாவலைப் பற்றி சொல்லுவார். அதை ஏன், எதற்காக, எப்படி எழுதப் போகிறேன் என்று அவருக்கு ஒரு திட்டம் உள்ளது. நான் அப்போதெல்லாம் உங்கள் கதையை சற்று மாற்றாமல் அப்படியே எழுதுங்கள் என்று சொல்வேன். அதற்கு ஒரு காரணம் உள்ளது:

நமது முதல் நாவலில் நமது தனிப்பட்ட அனுபவங்களுக்கு வெளியே கற்பனையாக பாத்திரங்களையும் அவர்களுடைய அகவுலகையும் வர்ணித்து கட்டியெழுப்புவது சற்று சவாலானது. சில நேரங்களில் புதிய பாத்திரங்களைக் கற்பனையில் உருவாக்கினால் அவர்களுடைய அடிப்படையான நோக்கம், சவால்கள், நெருக்கடி, விளைவு ஆகியவற்றை கண்டடைய முடியாமல் போகக் கூடும். அவை நமக்குத் தெரியாததால் கதையின் போக்கில் பல தடங்கல்கள் ஏற்பட்டு நாவலோ முட்டிக்கொண்டு நின்று போகும். ஆனால் நமது சொந்த அனுபவமெனும் போது நமக்கு 'நோக்கம், சவால்கள், நெருக்கடி, விளைவு' என்பன முன்கூறாகவே

தெரிந்திருக்கும் என்பதால் நம் அனுபவங்களின் கோவையானது ஒரு முழுமையான கதையாகவே எழுதப்படுமுன்னரே நம் முன் இருக்கும். நாம் செய்ய வேண்டியதெல்லாம் அதை எடுத்தாள்வதே.

இதையேதான் நாம் நமது அன்றாட உலகில் பார்க்கும் மனிதர்களுக்கும் சொல்வேன். அவர்களைப் பற்றி நாம் கேள்விப்பட்ட சம்பவங்கள், தகவல்கள், நம்பிக்கைகளை வைத்து நம் கற்பனையில் ஏற்கனவே ஒரு சித்திரம் ஏற்பட்டிருக்கும். இது முழுமையாகி இருந்தால் இதை சிறிது மாற்றி ஒரு அழகிய பாத்திரத்தை உருவாக்குவது நமக்குச் சுலபமாக இருக்கும். இல்லாவிட்டால் இதில் ஒவ்வொன்றையும் நாம் நமது பிரயத்தனம், ஆய்வு மூலமாக கட்டியெழுப்ப வேண்டியிருக்கும்.

அதனால் நம் கதையில் ஒரு கராத்தே ஆசான் வருகிறார், அவருடைய பாத்திர அமைப்பை நம் உறவினர்கள், நண்பர்கள் மத்தியில் இருந்து எடுத்துக்கொண்டு சிறிது மாற்றி எழுப்பலாம். அல்லது நாம் கராத்தே பயிலும்போது ஆசான் இருந்திருந்தால் அவரது இயல்புகளை வைத்து நம் கற்பனையும் சேர்த்து ஒரு சுவாரஸ்யமான பாத்திரத்தைத் தீட்டலாம். நாம் இங்கு கவனிக்க வேண்டியது என்னவென்றால் நாம் பார்க்கும் நிஜத்தை அப்படியே நகலெடுத்து எழுதுவது எழுத்தல்ல. நமது அனுபவத்தை சித்தரிப்பது எதார்த்தம் அல்ல. மாறாக நிஜம் என நாம் நினைப்பதே நடப்பில் காணும் ஒரு நிகழ்வை, மனிதரிடம் உள்ள இடைவெளிகளை நமது கற்பனை மூலம் மிக இயல்பாக நாம் நம் மனக்கண்ணில் சித்தரிப்பதுதான். ஆம் நமக்குள் நாம் ஒவ்வொருவரும் ஒரு எழுத்தாளன்தான். நாம் இந்த கற்பனையான அனுபவத்தை மேலும் கற்பனையால் மீளுருவாக்கம் பண்ணுவதே 'அனுபவ ரீதியான புனைவெழுத்து'. இது இரண்டாவது முறை நிகழ்வதால் இது மிக அனுக்கமாக நமக்கு மாறுவதால் இதில் இருந்து ஒரு உயிர்ப்பு, தன்னம்பிக்கை நமக்கு கிடைக்கும்.

நிஜத்தில் சுவாரஸ்யம் என்னவென்றால் ஒரு அனுபவத்தை எந்தளவுக்கு உணர்வு சார்ந்த கற்பனையுடன், வேகத்துடன், மனவெழுச்சியுடன் நாம் மீளுருவாக்குகிறோமோ அந்தளவுக்கு அதில் உண்மைத்தன்மை அதிகமாகும், அதை எந்தளவுக்கு நாம் கற்பனையின்றி அப்படியே நகல் எடுக்கிறோமோ அந்தளவுக்கு அது பொய்யாகத் தோன்றும். அதாவது உண்மையென்பது

பொய்யாகவும், பொய்யென்பது உண்மையாகவும் தோன்றுவதுமே மனித புரிந்துணர்வின் விசித்திரமாகும்.

ஆம், சொந்த அனுபவங்களை 'அப்படியே' கதையாக எழுத முடியாதுதான். ஆனால் அந்த அனுபவம் எனும் கற்பனையை மேலும் கற்பனையாக்கி நம்மால் எழுத முடியும்.

கண்ணன் அடுத்தொரு கேள்வியைக் கேட்டார்: "நம் சொந்த அனுபவத்தை நாம் அலங்கரித்து, இலக்கியதனமாக மாற்றி எழுத வேண்டுமா, அதை நம் மொழித்திறனால் மாற்றியமைக்க வேண்டுமா?"

ஒரு கதையைச் சொல்வதற்கு நமக்கு அக்கதைக்கு ஏற்ற ஒரு மொழியே அன்றி ஒரு தனித்த மொழி அல்ல. நமது அனுபவத்தை நமக்கு பகர்த்தும் அளவுக்கான மொழி நமக்கு இருக்கிறதென்றால் - அதாவது நமது கதை நமக்கு ஆழமான ஒரு தாக்கத்தை நம்மளவில் நமக்கே ஏற்படுத்தி இருக்கிறதென்றால் நமக்கு அதற்கான மொழி இருக்கிறதென்றே பொருள் - நாம் அம்மொழியிலே எந்தப் பாசாங்கும் இன்றி எழுதலாம். பாமாவின் "கருக்கு", முத்துமீனாளின் "முள்" போன்ற நாவல்களும், எம்.ஜி.ஆரின் "நான் ஏன் பிறந்தேன்?" எனும் சுயசரிதையில் உள்ள சில பகுதிகளும் இதற்கு உதாரணம். ஆலிஸ் வாக்கரின் மிகப் பிரசித்தமான நாவல் "கலர் பர்ப்பிள்" வேறு வகையான எளிமைக்கு மிகச்சிறந்த உதாரணம். இந்நாவல் அமெரிக்காவில் வாழும் மிகக்குறைந்த படிப்பறிவும், அனுபவ அறிவும் கொண்ட கறுப்பினப் பெண்ணின் பதின்வயதில் இருந்து மத்திய வயது வரையிலான அனுபவங்களை அந்தந்த நிலைக்குரிய மொழியில் சொல்லுகிறது. இதில் கதைகூறல் மொழியின் எளிமையானது தன்மையில் எழுதப்பட்டு ஒருவித நகைமுரணும், பாசாங்கின்மையும், குழந்தைமையையும் பெறுகிறது. அதாவது ஆசிரியர் இப்பாத்திரத்தின் மனநிலை, மன அமைப்பு, அறிவுத்திறன், குழப்பங்கள், வலியை மனதில் வைத்து அதற்கு ஏற்பச் சொற்களைக் கவனமாக தேர்வு செய்கிறார். படிப்பறிவு குறைவான, புறவுலகில் அதிகம் பயணிக்காத ஒரு பெண்ணின் சொற்தொகுப்பானது மிக மிக சாதாரணமாக, எல்லைக்குட்பட்டதாக இருக்கும், மேலும் ஒரு சொல்லைத் துல்லியமாகப் பயன்படுத்தவும் அவளுக்குத் தெரிந்திருக்காது என்பதால் தோராயமான சொற்களையே பயன்படுத்துவார்.

சில சொற்களைத் திரும்பத் திரும்பத் தவறாகப் பயன்படுத்தி அதையே அப்பாத்திரத்தின் பிரச்சினையை புரிய வைப்பதற்கான உத்தியாக்கி இருப்பார் ஆலிஸ் வாக்கர். அதெ போன்றே போகப் போக அப்பாத்திரத்தின் அறிவும் அனுபவங்களும் விரிய, ஆழமாக, கூர்மை பெற அதன் விளைவை சொற்களின் தேர்வு, விரிவில் பிரதிபலிப்பார்.

ஆக, நாம் அலங்காரமாக, ஸ்டைலாக நம் மொழியை உருமாற்றத் தேவையில்லை. கதைக்காகத் தான் மொழியே அன்றி மொழியின் பொருட்டு கதை அல்ல. கதையின் பல நுட்பங்களுக்கு ஏற்ற கச்சிதமான மொழியே நமக்குத் தேவை. அது தப்புத்தப்பாக பேசுகிற ஒருவருடைய மொழி என்றால் அதிலேயே நாவலை தாராளமாக எழுதலாம். என்னுடைய பாத்திரம் நாகர்கோவிலில் வாழ்பவர். அவர் தன்மையில் தன் கதையை சொல்லிப் போகிறார். அவருக்கு நிறைய சொற்கள் தெரியாது. கதை துவங்கும்போது அவர் மிகவும் கவலையாக இருக்கிறார். ஆனால் அவர் கவலை எனும் சொல்லைப் பயன்படுத்த மாட்டார். அதற்குப் பதிலாக “சுகமில்லை” என்றே சொல்லுவார். உடல் நலமில்லாததற்கும், இனிமையாக இல்லை என்பதற்கும் அதே வார்த்தைதான். அவர் “சுகமில்லை” என்று கூட சொல்ல மாட்டார், “சோமில்ல” தான். அதனால் அவர் “நேத்திலேந்தே எனக்கு சோமில்ல, கேட்டியா? சோமில்லேன்னா நிஜமாவே சோமில்ல. ஒரு மாம்பளம் கெடந்துது. அதை வெச்சி புளிச்சேரியும் ஆம்பிளேட்டும் போட்டு வைச்சுத் தின்னேன். அந்தளவுக்கு ஒண்ணும் சோமா இல்லெ. செல நேரம் சோமில்லேன்னா குளுசெ எதையாவது எடுத்து போட்டிட்டு கெடக்கலாம், ஆனா இந்த சோமில்லாதது குளுச போட்டாலும் போவாது கேட்டியா.” இது வட்டார வழக்கு மட்டுமல்ல. இங்கு வழக்கின் துல்லியமோ, அதிகமான வார்த்தைகளின் பிரயோகமோ கதையின் நோக்கத்திற்குள் வராது என்பதால் “சோமில்ல” என்பதை வைத்தே நிறைய பிரச்சினைகளைத் துல்லியமற்ற துல்லியத்துடன் சொல்லிவிட முடியும். பொதுத்தமிழ் இல்லாமலே முழுக்க இப்படி பிழையும் மீள மீள வரும் ஒரே வகையான சொற்களை வைத்தே இக்கதைக்கான மொழியை உருவாக்க முடியும்.

இவ்வாறு ஒரு கதையின் இலக்கியத் தரத்தை, அதன் ஸ்டைலை அதன் கதையே தேர்வு செய்து உருவாக்குகிறது. எழுத்தாளன் அல்ல!

வசனங்களின் நம்பகத்தன்மை

பொதுவாக வசனத்தை 'கருத்து வடிவில்' எழுதும் தவறை நாம் செய்வோம். கணவனுக்கும் மனைவிக்கும் இடையில் ஒரு வாக்குவாதம் - "நீ நான் சொல்வதைக் கேட்பதே இல்லை, உனக்குத் திமிரெடுத்து விட்டது, படித்த திமிர், உன் குடும்பம் பணக்காரக் குடும்பம், அந்த அகங்காரம், ஆனால் அதை என்கிட்ட காட்டாதே, எனக்கு தன்மானம் இருக்குது ..." இப்படி போகும். அப்பெண்ணோ "சின்ன விசயத்தை எல்லாம் பெரிசு படுத்துறே, நான் என்ன தப்பா சொல்லிட்டேன். உனக்கு தன்மானம் இல்ல, ஈகோ, அதுதான் பிரச்சினை, ஆமா உனக்கு இன்செக்யூரிட்டி, அதுக்கு ஏன் என் அப்பா அம்மாவை இழுக்கிறே, அன்னிக்கு நான் உங்கிட்ட என்ன சொன்னேன், நான் எவ்வளவு அழுதேன்! ஆமாடா, என்ன டா போட்டு பேசுறேனா, நீ டீ போட்டு பேசுறேல்ல, நானும் பேசுவேன், என் அப்பா வந்தப்போ அவர் தட்டைக் கழுவி வச்சேன், உன் தட்டை ஏண்டா நான் கழுவணும்?"

யோசித்துப் பாருங்கள்: மேலோ வருவது டிராமா. அவை இருவருக்கும் இடையில் உள்ள கருத்து முரண்கள், அவற்றால் விளையும் உணர்வுப் போராட்டம், காயம், கோப வெளிப்பாடு. ஆனால் இதை அப்படியே வசனமாக எழுதினால் வாசிக்க அலுப்பாக இருக்கும்.

அதைவிட முக்கியமாக செயற்கையாக இருக்கும். அன்றாட உலகில் இப்படியான கொந்தளிப்பான வாக்குவாதம் நடக்குமா என்றால் நடக்கும். ஆனால் இப்படியே நேரடியாக ஆரம்பித்து

இந்த இடத்துக்குப் போகாது. இவ்வளவு கோவையாகவும் யாரும் பேச மாட்டார்கள். 15 நிமிட வாக்குவாதத்தின் சாரம்சமாக இது இருக்கும், ஆனால் இதுவே உரையாடல் அல்ல. இவை கருத்துகள். நிஜத்தில் யாரும் கருத்துகளைச் சொல்ல மாட்டார்கள். பேஸ்புக்கில் தொகுத்து எழுதுவார்கள். நமது உள்பெட்டி அரட்டையை பார்த்தால் கூட இவ்வளவு சீராக அது இருக்காது.

இதை நல்ல வசனமாக, உண்மையாகத் தோன்றும் உரையாடலாக மாற்ற முதலில் சுருக்கமாகச் சொல்ல முயல வேண்டும். ஏனென்றால் நீள நீளமாகப் பத்தி பத்தியாக பெரும்பாலானவர்கள் பேச மாட்டார்கள், தொழில்முறை பேச்சாளர்களைத் தவிர. அப்படிப் பேசினாலும் மறுதரப்பு அதைக் கேட்க மாட்டார்கள்.

அடுத்து, நாம் பொதுவாக பல விசயங்களை ஒரே உரையாடலில் கொண்டு வர மாட்டோம், பல துணை உரையாடல்களில் துண்டுதுண்டாக பல விசயங்களைப் பேசுவோம் என்றாலும். அதனால் கணவனுக்கும் மனைவிக்கும் இடையில் ஒரு குறிப்பிட்ட சந்தர்ப்பதில் ஒரு விசயம் பேசப்படுவதாகக் கொண்டு வந்துவிட்டு அதற்குள் சொல்லப்படாமல் விட்டவற்றை குறிப்புணர்த்துங்கள்.

மேல்வரும் காட்சியில் பணக்கஷ்டத்தினால் வேலைக்காரியை நிறுத்திவிட்டு கணவனும் மனைவியுமாகச் சேர்ந்து பாத்திரம் தேய்க்கிறார்கள். இவன் தேய்க்க அவள் கழுவுகிறாள். அதன் பிறகு இடையிலான உரையாடலின்போது ஒன்றிரண்டு விசயங்களைப் பேசுகிறார்கள். அவர்கள் “நைட்டு தோசை சுடட்டா? ஈ.பி. பில் கட்டியாச்சா? இந்தச் சாயம் போன நைட்டியைப் போடாதேன்னு சொன்னேன்ல? நாளைக்கும் மழை பெய்யும் போல இருக்கு. போன்ல ஒரு வீடியோ பார்த்தேன். பார்த்து தேயி, அழுத்தி தேயி, சரியா போகல பாரு” எனப் பல விசயங்களைத் தொட்டுவிட்டு தன்னிச்சை என்பதைப் போல முக்கியமான விசயத்துக்கு வருகிறார்கள் என எழுதினால் அது நம்பத்தகுந்ததாக இருக்கும். அவர்களுடைய சூழலையும், அன்றாடத்தையும் வசனங்களின் வழியாகவே சுட்டிக்காட்டவும் முடியும்.

வசனத்தில் உணர்வு மோதல் எந்தளவுக்கு முக்கியமோ அந்தளவுக்கு சொல்லப்படாமல் மறைத்த உணர்வும் முக்கியம். ஓரிரு முறை கணவன் தன் மீசையை முறுக்கி விடுகிறான், அதற்கு சாயம் பூச வேண்டும் என சொல்கிறான் என்றாலோ மனைவி தனக்கு

முடி அதிகமாக உதிர்கிறது என குறிப்பிட்டாலோ அது ஒரு மறைபிரதியை உருவாக்க உதவும் (அது கதையின் மையக்கருவுடன் பிணைக்கப்பட்டிருக்க வேண்டும்.)

திமிர், ஈகோ, சொல்பேச்சு கேளாமை ஆகியவற்றை வேறு சந்தர்பங்களில் வரும் உரையாடல்களில் இவ்வாறு போகிற போக்கில் கொண்டு வர வேண்டும். எப்படி சம்மந்தமில்லாத விசயங்களைப் பேசி ஆரம்பித்தோமோ அவ்வாறே முடிக்கவும் வேண்டும் - "தட்டையெல்லாம் அந்த ஓரமா அடுக்கி வையி. அந்த லைட்டைப் பாரேன். எனக்கு அது சுத்தமா பிடிக்கல."

இவ்வாறு வசனங்களை சிறப்பாக எழுதுவதற்கு உதாரணம் வேண்டுமெனில் இமையத்தின் கதைகளைப் பாருங்கள்.

வசனத்தில் இன்னொரு பாணி பிசிறான விசயங்களைச் சுருக்கமாக விவரணையில் சொல்லிவிட்டு பிரதான விசயத்துக்கு நேரடியாக வசனத்தில் வருவது: அவள் முருங்கைக்கீரை வாங்கிவிட்டு வாடகைப் பணத்தை சற்று பிந்தி தருகிறோம் என்று வீட்டு ஓனரிடம் சொல்லிவிட்டு வரச் சொன்னாள். நான் சற்று தயங்கித் தயங்கிக் கேட்டேன், "...". இது அசோகமித்திரனின் பாணி.

ஒரு நல்ல உரையாடலின் மற்றொரு பண்பு அது கதைக்குள் மற்றொரு கதையாக துவக்கம், நடுப்பகுதி, முடிவு என இருக்க வேண்டும் என்பது. பாத்திரம் தேய்ப்பதில் எந்த அனுபவமும் இல்லாத சொதப்பல் பேர்வழி கணவன். அவன் பிடிவாதமாக தன் மனைவிக்கு பாத்திரம் தேய்ப்பதில் உதவியே ஆவேன் என வருகிறான். இப்போது வசனம் மூலமாக அவனுடைய சிறுசிறு தவறுகளைத் துவக்கத்திலும், அதை மனைவி மன்னித்து சிறிதாகப் பாராட்டி மகிழ்வதாக நடுவிலும், அவன் முடிவில் பெரிய தவறொன்றைச் செய்ய (கண்ணாடிப் பொருள் ஒன்றைப் போட்டு உடைப்பது அல்லது பால் பாத்திரத்தைத் தவறாகத் தேய்த்து அதனால் பால் திரிவது என) அவள் கடுப்பாவதாக முடித்தால் அது சிறப்பாக இருக்கும். திரைக்கதையில் இதை காட்சிக்குள் வரும் *beat* என்கிறார்கள். எதிர்மறையான *beat* நேர்மறையாக முடிந்தாலோ எதிர்மறையில் இருந்து நேர்மறைக்குப் போனாலோ சிறப்பாக இருக்கும். நான் தந்த உதாரணத்தில் *beats* — + — என இருப்பதை கவனியுங்கள்.

நாயகன் தன் நண்பனிடம் கடன் கேட்கப் போகிறான். நண்பனுக்கும்

அவனுக்குமான உரையாடல். இந்த நண்பனை நாயகன் ஆரம்பத்தில் இருந்தே மதித்ததில்லை. அவமதித்திருக்கிறான். இவனிடம் போய் பணம் கேட்க வேண்டுமே எனத் தயக்கத்துடனே செல்கிறான். இதை மனவோட்டத்தில் காட்டுகிறோம் (—). நண்பனை சந்திக்கிறான். எதிர்பார்த்ததை விட நண்பனின் விருந்தோம்பல் சிறப்பாக இருக்கிறது. அவன் இன்னும் வெள்ளாந்தியாகவே இருக்கிறான். நண்பன் தனக்கு அவனை மிகவும் பிடிக்கும், அவன் ஆத்ம நண்பன், அது இதுவென பேசுகிறான் (+). அதன் பிறகு இவன் கடன் விசயத்தை முதலில் எடுக்க அவன் யோசிக்கிறான் (—). சரி நான் கிளம்புறேண்டா என இவன் எழுந்திட அவன் உடனே எடுத்து தருகிறான். (+) இந்த உரையாடல் — + — + என இருக்கிறது. இதுவே நண்பன் வெள்ளாந்தியாக இல்லாமல் நாயகன் மிகவும் வெள்ளாந்தியாக இருந்து கடனை நம்பிக்கையுடன் போய் கேட்க அவனோ தன்னிடம் பணம் பற்றாக்குறை என்றுவிட்டு “ஆனா ஒரு ஸ்கீம் இருக்கு, நீ அதில பத்து லட்சம் கட்டிச் சேர்ந்தேன்னா ரெண்டு லட்சம் வட்டியாவே தரான். உனக்கு நான் காசு தரேன். எனக்கு நீ ஒரு லட்சம் கொடுரா” என்று முடிக்கிறான். இப்போது நாயகனுக்கு கலவையான உணர்வு உரையாடலின் முடிவில் ஏற்படுகிறது. இது + — +— என இருக்கும்.

நாயகன் தன் காதலியை அழைத்துக்கொண்டு ஒரு நண்பனை ஒரு பப்பிலோ காபி கடையிலோ சந்திக்கிறான். அங்கு உரையாடலின் போது தன் காதலி நண்பனிடம் ஓவராக வழிவதாக இவனுக்குத் தோன்றுகிறது. அவன் தடுமாறுகிறான். அதை வெளிக்காட்டினால் நம்மை சைக்கோ என நினைப்பார்களோ என குழம்புகிறான். ஆனால் உரையாடலின் முடிவில் அவன் தன் காதலியைப் பற்றி குறிப்பிட்டு படத்தையும் போனில் காட்ட இவனுக்கு ஹப்பாடா என இருக்கிறது. அடுத்து அந்த பெண் போன் செய்து நான் இங்கே பக்கத்தில்தான் இருக்கிறேன் எனச் சொல்ல இவன் அவளை அழைக்க அவளும் வந்துவிடுகிறாள். அவளைப் பார்த்ததும் இவன் மனதுக்குள் ஆயிரம் பட்டாம்பூச்சிகள். நாயகனின் காதலியோ ‘வா நாம கிளம்பலாம்’ என இழுத்துக்கொண்டு போய் விடுகிறாள். நாயகனின் மனம் உடைந்து போகிறது. இது + — + — என வரும்.

வசனத்தை மனம் போன போக்கில் எழுதாமல் அதற்குள் உணர்ச்சி, கருத்து சார்ந்து ஒரு மாற்றம் வருவதைக் காட்ட

வேண்டும்.

வசனத்தை ஒரு காட்சியின் பகுதியாக கருதாமல், ஒரு கருத்தை சொல்வதற்கான கருவியாகப் பயன்படுத்தாமல் உரையாடலே ஒரு காட்சிக்குள் வரும் தனிக்காட்சி எனக் கருதி அதற்கென மெனெக்கெட வேண்டும்.

புதுமைப்பித்தனிடம் இருந்து ஒரு உதாரணம்:

“நிலவொளியிலே நிலா முற்றத்திலே அழகியநம்பிய பிள்ளை குழந்தையொன்றை வைத்துக் கொஞ்சுகிறார். குழந்தை கொஞ்சுகிறது.

“அப்பா யாரு?” என்று கேட்கிறார் அழகியநம்பியா பிள்ளை.

குழந்தை தனது நெஞ்சைத் தட்டிக் காட்டியது. (—)

“முட்டாப் பயலே; நான்தாண்டா அப்பா! நீ பரமசிவம்... பரமசிவம் பிள்ளை!” என்றார் அழகியநம்பியா பிள்ளை.

“அப்பா யாரு?” என்று கேட்டார் அழகியநம்பியா பிள்ளை.

குழந்தை அவரது நெஞ்சைத் தொட்டுக் காட்டியது. (+)

“பரமசிவம் யாரு?” என்று கேட்டார் அழகியநம்பியா பிள்ளை. (—)

“நான்” எனத் தனது நெஞ்சைத் தட்டிக்கொண்டது குழந்தை. (+)

“போடு பக்காளி போடு! பத்து பக்காளி போடு!” எனக் குழந்தையை மெய்மறந்து குதூகலத்தில் பந்துபோல தூக்கிப்போட்டு விளையாடினார்.” (+)

(“கயிற்றரவு”)

மேற்சொன்ன பகுதியில் “எனக் குழந்தையை” என வரி இல்லாமல் இருந்தால் இன்னும் பளிச்சென்று இருக்கும். மற்றபடி, குழந்தை போகப் போக தன்னைப் பற்றி கற்றுக்கொள்வதும், அது அழகியநம்பியா பிள்ளையைக் குஷிப்படுத்துவதையும் பாருங்கள். காட்சிக்குள் வரும் இந்த உணர்வுநிலை மாற்றம், அதனால் வரும் கதை வளர்ச்சியே இதை அழகிய வசனத்துணுக்கு ஆக்குகிறது.

வசனத்திற்கு உள்ள ஒரு சிறப்பு வர்ணனைக்கு இல்லை. அது பாத்திரத்துக்கு உள்ள சுதந்திரம் - வர்ணனை என்பது

எழுத்தாளனின் களம். (தன்மையில் எழுதப்படும் கதைகளைத் தவிர) அங்கு அவன் சொல்லும் கருத்துக்களுக்கு பொறுப்பேற்க வேண்டும். ஆனால் வசனங்களில் பாத்திரம் என்ன சொன்னாலும் அதற்கு எழுத்தாளன் விசாரணைக் கூண்டுக்குள் ஏறத்தேவையில்லை. நாயகன் தன் காதலியைச் சந்திக்க செல்கிறான். அவளோ நாற்பது வயதினள். அவள் தன் 16 வயது மகளுடன் வந்திருக்கிறாள். இங்கு வர்ணனையில் காதல் பொங்க அச்சூழலைச் சித்தரித்துவிட்டு நாயகனின் வசனத்தில் ஒரு சின்ன சபலத்தைக் காட்டலாம். அவன் ஏன் இந்த வார்த்தையைப் பயன்படுத்தினான், அது முரணாக இருக்கிறதே, ஒருவேளை இதனால் இருக்குமோ என வாசகனைத் தன் துப்பறியும் தொப்பியை எடுத்தணிய வைக்கலாம். வர்ணனையில் இந்தச் சந்தேகமே எழாதபடி எழுதி வாசகனுக்கு "இந்த எழுத்தாளனுக்கு உண்மை தெரியவில்லை, ஆனா எனக்குத் தெரியும்" எனத் தோன்ற வைக்கலாம். எந்த இடத்தில் கதை எழுத்தாளனிடம் இருந்து வாசகனிடம் போகுமோ அங்கு கதை வெல்லும்.

நகைமுரண் எழுதுவதற்கான மிகச்சிறந்த உத்தி. ஒரு சொல்லை, சொற்றொடரை இரண்டு, மூன்று பொருட்கள் தொனிக்கப் பயன்படுத்துங்கள். சூழலுக்குப் பொருத்தமில்லாத வார்த்தைகள், நிலைமையைப் புரிந்துகொள்ளாமலே ஒரு பாத்திரம் பேசுவது நகைமுரணின் முறுக்கை ஏற்றிக்கொண்டே செல்ல உதவும்.

பு.பி.யின் "கடவுளும் கந்தசாமிப் பிள்ளையும்" கதையில் சிவனும் கந்தசாமிப் பிள்ளையும் ஒரு ஓட்டலுக்கு சென்று காபி அருந்துகிறார்கள். அப்போது "சுகாதாரம்" எனும் சொல் மூன்றே இடங்களில் வருகிறது. முதலில் அதிகாரபூர்வ பொருள், அடுத்து அச்சொல் சிவனுக்கு ஏற்படுத்தும் பீதி மறைமுகமாக உணர்த்தப்படுகிறது, அதன் பிறகு சுகாதாரத்தை விட ஜீவகாருண்யமும் உதவியுமே முக்கியம் என சிவன் நினைப்பதும், நவீன யுகத்தில் அப்படி நினைப்பதன் முரணும் வருகிறது. ஒரு சின்ன விசயம்தான், ஆனால் அதற்குள் பு.பி ஒரு கதைக்குள் மற்றொரு கதை தோன்றி வளர்ந்து முடிவதைக் காட்டி விடுவார். போய் படித்துப் பாருங்கள். ("புதுமைப்பித்தன் கதைகள்", பக். 553)

இறுதியாக, எந்தளவுக்கு வசனத்தை வட்டார வழக்கில் எழுத வேண்டும் எனும் கேள்வி முக்கியம். வட்டாரத் தன்மையை

சுட்டிக் காட்டும் தேவை இல்லாதபோது அதை வலிந்து பயன்படுத்தத் தேவையில்லை. பொது மொழியிலே வசனத்தை வைத்துக்கொள்ளலாம். ஆனால் “ஏன் இப்படி சொல்கிறாய்?” என்பதில் ‘இப்படியை’ ‘இப்பிடி’ என்றாக்கி ‘சொல்கிறாயை’ ‘சொல்றே’ என மாற்றி ஒரு சகஜத்தன்மையை கொண்டு வரலாம். ஆனால் இயல்பான கொச்சையான வசனங்களும் நேர்த்தியான வசனங்களும் ஒரே உரையாடலுக்குள் வராமல் பார்த்துக்கொள்ள வேண்டும். கொச்சைத்தன்மை கொண்ட சொற்களே இல்லாமல் முழுக்க முழுக்க உரைநடையிலே வசனங்களை எழுதுவதும் பெரிய குற்றமில்லை. இது கதை மாந்தரின் இயல்பு, அவர்கள் உரையாடும் சூழல் குறித்து நாம் உருவாக்க விரும்பும் பிம்பத்தைப் பொறுத்ததே. உ.தா., ஆதவனின் “காகித மலர்கள்” போன்ற ஒரு நாவலில் ஒரு செயலரும் மேலதிகாரியும் ஓர் அலுவலகக் கூட்டத்தில் சந்தித்து உரையாடுகிறார்கள் என்றால் அங்கு பொதுத்தமிழே போதும். (“சார் உங்களிடம் முக்கியமாக ஒன்று சொல்லவேண்டும்.” “நீ முதலில் காரை போர்ட்டிக்கோவுக்கு எடுத்து வா. நான் ஐந்து நிமிடங்களில் வந்துவிடுவேன்.”) ஒரு இளைஞன் தன்னை விட 20 வயது மூத்த ஒரு மாமியைப் பார்க்க அவள் வீட்டுக்குச் செல்கிறான். அங்கு அவள் அவனிடம் பேசும் மொழியில் ஒரு கொச்சை இருக்கலாம். (“என்னடா இப்போ இந்நேரத்தில வந்து நிக்கிறாய்?”) [இவை என் கற்பனையே.]

வசனமே ஒரு கதையின் ஆகத்துடிப்பான பகுதி. வாசகர்கள் வசனங்களையே வேகமாக ஈடுபாட்டுடன் படிப்பார்கள். அது நடப்புலகை நினைவுபடுத்துவது, அது உயிர்த்துடிப்புடன் இருப்பது, அதில் உள்ள உணர்ச்சி மோதல்கள், அதில் அவர்கள் கற்பனை பண்ணுவதற்கான இடைவெளிகள் உள்ளது காரணம். இதை ஒரு எழுத்தாளன் முழுமையாகப் பயன்படுத்திக் கொள்ளவேண்டும்.

இவ்வளவு விசயங்களையும் மனதில் வைத்தா உரையாடலை எழுதுவது? இல்லை, வசனமெழுதுவது பற்றி நாம் புரிந்து கொண்டவற்றை நம் உள்ளுணர்வு உள்வாங்கி நம்மை வழிநடத்தும். அதற்கு நாம் முதலில் வசனங்களை உற்றுகவனித்து யோசிக்கவும், அவற்றை ரசிக்கவும் வேண்டும். கற்றுக்கொண்டவற்றை எடிட்டிங்கின் போது பிரயோகித்துப் பார்க்க வேண்டும். போகப் போக நம் உள்ளுணர்வே லகானைக் கையில் எடுத்துக் கொள்ளும்.

நாயகனின் கேள்விகளுக்கு விடை தேடுங்கள்

செண்டிமெண்ட் தூக்கலாக, அழுகாச்சியாக ஒரு நாவல் எழுதலாமா? தாராளமாக.

செண்டிமெண்ட் இலக்கியம் ஒரு குறிப்பிட்ட வகையான ரொமான்ஸ் / குடும்ப எழுத்து வகை என நினைக்கிறேன். அது 18ஆம் நூற்றாண்டில் இங்கிலாந்தில் பிரசித்தமாக இருந்தது. மிகையான உணர்ச்சி வெளிப்பாடு, உணர்வு மோதல், ஒரு அபலை அல்லது அப்பாவி தொடர்ந்து ஏமாற்றப்படுவது, கைவிடப்படுவது, அவர் மேலும் மேலும் அடிபட்டு அழிந்து போவதே செண்டிமெண்டல் நாவலின் கதையாக இருக்கும். முன்நிர்ணயவாதம் *(determinism)* இவ்வகை கதைகளின் செலுத்துவிசை. அதாவது மைய பாத்திரம் என்னதான் முயன்றாலும் அடிமேல் அடி விழுந்து கொண்டிருக்கும். என்னடா விதி இப்படிப் போட்டுப் படுத்துகிறதே என நமக்குத் தோன்றும். அதாவது பாத்திரத்தின் தன்முயற்சியால் கதை நகர்ந்தால் அது எதார்த்தவாதம், விதிவசத்தால் பாத்திரம் கடவுள் / காலம் என்னும் போலீஸ் ஜீப்பில் ரோடு ரோடாக குண்டி தேய இழுத்துச் செல்லப்பட்டால் அது செண்டிமெண்டல்வாதம். ஆங்கிலத்தில் ஆலிவர் குரோம்வெல்லின் “தெ வைக்கர் ஆப் தெ வைட்பீல்ட்” நாவல் இதற்கு ஒரு சிறந்த உதாரணம். இந்த வகைமைக்குள் நீங்கள் இலக்கிய நாவல், தத்துவ நாவல், போராட்ட நாவல் என பலதையும் முயன்று பார்க்க முடியும்.

தொ.மு.சியின் செண்டிமெண்டல் மானுடவாத நாவல் "பஞ்சும் பசியும்" தமிழில் உடனடியாக தோன்றும் படைப்பு. எஸ்.ரா.வின் 2005க்குப் பிறகாக கதைகள், நாவல்களில் செண்டிமெண்டல் நாவல்களின் தாக்கம் வலுவாக இருக்கும். ஜெயமோகனின் கதைகளில் செண்டிமெண்டுகள் வலுவாக இருக்கும் என்றாலும் அவரது பாத்திரங்களின் அவலத்தை காலம் அல்ல, விதி அல்ல, சமூகச்சூழலே உண்டு பண்ணும், அவர்கள் அதற்கு எதிராக போராடவும் செய்வர் என்பதால் அவற்றை முழுமையான செண்டிமெண்டல் கதைகளாகக் கருத முடியாது. ஜெர்மன் நாவலான கேத்தாவின் *The Sorrows of Young Werther* எனக்கு மிகவும் பிடித்த செண்டிமெண்டல் நாவல். இதைப் பற்றி ஏற்கனவே குறிப்பொன்றை எழுதியிருக்கிறேன். (படித்துப் பாருங்கள்.) தஸ்தாவஸ்கியின் அனேகமான நாவல்கள் நிச்சயமாக செண்டிமெண்டல் வகைமைக்குள் வரும். அவர் தன் காலத்தில் பிரபலமாக இருந்த, மொழியாக்கத்தில் தொடராக ரஷ்ய மொழியில் வெளியான பிரெஞ்சு செண்டிமெண்டல் ரொமான்ஸ் நாவல்களை கணிசமாக வாசித்து அவற்றின் தாக்கத்துடன் இருத்தலியல், இறையியல், சமூக அரசியல் விமர்சனம், தன்னனுபவம் கலந்து தனக்கே உரித்தான புதுமையான படைப்புகளை எழுதினார். அவரது நாவல்களிலும் காலம் பாத்திரங்களைக் கருணையேயின்றி நடத்தும், மிதிமிதி என மிதிக்கும், ஆனாலும் வாழ்க்கை மீதும், சமூகம் மீதும், அன்பு மீதும், தன்முயற்சி மீதும் நம்பிக்கை கொண்டவர்களாக அவர்கள் இருப்பார்கள், இந்த நம்பிக்கையின் விளைவான முயற்சி அவர்களை ஒன்று அழிக்கும், அல்லது கிறிஸ்துவிடம் கொண்டு சேர்த்து மலர்த்தும். ஆனால் முழுக்க முழுக்க புறவயமான செயல்கள், முயற்சிகளின் அடிப்படையில் நகரும் கதைகளைப் படித்தவர்களுக்கு தஸ்தாவஸ்கியின் பாத்திரங்கள் ஏன் ஒன்றுமே செய்யாமல் இப்படி மாற்றி மாற்றி அரற்றிக் கொண்டும், கொந்தளித்துக்கொண்டும் இருக்கிறார்கள் எனத் தோன்றும்.

எனக்கு தனிப்பட்ட முறையில் செண்டிமெண்டல் படைப்புகள் மீது விருப்பம் இல்லை என்றாலும் எல்லா புனைவு வகைமைகளையும் போல அவையும் ஒருவகை எழுத்தே என ஏற்கிறேன். ஆனால் அதே நேரம் ஒரு கதைக்குள் ஒரு சிக்கல் வரும்போது, இதற்கு மேல் இந்த பாத்திரத்தை வைத்து என்ன செய்வது எனத் தெரியாமல்

போகும் போது எழுத்தாளன் அதற்கு ஒரு குறுக்குவழியாக செண்டிமெண்டை பயன்படுத்தக் கூடாது. தளும்பத் தளும்ப அழுகை, புலம்பல் என உணர்ச்சி வெள்ளத்தில் வாசகனை மூழ்கடித்து தப்பிப்பது தவறு!

நான் அண்மையில் ஒரு நாவல் படித்தேன். எனக்கு வெகுவாக பிடித்த ஒரு இளம் நாவலாசிரியர் எழுதியது. கதை குற்றவுணர்வினால் அல்லல்படும் மனிதர்களைப் பற்றியது. அவர் பாத்திரங்களை வடிவமைத்த விதம், விதவிதமான குற்றவுணர்வுகள் சிக்கலாக மாறி மனிதர்களை அகச்சிறைக்குள் சிக்க வைப்பதை அவர் எழுதிய விதத்தை ரசித்தேன். ஆனால் முதல் ஐம்பது பக்கங்களைத் தாண்டியதும் மைய பாத்திரத்தின் / துணைப் பாத்திரங்களின் அகச்சிக்கலை எப்படி தீர்ப்பது என அவருக்குத் தெரியவில்லை. ஆகையால் அவர் அதன்பிறகு செண்டிமெண்டலாக எழுத ஆரம்பித்து விட்டார். எனக்கு அவர் ஏன் அப்படி செய்கிறார் என்பது துல்லியமாகப் புரிகிறது. ஏனென்றால் ஒரு பாத்திரத்தின் சிக்கலை வெளிப்படுத்திய பின்னர் அது ஏற்படுத்தும் நெருக்கடிகளை விவரித்த பின்னர் அவர் எப்படி கரைத்தேற்றப்படுகிறார் என்பது தெரியாமல் போய் தத்தளித்து நின்றுவிட்ட அனுபவம் எனக்கும் உண்டு. ஆனால் நாம் அத்தகைய கட்டத்தில் பொறுமையாக கதையைப் பற்றி யோசிக்க வேண்டும். கீழ்வரும் கேள்விகளை எழுப்ப வேண்டும்:

நாயகன் / நாயகியின் பிரதானமான குறிக்கோள், உடனடி குறிக்கோள் என்ன?

அதை ஏன் அடைய முடியாமல் போகிறது?

புறச்சூழலே காரணம் எனில் அதை எதிர்கொள்ள, முறியடிக்க அவர் செய்வதென்ன?

அகச்சிக்கலும் காரணமெனில் அதை அவர் எப்படி சரிசெய்யப் போகிறார்? (ஒரு நல்ல கதையில் இரு வகை சிக்கல்களும் வேண்டும்.)

அல்லது எந்தச் சம்பவம் அவர் மீண்டும் வர உதவப் போகிறது?

நான் என் நாவல் எழுதும் கலை வகுப்பில் மாணவர்களிடம் திரும்பத் திரும்பச் சொல்வது இதைத்தான்:

மேற்சொன்ன கேள்விகளுக்கான பதில்கள் கிடைத்தால் கதையை மேற்கொண்டு எழுதுங்கள்.

உடனடியாகக் கிடைக்கவில்லை என்றால் நேரம் எடுத்துக்கொண்டு யோசித்துக்கொண்டே இருங்கள். அப்போதும் முடியவில்லையா, அப்பாத்திரங்களின் பின்னணியை, சூழலை, சாதியை, மதத்தை, பாலினத்தை மாற்றுங்கள். புதிய வாழ்க்கைக்குள் அவர்கள் போகும்போது எப்படி தம் சவாலுக்கு விடை காண்கிறார்கள் என யோசியுங்கள்.

அப்போதும் பதில் கிடைக்கவில்லையா? அக்கதையில் இருந்து பாத்திரத்தை வெளியே எடுத்துவிடுங்கள். அவரை வாழ்க்கைக்குள் வையுங்கள். அவர் நிஜமான ஒரு மனிதர் என்றால் என்னவெல்லாம் செய்வார்? பலவிதமான சாத்தியங்களை பரிசீலியுங்கள். இச்சாத்தியங்கள் கதையின் தர்க்கத்துக்குப் பொருந்தி வரவேண்டும் என்பது கட்டாயம். உங்கள் நாயகன் தன் தகப்பனைக் கொன்று விட்டு ஜாலியாக இருக்கிறான் என்றால் அவனை அத்தகைய சமூகச்சூழலுக்குள் வையுங்கள், அதே நேரம் அச்சமூகத்திற்கும் ஓர் எல்லை இருக்கும். அதைப் பற்றி யோசித்து அவன் அந்த எல்லையை மீறும்போது சமூகம் அவனை என்ன செய்யுமென சிந்தியுங்கள். இப்படித்தான் நீங்கள் ஒரு கதையின் தர்க்கத்தைக் கட்டமைக்க வேண்டும். புற சவாலின் தீர்வு அக சவாலுக்கும் பொருந்திப் போகும்படியாகச் செய்தால் உங்கள் கதை ஆழமான தாக்கத்தை வாசகனிடத்து ஏற்படுத்தும்.

ஒரு உதாரணம் தருகிறேன். தன் தகப்பனைக் கொன்ற குற்றவுணர்வால் மனம் சிதறும் ஒருவன் தற்கொலைக்கு முயல்கிறான். அவன் சாகாமல் கடைசியில் தப்பிக்கிறான். வாழ்க்கை மீண்டும் நேசிக்கிறான். எப்படி? அவன் தானும் ஒரு தகப்பனாக மாறி என்பது ஒரு சோம்பேறித்தனமான பதில். இது ஒரு குறுக்குவழி செண்டிமெண்டல் பதில். அவன் ஏன் அக்கொலையைச் செய்கிறான், அதற்கு அவனைத் தூண்டிய மனக்குறை என்ன, சிந்தனைப் பிழை என்ன, அதை அவன் எப்படி அறிந்து கொள்கிறான், அதை எப்படி சரி செய்கிறான் என்று நீங்கள் கண்டுபிடித்தால் அவன் தன் தகப்பனை ஏன் கொன்றான் என்பது மட்டுமல்ல அக்கொலை அவனை ஏன் அவ்வளவு சிக்கலுக்குள் இட்டுச்சென்றது என்பதும் புரியும். உ.தா., தாய்

மீதுள்ள கட்டுப்படுத்தப்பட்ட இச்சையே அவனை உள்ளிருந்து தூண்டுகிறது என்றால், அதுவே அவனது அகப்பிழை என்றால் அவன் அதை எப்படி கடந்து வருகிறான் எனக் காட்டுங்கள்.

அடுத்து இத்தீர்வை முடிந்தளவுக்கு எளிமையாக அமையுங்கள். ஏனென்றால் நம் வாழ்வில் பெரும்பாலான பிரச்சினைகளுக்கு மிக எளிய தீர்வுகளையே நாம் பின்பற்றுகிறோம். தன்னுடைய மனப்பிழையே கொலைக்குக் காரணம் என்று புரிந்து கொண்ட நாயகன் ஒரு துறவியாக மாறினான் என்றால் அது நம்பத்தகுந்ததாக இருக்காது. அவன் அப்பிழையைத் தவிர்த்து உலகை வேறுவிதமாகப் பார்ப்பதும், செயல்படுவதுமே அவனுடைய தீர்வாகும்.

இந்த முயற்சிகள் கைகூடவில்லையா? உங்களுக்குப் பிடித்த படைப்பாளிகள் இவ்வாறான சிக்கல்களை கதைக்குள் எப்படிக் கையாண்டார்கள் என யோசிங்கள். அசோகமித்திரனை எடுத்துக் கொண்டால் அவரது பாத்திரங்கள் அன்றாட தேவைகளுக்காகவே வாழ்வார்கள் என்றாலும் அவர்களுக்கு ஆழமான அகச்சிக்கல்களும் இருக்கும். ஆனால் அவற்றை புறவாழ்வின் அன்றாடங்களுக்குள் மறைத்துக் கொள்வார்கள். "தண்ணீர்" நாவலில் நாயகி ஜமுனா ஒரு கட்டத்தில் இனிமேல் யாராலும் சுரண்டப்பட மாட்டேன் என முடிவெடுக்கிறாள், அவளுக்கு அதற்கான துணிச்சல் வருவதை அ.மி உள்ளிருந்து அல்ல புறமிருந்தே காட்டுவார். அவளுடைய சுயமுயற்சியும் சுயமரியாதையும் கைகோர்ப்பதை காட்டுவார். மிக எளிமையான தீர்வுகளை ஜமுனா கண்டறிவதைக் காட்டுவார். "மோகமுள்" நாவலில் பாபு எப்படி ஜமுனாவிடம் இருந்து தப்பிகிறான்? நகரத்துக்கு செல்வதன் வழியாக. இசையில் தன்னைக் கண்டடைந்து வெல்வதன் வழியாக. ஜமுனா எப்படித் தன் சிக்கல்களில் இருந்து தப்பிக்கிறாள்? நகரத்துக்கு வருவதன் வழியாக. சுயசம்பாத்தியம் வழியாக. இருவரும் எப்படி ஒரு சேர தம் சிக்கல்களைத் தீர்க்கிறார்கள்? புணர்ச்சியின் வழியாக. எவ்வளவு எளிமையாக, நம்பத்தக்கதாக இருக்கிறது. இதை ஏன் அவர்கள் ஆரம்பத்திலேயே செய்யவில்லை என்றால் அப்போது அவர்கள் இருந்த ஊரும், அதன் புறச்சூழல்களும் அப்படி. நீங்களும் இவ்வாறே எளிமையாக தீர்வுகளை வைத்துக்கொள்ளுங்கள். அகத்தீர்வுகளை நுட்பமாக தொட்டுணர்த்துங்கள். போதும்.

கொலைகாரன் தான் இருந்த சூழலால் அக்குற்றத்தைச் செய்கிறான்,

அல்லலுறுகிறான், இப்போது அவன் முயன்று ஒரு புது சூழலுக்குள் போகிறான், சந்தர்ப்பங்களின் தூண்டுதலாலும் தன் முயற்சியாலும் பல தடைகளைத் தாண்ட மேம்படுகிறான், அதன் வழி தன் அகச்சிக்கலின், அகப்பிழையின் உண்மை நிலையைக் காண்கிறான், கண்டதும் அவன் அதில் இருந்து மனதளவிலும் தன் குற்றத்தில் இருந்து மீள்கிறான், அம்மீட்சி அவனது புறச்செயல்களுடன் பொருந்திப் போகிறது எனக் காட்டுங்கள். அகத்தில் இருந்து தான் புறத்துக்கு போகவேண்டும் என்றில்லை, புறத்தில் இருந்தும் அகத்துக்குப் போகலாம்.

அடிப்படையில் அகமே புறத்துக்குக் காரணம், புறமே அகத்துக்கும் காரணம். ஒன்று இல்லாமல் மற்றொன்று இல்லை.

சரி சூழலை மாற்றினால் தீர்வு அமையும் எனில் அங்கு சவால்களோ கதையோ இல்லையே என உங்களுக்குத் தோன்றினால் அதற்கு இதுவே பதில்: எந்தச் சூழலையும் விட்டுப்போவது எளிதல்ல. புதிய சூழலுக்குள் போவதும் அப்படியே. நூறு நூறு சவால்கள் வந்தபடியே இருக்கும். மேலும் அகத்தீர்வு இல்லாமல் சூழலை மாற்றுவதில் பயனில்லை. ஆனால் மனிதர்கள் இதை முதலில் புரிந்து கொள்வதில்லை. ஷோபா சக்தியின் நாவல்கள் இதற்கு சிறந்த உதாரணம். அவரது நாயகன் ஒருவிதத்தில் பிரச்சினைகளைத் தன்னை நோக்கி ஈர்க்கக் கூடியவனாக இருப்பான், அவனிருக்கும் சூழலுக்கும் அதற்கு காரணமாக இருக்கும். தீர்வு? ஊரை விட்டு தப்பிப்பதுதான். ஆனால் அது மிக மிக சிரமம். அவன் அதை சாதித்துப் புலம்பெயர்ந்தால் அங்கே அதை விட பல சவால்கள் காத்திருக்கும். அவனுடைய அடிப்படையான அகப்பிழையோ அப்படியே இருக்கும் என்பதால் புதிய ஊரிலும் அவன் பல பிரச்சினைகளை ஒரு காந்தத்தைப் போல தன்னை நோக்கி ஈர்ப்பான். கடைசியில் அவன் எப்படிக் கரைதேறுகிறான் என்பதை ஷோபா அழகாக காட்டி எல்லா இழைகளையும் முடிச்சிட்டு முடிப்பார். (உ.தா, “சலாம் அலைக்கும்”)

ஒரு பாத்திரம் தனக்குள்ள நெருக்கடியை எதிர்கொள்வதற்காக எடுக்கும் முடிவே அக்கதையின் வடிவத்தை, மொழியை, தொனியை, வகைமையை தீர்மானிக்கிறது என்பதால் இதை ஓர் எழுத்தாளன் துவக்கத்திலேயே அறிந்து வைத்திருப்பது மிக மிக அவசியம். சரி துவக்கத்தில்தான் முடியவில்லை என்றாலும் பாதியிலாவது இதைக் கண்டுபிடிக்க வேண்டும்.

ஒரு இளம் பெண். அவள் ஒரு திருமணம் செய்கிறாள், அதில் பல பிரச்சினைகளை எதிர்கொள்கிறாள், அவள் வாழ்வே நரகமாகிறது, கடைசியில் இச்சூழலை மாற்ற வேண்டும் என கருதி கணவனை விட்டுப் போகிறாள். விவாகரத்து நடக்கிறது. தனியாகிறாள். ஆனால் இப்போதும் அவளுடைய பிரச்சினைகள் தீரவில்லை. மற்றொரு கல்யாணம். இரண்டாவது கணவர் நல்லவரே என்றாலும் அவள் அங்கும் மகிழ்ச்சியாக இல்லை. ஒருவேளை பிரச்சினை தனக்குள்ளும் தானோ எனத் தோன்ற அவள் தன் வாழ்க்கை அணுகுமுறையை சில சிரமங்களுடன் மாற்றி இங்கு மகிழ்ச்சியை அடையப் பார்க்கிறாள். இந்த முடிவு தான் சுயாதீனமாக இருப்பது என்றால் இது பெண்ணியக் கதையாகும். சிவசங்கரி பாணி. குடும்பத்துக்கு பணிந்து போவது, அன்புக்காக தியாயங்கள் செய்வது அவளுடைய தீர்வு என்றால் அது மரபான குடும்பக் கதை. இரண்டுக்கும் நடுவில் என்றால் அது அம்பையின் பாணி.

“அன்னா கரெனினா” நாவலை எடுத்துக் கொண்டால் அதில் அன்னா முதலாவது தீர்வை ஏற்கிறாள்; தற்கொலை செய்கிறாள். அவளுடைய தங்கை கிற்றி இரண்டாவது தீர்வை எடுக்கிறாள் - லெவினை மணந்து மகிழ்ச்சியாக நிறைவாக வாழ்கிறாள். (தல்ஸ்தாய் வர்ணிக்கும் சமூகச் சூழலுக்கும் வரலாற்று நிலைக்கும் ஏற்ற நம்பத்தகுந்த முடிவுகளாக இவை இருக்கின்றன.)

இவ்வாறு, நீங்கள் தேர்வு செய்யும் தீர்வே ஒரு படைப்பின் மொழியை, வகைமையை, தத்துவத்தை, நீங்கள் வலியுறுத்தும் சேதியை தீர்மானிக்கிறது. தல்ஸ்தாய் குடும்பமே கோயில் என பிரச்சாரம் பண்ண விரும்பினார், அதனால் அன்னா தற்கொலை பண்ணுவதாக அவளுடைய தீர்வை தேர்ந்தெடுத்தார். அதை நம்பத்தகுந்ததாக ஆக்க, அவளுடைய வாழ்க்கைச்சூழலையும் அகச்சிக்கலையும் வடிவமைத்தார். (அந்த பிரச்சார தொனியே அந்நாவலில் பலவீனம்.) ஆனால் அன்னா தன்னுடைய குற்றவுணர்வை தன் புதிய வாழ்க்கைக்குள் மறந்து போனாள், புதிய சவால்கள், கொண்டாட்டங்கள் என மாறிப் போனாள், குற்றவுணர்வெல்லாம் சுயஏமாற்று, வாழ்க்கையை முடிந்தளவுக்கு மகிழ்ச்சியாக வாழ்வதே வெற்றி எனும் முடிவுக்கு வந்தாள் என்றும், இன்னொரு பக்கம் கிற்றி தன் திருமணத்திற்கு பிறகு

அவதியுற்று அதிருப்தியாக வாழ்கிறாள் என்றும் அவர் அந்நாவலை முடித்திருந்தால் அது ஒரு ஹெடோனிஸ்ட் நாவலாகி விடும்.

நான் ஆரம்பத்தில் பயன்படுத்திய உதாரணத்தில் அக்கொலைகாரன் தன் அப்பா செய்யும் அட்டூழியங்களைக் (அப்பாவிகள் மீது பலாத்காரம், கொலை, சித்திரவதை) கண்டு தாங்கவொண்ணாமல் அவரைக் கொன்றுவிடுகிறான். இது புறச்சூழல் தரும் நியாயம். ஆனால் ஒரு குற்றம் அதே புறச்சூழலில் மேலும் பல சிக்கல்களை உருவாகும். அவன் அவற்றை எதிர்கொண்டாக வேண்டும். உங்கள் கதையில் அவன் தான் கொன்றிருக்கத் தேவையில்லை என பின்னர் யோசித்தான் எனில் அப்போது அவனது அகப்பிழை அவனுக்குத் தெரிய வருகிறது எனப் பொருள். அந்த இடத்தில் நாவல் முடிந்து விடும். இது நான் ஆரம்பத்தில் சொன்ன அகப்பிழையில் இருந்து முழுக்க வேறுபட்ட ஒன்று என்பதால் இக்கதையின் மொழியும் போக்கும் முழுக்க வேறுவிதமாகவே இருக்கும்.

ஒரு தற்கொலை நடக்கிறது, அதை நியாயப்படுத்த வேண்டும் என முடிவெடுக்கிறீர்கள். ஆனால் அது மிக மிக சிரமம், மரணம் என்பது வாழ்தலின் முடிவு என்பதால் வாசகர்கள் அதை ஏற்றுக்கொள்ளவே மாட்டார்கள். ஆனால் முடியும். அதை ஒரு தியாகமாக மாற்றினால் முடியும். மரணத்தை விட பெரிய இழப்பில் இருந்து, துன்பத்தில் இருந்து தப்பிக்க என்றால் வாசகர்கள் ஏற்றுக்கொள்வார்கள். எதற்காக உயிரை விடுகிறார்கள் என்பதை வைத்து விதவிதமாகக் கதை புனையலாம். ஒவ்வொரு நியாயமும் அதை ஒரு தனித்துவமான கதையாக்கும். உ.தா., தன் மகளைக் காப்பாற்றும் பொருட்டு ஒரு தகப்பன் செய்யும் தற்கொலை தியாகமாகும். (இமையத்தின் “பெத்தவன்” கதை)

அதனாலே உங்கள் பாத்திரத்தின் முக்கியமான முடிவை முன்கூட்டியே யோசித்து வைத்துவிட்டு எழுத ஆரம்பித்தால் சிறப்பு. அப்போதே உங்கள் நாவல் எப்படியான வகைமைக்குள் வரும் என உங்களுக்குத் தெரியும், பாதியில் நாவலை வேறு பக்கமாக திருப்பாமல் முதலில் இருந்தே சரியான மொழியில், வடிவத்திற்குள் எழுதுவீர்கள்.

நாவலாசிரியனும் உண்மையும்

"உண்மையெ சொன்னேன்"

"பாட்ஷா" படத்தின் பிரசித்தமான வசனம் இது: கல்லூரியில் இடம் தர தன்னோடு படுக்க அழைக்கும் தாளாளரைப் பற்றித் தங்கை தன் அண்ணன் ஆட்டோ ஓட்டுநர் மாணிக்கத்திடம் சொல்லுகிறாள். மாணிக்கம் உள்ளே போய்த் தனியாக தாளாளரிடம் பேசவேண்டும் எனக் கேட்கிறார். அவர் ஒப்புக் கொள்ள அந்தத் தனியறையில் தான் யாரென சொல்லுகிறார். அவ்வளவுதான், மிரட்டுவதோ கழுத்தைப் பிடித்து உலுக்குவதோ நாற்காலி மீது கால் வைத்து சவடால் விடுவதோ செய்யவில்லை. உண்மையை மட்டும் சொல்லுகிறார். தாளாளர் உடனே பதறிப் போய் "அண்ணே உங்களுக்குத் தானே மொத்த காலேஜூம், எதை வேணா எதுக்குங்கண்ணே" என்கிறார். வெளியே வந்து தன் தங்கையிடம் உனக்கு சீட் கிடைச்சாச்சும்மா என்கிறார் ரஜினி. தங்கை அப்படி என்னெண்ணே சொன்னே என்று கேட்கும் போதுதான் ரஜினி சொல்வார், "உண்மையெ சொன்னேன்!"

ஓர் எழுத்தாளனாகவும், ஒரு நாவலாசிரியனாகவும் நமது படைப்பு நம்பகத்தன்மை பெற வாசகனின் நெஞ்சில் போய் அறைய, உயிர்ப்புடன் வாசகன் முன்னெழுந்து நிற்க நாம் செய்ய வேண்டியதும் இது மட்டுமே என்கிறார் ஆன் லேமட் தனது

"ஒவ்வொரு பறவையாய்" (Bird by Bird) எனும் நூலில். "நல்ல எழுத்தானது என்பது உண்மையை சொல்லுவது." எவ்வளவு எளிமையாக சொல்லி விட்டார். ஏன் புனைவுக்கு உண்மை முக்கியமாக இருக்கிறது?

யோசியுங்கள்! புனைவு என்பதன் பொருளே அது புனைவு, 'உண்மைக்கு' அப்பாலானது என்பதுதானே. ஒரு நாவலாசிரியன் தனது அத்தியாயம் ஒன்றில் தனக்கு நடந்ததை 'அப்படியே' நினைவுபடுத்தி எழுதுகிறான் என்றால் அது 'உண்மையாக' வந்துவிடும். அதாவது அதைப் படிக்கையில் 'உண்மையின்' வெம்மை அதில் வாசகனுக்கு ஸ்பரிசமாகும். இப்படித்தான் நாம் நம்புகிறோம். ஓர் அத்தியாயம் / ஒரு கதை நம்மை ஆழமாக பாதித்ததென்றால் அதில் கதையைச் சொல்லும் பாத்திரம் எழுத்தாளனே என்று நம்ப ஆரம்பிக்கிறோம். அல்லது பிற்பாடு யோசிக்கும்போது அது நிச்சயம் எழுத்தாளனுக்கு நடந்ததாகவே இருக்கவேண்டும் என்று முடிவுக்கு வருகிறோம். ஆனால் அதையே அவர் ஏன் ஒரு நாவலின் பகுதியாக, ஒரு சிறுகதையாக எழுத வேண்டும்? தன்னனுபவக் கட்டுரையாக எழுதியிருக்கலாமே? அப்படிக் கட்டுரையாகச் சொல்லப்பட்டிருந்தால் நீங்கள் அதை இந்தளவுக்கு உணர்வுபூர்வமாக ஏற்றுக்கொண்டிருக்க மாட்டீர்கள். இது ஏன்?

ஒரு வாசகனுக்கு எது 'நம்பத்தகுந்த' புனைவாக இருக்கிறதோ அதை அவன் உறுதியாக நம்புகிறான். இதை அரிஸ்டாட்டில் தனது "கவிதையியல்" நூலில் திரும்பத் திரும்ப வலியுறுத்துகிறார். நம்பத்தகுந்தது என்றால் எதார்த்தத்தில் நடப்பது எனும் பொருள் அல்ல. ஒரு படைப்புக்குள், கதைக்களத்துக்குள் ஒரு பாத்திரம் எதையெல்லாம் செய்ய முடியுமோ, சொல்ல முடியுமோ, உணர முடியுமோ அதை மட்டுமே எழுத வேண்டும். அப்படிச் செய்யவும், சொல்லவும், உணரவும் படுவன கதையின் நோக்கத்துடன் துல்லியமாகப் பொருந்தி வர வேண்டும்; சிறிது கூட கதையின் கட்டமைப்புக்குப் பொருந்தாமல் துருத்தி நிற்கக் கூடாது. அப்போதே அரிஸ்டாட்டிலைப் பொறுத்தமட்டில் அது 'நம்பத்தகுந்த' உண்மையாகிறது. நீங்கள் எழுதும் ஒரு கதைக்குள் ஒரு பன்னிரெண்டு வயது சிறுவன் குதிரையில் ஏறி பயணிக்கிறான். அவன் ஒரு ஊனமுற்ற சிறுவனும் கூட. இதை உங்களால் நம்ப முடிகிறதா? முடியாது. ஆனால் கதைக்குள் அதற்கான

சாத்தியங்களை உண்டு பண்ணி, அதற்கான தேவைகளை கதையின் அர்த்தம், விவாதத்தைப் பொறுத்து உருவாக்கினால் நிச்சயமாக நம்புவீர்கள். ஏனென்றால் அப்படி நம்ப வேண்டும் என ஆசைப்பட்டே நீங்கள் அக்கதையை வாசிக்க அங்கு வருகிறீர்கள். இதையே லேமெட்டும் சொல்லுகிறார் - “மனிதர்கள் தாம் யாரென அறிய அவசியப்படுகிற, ஆசைப்படுகிற ஒரு இனம்”. ஆனால் ஆட்டில் வாழும் ஒட்டுண்ணிப் பூச்சிகளுக்கு அந்த அவசியம் இருப்பதில்லை என்கிறார் லேமெட். மனிதன் அர்த்தத்தை புசித்து வாழும், அர்த்தங்களுக்காகச் சப்புக் கொட்டி எப்போதும் காத்திருக்கும் ஒரு பிராணி. அவனுக்கு ஒரு நாவலாசிரியன் ஒரு பிரத்யேகமான அர்த்தத் தொகுப்புகளால் அறைகளும், தூண்களும், கூரையும், மாடமும், கோபுரமும் கொண்ட ஒரு தனி கட்டடத்தை எழுப்புகிறான். அந்தக் கட்டிடமே நாவல். அதற்குள் புகுந்தால் அதற்குள் பொருந்தக்கூடிய எதுவும் அவனால் நம்பத்தகுந்ததாகும். அந்தக் கட்டடத்தில் தொங்குவிளக்குகள் இருந்தால், அந்த விளக்குகள் பாம்புகள் தொங்கினால் அவன் நம்புவான். ஆனால் அந்தப் பாம்புகளைப் பார்த்தபடி ஒரு சிறுவன் தன் அலைபேசியில் கேம்ஸ் ஆடுகிறான் என்றால் அது பொருந்தாது, அவனுக்குத் தான் வாசிப்பது ஒரு ‘கதை’ எனும் உணர்வு வரும். மாறாக அந்தப் பாம்புகளின் கீழ் ஒரு ஆணும் பெண்ணும் அவற்றைப் பார்க்காமலே / பார்த்தபடி ஆவேசமாகப் புணர்கிறார்கள் என்றால் அது அக்கதையின் போக்கைப் பொறுத்து நம்பும்படியாக ஆகலாம் என்பதுடன் அக்கதையின் முடிவில் அமானுஷ்யம், ஆபத்து, அச்சம் ஆகியவை காமத்துடன் தொடர்புறுத்தப்பட்டால் அவனுக்கு அத்தகவல் மிகுந்த வியப்பையும் கிளர்ச்சியையும் கூடத் தரலாம்.

இந்த உண்மைக்கு நெருக்கமாக ஒரு கதையை எழுதும் ஆற்றலை நாம் நமது நினைவுகளில் இருந்து சில தகவல்களை வருவித்து அவற்றை மொழி / கற்பனை வழியாக செறிவூட்டி வளர்க்க முடியும் என லேமெட் நம்புகிறார். இதிலும் ‘உண்மை’ உள்ளதே. நம்மால் 100% கற்பனையில் இருந்து உண்மைக்கு நெருக்கமான, உண்மையாகப் படுகிற ஒரு கதையை எழுத இயலாது. ஏனென்றால் கதைக்குள் வரும் உண்மையானது நமது மனதுக்குப் படும் ஒரு கதைக்குள் உணர்வுபூர்வமாக ‘உண்மையாக’ இருக்கிற உண்மையே. அதாவது எனக்குள் என் கற்பனை வழி பேருரு எடுக்கும் ஒரு

பிரக்ஞைபூர்வமான கனவையே நான் மீண்டும் ஒரு கதையாக ஒரு வெற்றுப்பக்கத்தில் வடிக்கிறேன். இது ஓர் எழுத்தாளனுக்கு காலத்தடங்கல் இன்றி ஒரே சமயம் நடக்கிறது என்பதே ஒரு ஒழுக்கு / நீரோட்ட மனநிலை என சிக்ஸன்மிஹாய் எனும் ஆய்வாளர் சொல்லுகிறார். இது சாத்தியமாக சில நேரங்களில் நமது நினைவுகளின் குழாயைத் திறந்து விட வேண்டி இருக்கிறது. அதில் இருந்து கொட்டும் நீரானது உண்மையும் புனைவும் கலந்தது தானே. நீங்கள் நேற்று ஒரு நண்பருடன் உணர்ச்சிகரமாக பேசிய ஓர் அனுபவத்தை திரும்ப எழுதக் கேட்டால் சிறிது புனைவு கலக்காமல் உங்களால் துல்லியமாக நினைவுகூர முடியாது. ஆக நினைவுகளும் படைப்பூக்கம் தேவைப்படும் விசயங்களே. கற்பனையின் புலத்தில் நினைவெனும் குதிரை பிடரி பறக்க ஓடும் போதே எழுத்து 'மிக மிக உண்மையாக' நமக்குத் தோன்றுகிறது.

ஆக, உண்மையைச் சொல்ல இரண்டு விசயங்கள் தேவையுள்ளன:

1) அது கதைக்குப் பொருத்தமாக, கதையின் அர்த்தத்துக்கு தேவைப்படுவதாக இருக்கவேண்டும். கதைக்கு வெளியே அது உண்மையா என்பது முக்கியமல்ல.

2) அது நமது கற்பனையின் சாயல் கொண்டு உருவாகும் நினைவுகளின் சேகரத்தில் இருந்து உருவப்பட்டு நம் கற்பனையால் மேலும் செறிவுபடுத்தப்பட வேண்டும். கற்பனையால் ஒரு கதையாகி தனக்குள் தத்ரூபமாக உணரப்படாத ஒரு நினைவினால் ஒரு நாவலாசிரியனுக்கு பயனில்லை.

பகுதி 4

கதையின் தொழில்நுட்பம்

அரிஸ்டாட்டிலின் "கவிதையியல்": கதையின் இலக்கணம்

அரிஸ்டாட்டில் (கி.மு 384-324) பண்டைய கிரேக்க தத்துவ ஞானிகளில் முக்கியமானவர். தத்துவம், தர்க்கம் மட்டுமன்றி உயிரியல் உள்ளிட்ட அறிவியல் துறைகளிலும் ஆய்வு செய்து எழுதியவர். அவருடைய ஆசான் பிளேட்டோ ஒரு கருத்துமுதல்வாதி (எல்லா இருப்புகளுக்கும் ஆதியந்தம் ஒரு தூய கருத்தே என நம்புபவர்); ஆனால் இவரோ ஒரு "லோகாயவாதி" அல்லது நடைமுறைக்கு அதிக மதிப்பளிக்கும் தத்துவவாதி, பொருட்களுக்கும் சாரம் என ஒன்று இருக்கக் கூடும் என நம்பாதவர். அரிஸ்டாட்டில் ஒரு உருவவியல்வாதியும் *(formalist)* கூட - அதாவது வடிவமே ஒன்றின் தற்காலிகமான இயல்பை, நிலையற்ற சாரத்தைத் தீர்மானிக்கிறது என நம்புகிறவர்.

உ.தா., ஒரு ஆப்பிளை எடுத்துக் கொள்வோம். அதைக் கையில் எடுத்துக் கொண்டதும் அது ஓர் ஆப்பிள்தான் என உங்களுக்கு எப்படித் தெரியும்? அதன் உருளையான தோற்றம், வழவழப்பான ஸ்பரிசம், அடர்சிவப்பு நிறம், இனிப்பான வாசனை. இறுதியாக அதன் சுவை. நீங்கள் கண்ணற்றவர் என்றாலும் ஆப்பிளை எடுத்ததும் ஆப்பிள் என்று சொல்லி விடுவீர்கள். யாராவது இந்த தோற்ற இயல்புகள் மற்றும் புலன் அனுபவம் இன்றி ஒரு ஆப்பிளை ஆப்பிளாக அடையாளம் காண முடியுமா? முடியாது. ஒருவேளை இன்னொரு பழம் ஆப்பிளைப் போன்ற தோற்றம், ஸ்பரிசம்,

வாசனை, சுவையுடன் இருந்து, அதே நேரம் இந்த ஒவ்வொன்றிலும் மிக சன்னமான வேறுபாட்டைக் கொண்டிருந்தால், அது ஆப்பிளாகி விடுமா? இல்லை. ஆனால் அது ஆப்பிளை ஒத்த மற்றொரு பழமாகி விடும். அது தோற்றத்தில் ஆப்பிளை விட மாம்பழத்தை அதிகம் ஒத்திருந்து, ஆனால் வாசனையிலும் சுவையிலும் மட்டும் ஆப்பிளை அதிகம் ஒத்திருந்தால் அதை "மாம்பழ ஆப்பிள்" என அழைப்போம்தானே? நாம் ஒவ்வொரு பொருளுக்கும் பெயரிடுவதைப் பாருங்கள் - முதலில் அஜித்தை "தல" என்று அழைத்தோம். அடுத்து தோனியையும் "தல" என்றோம். அதன் பிறகு ரெய்னா "சின்ன தல" ஆனார். அஜித்துக்கு முன்பே புரட்சித் 'தலைவராக' எம்.ஜி.ஆர் இருந்தார். அவரை நினைவுபடுத்த வேண்டும் என்றே விஜயகாந்த் தனக்கு "புரட்சி கலைஞர்" எனப் பட்டப்பெயர் அளித்துக் கொண்டார். இப்படி வடிவங்களின் தோராயமான ஒற்றுமையே நமக்கு ஒன்றை, ஒருவரை அடையாளப்படுத்த பிரதானமாகிறது. இதைப் பற்றி ஏன் இவ்வளவு விரிவாக பேசுகிறேன் என்றால் நான் அடுத்து சொல்லப்போகும் கதைத் தொழில்நுட்பம் *(craft)* பற்றிய சேதிக்கும் இதற்கும் ஒரு முக்கிய தொடர்பு உண்டு.

அரிஸ்டாட்டில் நாடகக் கதையமைப்பு பற்றியும், பொதுவாக கதைத் தொழில்நுட்பம் பற்றியும் ஒரு சிறிய புத்தகம் எழுதினார் - "கவிதையியல்" *(Poetics)*. கி.மு 384-324இல் எழுதப்பட்ட இதை ஒரு புத்தகம் என்பதை விட ஒரு நீண்ட (40 சொச்சம் பக்கமுள்ள) கட்டுரை எனலாம். இதில் அரிஸ்டாட்டில் மிக எளிமையாக, கூர்மையாகக் கதைத் தொழில்நுட்பத்தை அவர் காலத்தைய நாடகங்களை வைத்து விளக்குகிறார். ஒரு சம்பவம் எப்படி கதையாகிறது, கதை ஏன் நம் மனத்தை அசைக்கிறது, ஏன் நாம் ஒரு கதையைப் படித்தோ அது நிகழ்த்தப்படுவதைக் கண்டோ அழுகிறோம் அல்லது சிரிக்கிறோம் என உளவியல் சார்ந்து அலசுகிறார். ஒரு படைப்பின் வடிவம் எப்படி இருக்க வேண்டும் எனப் பேசுகிறார். இந்த நீள்கட்டுரையை ஒட்டித் தான் பின்னர் மேற்குலகில் இலக்கியக் கோட்பாட்டு, கதைத் தொழில்நுட்ப புத்தகங்கள் நூற்றுக்கணக்கில் எழுதப்பட்டன. இன்று நீங்கள் எந்தத் திரைக்கதை தொழில்நுட்பத்தை பேசும் புத்தகத்தை எடுத்துக் கொண்டாலும் *("Story" - Robert Mackee; "Screenplay" - Syd Field; "Save the Cat" - Blake Snyder)* அது

அரிஸ்டாட்டிலின் கோட்பாட்டை ஒட்டியே எழுதப்பட்டிருக்கும். ஆக, திரைக்கதை ஆசிரியர்களுக்கும் சரி, நாவலாசிரியர்களுக்கும் சரி ஒரு அரிச்சுவடியாகவே அரிஸ்டாட்டிலின் இந்த நீள் கட்டுரை இருந்து வருகிறது. நான் இங்கு "கவிதையியலில்" அரிஸ்டாட்டில் மனித சுபாவம் மற்றும் நிலைப்பாடு பற்றி முன்வைக்கும் ஒரு அவதானிப்பை மட்டும் எடுத்துக்கொள்கிறேன். இன்றைய உளவியல் கூட இவ்விசயத்தில் அரிஸ்டாட்டிலைத் தாண்டிச் சென்று விடவில்லை என்பது ஆச்சரியமானது. அது மட்டுமல்ல நமது இயல்பு, தன்னிலை குறித்து இருக்கிற ஒரு பெரிய நெருக்கடி, குழப்பத்துக்கும் அரிஸ்டாட்டில் எளிய பதில் ஒன்றை இந்தக் கருத்துக்கள் வழி தருகிறது. இவ்வளவு பில்ட் அப் கொடுத்துவிட்டேன். இனி நான் சொல்வது படி அது அவ்வளவு முக்கியமானது தானா எனப் பார்க்கலாம்.

நாம் ஒரு கூட்டத்தின் நடுவே இருக்கும்போது, ஒரு அலுவலகம் அல்லது ஒரு கூட்டுக்குடும்பத்தில் அல்லது பிக்பாஸ் வீட்டுக்குள் இருக்கும்போது பிறருடன் நமக்கு ஒரு கருத்து வேறுபாடு ஏற்படுவது தவிர்க்க முடியாது. அப்போது நாம் தவறாமல் சொல்வது இது: "நான் அப்படிப்பட்டவன் / அப்படிப்பட்டவள் அல்ல." "நான் அந்த அர்த்தத்தில் அதை சொல்லல. என்னை எல்லாரும் தப்பா புரிஞ்சுக்கிறாங்க." "ஒருத்தங்க கூட இங்க என்னை சரியா புரிஞ்சுக்கல." ஏன் இந்த அங்கலாய்ப்பு எல்லாரிடமும் உள்ளது? நம்மை ஏன் இன்னொருத்தரால் துல்லியமாகப் புரிந்துகொள்ள முடிவதில்லை?

ரொம்ப மென்மையான ஒருவரை சிலர் முரடன் என நினைக்கிறார்கள். ஒருவர் எவ்வளவு முயன்றாலும் அவருடைய அன்பைச் சிலரால் புரிந்து கொள்ள முடியவில்லை, சிலர் அவர் ஏமாற்றுவதாக நினைக்கிறார்கள், வேறு சிலர் அவரை ஏமாற்றலாம் எனத் திட்டமிடுகிறார்கள். மிக மோசமான ஏமாற்றுக்காரனை மிக நல்லவன் என நம்புகிற பெண்கள் உண்டு, மிக நல்லவனான ஒரு ஆணை ரொம்ப கெட்டவன் என நினைக்கிற பெண்கள் உண்டு; இது வேறு விதத்தில் பெண்களை மதிப்பிடுவதில் ஆண்களிடமும் தொழிற்படுகிறது. சதா கூடவே இருக்கும் கணவன், மனைவியிரடத்தும் இப்பிரச்சினை உண்டு. எவ்வளவுதான் முயன்றாலும் தன் மனத்தில் உள்ளதை தன் இணையிடம் காட்ட முடியவில்லை என்றே அவனுக்குத் தோன்றுகிறது. இந்த இயலாமை

ஓர் இடைவெளியை தம்பதியினர் இடையே ஏற்படுத்துகிறது. இதைக் கடந்து செல்வதற்காக அவர்கள் செக்ஸையே நம்பி இருக்கிறார்கள்.

இன்னொரு பக்கம் சமூக ஊடகங்களில் நாம் என்ன கருத்து சொன்னாலும் அது 90% தவறாகவே புரிந்து கொள்ளப்படுகிறது. “நான் அப்படிச் சொல்லவில்லை” என்று ஒரு விளக்கத்தை நீங்கள் எழுதினால் அதையும் பெரும்பாலும் தவறாக தலைகீழாகவே புரிந்து கொள்வார்கள். இந்த விபத்தில் இருந்து தப்பிக்கும் நோக்கில் பெரும்பாலானோர் அரசியல் சரிநிலை பிறழாமலே போலியாக பேச முற்படுகிறார்கள். எல்லா இடத்திலும் சிரித்து தலையாட்டி வைத்தால் பிரச்சினை இருக்காது என நினைக்கிறார்கள். ஆனால் அவர்களுடைய தலைமறைந்ததும் “இவன் ஒரு முட்டாள்” என எதிர்தரப்பு நினைக்கத் தொடங்கி விடும். நாம் வெளியே செல்லும்போது நமது உடல்மொழி, தோற்றம், ஆடைத் தேர்வு என ஒவ்வொரு விசயமும் நம்மைக் குறித்த சமூக மதிப்பீட்டை தீர்மானிக்கிறது. இது பொய்யானது என்பதாலே வேறு வழியில்லாமல் நாம் இதை ஒரு ஒழுங்குக்குள் வைக்க பிரயத்தனிக்கிறோம். ஒருவருக்குப் பொதுவெளியில் சிகரெட் பிடிக்க, மது அருந்த, ஒரு பெண்ணின் தோளில் கையிட்டு சிரித்துப் பேசப் பிடிக்கலாம். ஆனால் அவர் அதை செய்ததும் அவர் குறித்த பிம்பம் மாறி விடும். அவர் தான் அதுவல்ல என்று என்னதான் ஒலிபெருக்கி வைத்து முழங்கினாலும் யாரும் நம்ப மாட்டார்கள்.

மனித இயல்பைக் கணிக்கிற விசயத்தில் நாம் எல்லாரும் “கண்ணற்றவர்கள்” தாம். ஒரு ஆப்பிளை ஆப்பிள் எனப் பார்க்க முடிகிற நமக்கு, அதை சுவைத்துப் பார்த்து “இது புளிக்குது”, “இது இனிக்குது” என சொல்லத் தெரிகிற நம்மால், ஏன் ஒரு மனிதனைப் பார்த்து “இனி இனிமையானவர், அன்பானவர், நம்பத்தகுந்தவர்” என உடனடியாகச் சொல்ல முடியவில்லை? மனிதர்களைக் கணிப்பதில், புரிந்து கொள்வதில், மதிப்பிடுவதில் நாம் ஏன் தொடர்ந்து தோற்கிறோம்?

காரணம் இதுதான் - யாருக்கும் சாரமாக ஒரு இயல்பு இல்லை. நமக்கு ஒரு தன்னிலை உள்ளதாக நாம் மட்டும்தான் நம்புகிறோம். ஆனால் மற்றவர்களுக்கு அது என்னவென்று தெரியாது. ஒரு

ஆப்பிளுக்கும் நமக்கும் உள்ள வித்தியாசம் நாம் "செயல்படுகிறோம்" என்பது. செயல்பாடே நமது உயிர்ப்பாகிறது. (நாம் செயல்படுவதை நிறுத்தினாலும் நம்மை பாடையில் தூக்கி வைத்து எரித்து விடுவார்கள்.) இந்த செயல்பாடே நம்மை பிறரிடம் இருந்து பிரித்து வைக்கிறது. ஆம், நமது செயல்கள் ஒவ்வொன்றின் வழியாகவும், அது நிகழ்கிற சூழலுக்கு, அதற்கு முன்னும் பின்னுமான சந்தர்பத்தைப் பொறுத்து நமது தன்னிலையும், நம்மைக் குறித்து பிறருக்கு கிடைக்கும் சித்திரமும் மாறிக் கொண்டே வருகின்றன. எல்லா இடங்களிலும் எப்போதும் நாம் எப்படி இருக்கிறோம் என கூட இருந்து பார்க்கிற ஒருவருக்கு நாம் யாரென்பதில் மிகுந்த குழப்பங்கள் ஏற்படும். நம்மைப் பற்றி ஆரம்பத்தில் உயர்வாகவோ தாழ்வாகவோ எண்ணி இருந்தவர்கள் விரைவில் தம் முடிவை மாற்றிக்கொள்வார்கள், ஆனால் நிச்சயமாக ஒருநாள் "இவன் நல்லவனும் அல்ல, கெட்டவன் அல்ல, இவனிடம் உயர்வாகவோ தாழ்வாகவோ ஒன்றும் இல்லை, இவன் தொடர்ந்து ஏற்படுத்தி வருவது ஒரு தோற்றம் மட்டுமே" எனத் தோன்றும். இப்படி ஒருவரை முழுமையாக அறிவது சாத்தியமில்லை என்பதாலே பிக்பாஸ் நிகழ்ச்சியில் ஒருவருடைய நாள் முழுமைக்குமான செயல்பாடுகளை பத்துப் பதினைந்து நிமிடங்களில் தொகுத்து அளித்து அவரை நாம் 24 மணிநேரமும் கூடவிருந்து அறிந்திருப்பதாக ஒரு சித்திரத்தைத் தருகிறார்கள். இதற்கே நாம் அவரைப் பற்றிய எண்ணத்தை ஒவ்வொரு வாரமும் மாற்றிக் கொள்கிறோம். எவரொருவர் திறமையாக தன் செயல்களை ஒரு திட்டமிட்ட ஒழுங்குக்குள் வைத்து முரணற்றவராகத் தன்னைக் காட்டிக்கொள்கிறாரோ அவரே நிகழ்ச்சியின் வெற்றியாளர். அது ஒரு மிகப்பெரிய சவால். ஏனென்றால் ஒரு மனிதனை அவனது செயல்கள் வழியாக அவ்வாறு சாராம்சப்படுத்தி புரிந்து கொள்வதே அபத்தமானது.

இதனாலே நம்மை எடுத்து முகர்ந்தோ கடித்தோ நாம் "யார்" என மற்றொருவரால் அறிந்து கொள்ள முடிவதில்லை. செயல்பாட்டில் ஒரு பிரச்சினை உள்ளது - ஒவ்வொருவரிடமும் ஒவ்வொரு சூழலிலும் நாம் ஒவ்வொருவிதமாக செயலாற்றுகிறோம். சற்று நேரத்துக்கு முன்பு கடுப்பாக இருந்த ஒருவர் இப்போது சாந்தமாக மாறுகிறார். சற்று நேரத்துக்கு முன்பு ஆவேசமாக ஒரு பெண்ணுடலைத் தழுவியவர் இப்போது அந்த உடம்பின் மீது ஒரு

அசூயையுடன் பக்கத்தில் படுத்துக் கிடக்கிறார். சற்று நேரத்துக்கு முன் "நானும் அவளும் எப்படியாவது ஒன்றாகி விட வேண்டும்" எனும் முனைப்பில் முயங்கியவர் இப்போது "எனக்கு சிறிது நேரம் தனியாக இருக்கவேண்டும்" என ஆசைப்படுகிறார். இந்த ஒழுங்கற்ற முரணான செயல்களின் ஊடாக ஒரு சரடை, சாராம்சத்தை கண்டறிவதே பெரும் வேலை, சம்மந்தப்பட்டவருக்கும் பிறருக்கும்.

தன்னை எப்படி மதிப்பிடுவது, வரையறுப்பது என்பது சிலருக்கு பெரிய நெருக்கடியை அளிக்கிறது, அவர்கள் இந்த அழுத்தத்தில் இருந்து தப்பிக்கவே மதுவையும் போதை மருந்துகளையும் நாடுகிறார்கள். இவை நேர்கோடற்ற முறையில் மீண்டும் அவருடைய தன்னிலையை மாற்றி விடுகின்றன.

அரிஸ்டாட்டில் இதை நாடகவியலின் கோணத்தில் இருந்து அணுகும்போது 'ஒரு பாத்திரத்திற்கு என ஒரு சுபாவம் இல்லை, அப்படி இருந்தாலும் அதை விவரிப்பு, நடிப்பு வழியாக காட்ட முடியாது, அதை அவர் எப்படி உலகுடன், பிற மனிதர்களுடன் வினையாற்றுகிறார்கள் என்பதை வைத்து மட்டுமே காட்ட முடியும்' என்கிறார். "துன்பியல் நாடகமானது ஒரு செயலை போலச் செய்வதாகும்; இந்த செயலை குறிப்பிட்ட முகவர்கள் நிகழ்த்துகிறார்கள். இவர்கள் ஒரு குறிப்பிட்ட வகையான இயல்பும் தர்க்க நிலைப்பாடும் கொண்டவர்களாக இருக்க வேண்டும். (மனிதர்களின் சுபாவம் மற்றும் தர்க்க நிலைப்பாட்டை வைத்தே நாம் அவர்களுடைய செயல்கள் எவ்வாறானவை என மதிப்பிடுகிறோம்; அவர்களுடைய செயல்களைக் கொண்டே அவர்கள் வெற்றி பெறுகிறார்கள் தோல்வி அடைகிறார்கள் எனச் சொல்கிறோம்.)" என்று இதைப் பற்றி அரிஸ்டாட்டில் கூறுகிறார் ("கவிதையியல்", பக். 11) அதாவது ஒரு ஆண் மிகுந்த காம இச்சையில் இருக்கிறான் என்பதை பெண்களையோ பெண்கள் குறித்த சொல்லாடல்களோ காட்டாமல் சொல்ல முடியுமா? முடியும். இந்த உலகுடன் அவன் எப்படி இருக்கிறான் என்பதை வைத்தே சொல்ல முடியும். ஒரு அறை. அங்கே ஒரு பெண்ணும், ஆணும் தனித்தனியே இருக்கிறார்கள். அவன் அடிக்கடி அவளைத் திருட்டுத்தனமாகக் கவனிக்கிறான். அவள் கண்டுகொள்ளாமல் இருக்கிறாள். அவ்வளவுதான், சொல்லியாகி விட்டது. அதே காட்சி. ஒரு பெண் அவ்வளவு அழகாக அலங்கரித்தபடி தனியாக

அமர்ந்திருக்கிறாள். சற்று தள்ளி ஓர் ஆண் அவள் அங்கு இருக்கிற பிரக்ஞையே இன்றி கல்லைப் போல அமர்ந்திருக்கிறான். இதுவும் செயல்தான்; இதுவும் அவனுடைய காமத்தை வேறுவகையாய் காட்டி விடுகிறது.

அரிஸ்டாட்டில் இங்கே செயலுடன் ஒரு பாத்திரத்தின் தர்க்க நிலைப்பாட்டையும் வலியுறுத்துவதை கவனியுங்கள் - ஒவ்வொரு செயலின் பின்னும் நாம் நமது தர்க்க நிலைப்பாட்டை வெளிப்படுத்தியபடியே இருக்கிறோம். ஒரு இளம் பெண் ஒரு வயோதிகரிடம் கைகொடுத்து “ஹலோ தாத்தா” என்கிறாள். அவர் அவளுடைய கையை விடுமுன் சில நொடிகள் கூடுதலாக தன் கையில் வைத்துக் கொள்கிறார். அவ்வளவுதான் - இது ஒரு நிலைப்பாட்டைக் காட்டுகிறது. இன்னொருவர் கூச்சத்துடன் கைகுலுக்குகிறார், மற்றொருவர் அதே கையை சன்னமாக பற்றி விட்டுவிடுகிறார், இன்னொருவர் கைகொடுக்காமல் கைகூப்பி “வணக்கம் அம்மா” என்கிறார்; ஒருவர் ‘துணிச்சலாக’ அந்தக் கையைப் பற்றி வருடுகிறார். இதில் எல்லாம் காமம் சார்ந்த அந்த வயோதிகர்களின் பலவிதங்களிலான நிலைப்பாடுகள் தெரிய வருகின்றன. அந்தப் பெண் ஒன்று கையைக் கோபமாக விருட்டென இழுக்கலாம், லேசாகப் புன்னகைத்து “சரி தாத்தா” எனலாம், “போங்க தாத்தா, கையை விடுங்க” எனக் கடிந்து கொள்ளலாம், அதிர்ச்சியில் கையை மெதுவாக இழுத்து அருவருப்புடன் மௌனமாக இருக்கலாம். இப்படி அப்பெண்ணின் தர்க்க நிலைப்பாடும் சேரும்போது அவளுடைய இயல்பும் அங்கும் வெளிப்படுகிறது.

இதில் எதுவுமே நிரந்தரமானவையோ சாரமானவையோ அல்ல என அரிஸ்டாட்டில் வலியுறுத்துகிறார். அந்த இளம்பெண்ணுக்குள் நாளை சாமி இறங்கி விடுகிறது. அவள் தலைவிரிகோலமாய் சாமியாடுவதைக் காணும் அவர் கையெடுத்து கும்பிடுகிறார். அவள் கையை நீட்டினால் அதைத் தன் கண்ணில் ஒற்றிக் கொள்கிறார். அவருடைய செயல் மட்டுமல்ல தர்க்க நிலைப்பாடும் இப்போது மாறி விடுகிறது. இரவில் கனவில் அவருக்கு அப்பெண் தோன்றுகிறாள். அச்சத்தில் அவர் வியர்வையில் உடம்பு நனைந்திருக்க எழுந்திருக்கிறார். இது மற்றொரு தர்க்க நிலைப்பாடு. இப்போது இது ஒரு கதையாகிறது.

இதனாலே அரிஸ்டாட்டில் "துன்பவியல் நாடகமானது மனிதர்களைப் போலச் செய்வதல்ல, மாறாக நிகழ்வுகளையும், வாழ்வையும் போலச் செய்வது" என்கிறார். மேலும் "நன்மையும் தீமையும் செயல்களில் உறைந்துள்ளன; வாழ்வின் நோக்கம் செயல்படுவதே அன்றி பண்பு அல்ல; மக்கள் தமது சுபாவத்தைப் பொறுத்து சில பண்புகளைக் கொண்டிருப்பர், ஆனால் அவர்கள் தாம் எவ்வாறு செயல்படுகிறோம் என்பதைப் பொறுத்தே நல்ல அல்லது மோசமான விளைவுகளைப் பெறுவார்கள். ஆகையால் முகவர்களின் நோக்கம் சுபாவத்தை போலச் செய்வதல்ல; வினைகளின் அடிப்படையில், வினைகளின் ஊடாகத்தான் சுபாவம் உருப்பெறுகிறது. ஆகையால் நிகழ்வுகளாலே, அதாவது கதையமைப்பைக் கொண்டே, ஒரு துன்பியல் நாடகமானது சாத்தியப்படுகிறது, அவையே ஒரு துன்பியல் நாடகத்துக்கு ஆக முக்கியமானவை." என்று அரிஸ்டாட்டில் கதைகூறலை நிகழ்வுகளின் அடிப்படையில் விளக்குகிறார் ("கவிதையியல்", பக். 11).

(துன்பியலை இங்கு அரிஸ்டாட்டில் கதைக்கு அடிப்படையாகக் கருதக் காரணம் அந்த வடிவையே அவர் உன்னதமானதாக, நகைச்சுவையை விட மேலானதாகக் கருதினார் என்பதுதான்.)

"போலச் செய்வதே" இலக்கியம் என்பதுடன் அரிஸ்டாட்டில் தூய படைப்பு செயல்பாடு, தன்னியல்பான எழுத்து, தன்னில் இருந்து புறப்பட்டு வரும் மாயப்பெருக்கே எழுத்து எனும் கருத்தாக்கத்தை மறுத்து விடுகிறார். அது மட்டுமல்ல மனித இயல்புக்கு நிரந்தரமான ஒரு அடையாளம் உண்டு, மனிதனுக்கு ஒரு சாஸ்வதமான, சாராம்சமான சுபாவம் உண்டு என்பதையும் அவர் மறுக்கிறார். பூனையின் இயல்பும் புலியின் பாவனையும் கொண்ட பால்வண்ணம் பிள்ளை, மனதுக்குள் சாகச இயல்பான ரோமியோவாகவும் வெளியே அதைக் காட்டும் துணிச்சலற்ற அம்மாஞ்சியுமான சுப்பையா பிள்ளை ஆகியோரை புதுமைப்பித்தன் "படைக்கவில்லை"; அப்படியானவர்களை அவர் உலக அனுபவத்தில் கண்டு போலச்செய்யவும் இல்லை. மாறாக, அரிஸ்டாட்டில் சொல்வதுபடி பார்த்தால், அப்பாத்திரங்கள் ஒரு குறிப்பிட்ட கதையமைப்புக்குள் வருகிறவர்கள். அந்த கதையமைப்பை அவர்கள் "போலச்செய்கிறார்கள்" - அதாவது நகைச்சுவையான பகடிக்கதை என புதுமைப்பித்தன் துவக்கத்திலே

நிறுவி விடுவதால் அந்தப் பாத்திரங்களால் இக்கட்டுப்பாட்டை மீறி எதையும் சுயாதீனமாகச் செய்து விட முடியாது. அந்த அமைப்புக்குள்ளாகவே அவர்களுடைய செயல்கள் அமைய, அவை தமது சுபாவத்தை, தர்க்க நிலைப்பாட்டை வெளிக்காட்டுகின்றன (புதுமைப்பித்தனுடைய / அவருக்கு பழக்கமானவர்களுடைய சுபாவம் மற்றும் நிலைப்பாட்டை அல்ல). “கடவுளும் கந்தசாமிப்பிள்ளையும்” கதையில் கந்தசாமிப் பிள்ளைக்குப் பதில் பால்வண்ணம் பிள்ளையின் முன்பு கடவுள் தோன்றியிருந்தால் கதையே வேறாக இருந்திருக்கும். ஆனால் அதுவும் அப்போது பால்வண்ணம் பிள்ளையின் செயல்பாடுகள் அவ்விதமாக அமைந்தால் மட்டுமே. கடவுளைக் கண்ட திக்பிரமையில் பால்வண்ணம் பிள்ளை தன் பிடிவாதத்தை மறந்து, தன்னை இறைவனிடம் முழுக்க ஒப்புக்கொடுத்து தன் அகம்பாவத்தை ஒழிக்கலாம். அல்லது தானே கடவுள், சிவன் தன்னுடைய வேலையாள் என்று அவர் பாவனை பண்ணலாம். இந்த வினைகள் பால்வண்ணம் பிள்ளையின் தர்க்க நிலைப்பாட்டில் இருந்து பிறக்கின்றன. இந்த வினைகளைப் பொறுத்தே நாம் அவரை மதிப்பிடுவோம். இந்த வினைகளே அவருடைய இயல்பு இன்னதானது என நமக்குத் தெரிவிக்கின்றன. ஆனால் வினையில் இருந்து சுபாவத்தைத் தனியாகப் பிரித்தெடுத்து பால்வண்ணம் பிள்ளை இயல்பிலே இப்படித்தான் என நாம் நம்பினால் அவரை நாம் சரியாகப் புரிந்து கொள்ள முடியாது.

ஒரு படைப்பாளி ஒரு கதையை எழுதும்போது அக்கதையை தன்னையே வழிநடத்திச் செல்வதாக சில நேரம் உணர்கிறான். அது அக்கதைக்கு ஏற்ற ஓர் அமைப்பை அவன் கண்டுபிடித்து விட்டதாலே. அப்போது பாத்திரங்கள் கதையமைப்புக்கு ஏற்றபடி ஒரு குறிப்பிட்ட விதத்தில் வினையாற்றுகிறார்கள். அப்போது அவனே அவர்களுடைய செயல்களை, எண்ணங்களைக் கண்டு வியக்கிறான். தன் முன்னே அவர்கள் எதிர்பாரா விதத்தில் வளர்ந்து நிற்பதைக் கண்டு மூக்கில் விரல் வைக்கிறான். இந்தப் பாத்திரம் இப்படி உருப்பெறும் என நான் நினைக்கவே இல்லையே என அவன் யோசிக்கும்போது அந்தப் பாத்திரத்தை தன்னால் சுலபத்தில் புரிந்து கொள்ள முடியவில்லை என்பதையும் தான் ஏற்கிறான்.

சகமனிதர்களைப் புரிந்து கொள்வதில் நமக்குள்ள சிக்கல்தான் கதைக்குள் வரும் மனிதர்களை வரையறுப்பதிலும் இருக்கிறது. “நீ ஏன் இப்படி இருக்கிறாய்?” என ஒருவரைப் பார்த்து கத்தும் முன் அவருடைய சூழல் என்ன, அதில் அவருடைய செயல்களை ஒட்டி வெளிப்படுத்துகிற நிபந்தனைக்குட்பட்ட, நிரந்தரமற்ற பண்புகள் எவை, அப்பண்புகளைத் தீர்மானிக்கும் அவருடைய அந்த நேரத்தைய தர்க்க நிலைப்பாடு எது, அப்பண்புகள் சித்தரிக்கும் அவருடைய சுபாவம் எது என வாழ்வின் அமைப்பு சார்ந்து சிந்தித்தால் நமக்கு ஒரு தெளிவான சித்திரம் கிடைக்கும். அவர் தனக்கு வாய்த்த ஒரு கதையமைப்புக்குள் செயல்படும்படி நிர்பந்திக்கப்பட்ட ஓர் எளிய பாத்திரம் மட்டுமே எனப் புரிந்து கொள்ள முடியும். மனிதர்களை அப்போது இன்னும் கருணையுடன் நாம் நடத்த முடியும்.

தர்க்கமும் விழுமியமும்

கேள்வி: 1. கதையின் தர்க்கம் - இதை எப்படி எழுதுவது? இதற்கு ஓர் உதாரணம் தர முடியுமா?

2. கதையின் முடிவில் வெளிப்படும் விழுமியம்-

இதற்கும் ஓர் உதாரணம் தர முடியுமா?

- ஹேமலதா

வணக்கம் ஹேமலதா,

கதையின் தர்க்கம் வேறு, அன்றாடத்தின் தர்க்கம் வேறு. எனக்கு கோபம் வருகிறது, கை நீட்டி அடித்து விடுகிறேன். என் முன்பு யாரோ விட்டுப்போன பணக்கட்டு கிடக்கிறது. நைசாக அதை எடுத்துக் கொள்கிறேன். இவை நடப்புலகில் நிகழ்வனவே என்றாலும் ஒரு கதைக்குள் ஒருவர் கோபத்தில் அடிக்கும் முன்பு அவர் ஏன் கோப்படக் கூடியவர், கோபத்தில் தன்னிலையை இழந்து அடிக்குமளவுக்குப் போவதேன் எனக் காட்ட வேண்டும். ஏனென்றால் கதையுலகில் அனேகமாக எல்லா செயல்களுக்கும் ஒரு காரணம் இருக்க வேண்டும். யாராவது தன்னைக் கேலி செய்தால் அவரால் தாங்கிக்கொள்ள முடியாது, கோபத்தில் அடித்து விடுவார் என்றால் ஏன் அவரால் சிறு வேடிக்கைப் பேச்சைக் கூட பொறுக்காமல் ஆகிறது, அதற்கான காரணம்

அவரது இயல்பிலும் வாழ்விலும் உள்ளதா எனக் காட்ட வேண்டும். அதே போல இந்த சுபாவத்தின் முரண்களையும் காட்டினால் அதற்கும் ஒரு தர்க்கம் உண்டென்றால் அது ஆழமான சித்தரிப்பாகும். இப்படி நிறுவிய பின்னர் இந்த இயல்பு அவரை எங்கெங்கு எடுத்துச் செல்கிறது எனக் கதை முழுக்கக் காட்ட வேண்டும் (கதையின் போக்கு நேரடியாக இந்தக் கோபம் குறித்தல்ல என்றாலும்). முடிவில் இந்த இயல்பு எப்படி முற்றுப்பெறுகிறது அல்லது இன்னொன்றாக மாறுகிறது எனக் காட்ட வேண்டும். ஒரு வேளை இந்தப் பாத்திரத்தின் அடிப்படையான இயல்பு தகுதி நோக்காமல் உதவுவது, அதனால் துன்பப்படுவது என்றால் அதன் அடுத்தடுத்த விளைவுகளையும் இறுதி மாற்றத்தையும் காட்ட வேண்டும். இப்படி முக்கியப் பாத்திரத்தின் இயல்பின் விளைவுகளும், அவரது பிரதான தேவையும் இணைந்து ஒற்றைச் சரடாக வேண்டும். அதுவே கதையின் தர்க்கம்.

இருவர் கல்யாணம் பண்ணிக்கொண்டதும் என்ன செய்வார்கள்? இணைந்து வாழ்வார்கள். இது நடைமுறை. ஆனால் உங்கள் மைய பாத்திரத்தால் அவரது இயல்பின் அடிப்படையில் அவ்வாறு செய்ய முடியுமா, அவருக்கு ஏதேனும் குறிப்பிட்ட சிக்கல்கள் வருமா என நீங்கள் கேட்க வேண்டும். அதன் பிறகு பின்னால் சென்று அந்தத் தர்க்கத்தை வலுப்படுத்தவேண்டும். முடிவையும் அதற்கேற்றபடி திட்டமிட வேண்டும். அப்போது ஒரு சிறந்த கதையமைப்பு உங்களுக்கு கிடைத்துவிடும். நடைமுறை தர்க்கத்தின் படி சிந்தித்தால் அங்கு ஒரு கதையே இருக்காது.

சம்பத்தின் “இடைவெளியில்” இருந்து ஓர் உதாரணம் தருகிறேன். சம்பத்துக்கு தன் மத்திய வர்க்க வாழ்க்கையில், வேலையில் ஓர் அலுப்பு ஏற்படுகிறது. அப்போதுதான் தன் இருப்புக்கும் மரணத்துக்கும் என்ன தொடர்பு எனும் கேள்வி எழுகிறது. ஒரு நாய் எலும்புத்துண்டைத் துரத்துவதைப் போல அவன் அந்த கேள்வியைத் தொடர்ந்து ஓடத்தொடங்குகிறான். இன்னொரு பக்கம் வேலைக்குப் போவது, நண்பர்கள், உறவுகள், குடும்பம் என இயல்பாக வாழ்க்கை முறைக்குள்ளே இருந்தாலும் அவன் மனம் முழுக்க இந்தக் கேள்வியில்தான் இருக்கிறது. ஒரு கட்டத்தில் இதற்கு பதில் காணாமல் தன்னால் நிம்மதியாக வாழ முடியாது எனும் இடத்துக்கு வருகிறான். மெல்ல மெல்ல தன் வாழ்வில் நடக்கிற ஒவ்வொன்றிலும் இக்கேள்வியைப் பரிசீலித்து விடையைக்

கண்டடைந்து விடுகிறான். மொத்த நாவலுமே இதைச் சுற்றித்தான் இருக்கிறது. இந்நாவலின் நாடகீய மோதல்கள், திருப்பங்கள், விழுமியம் முழுக்க அகவயமாகவே நிகழ்கிறது, ஆனாலும் ஒரு விறுவிறுப்பும் உள்ளது. சம்பத்தின் அகத்தின் மொழியையும், நடவடிக்கைகளையும் பார்த்ததுமே நமக்கு இவனுக்கு தத்துவ ஈடுபாடு உண்டு, ஆனால் பயிற்சி இல்லாதவன் எனப் புரிந்து போகிறது. அதனாலே இவன் ஏன் இப்படிக் 'கிறுக்காக' இருக்கிறான் என நாம் கேட்பதில்லை. அதே போல நாவலின் எந்தக் கட்டத்தில் அவன் தனது இந்தப் போக்கை, கிறுக்குத்தனத்தை மாற்றுவதில்லை, அவனுடைய மனைவிக்காக, உறவினர்கள், சகாக்களுக்காக அவன் தன்னை மாற்றிக்கொள்வதில்லை. இவ்வாறு கதையின் தர்க்கம் இறுக்கமாக நாவல் முழுக்க பின்னப்படுகிறது.

இப்போது இதே கதையின் தர்க்கத்தை மட்டும் வைத்துக் கொண்டு நம்மால் வேறு சில கதையமைப்புகளை உருவாக்க முடியும். சம்பத்துக்கு உலகின் மிகச்சிறந்த உணவை சாப்பிட வேண்டும் எனும் ஆசை முதல் அத்தியாயத்திலே ஏற்படுகிறது. அவனது மன சஞ்சாரம் முழுக்க உணவுகளாலே நிறைந்திருக்கறது. உணவுக்கும் தன் இருத்தலுக்கும் ஏதோ ஒரு நுட்பமாக உறவு இருக்கிறது, அது என்று யோசிக்கிறான். அதற்காக அவன் தன் மனைவி, குழந்தைகளிடம் ஒரு நாடகத்தை ஆடிக்கொண்டே தன் தேடலையும் தொடர்கிறான். இது பல குழப்பங்களை அவன் வாழ்வில் ஏற்படுத்துகிறது. அவனுக்கு வேலையிலும் நடைமுறைத் தேவைகளிலும் ஆர்வம் குறைகிறது. அவன் ஏன் இப்படி இருக்கிறான் என்று பலருக்கும் புரியவில்லை. ஆனாலும் அவன் விடுவதாக இல்லை. இறுதியில் அவன் உலகின் மிகச்சிறந்த உணவைக் கண்டுபிடித்து விடுகிறான். அப்போது தன் இருத்தல் குறித்த சற்றும் எதிர்பாராத திறப்பு ஒன்று அவனுக்குக் கிடைக்கிறது.

சம்பத்தின் இதே கதையில் உணவின் இடத்தில் காமத்தை வைத்தால் அது முற்றிலும் வேறொரு நிறம் கொண்ட ஆனால் கிட்டத்தட்ட அதே கதையாகும். அதே போல அன்பு, காதல், கருணை, சமூக முன்னேற்றம், மக்கள் விடுதலை என எதையும் வைக்க முடியும். எந்த வெளிப்படையான நாடகத்தனமான மோதல்களும் கொந்தளிப்பான காட்சிகளும் இன்றி அகவயமாகவே இந்நாவலை எழுத இயலும். ஏனென்றால் சம்பத்தின் நாவலின் அமைப்பும் புதிதானது அல்ல. "டான் குவிக்சாட்" படித்திருப்பீர்கள்.

அக்கதையின் பகடியற்ற தீவிரமான வடிவம் தான் "இடைவேளை". குவிக்சாட் தோல்வியடைகிறான், ஆனால் சம்பத் தன் தேடலின் முடிவில் ஒரு விடையைக் கண்டடைகிறான். புதையல் தேடும் கதைகளைப் படித்திருப்பீர்கள். இவற்றின் வடிவமும் இதேதான். இவ்வகையான கதையமைப்புகளை நீங்கள் எப்படியான நாவலாக எழுதினாலும் வாசகர்கள் ஏற்றுக்கொள்வர். கதை தர்க்கத்தில் மட்டும் நிலைத்த, பிசிறு தட்டாத போக்கு வேண்டும்.

கதையின் தர்க்கத்துக்கு நடைமுறையில் இருந்தும் பல உதாரணங்களைக் காட்ட முடியும். அவை நம்மைச் சுற்றியே இருக்கின்றன. நீங்கள் ஏன் என் வகுப்பு வந்தீர்கள் என்பதற்கு நீங்கள் சொல்லும் காரணமே ஒரு 'கதை தர்க்கம்' தான். நீங்கள் வருவது ஒரு செயல், அச்செயலுக்கு ஒரு புற நிகழ்வு காரணமாக உள்ளதைப் போல ஒரு அக நிகழ்வும் இருக்கும். இதுவே கதையின் தூண்டுதல், கதையின் செலுத்தி விசை.

அடுத்து, உங்களுக்கு என்னவாகும்? நீங்கள் உங்கள் குறிக்கோளை அடைவதற்கு வரக் கூடிய தடைகள், சவால்கள், அவற்றை எதிர்கொள்ளும் நீங்கள் என்னவாகிறீர்கள் என்பதே கதை.

'என்னவாகும்' என்பதற்கு அடுத்து, 'எப்படி?' எனும் கேள்வி முக்கியம். இந்தச் சம்பவங்கள் இப்படி இப்படித்தான் நடக்க முடியும் என நீங்கள் முடிவு செய்து கொள்ள வேண்டும். உங்களுக்கு பார்வையில்லை, நீங்கள் நாவல் எழுத விரும்புகிறீர்கள் என்றால், அந்த சவால் ஏற்படுத்தும் அடுத்தடுத்த பிரச்சினைகளும், உங்கள் தீர்வுகளுமே அக்கதைக்கான தர்க்கம். முதல் பத்தியில் நீங்கள் பார்வையற்றவர் என்று சொல்லிவிட்டு பின்னர் அதை மாற்ற முடியாது.

அடுத்த முக்கியமான கேள்வி - 'ஏன்?' நீங்கள் ஏன் நாவல் எழுத வேண்டும்? இந்தக் கேள்விக்கான பதிலில் உங்களுடைய ஆளுமையின் சிறு பிசகு, பிழையும் சேர்ந்து வர வேண்டும். உங்கள் சூழல், நடைமுறை வாழ்க்கையும் வர வேண்டும் (அகம் + புறம்). புறக்காரணத்தை பிரதானப்படுத்தி அகத்தை உள்ளே வைக்க வேண்டும். நீங்கள் மிகவும் நேசிக்கும் ஒருவருக்காக, அவர் உங்களைப் படித்து அங்கீகரிக்க வேண்டும் என்பதால் நாவல் எழுத முயல்கிறீர்களா? குரசாசோவின் "இகிருவில்" வருவதைப் போல மரணத்தின் விளிம்பில் நிற்கும் நீங்கள் அர்த்தம்

பொருந்திய எதையாவது ஒன்றை, உங்கள் பெயரை நிலைத்து நிற்க வைக்கும் ஒரு சாதனையை நிகழ்த்த வேண்டும் எனத் தவிக்கிறீர்களா? அதற்காக இந்நாவலை எழுதப் போகிறீர்களா? பாருங்கள், ஒரு திறனைக் கற்கும் நோக்கில் நாவல் கலையைக் கற்க வரும் உங்களுக்கு வேறொரு வாழ்வா—சாவா எனும் நெருக்கடி இருப்பதாக, அதற்கான விடையே உங்கள் நாவல் எனக் காட்டியதும் இது ஒரு நல்ல கதையாக மாறிவிட்டதை.

அடுத்த கேள்வி: ‘அதனால் என்னாயிற்று?’ நீங்கள் செய்த காரியங்களால் நீங்கள் எதிர்பாராத ஒன்று நடந்தது.

‘அதனால் என்ன பெற்றீர்கள்?’ வாழ்க்கையைக் குறித்து ஒரு படிப்பினையைப் பெற்றீர்கள். அல்லது நீங்கள் முன்பிருந்ததை விட மேலான / கீழான இடத்துக்குச் சென்று விட்டீர்கள்.

இப்போது உங்கள் கதை முழுமை பெற்றுவிட்டது.

அடுத்து விழுமியத்துக்கு வருகிறேன்:

பாட்டியின் வடை-காக்கா-நரி கதையின் விழுமியம் ஏமாற்றுகிறவன் தன்னை மற்றொருவர் ஏமாற்ற வழியை உண்டுபண்ணி விட்டுச் செல்கிறான், அவன் தன்னை விட தந்திரசாலி ஒருவரை (நரி) உருவாக்குகிறான் என்பதே. வடைக்காக எதையும் செய்யலாம் என நினைக்கும் காகம் அப்படி ‘எதையும்’ செய்யலாகாது (விழுமியம்) எனக் கற்றுக் கொள்கிறது. நீங்கள் ஜெயமோகனின் “ரப்பர்” நாவலைப் படித்திருக்கிறீர்களா? அதில் இயற்கையை அழித்து விவசாய நிலத்தை உருவாக்குகிறார் கடும் உழைப்பாளியான கதையின் நாயகன். அதற்குக் காரணம் அவன் வாழ்க்கையில் எதிர்கொண்ட சுரண்டலும், வறுமையும். எதைப் பற்றியும் யோசிக்காமல் முன்னேறிக் கொண்டே இரு என்பதே அவன் இளமையில் பெற்ற பாடம். அதைக் கொண்டு அவன் பெரும் சாம்ராஜ்ஜியத்தை உருவாக்குகிறான். ஆனால் முடிவில் அவன் தான் உருவாக்கிய உலகம் மெல்ல மெல்ல ஆட்டம் கொள்வதை, காலம் அதைச் செரித்துத் தின்றுவிடும் (விழுமியம்) என்பதைத் தன் மரணப்படுக்கையில் கிடந்து காண்கிறான். இதில் காலம்தான் ‘நரி’. ஜெயமோகனின் “ஏழாம் உலகம்” நாவலில் மாற்றுத்திறனாளிகளான உடல் சிதைந்த மனிதர்களை பிச்சையெடுக்க வைத்து, அவர்களை சுரண்டுகிற நாயகனை கடைசியில் அவனுடைய மகள் (நரி) அதே

போல நடத்துகிறாள் - அப்பாவைச் சற்றும் மதிக்காமல் மகள் ஓடிப் போய் விட அவளுக்காக பிச்சையெடுக்கும் நிலைக்கு போகிறார். அவரது "அறம்" தொகுப்பில் இந்த காக்கா-நரி கதையின் பல வடிவங்களைக் காணலாம்.

கதைக்களம்

கேள்வி: முதல் நாவல் சொந்த கதையை ஒட்டி அமைந்தால் முட்டாமல் எழுதி முடித்துவிடலாம் என்றீர். என்னுடைய கான்சப்ட் சமீபத்தில் நான் படித்து என்னைப் பாதித்த நிஜ செய்தியைக் கதையாக்க முயற்சி செய்கிறேன். கதைக்களமும் நம் நாடு அல்ல. இதையே முன்னெடுக்கலாமா. வேறு முயற்சி செய்ய வேண்டுமா?

- ஸ்ரீதேவி கண்ணன்

பதில்:

வணக்கம் ஸ்ரீதேவி கண்ணன்,

செய்தியைக் கதையாக்குவதும், அதை நாவலாக விரித்தெடுப்பதும் நல்ல முயற்சியே. பொதுவாக அந்தரங்கமான, சுய-அனுபவம் சார்ந்த கதைகளை மட்டுமே நாவலாக எழுதும்போது நம் கதைவெளி சுருங்கிவிடக் கூடும். ஆகையால் அவ்வப்போதேனும் நம் அனுபவ வெளிக்கு வெளியே இருந்து ஒரு கதையை எடுத்து எழுதிப் பார்க்க வேண்டும். அப்படியான கதைகளைத் தேர்வு செய்கையில் நாம் கவனிக்க வேண்டிய சில விசயங்கள், கேட்க வேண்டிய சில கேள்விகள் உண்டு:

1) அச்செய்தியில் ஒரு கதை உள்ளதா? அது ஒரு துவக்கமும் முடிவும் உண்டா?

2) அதில் வாழ்க்கையில் நாம் பார்க்கிற விதத்தில் இருந்து ஒரு வித்தியாசமான கோணம் உண்டா?

3) மேற்சொன்ன கேள்விகளுக்கு 'ஆம்' என பதில் வந்தால், நீங்கள் அடுத்து அச்செய்தி ஒரு கதாநாயகர் உண்டா எனக் கேட்க வேண்டும். அந்தப் பிரதான பாத்திரத்தை ஒட்டியே மொத்த கதையும் அமைகிறதா? ஆம் எனில் பிரச்சினை இல்லை. அப்படியே அச்செய்தியை எடுத்துக் கதையாக்கலாம். இல்லையெனில் நீங்கள் ஒருவரை உருவாக்கி அச்செய்தி சட்டகத்துள் வைக்க வேண்டும். அவருக்கென சில அடிப்படையான கூறுகள் வேண்டும். அவருக்கென ஒரு ஆளுமைப்பிழை, ஒரு தேவை, குறிக்கோள் வேண்டும். அவருடைய பாலினம், வயது, ஊர், சாதி, மதம், வேலை எல்லாவற்றையும் கண்டடைய வேண்டும். ஒரு பொருத்தமான பெயரைக் கொடுக்க வேண்டும்.

4) இவ்வளவும் முடிந்தாயிற்றா, சரி அடுத்து இந்தப் பாத்திரத்தின் பயணத்தின் முடிவில் ஒரு கண்டடைதல் வேண்டும், ஒரு படிப்பினை, ஒரு கருத்து, ஒரு மனத்திறப்பு, ஒரு தரிசனம், ஒரு தத்துவம் என ஏதாவது வேண்டும். அதுவே உங்கள் கதையின் விழுமியம், அர்த்தம். இதற்குத்தான் நீங்கள் அதிக நேரம் எடுத்து கண்டடையவும், அதன் பிறகு கதையின் துவக்கத்தில் இருந்தே இதற்கான தேவையைப் பாத்திரத்தின் ஆளுமைப் பிழையில் எப்படி வைப்பது என யோசிக்க வேண்டும். நீங்கள் சொல்வது ஒரு குழுவின் கதையெனில் ஒவ்வொருவரின் ஆளுமையையும் / இயல்பையும் பொறுத்து இந்தத் தேவை எப்படி அமைகிறது எனக் காட்ட வேண்டும்.

5) இந்த விழுமியத்திற்கு அவசியத்தைப் புரிந்துகொள்ள ஒரு செய்தியை நான் அடுக்கடி என் வகுப்பில் சொல்வதுண்டு. பிரசித்தமான லத்தீன் அமெரிக்க எழுத்தாளர் மாக்வெஸ் எழுதிய சிறந்த நாவல்களில் ஒன்று "முன்கூறப்பட்ட சாவின் சரித்திரம்". "கதை சொல்வதற்காக வாழ்கிறேன்" எனும் தனது சுயசரிதையில் மார்க்வெஸ் தான் இந்த நாவலின் தூண்டுதலை எப்படிப் பெற்றேன் எனக் குறிப்பிடுகிறார். மார்க்வெஸின் அம்மாவின் தோழி ஒருவரது மகன் ஒரு மாற்று மதத்துப் பெண்ணைக்

காதலிக்கிறார். அப்பெண்ணின் பெற்றோரும் சகோதரர்களும் தொடர்ந்து அவரை எச்சரித்தபடி இருக்கிறார்கள். இதையும் மீறி இருவரும் காதலித்து வருகிறார்கள். ஒரு நள்ளிரவில் மார்க்வெஸின் அம்மாவின் அத்தோழி தூங்கிக்கொண்டிருக்கையில் அவரது முன்கதவை யாரோ பலமாகத் தட்டுகிறார்கள். வீட்டில் உறங்கும் தன் மகனைக் கொல்வதற்காக அப்பெண்ணின் வீட்டார் வந்துள்ளனர் என எண்ணி அவர் கதவைத் திறக்க மறுக்கிறார். விடிகாலையில் எழுந்து கதவைத் திறந்து பார்த்தால் அவரது மகன் வாசலிலேயே வெட்டப்பட்டு ரத்தவெள்ளத்தில் கிடைக்கிறார். இக்கதையை மார்க்வெஸின் அம்மாவிடம் அவர் ஒருநாள் மனமுடைந்து சொல்கிறார். அதை மார்க்வெஸின் அம்மா தன் மகனிடம் சொல்கிறார். மார்க்வெஸின் மனம் இந்தத் துயரத்தின் மீதல்ல, அதன் துரதிஷ்டத்தின் மீதல்ல, எப்படி இதன் பின் தப்ப முடியாத ஒரு விதி விளையாடுகிறது எனும் கேள்வி மீதே போகிறது. அக்கேள்வியே இக்கதையின் அர்த்தம், அதன் விழுமியம், அக்கேள்வியே நம்மை அலைகழிக்கிற சங்கதி. இதன் அடிப்படையிலே அவர் “முன்கூறப்பட்ட சாவின் சரித்திரத்தை” எழுதுகிறார். நாவல் பெரும் வெற்றி பெறுகிறது. ஆனால் மார்க்வெஸின் அம்மா தான் ரகசியமாக சொன்ன கதையை மகன் நாவலாக்கியதை அறிந்து கசப்படைகிறார் என்பது வேறு கதை.

உப-பிரதி

வணக்கம்,

சொல்லாமல் யுகிக்க விடுவது, ரகசியமாய் ஒளித்துவைப்பது இந்த இரண்டு சொல்லாட்சிகளை பற்றியே யோசித்துக்கொண்டிருக்கிறேன். இவைகளை என் எழுத்தில் நிகழ்த்த இவைகளை நான் சரியாகப் புரிந்து கொள்ள விரும்புகிறேன். கொஞ்சம் எடுத்துக்காட்டுகளுடன் விளக்குங்கள்.

அன்பும் நன்றியும்,
தமிழ் காந்தன்

வணக்கம் தமிழ் காந்தன்,

நீங்கள் குறிப்பிடுவது ஒரு கதையின் உப-பிரதி. ஒரு நாவலின் போக்கில் அங்கங்கே ஒரு எழுத்தாளர் சில ரகசியங்களை, புதிர்களை புதைத்து வைத்துவிட்டுப் போவதுண்டு. அதை கதையின் பிற்பகுதியில் நீங்கள் மீள யோசிக்கும்போது புள்ளிகளை இணைத்து அதுவரை கவனிக்காத அர்த்தங்களைக் கண்டுபிடிக்கும்போது அதில் வாசிப்பின்பம் கிடைக்கும் என்றேன். இந்த அர்த்தப் புதையல்களை நீங்கள் கதையின் அமைப்பிலோ காட்சிகளோ ஒளித்து வைப்பதைப் போல வசனங்கள், சொற்களிலும் வைக்கலாம். வசனம், வர்ணனை, சொற்கள் என்று எடுத்துக்கொண்டால் புதுமைப்பித்தன், ஜெ.பி. சாணக்யா நல்ல உதாரணங்கள். உருவகங்களிலும் வைக்கலாம். சு.ரா.வின் “பல்லக்குத் தூக்கிகள்” கதையில்

கதைசொல்லி மற்றும் பல்லக்குத்தூக்கிகளின் உடலமைப்பு பற்றி வரும் குறிப்புகளை எடுத்துக்கொண்டு கதையின் போக்கை வாசித்தால் ஒரு புதிய பொருள் சட்டென விளங்கும். இது அடிப்படையில் கவிதையின் உத்தியைக் கதையில் பயன்படுத்துவது. உ.தா., சங்கக்கவிதைகளில் வரும் இயற்கை வர்ணனைகள். இந்த இரண்டு மார்க்கங்களும் சிறிய நாவல்களில் தான் எடுபடும் என்பதை கவனியுங்கள்.

தி.ஜா. தன் “மோகமுள்” நாவலில் உப-பிரதி / அர்த்தப்புதையல்களை கதையமைப்பிலும் வசனங்களிலும் ஒரே சமயம் வைத்திருப்பார். உப-பிரதியை ஒரு விசயத்தை, பாத்திரத்தை இடம்பெறாமலே செய்வதன் மூலமும் கொண்டு வர முடியும் என்பதற்கு அந்நாவல் சிறந்த உதாரணம். பாபு எனும் இளைஞன் தன்னை விட வயதில் மூத்தவளும் மாற்றுச் சமூகத்தவளுமான யமுனாவைக் காதலிப்பான். அவள் அவனுடைய காதலைத் தொடர்ந்து உதாசீனித்தும் மறுத்தும் வருவாள். நாவலின் முடிவில் அவள் அவனை ஏற்றுக்கொள்வாள். இதில் தி.ஜா. மிகக் கவனமாக பாபுவின் அம்மா பற்றின குறிப்புகள் மிக மிகக் குறைவாக வரும்படியும் அப்பா பாத்திரம் பெரிதாகத் தெரியும்படியும் அமைத்திருப்பார். ஏனெனில் ஒரு ஆணுக்கு மூத்த பெண் மீது வரும் ஈர்ப்பு அவனுடைய அம்மா மீதான அடக்கப்பட்ட இச்சையின் மாற்றுவடிவமே என்பது பிராய்டிய உளவியல். ஆகையால் அம்மா பாத்திரத்துக்கும் பாபுவுக்குமான உறவு வலுவாக காட்டப்பட்டால் வாசகர்களுக்கு அது அருவருப்பை ஏற்படுத்தும். முக்கியமாக அதில் ஓர் உப-பிரதி உண்டு. அதை அவர் அம்மாவைக் குறைவாகக் காட்டி மறைத்து வைத்துவிடுகிறார். அம்மா ஏன் அதிகமாகப் பேசப்படவில்லை எனும் யோசிக்கும்போதே அப்புதையல் நம் கண்ணுக்குப் படும். அப்போது திகைப்பாக மகிழ்ச்சியாக இருக்கும். அதே போலத்தான் யமுனா பாபுவிடம் “என்னைக் காதலிக்காதே” எனும் சொல்லும் இடங்களிலெல்லாம் அவனைத் தன்பால் ஈர்ப்பதற்கான ஒரு முயற்சியும் அவ்விளையாட்டுகளில் இருக்கும். இதையும் நாம் பின்னால் யோசித்துப் பார்க்கையில் நாவலின் இன்னொரு பரிமாணம் புரியும்.

முரணை உருவாக்குவது இன்னொரு வழி. உணர்ச்சிகரமான உறவுக் கதைகளில் இதைச் செய்யலாம். ஒரு பாத்திரம் உக்கிரமாக ஒன்றைச் சொல்லும் போதே அதற்கு நேரெதிராக அவர் செயல்படுவதையும்

யோசிப்பதையும் காட்டலாம். வாசகர்கள் வெளிப்படையாக சொல்லப்படுவனவற்றையே முதலில் கவனிப்பார்கள். ஆனால் இந்த முரணை அவர்கள் நுட்பமாக வாசித்துக் கண்டடையும் போது மகிழ்வார்கள். இமையத்தின் “எங்க கதெ” ஒரு நல்ல உதாரணம். அதில் கதைசொல்லி தன் காதலியை வெறுத்து சபிக்கும் இடங்களில் எல்லாம் ஒரு பூச்சி சிலந்தியைக் கண்டு அஞ்சியபடியே வலையில் தானாகப் போய் விழுவதைப் போல அவள் பால் கூடுதலாக ஈர்க்கப்பட்டபடியும் இருப்பான். சாரு நிவேதிதாவின் “அன்பு: ஒரு பின்நவீனத்துவ மறுசீரமைப்பு மனு” நாவலிலும் இதே முரண் இருக்கும். ரொலாண்ட் பார்த்தின் “*A Lover's Discourse*” மற்றொரு உதாரணம்.

இந்த அர்த்தப் புதையல்களை நீங்கள் நாவலை எழுதும் முன்பான தயாரிப்பின் போதோ அல்லது எழுதும் போதோ அல்லது எடிட்டிங்கின் போதோ உருவாக்கி புதைத்து வைக்கலாம்.

கதைமைப்பு

கேள்வி: ஒரு கதை ப்ளாட் (கதையமைப்பு) இப்படி தான் இருக்கும் என்பதற்கு உதாரணமாக ஒன்றை சொல்லுங்கள் அண்ணா. அது எங்களுக்கு ஒரு யோசனைக்குள் செல்ல வழி வகுக்கும்.

- செல்வகுமார்

கேள்வி:

வணக்கம்,

(Story Structure Format) - ஒரு கதையில் விவாதிப்பதற்கு இவ்வளவு விசயங்கள் இருக்கிறதா என்பதை இப்பொழுது உங்கள் யுடியூப் காணொளியைக் கண்ட பிறகு அறிந்து கொண்டேன்.

ஒரு கதை படித்திருக்கிறேன், அவை அந்தந்தப் பேழைக்குள் (Story Structure Format) எப்படி உள்ளிடுவது என்பது பெரும் கேள்வி மற்றும் குழப்பமாகவே உள்ளது.

இதற்காக தாங்கள் ஒரு சிறுகதையை சுட்டிக்காட்டி, அதை எவ்வாறு நிரப்புவது என்று எங்களுக்குக் காண்பித்தீர்கள் என்றால் கொஞ்சம் இலகுவாக இருக்கும் என்று எனது விருப்பம்.

இன்னொரு கேள்வி - நான் நாவல் எப்படி எழுதவேண்டும் என்பதற்கு முன்பாக, ஒரு நாவலை எப்படி வாசிக்க வேண்டும்,

புரிந்துக்கொள்ள வேண்டும், குறிப்பெடுத்துக் கொள்ள வேண்டும் என்பனவற்றைத் தெரிந்துக்கொள்ள வேண்டும் என்று கருதுகிறேன், அண்ணா.

ஆகையால், *(Story Structure Format)*-க்கு ஒரு மாதிரி கதையை சுட்டிக்காட்டி என்னைத் தெளிவுப் படுத்துங்கள்.

- அழகப்பன் என்.

வணக்கம் செல்வகுமார் மற்றும் என். அழகப்பன்,

கதையமைப்பு என்பதை கதையின் வரைபடம் என்றோ எலும்புக்கூடு என்றோ புரிந்துகொள்ளலாம். நாவல் எழுதுதல் ஒரு பயணம் எனில், கதையமைப்பே வரைபடம். கதையமைப்பு உங்களுடைய நாவலை எப்படி எவ்வழியாக எடுத்துச் செல்ல வேண்டும் என்பதை முன்கூறாக உங்களுக்குத் தெரிவிக்கும். நீங்கள் நாவலை ஒரு உடலாக எடுத்துக்கொண்டால் கதையமைப்பே அதன் எலும்புக்கூடு. எலும்புக்கூட்டின் வடிவிலேயே தசைகள் பொருந்தி உங்கள் தோற்றம் உருவாகும். கதைக்கும் கதையமைப்புக்குமான வேறுபாட்டையும் நாம் புரிந்துகொள்ள வேண்டும் - நான்கு சம்பவங்கள் ஒன்றுக்குப் பின் மற்றொன்று வரும் வரிசையே கதையமைப்பு. இந்தச் சம்பவங்கள், பாத்திரங்கள், கதைக்கரு, கதையமைப்பு எல்லாம் சேர்ந்ததே கதை. அதாவது கதையமைப்பு கதையின் முக்கியமான பகுதி. கதையமைப்பை உள்ளடக்கியதே கதை. ஒரு நாடு கதையென்றால் நாட்டின் வரைபடம் கதையமைப்பு.

ஒரு நாவலில் கதையமைப்பு எப்படி இருக்க வேண்டும் என்பதை ஜெயமோகனின் “இரவு” நாவலை வைத்து விளக்குகிறேன்:

ஜெயமோகனின் “இரவு” வெளியானபோது நான் சென்னையில் ஒரு கல்லூரியில் பணி செய்துகொண்டிருந்தேன். அப்போது இலக்கிய ஆர்வமுள்ள நண்பர்களும் அங்கிருந்தார்கள். நாங்கள் வாசிக்கும் நூல்களைக் கூடி விவாதிக்கும் வழக்கம் இருந்தது. “இரவையும்” விவாதித்தோம். நான் என் கருத்துக்களைச் சொன்னேன். ஒரு மார்க்ஸிய நண்பர் இந்நாவலில் அன்றாட வாழ்க்கையின் பாடுகளை முழுக்கப் புறந்தள்ளி விட்டு ஏன் ஒரு செயற்கையான உலகைப் பற்றி மாய்ந்து மாய்ந்து சிலாகிக்கிறார் ஜெயமோகன் என வினவினார். அது நீண்ட காலம் என் நினைவில் இருந்த கேள்வி.

அதன் பிறகு வந்த பத்தாண்டுகளுக்கும் மேலான காலத்தில் நான் நாவலின் வடிவம், எழுத்துமுறை, தொழில்நுட்பம் பற்றி நிறைய யோசித்தேன், வாசித்தேன், என் எழுத்தின் வழியாகவும் அறிந்து கொண்டேன். இடையே இந்நாவலை ஒரு நண்பர் கடன் வாங்கி பின் வந்தியத்தேவனைப் போல மாயமாகி விட்டார். ஜெ.மோ. என் பிரியத்துக்குரிய புனைவெழுத்தாளர் என்பதால் மீண்டும் ஒரு பிரதியை வாங்கி என் நூலகத்தில் வைத்திருந்தேன். அண்மையில் அலமாரியை சுத்தம் பண்ணும்போது புத்தம் புதிய பிரதியாக "இரவு" மீண்டும் தென்பட்டது. எதையும் யோசிக்காமல் படிக்கத் தொடங்கினேன். முதன்முறை அனுபவரீதியாக வாசித்தேன் என்றால் இம்முறை *craft* சார்ந்து கவனித்தபடி படித்தேன். அந்தக் குறிப்புகளைச் சுருக்கமாகத் தருகிறேன்:

ஜெயமோகன் நேர்த்தியான வழமையான உலகில் இருந்து பிறழ்வான வசீகரமான ஒரு மாற்று உலகுக்குச் செல்கிறவர்கள், அதற்குள் அமிழ்ந்து போகிறவர்கள் பற்றி ஒரு கதையெழுதும் நோக்குடன் இதை ஆரம்பிக்கிறார். இரவுலக வாழ்க்கை, இரவோடிகளின் உலகம் என்பதற்கு இதற்கு ஒரு முகாந்திரமாகிறது. அதற்காக நாவலின் களம் கேரளாவில் நடப்பதாகச் சித்தரிக்கிறார். கேரளாவுக்குச் செல்லும் சரவணன் எனும் ஆடிட்டரின் பக்கத்து வீட்டில் ஒரு முன்னாள் ராணுவ அட்மிரலும் அவரது மனைவியும் வாழ்கிறார்கள். பகலில் தூங்கி இரவில் மட்டும் விழிப்புடன் கொண்டாட்டம் விருந்து பயணம் என வாழும் ஒரு கூட்டுச் சமூகத்தை அவர் உருவாக்கி இருக்கிறார். சதா இரவின் மகத்துவங்களைப் பிரச்சாரம் செய்பவர்களாக அங்கு அவர் சந்திக்கும் ஒவ்வொரு வண்ணமயமான பாத்திரமும் இருக்கிறார்கள். இந்த உலகில் இருந்து திரும்ப தனது மரபான, நடைமுறை உலகுக்கு மீள்வது சரவணனுக்குச் சிரமமாகிறது. அதாவது, அவன் தனது தட்டையான உலகின் மீதான அலுப்பில் இருந்தே இந்தக் கிளர்ச்சியான, கவர்ச்சியான இரவுலகுக்கு வருகிறான் என்று கொண்டோம் எனில் அதன் மீதான பயமும், அதன் எதிர்பாராமைகள் குறித்த பதற்றமும் அவனை இரு உலகங்கள் நடுவே தத்தளிக்க வைக்கிறது. இதைப் பரிசீலிப்பதே ஜெயமோகனின் ஆரம்ப இலக்கு. ஆனால் மூன்று அத்தியாயங்களை நெருங்கிய நிலையில் அவருக்கு இது ரொம்ப அரூபமாகப் போகிறதே எனப் படுகிறது. அது சரிதான் - இந்த வகைக்

களங்களை, கருப்பொருட்களை நீங்கள் உருவகக் கதைகளாக, மிகுபுனைவுகளாக, மாய எதார்த்த கதைகளாக எழுதலாம் (எஸ்.ரா சில கதைகளை இவ்வாறு எழுதியிருக்கிறார்.) ஆனால் எதார்த்த கதைகளில் இதைச் சித்தரிக்க உறவுகளில் வரும் சிக்கல்களை, நாடகீய தருணங்கள்தான் சிறந்த வழி. அல்லாவிடில் மனநோய் பற்றின கதையாக எழுதலாம் - செகாவின் "கரிய துறவி" நல்ல உதாரணம். ஜெயமோகன் இதை உணர்ந்துகொண்டு நாவலை முப்பதாவது பக்கத்தில் இருந்து ஒரு ரொமான்ஸாக மாற்றுகிறார். அடுத்த இருபது பக்கங்கள் வரை கிட்டத்தட்ட ஜேன் ஆஸ்டின் நாவல் போன்றே நகர்கிறது.

இதில் போதிய சிக்கல் வரவில்லையே என உணர்ந்து அவர் அடுத்து யக்ஷி கதைகளின், *gothic / horror* நாவல்களின் அழகியலைக் கொண்டு வருகிறார். இந்த இடத்தில்தான் நாவல் பரபரப்பாகிறது. ஆனால் கதைக்களம் மீண்டும் இரவுலவிகளின் இடத்துக்கு ஊசலாட கதை தொய்வடைகிறது. இதை உணர்ந்து அவர் - வேகம் குறையும் திரைக்கதையில் செய்யுங்கள் என திரைக்கதையாளர்கள் அறிவுரைக்கும் ஒரு காரியத்தை செய்கிறார்: ஒரு சரியான இடத்தில் ஒரு கொலையைக் கொண்டு வருகிறார்.

அடுத்து அவருக்கு ஒரு கேள்வி வந்திருக்க வேண்டும்: இந்த அதிர்ச்சிக்குப் பின் சரவணன் மனம் திருந்துவதா இல்லை நீடிப்பதா? இதற்கான பதிலையே நாவலின் இறுதித் திருப்பமாக்குகிறார். இதனால்தான், வேறெந்த அவரது நாவலையும் விட "இரவு" திரைக்கதைக்கான வடிவத்தை ஓரளவுக்குக் கொண்டிருக்கிறது.

செகாவின் "வெட்டுக்கிளி" என ஒரு பிரசித்தமான சிறுகதை உண்டு. ஒருமுறை ஜெயமோகன் இக்கதையின் சிறப்பைப் பற்றி என்னிடம் பேசியிருக்கிறார். கிளைமேக்ஸில் நடக்கும் குற்றமும், அதன் அதிர்ச்சியும் எனக்கு இந்நாவல் "வெட்டுக்கிளி" சிறுகதையின் தாக்கத்தில் எழுதப்பட்டது எனும் எண்ணத்தை ஏற்படுத்தியது. அதாவது என்னதான் நடைமுறை எதார்த்தத்தில் இருந்து விலகிச் சென்றாலும் மனித மனத்தின் அவலங்கள், கீழ்மைகளில் இருந்து அது நம்மைக் காப்பாற்றாது. மனிதன் வீழ்வதற்கான வாய்ப்பையே அது அதிகமாக்கும் என செகாவ் பேசியதையே ஜெ.மோவும் இங்கு எடுத்துக் கொள்கிறார். இப்படி ரொமான்ஸில் இருந்து காத்திக்குக்கு வந்து அங்கிருந்து செகாவுக்கு

வந்து முடித்து விட்டார்.

அற்புதமான, கிட்டத்தட்ட திகட்டுமளவுக்கு காட்சிபூர்வ, கவித்துவ சித்தரிப்புகள், நெகிழ்வான, உணர்வெழுச்சியான நிறைய இடங்கள் வாசகனுக்கு ஒருவித மயக்கத்தை அளிக்கின்றன. நடைமுறை உலகம் குறித்த லாஜிக்கான கேள்விகளின் தாழ்வார உலகை மூழ்கடிக்கும் நோக்கில் ஒரு கவித்துவ விவரணைகளின் அணையை ஜெ.மோ. உடைத்து விடுகிறார் என நினைக்கிறேன். இது இந்நாவலின் ரசிக்கத்தக்க அம்சம். அடுத்து ஜெயமோகனின் வழமையான உளவியல் நுட்பங்கள், கச்சிதமான பாத்திர அமைப்புகள் வருகின்றன.

இந்நாவலின் பலவீனம் என்பது ஜெயமோகனால் இரவுலவிகளுக்கும் தட்டையான நடைமுறைவாதிகளுக்குமான முரணுக்குள், அதன் நெருக்கடிக்குள் ஆழமாகப் போக முடியவில்லை என்பது. ஆனால் இதில் இருந்து ஆரம்பகட்ட எழுத்தாளர்கள் கற்றுக்கொள்ள ஒரு பாடம் உள்ளது:

நாம் எழுதும் ஒரு குறுநாவலை ஒரு அரூபமான ஐடியாவை மனதில் வைத்து எழுதும் போது ஒரு கட்டத்தில் இதற்கு மேல் முன்னேறிச் செல்ல முடியவில்லையே எனும்படி எழுத்தில் டிராபிக் ஜாம் வரும்; வந்த வழி மறந்து போகும்; அல்லது சாலை பாதியில் முடிந்து போய் எதிரே பெரும் பள்ளத்தாக்கு வாய் பிளந்து நிற்கும். அப்போது புதிய திருப்பங்களைக் கொண்டு வந்து (காதல், காமம், குற்றம், அது குறித்த அதிர்ச்சி என) கதையை வளர்த்திக் கொண்டு செல்லலாம். இந்த அத்தியாயங்களில் நாம் நாவலின் ஆழத்துக்குள் செல்லாதிருந்தாலும் - ஜெயமோகன் செய்வதைப் போல - நாவலின் துவக்கக் கருப்பொருளை இருட்டில் ஒரு கைவிளக்கைப் போல கூடவே எடுத்துச் சென்றபடி இருக்க வேண்டும். இந்த நினைவுபடுத்தல் இறுதி வரை இருத்தல் அவசியம். நாவல் முடியும் முன் சில எதிர்பாரா திருப்பங்களைக் கொண்டு வர வேண்டும். அவற்றில் மையப் பாத்திரம் தன் செயல்களால் அடைந்ததென்ன, பெற்ற பாடம் என்ன என வாசகன் அவதானிக்க இடமளிக்க வேண்டும்.

இவ்வளவையும் செய்துவிட்டு, துணைப்பாத்திரங்களுக்கும் பின்னர் என்னவாயிற்று, பிரதான பாத்திரத்தின் வாழ்க்கை எப்படி அடுத்த கட்டத்துக்குப் போனது எனக் கூறி எல்லா நுனிகளை முடிச்சிட்டு

கதை ஒரு முழுமை பெற்றதாகக் காட்டினால் வாசகனுக்கு ஒரு திருப்தி கிடைக்கும். உங்கள் நாவல் அது உத்தேசித்த ஆழத்துக்குள் செல்லாவிடினும், அது ஆரம்பித்த இடத்திலேயே நின்றிருந்தாலும், அதையும் மீறி வாசகர்கள் அதை வடிவ ஒழுங்குக்காகவும், அழகியல் நேர்த்திக்காகவும் ரசிப்பார்கள்.

படைப்பாக்க, கலைச் செயல்பாடுகளில் எந்த ஒரு உத்தரவாதமும் இல்லை. ஒரு நாவலாசிரியன் எழுதவன எல்லாம் உன்னதப் படைப்புகளாக இருக்க வேண்டியதில்லை, ஆனால் வடிவரீதியாக நேர்த்தியாக இருக்கவேண்டும். அது இந்தப் படைப்புகளை அடிப்படையாகக் காப்பாற்றும். அதாவது நீங்கள் செய்யும் கதவானது உலகின் சிறந்த கதவாக இருக்க வேண்டியது அவசியம் இல்லை - அதை திறந்து மூட முடிந்தால் போதும்.

திருப்பங்களின் அடுக்கு — கதை வழக்கு — கதைகூறலில் வரும் தர்க்கம் மற்றும் தத்துவம் — கரு — வாழ்வின் சாரம் மற்றும் வாசிப்பின்பம்

கேள்வி:

வணக்கம் அபிலாஷ்,

என்னுடைய சில ஐயங்களைக் கீழே பட்டியலிட்டிருக்கிறேன்:

அ. ஒரு நாவலில் வரும் கதையின் திருப்பங்கள் மற்றும் (முதல், இரண்டாம் திருப்பங்கள்) துவக்கம் (தர்க்கபூர்வமான ஆரம்பம்) ஆகியவற்றை எத்தகைய கூறுகளைக் கொண்டு வரிசைப்படுத்துவது? (அல்லது எது முதன்மை என்பதாக அமைப்பது?)

ஆ. உங்கள் உரையின்போது "குற்றமும் தண்டனையும்" போன்ற பெரிய நாவலை உதாரணமாகக் குறிப்பிட்டீர்கள். அதை இத்தகைய சட்டகத்துள் அடக்க முடியவில்லையே! நாவலில் நாயகன் ரஸ்கோல்நிக்கோவ் செய்யும் கொலை, அதன் காரணம், குற்றம் பற்றிய விவாதம் என உளவியல் உரையாடலாக அத்தியாயங்கள் நகர்கின்றன; சோனியா முன் மன்னிப்புக் கேட்கும் பகுதிகளில் ரஸ்கல்னிகோவ் முன்வைக்கும் தர்க்கம் என நாவல் முழுமையும் தர்க்கபூர்வமாக அமைவதாகப்படுகிறது. இது பற்றிய உங்கள் பார்வை என்ன?

இ. நாவலில் கருக்களில் எத்தகைய கருக்கள் நீண்டு விவாதிக்கக்கூடியவை, எவை தவிர்க்கப்பட வேண்டியவை.

ஈ. ஒரு எதார்த்த வகை நாவலின் உரையாடல்கள் மற்றும் சூழல் வட்டார வழக்கில் அல்லாமல் எளிய தமிழில் அமையலாமா?

உ. நாவல் ஒட்டுமொத்த வாழ்வின் சாரம், அது வாழ்வொன்றின் இடையில் துவங்கி இடையிலேயே முடிவதாக அமைவது (நிறைய ஊகிக்கும் இடம் தருவது) நலம் என நாவல் கலை நூலில் ஜெ எழுதியதாக ஒரு நினைவு. நாவல் தரும் இன்பம் என்பதுதான் என்ன?

ஊ. தத்துவம் - தர்க்கம் ஒரு எளிய விளக்கம் (இவை ஊடாடும் உதாரண நாவல்கள்)

— சர்வான் பெருமாள்

வணக்கம் சர்வான் பெருமாள்,

ஒரு நாவலின் துவக்கமானது அதன் கதையின் துவக்கமே. அதாவது கதையின் பிரதான பாத்திரம் ஒரு சவாலை, அதனாலான ஒரு நெருக்கடியைச் சந்திக்கிறார். அவரை அந்நிலைக்குத் தள்ளும் சம்பவமே துவக்கம். அல்லது அச்சம்பவத்திற்குப் பின் அவர் என்ன செய்கிறார் என்பதும் துவக்கமாகலாம். ஜெயமோகனின் "இரவு" நாவலில் சரவணன் கேரளாவுக்கு வருவதும், இரவுலவிகளின் அண்டை வீட்டில் தங்குவதுமே அவரது வாழ்க்கையைத் தடம் புரள வைக்கிறது. அதனால் அவர் அங்கு போவதே மரபான துவக்கம். தல்ஸ்தாயின் "போரும் வாழ்வும்" ரஷ்யாவில் நெப்போலியன் படையெடுத்து வரும் சூழலில் பெரும் நிலப்பிரபுக்கள், மத்திய வர்க்கத்தினரை இப்போர் எப்படி பாதிக்கிறது, இவ்வர்க்கத்தைச் சேர்ந்த சில குடும்பங்களின் நிலை என்னவாகிறது என்பதே கதை. அதனால் தல்ஸ்தாய் பணக்கார விருந்தொன்றுடன் கதையை துவக்குகிறார். அங்கு போர் குறித்த பதற்றம், பயம், எதிர்பார்ப்பு பரிமாறிக் கொள்ளப்படுகிறது. அங்கு நமக்கு இப்போரினால் தலைகீழாகப் போகும் வாழ்க்கைகள் அறிமுகப்படுத்தப்படுகின்றன. தல்ஸ்தாய் அடுத்து கிளைக்கதைகளை ஒவ்வொன்றாகக் கட்டவிழ்க்கிறார். ஒவ்வொரு கதையிலும் நிகழும் எதிர்பாராத திருப்பங்கள் போரையும் அதில் நேரடியாகவோ மறைமுகமாகவோ சம்மந்தப்பட்ட பாத்திரங்களின் தனிப்பட்ட இலக்குகள்,

ஆசைகள், ஏமாற்றங்களுடன் சம்மந்தப்பட்டிருக்கின்றன. புறம்-அகம் என நாவல் ஒவ்வொரு இதழ்களின் அடுக்காக விரிகிறது. தல்ஸ்தாய் புறம் அகத்தையும் அகம் புறத்தையும் எப்படி பாதித்து உருமாற்றுகிறது எனக் காட்டத் தலைப்படுகிறார். இதுவே துவக்கம், திருப்பங்களின் கூறுகளைத் தீர்மானிக்கும் தர்க்கம்.

ஆ) "குற்றமும் தண்டனையும்" நாவலின் கதையமைப்பு ரஸ்கோல்நிக்கோவ் எனும் இறைநம்பிக்கையோ அற மதிப்பீடுகளோ இல்லாத ஏழை இளைஞன் சமூக நோக்குடன் ஒரு கொலை செய்தால், சற்று எதிர்பாராத வகையில் அவனது மனிதநேயம் அப்போது தட்டி எழுப்பப்பட்டு அவன் குற்றவுணர்வு கொண்டால், தன் பாவத்தை உணர்ந்து அதற்கு அவன் மன்னிப்பு கோரினால் அவன் முன் உள்ள தீர்வு என்ன என்பது. இந்தக் கேள்வியின் அடிப்படையில் ஒரு (இருத்தலிய / இறையியல்) தத்துவ, உளவியல் விவாதமாக நாவலின் கதையை தஸ்தாவஸ்கி அமைத்திருக்கிறார். ஒரு பொது சமூக (அரசியல், மத, உளவியல், அறம்சார்) விவாதத்தை அகவயமாக எப்படி மாற்றுவது, அதற்குக் கதையை எப்படி அமைப்பது என்பதற்கு இந்நாவல் ஒரு சிறந்த உதாரணமாக உள்ளது.

இ) நாவலின் கருவில் விரிவாக விவாதிக்கத்தக்கவை, சுருக்கமாக பேசத்தக்கவை என எவையும் இல்லை. வரலாற்றை, சமூகவியலை, நாட்டார் வழக்காற்றியலைப் பின்புலமாக வைத்தால் ஒரு கதைக்கரு இயல்பாகவே விரிவு கொள்ளும்; உளவியல், தத்துவம் எனில் கதைக்கரு தீவிரம் கொண்டு அகயமாகி முறுகிக் கொண்டு போகும். கரு அல்ல, கருவை எந்தப் பின்னணியில் வைத்து விவாதிக்கிறோம் என்பதே முக்கியம்.

ஈ) தாராளமாக அமையலாம். எதார்த்தவாதம் என்றால் நடப்பியல் கதை. கூடுதலாக அதில் ஒரு உளவியல் அம்சமும் இருக்கும். எதார்த்த நாவல்கள் நகர வாழ்க்கையின் பின்புலத்தில் எழுதப்படுவதுண்டே. மேலும் ஒரு கதையின் மொழியை அதன் பாத்திரங்களே தீர்மானிக்கிறார்கள், கதையின் வகைமை அல்ல. அதே போல, பாத்திரங்களின் பாலினம், வர்க்கம், சாதி, மதம், நிலவியல் எனப் பல சங்கதிகள் ஒரு கதை மொழியின் வாசனையைத் தீர்மானிக்கும். நீங்கள் ஒரு ஆன்மிக / தத்துவக் கதையை பீமசேனனின் / தௌரபதியின் பார்வையில் சொன்னாலோ

யுதிஷ்டிரரின் / ஷிகண்டியின் பார்வையில் சொன்னாலோ அது நான்கு வேறு மொழிகளைக் கொண்டிருக்கும். அதே பீமசேனனின் கதையை நீங்கள் இன்றைய மென்பொருள் பொறியியலாளரின் வாழ்க்கையை மாற்றி சொன்னால் அது முற்றிலும் வேறுவகையான கதையாக இருக்கும். ஒரு நாவலுக்குள் ஒரு பாத்திரத்தின் உரையாடலும், அவர் கொண்டு வரும் கதையும் ஒரு தனி உலகம், பல பாத்திரங்கள் உள்ள நாவலில் பல உலகங்கள் ஒன்றோடு ஒன்று மோதி முயங்குகின்றன, சூன்யமாகின்றன, அதுவே பன்மொழித்தன்மை *(heteroglossia)*, அப்போது கிடைப்பதே நாவலின் வாசிப்பின்பம் என தத்துவவியலாளரும் இலக்கிய விமர்சகருமான பக்தின் கூறுகிறார்.

உ) நாவல் ஒட்டுமொத்த வாழ்வின் சாரம் என்பதை நான் ஏற்கவில்லை. அது வாழ்வின் பிரம்மாண்டத்திற்கு பக்கத்தில் வருவதான ஒரு தோற்றத்தைக் கொண்டிருப்பது. அது வாழ்வல்ல, தோற்றம் மட்டுமே. இந்த வித்தியாசத்தை ஒரு படைப்பாளி உணர்ந்திருப்பது அவசியம் - நம் வாழ்வு ஒரு போதும் நாவலாக முடியாது. அந்த தெளிவிருந்தாலே தொடர்ந்து எழுத முடியும். நாவலானது நாம் முழுக்க வாழ்க்கைக்கு வெளியே நின்று உருவாக்கும் வாழ்க்கையை போலச்செய்யும் ஒரு கட்டமைப்பு. அல்லாவிடில் நானும் நீங்களும் கடவுள் ஆகிடுவோம். ஆனால் நாம் கடவுளர் அல்லரே. அந்த அகந்தை கற்பனாவாத காலத்து படைப்பாளிக்கு உரியது. நமக்கு அது தேவையில்லை.

நாவலின் இன்பம் அதிலுள்ள பல்வேறு "இடைவெளிகள்". கூடுதலாக, ஒரு கவிதையில், சிறுகதையில் சாத்தியமாகாத விரிவான மன சஞ்சாரங்களை, கருத்து விவாதங்களை, சிக்கலான முன்னுக்குப் பின் முரணான மனநிலைகளை, மொழிகளை, மொழி விளையாட்டுகளை, அவ்விளையாட்டுகள் ஏற்படுத்தும் அனுபவங்களை ஒரு நாவலால் வாசகனுக்கு அளிக்க முடிவது. இலக்கியத்தில் மிக அதிகமான அளவில் பரிசோதனை முயற்சிகளை அனுமதிக்கும் வடிவம் நாவலே.

ஆய்வு செய்வது

வணக்கம் அபிலாஷ்

1. ஒரு நாவலை எழுதும் முன்பு நான் ஆய்வு செய்ய வேண்டுமா? உ.தா., கிறித்துவ மடத்தில் இருந்து வெளியேற்றப்படும் ஒரு துறவியைப் பற்றி நான் ஒரு நாவலை எழுதப் போகிறேன் என்றால் தமிழ் கிறித்துவத்தின் வரலாற்றைப் படிக்க வேண்டுமா? எப்படி அணுக வேண்டும்?

2. ஒரு நாவல் எழுதுவதற்கான ஐடியா கிடைத்ததும் அதன் மையப் பாத்திரத்தின் அகப்போராட்டம் பற்றி நாம் யோசித்து அதைக் கண்டுபிடிக்க வேண்டுமா?

அன்புடன்,
ஜான் பால் ரொஸாரியோ

வணக்கம் ஜான் பால் ரொஸாரியோ,

நீங்கள் குறிப்பிடுகிற அந்தப் பாத்திரத்தின் கதை நிச்சயமாக சுவாரஸ்யமாக இருக்கும். நீங்கள் இதைச் சொல்லும்போதே என்னால் மொத்த நாவலையும் கண்முன்னால் பார்க்க முடிகிறது. அதை நீங்களும் பார்க்க வேண்டும். பார்க்க முடிந்தாலே அதை உங்களால் எழுத இயலும். அதற்கு என்ன செய்ய வேண்டும்?

முதலில், இதை எவ்வகையான கதை என வரையறுக்க வேண்டும். இது வெளியேற்றம் பற்றிய கதையா? இது போராட்டம் பற்றிய கதையா? நான் இதை இரண்டும் கலந்த கதையென நினைக்கிறேன்.

டி.தர்மராஜ் தனது "யாதும் காடே, யாவரும் மிருகம்" தொடரில் இதை ஒட்டிய ஒரு வரலாற்றுச் சம்பவத்தைக் குறிப்பிடுகிறார். அதில் துறவியாக பயிற்சி பெறும் தலித் இளைஞர் ஒருவர் சாதிய ஒடுக்குமுறையாலும், இறுக்கமான எந்திரத்தனமான நடைமுறையாலும் தூக்கி வெளியே வீசப்படுகிறார். அது போராட்டத்தின், வெளியேற்றத்தின் கதை. நீங்கள் அதை ஒருமுறை படித்துப் பார்க்கலாம். யு. ஆர் அனந்தமூர்த்தியின் "சம்ஸ்காரா" இந்து சனாதான கட்டமைப்புக்குள் இருந்துகொண்டு ஒரு பிராமணர் சுதந்திரத்தை நாடி வெளியேறும்போது அவர் அடையும் அனுபவங்களையும், அவரது புரிதலையும் பேசுவது. ஹெர்மன் ஹெஸ்ஸின் "சித்தார்த்தா" நாவல் ஆன்மீகப் பாதையில் போக முயலும் ஒரு இளைஞன் தன் சுயக்கட்டுப்பாடின்றி பௌதீக உலகினுள் மீண்டும் நுழைவதும், அவன் கடைசியில் பெறும் படிப்பினையும்தான். இந்த இரு நாவல்களில் ஒன்று சமூகவியல் ரீதியானது, மற்றொன்று உளவியல் ரீதியானது. இரண்டுமே வெளியேற்றக் கதைகள் தாம். ஜெயமோகனின் "விஷ்ணுபுரத்திலும்" சித்தார்த்தா மாதிரியான பாத்திரங்கள் உண்டு. தத்துவ, உளவியல் நாவல் வகைமைக்குள் காப்காவின் நாவல்கள் அனைத்துமே வெளியேற்றக் கதைகளே. ஒருவன் பூச்சியாக மாறிய பின்னர் தன் குடும்பம், வேலையிடம், சமூகத்தில் இருந்து வெளியேற்றப்பட்டவனாக ஆகிறான் ("உருமாற்றம்"). ஒருவனுக்கு விசாரணைக்கான அழைப்பு வர அவன் அரசு எந்திரத்தால், சட்ட அமைப்பால் வெளியேற்றப்பட்டு அந்நியமாகிறான் ("விசாரணை").

ஒருவர் போராளிக் குழுவில் இருந்து, விடுதலை இயக்கத்தில் இருந்து வெளியேறினால் என்னவாகும் என்பதே ஷோபா சக்தியின் கதையுலகம். குடும்பத்தில் இருந்து பெண்கள் 'பாதி' வெளியேறுவதே அம்பை துவங்கி இன்றுவரையிலான தமிழ் பெண்ணிய கதையுலகம்.

இதே போலத்தான் குடும்பத்தில் இருந்து, அரசியல் இயக்கங்கள், சமூக லட்சியம் கொண்ட அமைப்புகளில் இருந்து வெளியேறுகிறவர்களின் கதைகள் இருக்கும். பல கதைகள், படங்கள் இவ்வாறு வந்துள்ளன. மலையாளத்தில் "மதிலுகள்", "தேஷாடன கிளி கரயாறில்லா", "கதாபுருஷன்", "முகாமுகம்" போன்ற தீவிரமான படங்களைக் குறிப்பிடலாம்.

நீங்கள் உங்களுக்குப் பிடித்த கதைகளில், படங்களில் இவ்வகை கதைகள் வருகின்றனவா எனத் தேடுங்கள். நான் குறிப்பிட்டுள்ள படைப்புகளை நீங்கள் படித்திருந்தால் நல்லது. அல்லாவிடில் பின்னர் படித்துக் கொள்ளுங்கள். இவற்றைப் படிப்பதற்காக உங்கள் நாவலை ஒத்திப் போடாதீர்கள். நீங்கள் படித்துள்ள, பார்த்துள்ள கதைகளின் அடிப்படையில் ஒரு முன்மாதிரியாக உருவாக்கி மனதில் வைத்துக் கொள்ளுங்கள். அது போதும்.

அடுத்து, உங்கள் கதை இந்த வகைமாதிரிக்குள் வருவதென்றால் அதன் துவக்கம், இடைப்பகுதி, முடிவு எப்படி இருக்கும் என யோசியுங்கள்.

இதற்கு அடுத்ததாக, சில கேள்விகளை எழுப்புங்கள். பதில்களை குறித்து வைத்துக் கொள்ளுங்கள்.

1) உங்களுடைய மையப் பாத்திரமான இளம் துறவியின் பெயர் என்ன?

2) அவருடைய வயது, தோற்றம், உயரம், எடை என்ன?

3) அவருடைய சாதி, மதம் என்ன?

4) அவருடைய குடும்பத்தின் பின்னணி என்ன? பொருளாதாரப் பின்னணி எப்படியானது? அவர் எந்த ஊரைச் சேர்ந்தவர்? அந்த ஊரின் சமூக அமைப்பு எப்படியானது? அவர்களுடைய நில அமைப்பு, சீதோஷ்ண நிலை எப்படியானது?

5) அவருடைய பெற்றோர் யார்? அவர்களுடைய பின்னணி என்ன? அவருக்கு சகோதர சகோதரிகள் உண்டா?

6) பெற்றோருடனும் சகோதர சகோதரிகளுடனும், நண்பர்களுடனும், ஊர் மக்களுடனும் அவரது இளமைக்கால அனுபவம் எப்படி இருந்தது?

7) அவரது இளமையில் பாலியல் உணர்வு எப்படி இருந்தது? சுதந்திரமாகவா, கட்டுப்பாடுகளுடனா அல்லது இரண்டுக்கும் இடைப்பட்டா அவர் பாலியலை அணுகினார்?

8) அவரை அலைகழித்த குற்றவுணர்வு என்ன? (இது பிரக்ஞைபூர்வமாகவோ உபமனதில் அலைகழிப்பதாகவோ இருக்கலாம்.)

9) மேற்சொன்ன தகவல்களின் அடிப்படையில் அவரது ஒரு அடிப்படையான பாத்திரப் பிழையை, ஆளுமைக் கோணலை, போதாமையை காண்பதென்றால் அது எது?

10) இந்தப் பிழையின் அடிப்படையில் அவரது வாழ்வின் தேடல் அமைவதானால் அது என்ன?

11) அவரை மடாலயம் நோக்கித் தள்ளிய விசயம், சம்பவம் எவை?

12) அவரது தேடல் ஏன் மடாலயத்தில் நிறைவு கொள்ளவில்லை? எது அவரை வெளியேற்றியது?

13) வெளியேற்றத்தின் பின்பு அவர் என்ன செய்தார்?

14) அச்செயல்பாடுகளின் போது அவர் தன்னைப் பற்றி அறிந்ததென்ன?

15) அவர் கண்டுகொண்ட தீர்வு என்ன? அதன் வழி அவர் தன் பிழையை, கோணலை ஓரளவுக்கேனும் சரி செய்தாரா?

இந்தப் பதில்களை நீங்கள் அடைந்தால் உங்களுக்கான கதையின் வடிவமும் கிடைத்துவிடும். அடுத்து நீங்கள் செய்வதெல்லாம் ஒரு திட்டவரைவை உருவாக்கி நாவலின் முதல் அத்தியாயம் எங்கு துவங்க வேண்டும், எங்கு இறுதி அத்தியாயம் வர வேண்டும் என யோசித்து இதற்கு தேவையான தகவல்களை மட்டும் வைத்துக்கொண்டு நாவலை எழுத ஆரம்பிப்பதுதான்.

வாழ்த்துகள்!

கதாபாத்திரத்தை உயிரோட்டமாக்குவது

முதலில் ஒரு பாத்திரத்தை எப்படி நம்பகத்தன்மை கொண்டதாக ஆக்குவது எனப் பார்ப்போம். இந்த விசயம் தான் மிக மோசமாக நவீன காலத்தில் புரிந்து கொள்ளப்பட்டது, படுகிறது என நினைக்கிறேன். நாம் செவ்வியல் நாவல்களையும் கதைகளையும் படிக்கையில், அவற்றில் சற்று மிகையிருக்கும் போது கூட, மைய பாத்திரங்களும் துணைப் பாத்திரங்களும் நம் மனதில் சட்டென ஒட்டிக்கொள்வதை கவனிக்கிறோம். ஆனால் நவீன யுகம் பிறந்ததும் நிலைமை மாறுகிறது. பிரதான பாத்திரத்துக்கும் எதிர்நிலைப் பாத்திரத்துக்குமான வித்தியாசம் குறைகிறது. எதிர்நிலைப் பாத்திரம் சற்று மையப் பாத்திரத்தைப் போன்றும், மையப் பாத்திரம் சற்றே எதிர்நிலைப் பண்புகள் கொண்டதாகவும் ஆகிறது. இன்னொரு பக்கம் எதிர்நிலைப் பாத்திரமே முழுக்க மறைந்து அந்த இடத்தை சமூகச் சூழல், கட்டமைப்புகள், காலம் எடுத்துக் கொள்கின்றன.

தஸ்தாவஸ்கியின் "குற்றமும் தண்டனையும்" நாவலை எடுத்துக்கொள்ளுங்கள். சோனியாவும் அவளுடைய குடும்பமும் இல்லாவிடில் நம்மால் நாவலின் நாயகன் ரஸ்கோல்நிக்கோவை சகிக்க முடியாமல் போயிருக்கும். அவனுக்குள் ஓரளவுக்கு மனிதத் தன்மையை கொணர்வது அவர்களுடைய தொடர்பினால் வெளிப்படும் அவனுடைய கள்ளமின்மைதான். அதே போலத்

தான் நீங்கள் அமெரிக்க நவீன நாவலின் துவக்கம் என அறியப்படும் மார்க் ட்வெயினின் "டாம் சாயரின் சாகசங்கள்" நாவலை எடுத்துக் கொண்டோமானால் அதன் மையப் பாத்திரமான டாம் சாயரை நீங்கள் நல்லவன், கெட்டவன் என வகைப்படுத்த இயலாது. *The Great Gatsby, Invisible Man, The Catcher in the Rye, Lolita* போன்ற நாவல்களிலும் நாம் இப்பண்பை பார்க்கலாம். தமிழில் சு.ரா.வின் "ஜெ.ஜெ சில குறிப்புகள்", மலையாளத்தில் பஷீரின் "மதில்கள்" போன்ற நாவல்கள் இதற்கு நல்ல உதாரணம்.

இன்னொரு பக்கம் நகைமுரணானது நவீன நாவலின் முக்கியமான தகுதியாகப் பார்க்கப்பட்டது. அதாவது, ஒரு பாத்திரம் ஒன்றை செய்ய நினைக்க அவரது சந்தர்ப்பமோ சூழலோ அவரது உத்தேசத்தை நேர்மாறாகத் தோன்றச் செய்வதே நாவலில் வரும் நகைமுரண். *Catcher in the Rye* நாவலில் ஹோல்டன் எனும் பள்ளி வயதுச் சிறுவன் உலகம் குறித்த தனது கருத்துக்களை, கோபங்களை வெளிப்படுத்தும்போது அவன் தன் அறியாமையால் பேசுகிறான் என்பதை உணர்த்தும் விதமாகவே அவனுடைய மொழியையும் செயல்பாடுகளையும் ஆசிரியர் அமைத்திருப்பார். இந்த நகைமுரணே நமக்கு அவன் பால் இரக்கத்தை, நாட்டத்தை ஏற்படுத்தும். பின்நவீன புனைவிலக்கியத்தில் இந்த நகைமுரண் ஒரு விளையாட்டாக மாறியது - ஷோபா சக்தியின் "கொரில்லா", சாரு நிவேதிதாவின் "ஸீரோ டிகிரி", "காமரூபக் கதைகள்" நாவல்களின் கதைசொல்லிகளை நீங்கள் எந்தவொரு சட்டகத்தினுள்ளும் அடைக்கமுடியாமல் அவர்கள் நழுவியபடியே இருப்பார்கள்.

இந்தக் கதை மாந்தர்களிடம் "நீங்கள் நல்லவரா கெட்டவரா?" என்று கேட்டால் குழப்பத்துடன் கையைப் பிசைவார்கள் அல்லது கேலிப்புன்னகையுடன் நழுவி விடுவார்கள்.

ஆனால் நான் மேலே தந்த உதாரணங்கள் வெற்றி பெற்ற படைப்புகள் மட்டுமே என்பதை மறந்துவிட வேண்டாம் - கதைமாந்தரை நன்மை-தீமைக்கு வெளியிலோ நடுவிலோ அமைக்கும் முயற்சியில் பல படைப்புகள் தோற்றுள்ளன; பல பாத்திரங்கள் தட்டையாக, நம்மால் ஒன்ற முடியாதபடி அமைந்துள்ளன. ஏனென்றால் ஒரு கதாபாத்திரத்தைக் கறுப்பு வெள்ளையாக அன்றி சாம்பல் வண்ணத்தில் உருவாக்குவது மிகவும் சிக்கலான சவாலான காரியமாகும். எந்த பண்போ திறனோ

அற்ற காகித அட்டை பாத்திரங்களாக இவர்கள் மாறிடக் கூடும். எழுத்தாளர்கள் உடனே இப்பாத்திரங்களுக்கு உள்முரண் ஒன்றை அளித்து உயிரூட்ட முயல்வார்கள். அவர்கள் சொல்வதொன்று செய்வதொன்று எனக் காட்டுவார்கள். இப்போது அப்பாத்திரம் நேர்மையற்றதாக வெறுக்கத்தக்கதாக மாறிவிடும். ஒரு கட்டத்தில் எதிர்நிலை நாயகன் / நாயகி என வாசகர்கள் அப்பாத்திரத்தைக் கருத நேரும். அது எழுத்தாளரின் உத்தேசம் அல்லவெனில் அது படைப்பை பலவீனமாக்கும். அதாவது நம்பகத்தன்மையை ஏற்படுத்தும் நோக்கில் கதைமாந்தரை தெளிவற்றவராக ஆக்கி அதனாலே அவர்கள் ஈர்க்காமல் போய்விடும் அபாயம் அதிகமாகி வருகிறது.

இது ஏன் என்று நாம் முதலில் யோசிக்க வேண்டும். நவீன காலத்துக்கு முன்பு வரை மனிதர்கள் தத்தமது சமூகப் பொருளாதார, இனம் சார்ந்த, சாதி, மதம், பாலினம், நிலவியல் சார்ந்த அடையாளங்களால் அறியப்பட்டார்கள். கடவுள் உலகைப் படைத்தார் / படைக்கவில்லை, மன்னரின் பிரஜைகளே மக்கள், மன்னர் இந்த கடவுளால் ஆசீர்வதிக்கப்பட்டவர் எனும் நம்பிக்கை வலுவாக இருந்தது. இந்நிலைமை நவீன முதலீட்டியத்தால் மொழியிலும் பண்பாட்டிலும் ஏற்பட்ட தாக்கத்தால் மாறியது. அறிவியலின், அறிவுத்துறைகளின் வருகையாலும், தனிமனிதவாதத்தின் பரவலாலும் உலகம் 'படைக்கப்பட்டது' எனும் நம்பிக்கையை மக்கள் இழந்து பிரபஞ்சமும் அதிலுள்ள ஜீவராசிகளும் 'தற்செயலாக உருவாகியன' என நினைக்கத் தொடங்கினர். இது தனிமனித, சமூக விழுமியங்களையும் பலவீனப்படுத்தியது. தற்செயலாகத் தோன்றிய மானுடம்தான் தோன்றித்தனமாகவோ பொறுப்பாகவோ வாழலாம், அது அவரவர் முடிவு, பொறுப்பு எனும் பார்வை ஏற்பட்டது. இது இலக்கியத்திலும் வந்து சேர ஒரு கதைமாந்தர் சாராம்சமான இயல்பு பெற்றவர் அல்ல, அவர் நல்லவராகவோ கெட்டவராகவோ இருக்க இயலாது என வாசகர்களும் எழுத்தாளர்களும் நம்பத் தலைப்பட்டனர். ஆனால் இலக்கியத்தில் இது வேறொரு பிரத்யேகமான சிக்கலை உண்டு பண்ணியது:

இலக்கியத்தில் நாம் பார்ப்பது சமகால மனநிலையைத்தான் எனத் தோன்றினாலும் அதில் செயல்படுவது ரொம்பப் பழைய மனம். அம்மனம் பல நூறு ஆண்டுகளுக்கு முன்னும்

பின்னுமாகப் பயணிக்கக் கூடியது. அது ஒரே சமயம் புராணிகமான கருத்துகளையும் நேரெதிரான நவீன சிந்தனைகளையும் ஏற்கக் கூடியது. இந்த முரணுக்குள் சிக்கித் தவிக்கக்கூடியது.

நன்மை-தீமையையே எடுத்துக்கொள்வோமே. நீங்கள் யாரிடம் சென்று கேட்டாலும் மனிதன் நன்மைக்கும் தீமைக்கும் இடைப்பட்டவன், சாம்பல் வண்ணம், பிளா பிளா என்பார்கள். ஆனால் நீங்கள் நல்லவரா என்றால் நான் நல்லவனே என்பார்கள். நீங்கள் விரும்புகிறவர், காதலிப்பவர், மணமுடிப்பவர், உங்கள் குழந்தை நல்லவரா என்றால் ஆமாம் நல்லவர்கள் என்பார்கள். சரி யார்தான் நன்மைக்கும் தீமைக்கும் இடைப்பட்டவர்கள் என்றால் அதற்கு பதில் தெரியாது. இதுவே எதார்த்தம்.

என்ன பிரச்சினை என்றால் நாம் 'நன்மை' எனக் கூறுவது 'அசலான நன்மை' அல்ல, அது ஒரு மனக்காட்சி அல்லது முன்துருத்தம் *(projection)* மட்டுமே. நாம் முதலில் நம்மைப் பற்றின ஒரு நேர்மறையான மனக்காட்சியை காண்கிறோம், அதை அடுத்தவர்களுக்கும் காட்டுகிறோம். இன்னொரு பக்கம் அது குறித்து மிகுந்த ஐயங்களும் நமக்குண்டு. "என்னை யாருக்கும் பிடிக்காது, எனக்கு நிறைய குறைகள் உள்ளன" என்று வருந்துகிறோம், "நான் நிறைய குற்றங்கள் செய்கிறேன், அவை மன்னிக்க முடியா குற்றங்கள்" என்று குற்றவுணர்வில் தவிக்கிறோம். அடுத்தவர்களும் தம்மைக் குறித்தொரு மனப்பதிவை நம் மீது திணிக்கிறார்கள். அதை அப்படியே ஏற்றுக்கொள்ளும் நாம் அவர்களைக் குறித்து பின்னர் சில ஐயங்களை வளர்க்கிறோம், தொடர்ந்து நம்பிக்கைக்கும் அவநம்பிக்கைக்கும் நடுவே அல்லாடுகிறோம். அப்போது நாம் ஏங்குவதெல்லாம் இந்த மனப்பதிவில் ஒரு உறுதிப்பாடு, அசைக்க முடியாத ஒற்றைத்தன்மை, ஸ்திரத்தன்மை வேண்டும் என்பதையே. ஏனென்றால் வெளி மனப்பதிவில் அது கிடைத்தால் அதைக்கொண்டு நம் உள் மனப்பதிவையும் ஸ்திரமாக்கிடலாம் என்று திட்டமிடுகிறோம். அதாவது நவீனத்துக்கு முந்தைய-பிந்தைய மனநிலைகளுக்கு இடையே கிடந்து அல்லாடுகிறோம். இலக்கியம் நம்மை இந்த இரண்டு காலங்களுக்கும் இடையே நிலைகொள்ளச் செய்யும், துன்பப்படும் மனதுக்கு ஆறுதல் அளிக்கும் என நம்புகிறோம். அதையே வாசிப்பில் நாடுகிறோம்.

இலக்கியமோ எந்தக் கலை வடிவமோ நாம் இந்த உளவியலைத்தான் அங்கும் கொண்டு வருகிறோம். நாம் எதிர்கொள்ளும் கதைமாந்தர் நல்லவர்களாக, உயர் பண்புகள் கொண்டவர்களாக இருத்தல் வேண்டும், அதே நேரத்தில் அவர்களுக்கு என்று ஒரு பாத்திரப் பிழையும், குறைகளும் இருக்கவேண்டும் என்று எதிர்பார்க்கிறோம். கதாமாந்தரின் நன்மையே நம்மைப் பிரதானமாக ஈர்க்கிறது, அதுவே அவர்கள் மீது நம்பிக்கையை, பிடிப்பை நமக்கு ஏற்படுத்துகிறது, இன்னொரு பக்கம் அவர்களுடைய தீமை அவர்களிடத்து ஓர் ஆர்வத்தை உண்டு பண்ணுகிறது. ஒருவேளை ஒரு பாத்திரத்தின் தீமையை மட்டுமே ஓர் ஆசிரியர் முன்துருத்தும் (*project*) பட்சத்தில் நமக்கு அப்பாத்திரம் செயற்கையாக, தட்டையாகத் தோன்றும். அதே போல நன்மையை மட்டும் முன்துருத்தினால் அப்பாத்திரம் லட்சியபூர்வமாக, உண்மையற்றதாகத் தோன்றும். அதனாலே ஓர் ஆர்வமூட்டும் ஆழமான கதாபாத்திரம் நன்மையை வெளியிலும் தீமையை உள்ளுக்குள் வெகு நுட்பமாகவும் மர்மமாகவும் கொண்டிருந்தால் நாம் அவரை நோக்கி ஈர்க்கப்படுவோம். (ஒரு ஒரு நவீனப் படைப்பில் இந்த இரு முன்துருத்தங்களும் / மனக்காட்சிகளும் நிஜம் எனக் காட்டினால் ஒரு பின்நவீனப் படைப்பில் அவை தோற்றுவிக்கப்பட்டவை, உருவாக்கப்பட்டவை எனும் உணர்வையே ஆசிரியர் அளிப்பார்.)

இதை மிகச்சரியாகப் புரிந்து கொண்டவர் அரிஸ்டாட்டில். தனது “கவிதையியல்” நூலில் அவர் துன்பியல், இன்பியல் என நாடகங்களைப் பிரித்து துன்பியலே உயர்வான வடிவம் என்றும், ஒரு துன்பியல் நாயகன் உயர்ந்த பண்புகளைக் கொண்ட பிழையான மனிதன் என்கிறார். அவன் உயர்குடியைச் சேர்ந்தவன், மக்களின் நன்மதிப்பையும் பாராட்டையும் பெற்றவன் என்றும் கூறுகிறார். இதை நாம் ஒருவரது செயல்பாடுகளின் விளைவான நன்மதிப்பு, சமூக மரியாதை எனப் புரிந்து கொள்ளலாம். அடுத்து இன்பியலில் கீழான குணநலன்களைப் பெற்ற தாழ்ந்த நிலையை சேர்ந்தவனே நாயகன் என்கிறார். முன்னதை நாம் இன்று படிக்கும் தீவிரமான எதிர்மறை உணர்ச்சிகளை எழுப்பும், துயர முடிவு கொண்ட நாவல்கள் என்றும், பின்னதை பகடியான, நேர்மறையான முடிவைக் கொண்ட நாவல்கள் என்றும் கூறலாம். உயர் பண்புகளைப் பற்றிச் சொல்லும் அரிஸ்டாட்டில் ஒரு மனிதரின் சாராம்சமான பண்புகள் அவை என்றல்ல, மாறாக

ஒருவர் பிறரிடத்துக் காட்டும் (முன்துருத்திடும்) சுபாவம் என்றே சொல்கிறார். ஏனென்றால் மனிதனுக்குள் நிஜத்தில் என்னதான் இருக்கிறது என்று யாராலும் கணிக்க முடியாது அல்லவா!

இதைச் சரியாக உணராததாலே இன்றைய நாவல்களின் மையப் பாத்திரங்கள் அலுப்பூட்டுகின்றன, தட்டையாகத் தோன்றுகின்றன.

ஒரு வசீகரமான பிரதான பாத்திரத்தை உருவாக்க நினைக்கும் நாவலாசிரியர் தன்னுடைய பாத்திரத்தின் உயர்பண்புகளையும், சிறந்த சுபாவத்தையும் ஒரு திரையைப் போல உருவாக்க வேண்டும். இந்தத் திரையை ஒரு சில செயல்களால் கட்டமைக்க இயலும். உ.தா., தீவிர இலக்கிய, பண்பாட்டுச் செயல்பாடுகளுக்காக தன்னைக் கரைக்க, அழிக்கத் தயாராகும் ஒருவர் - அவரது தியாக சுபாவமே இங்கு திரை; நிஜத்தில் அவர் ஒரு சோம்பேறியாகவோ தன்னலம் கொண்டவராகவோ இருக்கலாம். ஆனால் இது அவருக்கோ பிறருக்கோ சுலபத்தில் தெரியாது. இதுவே அவரது அசலான குணம். இந்தத் திரையை மிகச்சில தொடர் நடவடிக்கைகளால் அமைத்துவிடலாம். ஒரு போதும் இந்தத் திரை ஒரு திரையென்பது புலப்பட்டுவிடக் கூடாது. நாம் ஒருவரை ஆன்மிகவாதி, இறைத்தேடல் மிக்கவர் என்று சித்தரிக்கும்போது வாசகர்கள் அதை முழுமையாக நம்பிவிடும்படி எழுத வேண்டும். ஆனால் அவர்கள் ஓய்வாக இருந்து யோசிக்கும்போது இந்தச் சித்திரத்தில் உள்ள சிறிய ஓட்டைகள் அவர்களுக்குப் புலப்பட வேண்டும். இவ்வளவு இறை பக்தி மிக்கவர் ஏன் அப்படிச் செய்தார் என யோசித்து சற்று குழம்பித் தெளிய வேண்டும். இதை நீங்கள் சரியாக அமைத்தால் அவரை எப்படியும் வகைப்படுத்த, சாராம்சப்படுத்த வாசகர்களால் இயலாமல் போகும். இந்த நல்லியல்பு ஒரு போலித்தனம் எனத் தோன்றும் பட்சத்தில் இதைப் பகடி செய்வது உங்கள் நோக்கம் அல்லாமல் இருந்தால் வாசகருக்கு அப்பாத்திரம் மீது ஒவ்வாமை வரும்.

மகாபாரதத்தில் துரியோதனனை எடுத்துக் கொள்ளுங்கள் - அவரது தீய இயல்பு என்ன? பொறாமை, பதவி ஆசை? ஆனால் இவற்றை நாம் கதையில் நிரூபிக்க முடியாது. அவர் சில தவறுகளைச் செய்கிறாரே ஒழிய அவருக்கென்று தீய குணங்கள் உள்ளதாக கண்டுபிடிக்க இயலாது. அதே நேரம் அவரது நல்லியல்புகள் தெளிவாகத் தெரிகின்றன - அவர் நட்புக்கு மிகுந்த முன்னுரிமை

கொடுக்கிறார், பாதிக்கப்பட்டவர்களுடன் (கர்ணன்) நிற்கிறார் (திரை), ஆனால் அதற்குப் பின்னால் எதிரியின் எதிரி நண்பன் எனும் தன்னலம் இருக்கிறது (நிஜம்), அவர் தனக்குத் தேவைப்படும் வரை (நிஜம்) பொய் சொல்வதில்லை (திரை), திரௌபதியை துகிலிரியும்படி கேட்கும் வரை (நிஜம்) அவர் பெண்களை கௌரவமாகவே நடத்துகிறார் (திரை), சூதாடும் வரை (நிஜம்) அவர் யாரையும் ஏமாற்றுவதில்லை (திரை), பொறாமையால் தூண்டப்படும் வரை (நிஜம்) அவர் யாரையும் வஞ்சகத்தால் கொல்ல முயல்வதில்லை (திரை), சாவு பயம் வரும் வரை (நிஜம்) அவர் ஓடி ஒளிவதில்லை (திரை). ஒரு சிறந்த எதிர்மறைப் பாத்திரத்துக்கு துரியோதனன் சிறந்த உதாரணமாக இருக்கிறார்.

ஒரு பாத்திரம் முழுக்க முழுக்க தன் செயல்களின் வழியாகவே தன்னை வெளிப்படுத்துகிறார், செயலே கதை, செயலே பாத்திரம். ஒரு இலக்கை அடையும் பட்சத்தில் மன சஞ்சாரமும் ஒரு செயலே. இந்தச் செயல்களை முடிந்தவரையில் யாரையும் துன்புறுத்தாத, துன்புறுத்த உத்தேசிக்காத, மாறாக நன்மையையே கோரும் செயல்களாக உருவாக்குங்கள். இந்த நன்மையே உங்கள் பாத்திரம் தொடர்ச்சியாகப் பங்கேற்கும் அன்றாட உலகம். அதே நேரத்தில் அப்பாத்திரத்தின் பிழையைப் பொறுத்து அவருடைய சில கோளாறான நடவடிக்கைகளையும் காட்டுங்கள். இவை கதையை நகர்த்தும் முக்கிய சம்பவங்கள்.

உ.தா., ஆதவனின் "காகித மலர்களில்" வரும் பிரதான பாத்திரங்களான இளைஞர்கள் அடுத்தவர்களைத் துன்புறுத்தாத, உழைப்பில், சுயமுன்னேற்றத்தில், அறிவியல் வளர்ச்சியில் நம்பிக்கையுள்ளவர்கள், அன்றாட உலகில் அவர்கள் எந்தத் தீமையையும் செய்வதில்லை. ஆனால் திரைக்குப் பின்னால் சுயநலமும் முரட்டுத்தனமும் முறையற்ற காமமும் கொண்டு அவர்கள் செய்யும் செயல்களே அவர்களுடைய வாழ்க்கையைப் புரட்டிப் போடும் திருப்புமுனைகள். அவையே புயலின் மையமாக உள்ள அமைதி. அவர்கள் பிறழ்வுறும் போதெல்லாம் நாம் ஐயோ அப்படிச் செய்துவிடாதே என மனதுக்குள் மன்றாடுவது அவர்கள் அடிப்படையில் கெட்டவர்கள் அல்ல என்று நமக்குத் தெரிந்திருப்பதால்தான்.

அசோகமித்திரனின் "தண்ணீரில்" ஜமுனா கடும் ஏழ்மை மற்றும்

கைவிடப்படலுக்கு மத்தியில் உறுதியாகத் தன்மானத்துடன் இருக்கிறாள். அடுத்தவர்களிடம் அன்பாக, பண்பாக இருக்கிறாள். இதுவே அவளுடைய தொடர்ச்சியான செயல்களின் அடிநாதம் (திரை). ஆனால் அவளுடைய காதலன் அவளை பலவிதமாக ஏய்க்கும்போது அவள் கேள்வியின்றி அவனுக்குத் தன்னை ஒப்புக்கொடுக்கிறாள். அது விபச்சாரம் வரை போகிறது. ஒரு கட்டத்தில் அவன் தன்னைப் பயன்படுத்துகிறான் எனப் புரிந்தும் கூட அவனைப் பிரியும் தன்னம்பிக்கையும் நிதானமும் அவளுக்கு இல்லை (நிஜம்). தன் குற்றத்தை அறிந்து அவள் உறுதி பெறும் போது, முழுக்க தற்சார்பானவளாகும் போது (திரையும் நிஜமும் இல்லாமல் ஆகும் போது) கதை முடிகிறது.

சுருக்கமாகச் சொல்லப் போனால், முதலில், ஒரு பாத்திரத்தை நல்லியல்புகளை பிரதானமாகக்கொண்டு உருவாக்குங்கள் – உங்கள் கதாநாகனோ நாயகியோ ஒரு சாடிஸ்டாகவோ பீடோபைலாகவோ இருந்தாலும் கூட அவர் தான் யாரைத் துன்புறுத்துகிறோமோ அவருக்கு நன்மையும் செய்ய வேண்டும், செய்வதாக அவரும் வாசகரும் நம்ப வேண்டும் (திரை), கூடவே நிறைய தீங்குகளையும் இயல்பாகவே செய்ய வேண்டும் (உண்மை). இப்போது அப்பாத்திரம் ரத்தமும் சதையுமாக நம் முன் தோன்றிவிடும்.

அடுத்து, அப்பாத்திரத்தின் பெரும்பாலான நடவடிக்கைகளை நல்லியல்பு சார்ந்ததாகவே திட்டமிடுங்கள்.

முதற் பத்தியை அல்லது முதல் அத்தியாயத்தை எழுதுவது

முன்குறிப்பு: நான் இங்கு முதற் பத்தி என்பது ஒரு நாவலின் துவக்கத்தை மட்டுமே; ஆகையால் அது கறாராக ஒரு பத்தியாக இருக்கத் தேவையில்லை. ஆனால் விவாதிக்கும் வசதிக்காக முதற்பத்தியை எடுத்திருக்கிறேன் என்றாலும் நான் குறிப்பிடும் நுட்பங்களை நீங்கள் ஒரு நாவலின் ஆன்மாவை வெளிப்படுத்தும் அடுத்தடுத்த சில பத்திகளையோ ஒரு முழு அத்தியாயம் என்றோ எடுத்துக் கொள்ளலாம்.

முதல் பத்தி என்பது உங்கள் நாவலின் துவக்கம் அல்ல, உங்கள் கதையின், உங்கள் கதையாடல் விவாதத்தின், உங்கள் புனைவில் செயல்படும் உணர்வுத் தளத்தின், உங்கள் விழுமியங்களின் துவக்கம். ஒரு நாவலின் துவக்கம் உங்கள் கதையமைப்பின்

துவக்கம். அது உங்கள் நாவலின் மையப் படிமத்தின் துவக்கம். அது உங்கள் கதையின் தொனியின் துவக்கம். ஆக உங்கள் நாவலின் துவக்கத்தில் மேற்சொன்ன நாவல் அம்சங்களின் ஒன்றையோ ஒன்றுக்கு அதிகமானவற்றையோ அறிமுகப்படுத்த வேண்டும்.

பொதுவாக நாவலாரியர்கள் கீழ்வருமாறு தம் முதல் சில பத்திகளை அமைக்கிறார்கள்:

1) ஒரு நாவலின் கருவை ஒரு உருவகம், குறியீடாகவோ சொல்வது -

அ) தஸ்தாவஸ்கி ("வெண்ணிற இரவுகள்"):

"அது இனிமையான ஓர் இரவு; அருமை வாசகரே, இளம் வயதில் மட்டும் நாம் அறியக்கூடிய ஓர் இரவு. வானத்தில் அப்படி விண்மீன்கள் நிறைந்திருந்தன, அவ்வளவு நிர்மலமாக ஒளிர்ந்தது வானம் - அதைப் பார்க்கையில் இப்படிப்பட்ட ஒரு வானத்தின் கீழ் பல வகையான முசுடுகளும் மூர்க்கர்களும் எப்படி வாழ முடிகிறது என்கிற கேள்வி நிச்சயம் உங்கள் மனதில் எழவே செய்யும். இந்தக் கேள்வியும் கூட இளம் வயதுக்குரியதுதான்; அருமை வாசகரே, மிகமிக இளம் வயதுக்குரியது." (நீண்ட முதற்பத்தியின் முதற் சில வரிகள்.)

இந்த நாவலின் துவக்கத்தில் வரும் இயற்கை வர்ணனை கி.ரா.வின் நாவலின் முதற் பத்தியில் (பார்க்க எட்டாவது பாயிண்ட்) இருந்து வேறுபட்டது. விண்மீன்கள் நிறைந்த வானத்தை, அதன் நிர்மலத்தை, பூரணத்தை சிலாகிக்கும் கதைசொல்லி அந்த இயற்கையை தன் வாழ்வின் ஒரு தவிர்க்க முடியாத பகுதியாகக் காண்கிறான். ஒளியற்ற நகரத்தின் சிதிலமான, ஏழ்மையான குடியிருப்புகள் கூட அவனுக்கு முக்கியம்தான் எனப் பின்னர் காண்கிறோம். ஆனால் ஊர் மக்கள் விடுமுறையின் போது ஊரைவிட்டுக் கிளம்ப அந்தக் கட்டடங்கள் வாடிப்போகின்றன, சோபை இழக்கின்றன என்கிறார் கதைசொல்லி. ஏனென்றால் மனிதனின் இருத்தலானது அவனுக்கும் வெளிக்குமான தொடர்பைச் சார்ந்தது. மனிதன் விட்டுப் போகும்போது வெளியும் தான் ஏங்கிப் போகிறது என்று சொல்லும் கதைசொல்லி வெளியே அந்தளவுக்கு தவிக்கும்போது மனிதன் எந்தளவுக்கு தவிப்பான் என தன்னுடைய தனிமையை நமக்கு விளக்குகிறார். அப்படிக் கைவிடப்படும் ஒரு மனிதன் அந்தப் போதாமையை இட்டு நிரப்ப என்ன செய்கிறான் என

கதை மேற்கொண்டு நகர்கிறது. இந்தக் கோணத்தில் பார்க்கையில் அந்த ரொமாண்டிக்கான முதல் வரிகள் கதையுடன் எவ்வளவு பின்னிப்பிணைந்திருக்கின்ற எனப் புரியும்.

ஆ) ஐரா லெவினின் "ரோஸ்மேரியின் குழந்தை"

கதையை நேரடியாகவே ஆரம்பித்தும் அதன் மூலம் உருவகத்தையும் அறிமுகப்படுத்துவது. இந்த உருவகம் நாவலின் கருவை உணர்த்துவதாக இருப்பது. ஐரா லெவினின் "ரோஸ்மேரியின் குழந்தை" நாவலின் முதற்பத்தி இதைச் செவ்வனே செய்கிறது (வீடு, குடும்பம், இதை சார்ந்த தன்னிலைக்கு வரும் ஆபத்து):

"ROSEMARY AND GUY WOODHOUSE had signed a lease on a five-room apartment in a geometric white house on First Avenue when they received word, from a woman named Mrs. Cortez, that a four-room apartment in the Bramford had become available. The Bramford, old, black, and elephantine, is a warren of high-ceilinged apartments prized for their fireplaces and Victorian detail. Rosemary and Guy had been on its waiting list since their marriage but had finally given up."

இ) ஜெயமோகனின் "ரப்பர்" மற்றும் "பின்தொடரும் நிழலின் குரல்"

தமிழில் இதற்கு ஜெயமோகனின் பல நாவல்கள் நல்ல உதாரணமாக உள்ளன. "ரப்பரில்" கார் பெருவட்டரின் வீட்டுக்குச் செல்லும் காட்சி விவரணை ஒரே நேரத்தில் இயற்கை, அதை அழித்துத் தோன்றும் ரப்பர், ரப்பரின் வளத்தால் உருவாகும் சமூக மாற்றம், அதனால் கிடைக்கும் வீடு, காரைப் போன்ற வசதிகள் என முழுமையான ஒரு சித்திரம் குறிப்புணர்த்தப்படுகிறது.

ஜெயமோகனின் "பின்தொடரும் நிழலின் குரல்" நாவலின் முதல் அத்தியாயத்தில் அருணாச்சலம் தன் வீட்டை வெளியேறுகையில் நிலைப்படியில் தன் இடதுகாலை தன்னிச்சையாக எடுத்துவைத்து ஒரு கணம் முன்னே போவதாக பின்னே சென்று குழந்தையைக் கொஞ்சிவிட்டு திரும்ப வலதுகாலெடுத்து வைத்துப் போவதா எனக் குழம்புகிறான். பிறகு ஆனது ஆகட்டும் என இடதுகாலை வைத்தே முன்னேறி வெளியேறுகிறான். ஒரு இடதுசாரியாக அவனுக்குள் இருக்கும் மரபு மனமும் பகுத்தறிவும் மேற்கொள்ளும் சமர் அது. அவனுடைய தத்தளிப்பை இந்தத் துவக்கப்பத்தி காட்டுவதுடன்

அவன் தன் கட்சியுடன் விசுவாசமாக இருக்கப் போகிறானா, எனில் எவ்வளவு காலம் என்றும் குறிப்புணர்த்துகிறது. அத்துடன் அவனுடைய மனைவி நாகம்மை சமையலறையில் வேலையாக இருப்பதால் கதவைச் சாத்த துரிதப்படுத்துபவளைப் போலத் தெரிகிறாள் எனும் தகவலும் முக்கியமானது. அருணாச்சலத்தின் மனப்பிறழ்வின்போது அவனை ஆற்றுப்படுத்தி முழுக்க மீட்டெடுப்பது அவளிடம் அவன் கொள்ளும் காதலும், இச்சையும் தான். ஒருவிதத்தில் ஒரு சராசரி வீட்டு மனைவியாக இருக்கும் அவளது காதல் பின்னர் முழுமையாக வெளிப்படக் காத்திருக்கிறது. அத்துடன் என்னதான் இது இடதுசாரி இயக்கத்தை விமர்சிக்கும் நோக்கில் எழுதப்பட்ட படைப்பு என்றாலும் இதன் களம் கட்சி அரசியல் அல்ல, வீடும் குடும்பமும்தாம். ஆகையால் முதல் பத்தியில் இங்கு கட்சியினரோ கட்சி நடைமுறையோ அல்லாது நாயகனும் அவனுடைய குடும்பமும் அவர்கள் வசிக்கும் வீடும் அறிமுகப்படுத்துவது பொருத்தமானதே.

(மேற்சொன்ன இரு நாவல்களிலும் வீடு, இயற்கை ஆகியவை உருவகங்கள்.)

ஈ) அசோகமித்திரனின் "தண்ணீர்"

இந்நாவலில் தண்ணீருக்கான போராட்டம் கதையின் களம். ஜமுனா வீட்டுக்காரர்கள் பம்பு அடிக்கும் சப்தத்தைக் கேட்டு உதறிக்கொண்டு எழுவது இந்தக் களத்தை நமக்கு அறிமுகப்படுத்துகிறது. அடுத்து இந்நாவலில் தண்ணீர் மனித மனத்தின் ஈரத்துக்கான உருவகமாக உள்ளது. ஆக களமும் நாவலின் மைய உருவகமும் பிரதான பாத்திரமும் முதல் பத்தியிலே வந்துவிடுகிறது.

2) ஒரு நாவலின் கருவை முதல் வரியிலேயே நேரடியாகவும் வக்கணையாகவும் சொல்லிவிட்டு நேரடியாக கதைக்குச் செல்வது. குடும்பங்கள் காதலுக்காக சிதையும்போது சமூகத்தின், தனிமனிதனின் ஆன்மாவுக்கும் நிம்மதிக்கும் எதிர்காலத்திற்கும் ஏற்படும் இழப்புகளைப் பேசுவதற்காக எழுதப்பட்ட தல்ஸ்தாயின் "அன்னா கரெனினா" நாவலின் பிரசித்தமான இருவரி முதற் பத்தியைப் பாருங்கள் -

"மகிழ்ச்சியான குடும்பங்கள் ஒரே போன்றவை; ஒவ்வொரு

மகிழ்ச்சியற்ற குடும்பமும் தன் வழியில் மகிழ்ச்சியற்றிருக்கிறது."

3) அல்லது நாயகனின் பிரதானப் பிழையையோ தேடலையோ சுருக்கமாக முதல் பத்தியில் உணர்த்துவது (ஜெ.ஜெ. சில குறிப்புகள்)

4) அல்லது கதையை நேரடியாகவே எந்த முன்கதையும் இன்றி முதல் வரியிலேயே ஆரம்பிப்பது. இது உருவக நாவல்களுக்கு மிகப் பொருத்தமான துவக்கமாகும் - காப்காவின் "உருமாற்றம்":

"One morning, when Gregor Samsa woke from troubled dreams, he found himself transformed in his bed into a horrible vermin. He lay on his armour-like back, and if he lifted his head a little he could see his brown belly, slightly domed and divided by arches into stiff sections. The bedding was hardly able to cover it and seemed ready to slide off any moment. His many legs, pitifully thin compared with the size of the rest of him, waved about helplessly as he looked."

இது தன்கதையாடல்களுக்கும் பொருந்தும் - மரியா வர்காஸ் யோசாவின் *Aunt Julia and the Scriptwriter:*

"In those long-ago days, I was very young and lived with my grandparents in a villa with white walls in the Calle Ocharán, in Miraflores. I was studying at the University of San Marcos, law, as I remember, resigned to earning myself a living later on by practicing a liberal profession, although deep down what I really wanted was to become a writer someday. I had a job with a pompous-sounding title, a modest salary, duties as a plagiarist, and flexible working hours: News Director of Radio Panamericana. It consisted of cutting out interesting news items that appeared in the daily papers and rewriting them slightly so that they could be read on the air during the newscasts."

4) சிறியதொரு முன்கதையுடன் உடனடியாக கதையை ஆரம்பிப்பது - ஆல்பர்ட் காமுவின் *The Plague:*

"The unusual events described in this chronicle occurred in 194- at Oran. Everyone agreed that, considering their somewhat extraordinary character, they were out of place there. For its ordinariness is what strikes one first about the town of Oran, which is merely a large

French port on the Algerian coast..."

5) அல்லது முன்கதையைச் சுருக்கமாக சொல்வது அல்லது இதுவரை இப்படி நடந்ததால் இனி இப்படி நடக்கப் போகிறது எனச் சொல்வது. கூடவே நாவலின் மையப் பிரச்சினை, பாத்திரத்தின் போதாமையை உணர்த்தும் ஒரு உருவகத்தையும் கொண்டு வருவது

உ.தா., ஹெமிங்வேயின் "கடலும் கிழவனும்"

6) அல்லது கதையின் கருவுக்கான தொனியை முதல் பத்தியிலே கொண்டு வருவது - சார்லஸ் டிக்கன்ஸ், புதுமைப்பித்தன், சாரு நிவேதிதா.

7) நாவலின் இடைப்பகுதி திருப்பத்தை முதற் பத்தியிலே கொண்டு வந்து 'இது எப்படி நடந்தது?' எனும் கொக்கியைப் பயன்படுத்திக் கதையை சுவாரஸ்யமாகக் கொண்டுபோய் கேள்விக்கான பதிலை நடுப்பகுதி திருப்பமாகக் கொண்டு வருவது.

8) சம்பிரதாயமாக இயற்கை வர்ணனை, உவமை, பண்பாட்டு, அன்றாடத் தகவல்கள் என கதையுலகை அறிமுகம் பண்ணுவது - கி.ரா.வின் "கோபல்லபுரத்து மக்கள்":

"கொடியிலே காயப்போட்டிருந்த சேலையை எடுப்பது போல மஞ்சள் வெயிலை உருவி எடுத்துக்கொண்டு மேமலைக்குள் இறங்கினாள் சூரியதேவி. நிழல்கள் இல்லாத மாலைப் பொழுது. கால்நடைகள் இப்போது மேய்ச்சலில் வேகம் காட்டின. பகலெல்லாம் பெட்டைகளை 'விரட்டி' அலுத்த கிடாய்களும் மேய்ச்சலில் கவிய ஆரம்பித்தன."

9) ஒரு நாவலின் மையப் பிரச்சினையை வர்ணனையின் வழியாக மட்டுமே உணர்த்துவது கவிதையின் உத்தி. இதை புரூஸ்டின் *Swann's Way* நாவலின் முதற்பத்தியில் பார்க்கலாம்:

"For a long time I used to go to bed early. Sometimes, when I had put out my candle, my eyes would close so quickly that I had not even time to say "I'm going to sleep." And half an hour later the thought that it was time to go to sleep would awaken me; I would try to put away the book which, I imagined, was still in my hands, and to blow out the light; I had been thinking all the time, while I

was asleep, of what I had just been reading, but my thoughts had run into a channel of their own, until I myself seemed actually to have become the subject of my book: a church, a quartet, the rivalry between François I and Charles V. This impression would persist for some moments after I was awake; it did not disturb my mind, but it lay like scales upon my eyes and prevented them from registering the fact that the candle was no longer burning. Then it would begin to seem unintelligible, as the thoughts of a former existence must be to a reincarnate spirit; the subject of my book would separate itself from me, leaving me free to choose whether I would form part of it or no; and at the same time my sight would return and I would be astonished to find myself in a state of darkness, pleasant and restful enough for the eyes, and even more, perhaps, for my mind, to which it appeared incomprehensible, without a cause, a matter dark indeed."

இந்நாவலின் மையக் கரு பிரக்ஞையின் வழி ஒருவன் தன் இருத்தலை அறிவதில் உள்ள தத்தளிப்புகளும் சிக்கல்களுமே. அதே நேரம் இது தன்னிலையில் சொல்லப்படும் ஒரு தன்கதை நாவலும்தான். இரண்டையும் புரூஸ்ட் முதற் பத்தியிலே அழகாகக் கொண்டு வந்துவிடுகிறார். உறங்குவது போலும் சாக்காடு என வள்ளுவர் கூறுவதைப் போல பிரக்ஞை உறக்கத்தின் போது எப்படி நீள்கிறது, அது எப்படி ஒன்றில் இருந்து மற்றொன்றாகப் பிரிந்து புதுப்புது உருக்கொள்கிறது எனும் மர்மத்தை அவர் வர்ணிக்கிறார். முதற் பத்தியின் மொழி இப்படி மொத்த நாவலுக்குமாக நம்மை அழகாகத் தயாரித்துவிடுகிறது.

காட்சியைத் திட்டமிடுவது
– ஷோபா சக்தியில் இருந்து ஒரு உதாரணம்

ஷோபாசக்தியின் "சலாம் அலைக்" என்னை மிகவும் பாதித்த இடம் இது. ஜெபானந்தன் ஈழப் போரின் போது அங்கிருந்து தப்பித்து நிறைய போராட்டங்களுக்குப் பிறகு பிரான்ஸுக்கு வருகிறான். அங்கு அவன் மற்ற அகதிகளைப் போன்று குடியுரிமைக்காக விண்ணப்பித்து தனக்கெதிராக தொடர்ந்து மூடப்படும் கதவுகளைக் கண்டு மனம் தளராது, அல்லது அதற்கான வாய்ப்பில்லாமல் தன்னைத் தக்க வைப்பதற்காக ஓடிக்கொண்டே இருக்கிற ஒருவன். அவன் தன்னை விட வயதில் மூத்தவளான உமையாளைக் கல்யாணம் பண்ணிக் கொள்கிறான். அவர்கள் ஒரு கட்டத்தில் பிரிகிறார்கள். விவாகரத்து பெறுகிறார்கள். அவர்களுடைய மகனை உமையாள் தனியாக வளர்க்கிறார். அம்மகன் பிரெஞ்சு ராணுவத்தில் சேர்ந்து மாலியில் நடக்கும் போரில் கண்ணி வெடியில் சிக்கி இறந்து போகிறான். ஜெபானந்தன் ஒரு போரினால் சிதைந்து போகும் குடும்பத்தில் இருந்து தப்பி வந்து பிரான்ஸில் தன் மகன் மீண்டும் ஒரு மகனையும் பலி கொடுக்கிற துயரத்துடன், கையாலாகாத பரிதவிப்புடன் நாவல் முடிகிறது.

இறுதியில் வருகிற காட்சி ஒன்று முக்கியமானது. ஒரு சிறந்த காட்சி உருவாக அதன் முடிவில் வரும் சிறிய திருப்பம், அதிர்ச்சியுடன்

அதன் பின்புலம், பின்னணியில் வரும் பொருட்கள், உயிர்கள் சரியாக திட்டமிடப்படுவதும் அவசியம் (*staging*). ஒரு இடம், அங்குள்ள விசயங்கள், அங்கு வரும் மனிதர்கள் எங்கிருக்கிறார்கள், எங்கிருந்து எங்கு போகிறார்கள், ஒரு வசனத்தைப் பேசும்போது எந்த இடத்தில் நிற்கிறார்கள் என்பதைப் பற்றின தெளிவு இருந்தால் தான் குறைவான சொற்களில் நம்மால் நெஞ்சைத் தைக்கிற ஒரு காட்சியை உருவாக்க முடியும். இதற்குக் கீழ் வரும் காட்சி ஒரு சிறந்த உதாரணம்.

ஜெபானந்தன் ஒரு தேவாலயத்தில் வேலை பார்க்கும் தன் முன்னாள் மனைவியைத் தேடிப் போகிறான். அவனுக்கு ஒரு நிச்சயமான நோக்கம் இருக்கிறது. அது பின்னால் வருகிறது:

“மகன்ர டொக்குமெண்ட்ஸ் வேணும்.”

“என்ன டொக்குமெண்ட்?”

“பிறப்பு சேர்ட்டிபிகெட், பிறப்பு சேர்ட்டிபிகெட்.”

“என்னத்துக்கு?" என்று கேட்ட உமையாளின் கண்கள் இப்போது சுருங்கிப் போயின. நான் ஆலயத்தின் கூரையைப் பார்த்தவாறே சொன்னேன்:

“மகன் பிரான்ஸுக்காக செத்திருக்கிறான். இதைச் சொல்லிக் கேட்டால் எனக்கு பிரஞ்சு நஷனாலிட்டி கிடைக்கும்.”

(...)

உமையாள் தனது கையிலிருந்த இரண்டு தாள்களையும் என் முன்னே மேசையில் வைத்தாள். அவை மகன் மக்ஸென்னினது பிறப்பு மற்றும் இறப்பு சான்றிதழ்கள்.

நான் சான்றிதழ்களை எடுத்துக்கொண்டு நாற்காலியிலிருந்து எழுந்தேன். உமையாள் அப்போது ஒரு மூலையில் குத்துக்காலிட்டு உட்கார்ந்தவாறே ஒளிப்பிராணியைத் தூக்கி மடியில் வைத்துக் கொண்டு ஏதோ முணுமுணுத்தாள்.

“வாறன்” என்றேன்.

என்னை நிமிர்ந்து பார்த்த உமையாள் “சமைக்கப் போறன் ... சாப்டுட்டுப் போறீரோ?” என்று கேட்டாள்.

"பிள்ளைக் கறி" என்றேன்.

"சந்நிதியானே" என்ற முணுமுணுப்பு என் காதில் ஒலித்தது."

("ஸலாம் அலைக்", பக் 139-140, ஷோபாசக்தி)

இருவரும் தனியாக சந்தித்திருந்தால் இக்காட்சி இவ்வளவு உணர்வுப்பூர்வமாக அமைந்திருக்காது. அந்தச் செல்லப்பிராணியும் அதை உமையாள் நடத்தும் விதமும் அச்சூழலைக் கூர்மையாக்குகிறது. அவர்களுடைய இறந்துபோன மகனின் வெற்றிடம் ஒளிமிக்கதாகத் தோன்றுகிறது. இருவர் பேசுகையில் பின்னணியில் வரும் உயிர்கள், பொருள்களுக்கு மிகுந்த முக்கியத்துவம் உள்ளதென்பது திரைப்படக்கலையின் முக்கியமான உத்தி. ஷோபாசக்தி இந்நாவல் முழுக்க இப்படியான திரை உத்திகளை நிறைய பயன்படுத்துகிறார்.

இன்னொரு விசயம் அந்த ஒளிப்பிராணி அவர்களுடைய மகனின் ஆன்மாவாகவும் இருக்கலாம்.

ஒரு காட்சியில் வெளியை, சூழலை, பொருட்களை எப்படிச் சரியாக பயன்படுத்துவது, பாத்திரங்களை எங்கே நிற்க வைப்பது எனில் பிளாக்கிங்கிற்கு இது சிறந்த உதாரணமாக இருக்கிறது.

கடைசியாக வரும் "பிள்ளைக்கறி" எனும் வசனம் நம்மை உலுக்கிப் போடுகிறது. ஆனால் அத்துடன் காட்சியைத் தறித்திருந்தால் இன்னும் நன்றாக இருந்திருக்கும். உமையாள் மனமுடைந்து "சந்நிதியானே" எனக் கேவுவதாக காட்சி முடிவது தேவையற்றது எனத் தோன்றுகிறது!

குறுந்திருப்பங்கள் (beats)

இந்தக் குறுந்திருப்பமானது ஒரு வசனம், ஒரு செயல் அல்லது காட்சியாகக் கூட இருக்கலாம். ஒரு உரையாடல், வர்ணனை, காட்சிக்குள் அல்லது காட்சிகளுக்கு இடையே வரும்போது கதைக்களத்தின் வளர்ச்சிக்கு மிகவும் பயனளிக்க வேண்டும். ஒரு காட்சிக்குள் ஒன்றிரண்டு குறுந்திருப்பங்கள் இருக்கும்பட்சத்தில் ஒரு அத்தியாயத்தில் எவ்வளவு வரும் என நீங்கள் கணக்குப் போடலாம். பொதுவாக குறுந்திருப்பங்கள் அதிகமாகும்போது அந்த அத்தியாயத்தின் வேகம் அதிகமாகும். அதே போல அத்தியாயங்களுக்கு இடையில் கூட குறுந்திருப்பம் வரும் - இது மிகவும் பிரசித்தமானது, குறிப்பாகத் தொடர்களில். ஆனால் குறுந்திருப்பங்களை நீங்கள் வெளிப்படையாகத் தெரியும்படி, வலிந்து திணிக்கப்பட்டதாக அமைக்க வேண்டியது இல்லை. மிக நுட்பமாக மாறுதல்களை, திருப்பங்களை நீங்கள் ஏற்படுத்தினாலே அது வாசகர்களைப் படைப்புடன் ஒன்ற வைக்கும்.

ஹெமிங்வேயின் பிரசித்தமான குறுநாவலான "கடலும் கிழவனும்" நாவலின் முதல் அத்தியாயத்தை உதாரணமாக எடுத்துக்கொண்டு அலசுவோம்.

இந்நாவலின் நாயகனான 'கிழவனின்' உடனடி இலக்கு முதல் அத்தியாயத்தில் இவ்வசனத்தில் வருகிறது:

“எண்பத்தைந்து என்பது அதிர்ஷடமுள்ள எண்.” கிழவன் சொன்னான்:”

“ஆயிரம் ராத்தலை விட அதிகமான எடையைக் கொண்ட ஒரு மீனுடன் நான் வருவதை நீ பார்க்க வேண்டாமா?”

இதற்கான காரணம் துவக்கத்தில் வருகிறது:

“மெக்ஸிகோ கடலில் இருக்கும் ‘கல்ப் ஸ்டிரீம்’ என்ற இடத்தில் மீன்களைப் பிடிக்கும் கிழவன் அவன். அவன் மட்டும் படகில் சென்று மீன் பிடிக்க முயன்று கொண்டிருந்தான். மீன்கள் கிடைக்காமல் போய் இன்றுடன் எண்பத்து நான்கு நாட்கள் கடந்து போய்விட்டன. முதல் நாற்பது நாட்கள் ஒரு சிறுவன் கிழவனுடன் இருந்தான்.

ஆனால், நாற்பது நாட்கள் கடந்த பிறகும் மீன்கள் எதுவும் கிடைக்காமல் போனபோது, உண்மையாகவே கிழவன் மோசமான நிலையை அடைந்துவிட்டான் என்று சிறுவனின் தந்தையும் தாயும் கூறினார்கள். அதிர்ஷடமில்லாத தன்மையின் மிகவும் கவலைக்குரிய நிலைமை அது. பெற்றோர்களின் வற்புறுத்தல் காரணமாக சிறுவன் மற்றொரு படகில் செல்ல ஆரம்பித்தான். முதல் வாரத்திலேயே அந்தப் படகைச் சேர்ந்தவர்கள் மூன்று பெரிய மீன்களைப் பிடித்தார்கள். ஒவ்வொரு நாளும் கிழவன் மீன்கள் எதுவுமே இல்லாத காலிப் படகுடன் திரும்பி வருவது சிறுவனை வேதனை கொள்ளச் செய்தது.”

இந்நாவலில் வரும் கிழவன் சாண்டியாகோ ‘துரதிஷ்டம்’ பிடித்தவன். இருத்தலியல் நாவல் வகைமையில் ஒரு கிளாசிக் “கடலும் கிழவனும்” என்பதை நினைவில் கொள்வோம். ஆக இருத்தலியலில் ‘துரதிஷ்டம்’ என்பது என்னவெனப் புரிந்து கொள்ள நாம் சிஸிபஸ் எனும் கிரேக்க தொன்மப் பாத்திரத்தைப் பற்றித் தெரிந்துகொள்ள வேண்டும். இந்த சிஸிபஸ் கோரிந்த் எனும் தேசத்தின் மன்னன். அவன் இருமுறை மரணத்தை ஏமாற்றிச் சதாய்க்க, கோபம் கொண்ட ஸீயஸ் எனும் கடவுள் அவனுக்கு ஒரு சாபம் கொடுக்கிறார். அவன் ஒரு பெரிய உருளைப் பாறையை ஒரு குன்றின் உச்சிக்கு உருட்டிக்கொண்டு செல்ல வேண்டும். ஆனால் உச்சியை அடைந்ததும் அது கீழே உருண்டு வந்துவிடும். அவன் திரும்பத் திரும்ப அதை மேலே உருட்டியபடியே இருப்பான்.

இதை வைத்து ஆல்பர்ட் காமு எனும் பிரஞ்சு எழுத்தாளர் இருத்தலியல் தத்துவத்தை விளக்கினார். சிஸிபஸைப் போன்றே நாமும் காலத்துடன் போராடுகிறோம். நாம் கிட்டத்தட்ட வெற்றிகொள்ளும் நிலையில் இருக்கையில் நமது வெற்றி கீழே உருண்டு போய் விடுகிறது. ஆனால் தொடர்ச்சியாகப் போராடும் மனநிலையும் ஊக்கமுமே மனித இருப்பின் அச்சாரம் என காமு கூறுகிறார். இந்தப் பாறையை ‘மரணமின்மை’ / ‘சாஸ்வதம்’ என நீங்கள் புரிந்துகொண்டால் இருத்தலியலில் சாரம் உங்களுக்குத் தெளிவாகும். இந்த நாவலில் சாண்டியாகோதான் சிஸிபஸ். அவன் உருட்டிப் போகும் பாறைதான் மீன்பிடிக்கும் முயற்சி. மீன் என்பது அவனது வெற்றி.

இந்தக் கதை சற்று சோர்வாக இருக்கிறதா? ஆம், இதை உணர்ந்தே ஹெமிங்வே ஒரு சிறுவனின் பாத்திரத்தையும் உருவாக்கியிருக்கிறார். குழந்தை என்பது எதிர்கால நம்பிக்கைக்கான ஆழ்மனப்படிமம். கிழவனுக்கும் சிறுவனுக்குமான உறவு ஒருவித நம்பிக்கையை கதைக்கு அளிக்கிறது.

இப்போது அத்தியாயத்தின் கதைப்போக்கைப் பார்ப்போம்:

துவக்கத்தில் சாண்டியோகாவிடம் சிறுவன் தானும் அவனுடன் மீன்பிடித் துணையாக வருவதாக சொல்கிறான். ஆனால் சாண்டியாகோ தன் துரதிஷ்டத்தைக் குறிப்பிட்டு அவனுடைய கோரிக்கையை நிராகரிக்கிறான். அடுத்து வரும் உரையாடல்களும் செயல்களும் இருவரின் உறவு எப்படியெல்லாம் பரஸ்பர ஆறுதலையும் நம்பிக்கையையும் அளிக்கிறது எனச் சொல்கின்றன.

உ.தா., நீ என்னுடன் வர வேண்டாம், எனக்கு அதிர்ஷ்டமில்லை என்று சாண்டியாகோ சொன்னவுடன் உன் அப்பாவுக்கு என் மீது நம்பிக்கை இல்லாவிடினும் ‘நமக்கு நம்பிக்கை இருக்கிறதல்லவா?’ என சாண்டியாகோ சிறுவனிடம் கேட்டு உறுதிப்படுத்துகிறான். இந்தச் சொற்பமான வசனங்களுக்குள் ஒரு மிகச்சன்னமான குறுந்திருப்பம் வருவதை கவனியுங்கள். இதன் தாளக்கட்டானது — + என உள்ளது.

அடுத்து அந்தப் பகுதியில் உள்ள சகமீனவர்கள் சாண்டியாகோவை பரிகசிக்கிறார்கள். அவர்கள் தமது மீன்பிடி சாகசங்களைப் பற்றி பெருமையுடன் பேசுகிறார்கள். இன்னொரு பக்கம் மீனவர்கள்

மெர்லின், சுறா போன்ற பெரிய மீன்களை வெட்டி தோளில் சுமந்து கொண்டு போகிறார்கள். சுறா தொழிற்சாலயில் இருந்து ஒருவித வாசனை வருகிறது. இந்தத் தகவல்களும் சிறுகாட்சிகளும் சாண்டியாகோவை சோகமாக்கியிருக்க வேண்டும், ஆனால் அதை ஹெமிங்வே சொல்வதில்லை, நாமே ஊகிக்க விட்டுவிடுகிறார். சாண்டியாகோவின் மனநிலையை உணரும் சிறுவன் அதை மேம்படுத்துவதற்காக அவனுக்கு அடுத்த நாளைக்குத் தேவையான மத்தி மீன்களைக் கொண்டு வரவா எனக் கேட்கிறான். அவர்கள் பழைய இனிய நினைவுகளில் மூழ்குகிறார்கள். மகிழ்ச்சியாகிறார்கள். தன்னம்பிக்கை மிளிரும் கண்களால் கிழவன் சிறுவனைப் பார்க்கிறான் என ஹெமிங்வே சொல்கிறார்.

இதன் தாளக்கட்டானது மீண்டும் — + என உள்ளது.

அடுத்த உரையாடல் மேலும் மேலும் நேர்மறையாகிறது - சிறுவனின் நேர்மை, அவனுக்கு கிழவன் மீதுள்ள பெருமிதம் வளர்ந்துகொண்டே போகிறது. இதை ++ என்று நாம் வகைப்படுத்தலாம்.

பயிற்சி:

கீழ்வரும் நாவல் வகைமைகளுக்குள் ஒன்றைத் தேர்வு பண்ணி அதன் ஒற்றை வரிக்கதையை முடிவு செய்து, அதன் அடிப்படையில் நாவலின் முதல் அத்தியாயத்தின் குறுந்திருப்பங்களை (beats) திட்டமிடுங்கள். உ.தா.,

1) *தன்-முதிர்ச்சிக் கதை (coming-of-age tale)*

2) *உறவுப் போராட்டக் கதை (காதல், நட்பு, குழந்தை-பெற்றோர்)*

3) *சமூகப் போராட்டக் கதை (ஒரு சமூகக் குழுவை முன்னேற்ற ஒரு தனிமனிதனோ சில தனிமனிதர்களோ எடுக்கும் முயற்சிகள்) - அரசியல் இயக்கக் கதைகள், ஈழப்போர் கதைகள், வரலாற்றுக் கதைகள்*

4) *ரொமான்ஸ் - காதல் சார்ந்த பதின்வயதுப் பிரச்சினைகளைப் பேசும், வெற்றியுடன் முடியும் கதை (இன்பியல்)*

5) *ஒரு தனிமனிதனின் / பேரியக்கத்தின் / சமூகத்தின் வீழ்ச்சிக் கதை (துன்பியல்)*

6) ஒரு தனிமனிதனின் / பேரியக்கத்தின் / சமூகத்தின் எழுச்சிக் கதை; துன்பியலில் ஆரம்பித்து இன்பியலாக முடியும் கதைகள் - சரவணன் சந்திரன், பாலகுமாரன் நாவல்கள்; தமிழ்ப் பிரபாவின் "கோசலை" (இன்பத் துன்பியல்)

7) புலம்பெயர்வு கதை - கதையின் நாயகன் ஒரு இடத்தில் இருந்து இன்னொரு இடத்திற்குச் செல்கிறான், அங்கு அவன் அந்நியமான சூழலில் பல சவால்களை எதிர்கொண்டு வெல்ல வேண்டும். ஷோபா சக்தி, சயந்தன், குணா கவியழகன் போன்றோரின் நாவல்கள், மலேசியா, சிங்கை நாடுகளைச் சேர்ந்த படைப்பாளிகளின் பல்லின சமூகக் கதைகள்.

8) அரூப நாவல்கள் - பிரக்ஞை, மன அமைப்பு சார்ந்த சிக்கல்கள், போராட்டங்களைப் பேசும் நாவல்கள், தத்துவ நாவல்கள் - தமிழில் நகுலன், சம்பத், ஆங்கிலத்தில் யுவான் ரூல்போவின் பெட்ரோ பரமோ, புரூஸ்டின் *Swann's Way*, விர்ஜீனியா வூல்பின் *Mrs Dalloway* போன்றவை.

9) கதையாடல் பற்றிய நாவல்கள் - கதை பற்றிய கதை - எதிர்கதை - குறுங்கதைகளின் நான்லீனியர் தொகுப்பு - பின்நவீன நாவல்கள்: சாரு நிவேதிதா, பா. வெங்கடேசன்

10) சமூக / தனிமனிதப் பகடி

மேல்வரும் வகைமைகளுக்குள் அடங்குகிற அல்லது உங்களுக்குத் தோன்றுகிற ஒரு வகைமைக்குள் வரும் கதையைத் திட்டமிடுங்கள். அத்தியாயத்தின் குறுந்திருப்பங்களை ஓரிரு வரிகளில் சுருக்கமாக குறிக்கும் முன்பு உங்கள் நாவலுக்கான முன்மாதிரி ஒன்றை மனதில் வைத்துக் கொள்ளுங்கள்.

பகுதி 5

நடையும் மொழியும்

சுஜாதாவிடம் இருந்து நாம் கற்றதும் பெற்றதும்

சுஜாதாவை ஒரு இலக்கிய வாசகன் தயக்கமின்றி நுணுகி வாசிக்க வேண்டும் என நம்புகிறேன். முக்கியமான காரணம் சுஜாதாவின் உயிரோட்டமும் விளையாட்டுத்தனமும் நிறைந்த மொழி. அவரது பெரும்பாலான கதைகளில் (லா.ச.ரா. போல) உக்கிரமான வாழ்க்கைச் சித்தரிப்புகள் ஒன்றுமில்லை. (மௌனி போல) மிக கவித்துவமான, (பாலகுமாரன், ஜெயமோகன், இமையம் போல) நாடகீயமான தருணங்களை அவர் எடுத்துக் கொள்வதில்லை ("நகரம்" போன்ற மிகச்சில கதைகளை தவிர்த்து). ஜெயமோகனின் "ஜகன்மித்யை" போன்ற தத்துவார்த்த கனம் உள்ள கதைகளை அவர் எழுதியதில்லை. சுஜாதாவின் கதைகள் மிக மெல்லிய டாய்லெட் பேப்பர் போன்றவை. அக்கதைகளின் பலமே அவரது மொழிதான். மிக எளிய கருவைத் தனது அவதானிப்பு, புத்திசாலித்தனம், துடிப்பான மொழி கொண்டு அபூர்வமான கதைகள் ஆக்கி இருக்கிறார். இந்த மொழிக்காகத்தான் நாம் சுஜாதாவைப் படிக்கிறோம். சுஜாதாவின் மொழி எப்படியானது?

நாம் பெரும்பாலும் பேச்சுமொழியில் இருந்துதான் எழுத்து மொழியை உருவாக்குகிறோம். நடைக்குத் தனி முக்கியத்துவம் அளிக்கும் எழுத்தாளர்கள் இதற்கு விதிவிலக்கு. அவர்கள் ஒரு வாக்கியத்தின் அமைப்பு, அதில் ஒரு சொல் அமர வேண்டிய இடம்,

அச்சொல்லின் தொனி ஆகியவை குறித்து அக்கறை கொள்வார்கள். அந்த மொழியைப் பிரக்ஞைபூர்வமாய் செதுக்கி உருவாக்குவார்கள். நீங்கள் பாலகுமாரனின் மொழியை சுஜாதாவுடன் ஒப்பிட்டால், லா.ச.ரா.வை சு.ரா.வுடன் ஒப்பிட்டால், இந்த வித்தியாசத்தை பார்க்கலாம். பாலகுமாரன் தன் மனதில் பொங்கும் மொழியை அப்படியே எழுத்தாக்குகிறார். அவர் பெரும்பாலும் டேப் ரிகார்டரில் பேசி அதைப் பதிவு செய்து தட்டச்சு செய்து அனுப்புவார். அவர் நாவல்கள் அவர் பேசியவைதான். ஆக அவற்றில் அவரது குரல் ஒலிக்கும். லா.சா.ரா.விடமும் இந்தக் குரலைக் கேட்கலாம். ஆனால் சுஜாதாவிடன் மொழி இப்படி உணர்ச்சிப் பிரவாகமாய் பொங்காது. சுஜாதாவின் நடையைப் போல் நீங்கள் தினசரி வாழ்வில் பேசவே முடியாது. அது அவர் உருக்கி வார்த்த நடை.

சுஜாதா தன் பாத்திரத்தின் உணர்ச்சியை அவர் விவரணையில் காட்ட மாட்டார். அதை வாசகனே உணர்ந்து கொள்ள வேண்டும் என நினைப்பார். அவரது எழுத்தில் மிக மிக அரிதாகத் தான் மனவோட்டம் வருகிறது. மனதின் சஞ்சலங்களைச் சொல்ல வேண்டுமென்றால் சுஜாதா வசனங்களைப் பயன்படுத்துகிறார். அதுவும் அரிதாகத்தான்.

இந்த உலர்வான, கச்சிதமான, புறவயமான மொழி சுஜாதாவின் தனித்துவம். இதையே நாம் அசோகமித்திரனிடமும் பார்க்கிறோம். இருவருமே நடைமுறை சிந்தனையாளர்கள். பொருண்மையான உலகைச் சித்தரிக்கிறவர்கள். அமெரிக்க புனைவெழுத்தால் தாக்கம் பெற்றவர்கள். அமெரிக்க மினிமலிஸ எழுத்துப் பாணியை தமிழில் வெற்றிகரமாய் பயன்படுத்தியவர்கள். இந்த மினிமலிசம் பத்திரிகை அறிக்கைகளின் சாயல் கொண்டது. குறைவான சொற்களில் தெளிவான புறவாழ்க்கை சித்தரிப்பை தருவது.

அசோகமித்திரனுக்கும் சுஜாதாவுக்கும் இவ்விசயத்தில் சில வித்தியாசங்கள் உள்ளன. அசோகமித்திரன் தன் பெருமூச்சு கூட கேட்டுவிடக் கூடாது என ஒலியின்றி எழுத கூடியவர். ஆனால் சுஜாதாவிடம் தன் வாளிப்பை, தளுக்கை, புத்திசாலித்தனத்தை காட்டும் மெனக்கெடல் உண்டு. அவரது பாத்திரங்களில் யாராவது போகிற போக்கில் வண்ணதாசன் பற்றி ஒரு வரி சொல்வார்கள். லோகாதாய தத்துவம் பற்றி ஒரு சம்பாஷணை

வரும். ஆங்கில நாவல்கள் ஒரு மேஜையில் சிதறிக் கிடக்கும். அவற்றின் தலைப்புகளைக் குறிப்பிடுவார். இதை அசோகமித்திரன் செய்யவே மாட்டார்.

அடுத்து, சுஜாதாவிடம் ஒரு விடலைத்தனம், இளமைத் துடுக்கு, பெண்ணுடலை மையமிட்ட சீண்டல் விருப்பம் உண்டு. இதை அவரது கிட்டத்தட்ட எல்லா எழுத்துக்களிலும் ஒரு சரடைப் போல் பார்க்கலாம்.

"அருண் எழுந்தான். உயரம் ஐந்தடி பத்தரை அங்குலம். பெரும்பாலான கதாநாயகிகளின் தலை வகிடும் மார்பின் உள்ளாடைகளும் சுலபமாய் தெரியும் உயரம்." *(பக். 26, கனவுத் தொழிற்சாலை)*

"பாஸ்கர் இருப்பதைப் பாராட்டாமல் அருண் தன் டி ஷர்ட்டை கழற்றி கைலியை உதறிவிட்டு நிர்வாணமாய் நடந்து டவல் ஸ்டாண்டிலிருந்து ஒரு துண்டை எடுத்துச் சுற்றிக்கொண்டு அறைக்குள் இருந்த வாஷ்பேஸினில் அட்டகாசமாய் பல் தேய்த்து முகம் கழுவிக்கொண்டான்... பாஸ்கர் அவனுக்கு அவசரமாய் துடைத்துக் கொள்ள மற்றொரு துண்டு தந்தான். இல்லையென்றால், இடுப்புத் துண்டை உருவித் துடைத்துக் கொள்வான். *(பக். 27, கனவுத் தொழிற்சாலை)*"

முதல் மேற்கோளில் உள்ள *voyeurism* சுவாரஸ்யமானது. சினிமாவில் உச்ச நட்சத்திரமாக உள்ள அருண் படப்பிடிப்பின் போது நடிகைகளுடன் நெருக்கமாய்ப் பழக வாய்ப்புகள் உள்ளன. ஆனால் அவனுக்கு பெண் உறுப்புகள் மீதுள்ள அக்கறை பற்றி சுஜாதா ஒன்றும் சொல்வதில்லை. அதாவது "மார்பின் உள்ளாடைகளும் சுலபமாய் தெரியும் உயரம்" என்பதில் "தெரியும் வசதி கொண்ட உயரம்" என்றால் அந்த உயரத்தின் அனுகூலத்தை அவன் ரசிக்கிறான் என புரிந்துகொள்ளலாம். ஆனால் சுஜாதா அச்சொல்லைப் பயன்படுத்தவில்லை. பிற்பாடு அருணின் ஷூட்டிங்கின் போதான மனநிலை வெளிப்பாடுகளைக் காண்கையில் அவனுக்கு பெண் உடல் மீதுள்ள எந்திரத்தனமான பார்வை புலப்படும். அவனுக்கு பெண்ணுடல் அதிகம் கிளுகிளுப்பு ஏற்படுத்தாத, பழகிப்போன சதைப்பிண்டம் மட்டுமே. அதனாலே அவன் ஆபாச ஜோக்குகள் சொல்வதை விரும்புகிறான். தேனிலவுக்கு மனைவியுடன் ஸ்விட்சர்லாந்த் போகும்போது

அங்கே போர்ன் படங்களை அவளுடன் பார்க்க விரும்புகிறான். அதனாலே பெண்ணின் உள்ளாடைகள் சுலபமாய் கண்ணில் படக் கூடியவனாய் இருக்கிறான்; அதைப் பொருட்படுத்தக் கூடியவனாய் அல்ல. இந்த சிறு வித்தியாசம் முக்கியமானது. இதையே நாம் அடுத்து அவனுக்குத் தன் உடல் மீதுள்ள அந்நியப்படுதலிலும் பார்க்கிறோம்.

தொடர்ந்து படக்கருவி முன் அழுதும், சிரித்தும், நடனமாடியும் அருண் தன்னையே வேறுடலாய்ப் பார்க்கும் மனநிலைக்கு வருகிறான். இரண்டாவது மேற்கோளில் அவன் தன் உதவியாளர் முன் நிர்வாணமாய் நடப்பது இதனாலே. உதவியாளர் அவனது தொழிலைக் கவனிப்பவர். அவன் தொழில் அவன் உடலை முதலீடாய் கொண்டு நடப்பது. அவனுக்கு அந்த உடல் மீது எந்தத் தன்னுணர்வும் இல்லை. அவன் தனக்கே அந்நியப்பட்டு இருக்கிறான். இதை சுஜாதா ஒரு சின்ன வர்ணனையால் குறிப்புணர்த்தி விட்டு நகர்கிறார்.

இந்த இரண்டாவது மேற்கோளின் நீளமும் கவனிக்கத்தக்கது. அவரது பிற வாக்கியங்களுடன் ஒப்பிடுகையில் ஏன் இவ்வாக்கியம் மிகவும் நீளமாக உள்ளது? ஏனென்றால் எதிர்பாராமல் டவலைக் களைந்து துணியின்றி தன் முன் செல்லும் அருண் பாஸ்கரை அதிர்ச்சியடைய வைக்கிறான். விக்கித்துப் போய் செய்வதறியாது இருக்கும் பாஸ்கரின் பார்வை நீண்டு ஒரு பாம்பு போல் அருணின் நகர்வுகளையே பின் தொடர்கிறது. அவன் பார்வையின் நீளத்தை, தன் கட்டுப்பாட்டை மீறி நிலைமை செல்வதன் பரிதவிப்பை உணர்த்த சுஜாதா இவ்வாக்கியத்தையும் நீட்டிக்கொண்டே போகிறார். ஒரு வாக்கியத்தின் நீளத்தை அதிகரிப்பது மூலம் ஒரு பாத்திரத்தின் மனநிலையை சுஜாதா எவ்வளவு நுணுக்கமாய் காட்டுகிறார் பாருங்கள்!

சுஜாதா உவமைகளை அதிகம் பயன்படுத்த மாட்டார். உருவகம்தான் அவரது தனிமுத்திரை. அதிலும் வித்தியாசமான உருவகங்களாக தேடிப் பயன்படுத்துவார்.

“மாம்பலத்தில் பார்க்கிட் ரோட்டில் அந்த வீட்டு வாசலைப் பார்த்தால் பெரிதாய் தெரியாது. பெரிய கதவு, நிறைய செடி கொடிகள் எல்லாம் சேர்ந்து சதி செய்து உள்ளே இருக்கும் வீட்டின் பிரம்மாண்டத்தை மறைத்திருக்கின்றன” (ப. 21, கனவுத்

தொழிற்சாலை). இரண்டாவது வாக்கியத்தில் "சதி செய்து" ஒரு உருவகம். தோட்டத்துச் செடிகொடிகள் வீட்டை மறைக்கும் சதி செய்கிறவர்கள் போன்றவை என்பது ஒரு வித்தியாசமான உருவகம். செடிகொடி என்றால் வழக்கமாய் வணிக எழுத்தில் அதை ரொமாண்டிக்காக வர்ணிப்பார்கள். ஆனால் சுஜாதா அதற்கு ஓர் எதிர்மறையான தொனி கொடுக்கிறார் பாருங்கள்.

அவரது உவமை கூட வித்தியாசமாய் சற்றே நகர வாழ்க்கையின் பிளாஸ்டிக் தன்மை கொண்டதாக இருக்கும். இது நாவலில் பாஸ்கர் பற்றி வரும் ஒரே வர்ணனை. மிகச் சுருக்கமாய் பாஸ்கரின் முகத்தில் மீசை, புருவங்கள், உதடுகளைப் பற்றி மட்டுமே கூறுகிறார். நாவலில் அவன் புறத்தோற்றம் பற்றின ஒரே வர்ணனை இதுதான்.

"மிக மெலிசான மீசை; மெலிதான உதடுகள் புருவங்கள், அவசரமாய் வரைந்த ஸ்கெட்ச் போன்றிருந்தது அவன் முகம்; உணர்ச்சியை அதிகம் வெளிப்படுத்தாத முகம்." *(ப. 21, கனவுத் தொழிற்சாலை)*

"அவசரமாய் வரைந்த ஸ்கெட்ச்" எனும் உவமையே போதும் பாஸ்கரின் முகம் நம் முன் பளிச்சென தோன்றி விடுகிறது.

பாஸ்கர் தன் முகத்தில் உணர்ச்சியைக் காட்டமாட்டான் என்பதால் இது மிகப் பொருத்தமான அதே சமயம் சற்றே விசித்திரமான உவமை. எப்போதுமே மனம் தத்தளிக்காமல் நிலையாய்க் கவனமாய் இருக்கும் சுபாவம் அவனுடையது. அதாவது அருணுக்கு நேர்எதிர். கோட்டோவியத்துக்கும் ஒரே நிலைத்த உணர்ச்சிதான். ஸ்கெட்ச் என்ற சொல் வித்தியாசமாகவும் அதேவேளை பொருத்தமாகவும் உள்ளது பாருங்கள். இன்னொரு விசயம்: அவர் "ஸ்கெட்ச்" என்றே சொல்கிறார். "கோட்டோவியம்" என்றல்ல. அவருக்கு அச்சொல் தெரியாமல் அல்ல. ஆனால் "ஸ்கெட்ச்" என்ற சொல்லின் உடனடித் தாக்கம், நகைச்சுவை, ஒட்டாத பிளாஸ்டிக் தன்மை "கோட்டோவியத்துக்கு" இல்லை. கோட்டோவியம் சற்றே சீரியஸான, நீளமான வார்த்தை. ரெண்டுக்கும் பொருள் ஒன்றுதான். ஆனால் உணர்வும் தொனியும் ஒலி அளவும் வேறு.

பொதுவாக உரைநடை எழுத்தாளர்கள் சொற்தேர்வில் பெரிய கவனம் செலுத்த மாட்டார்கள். கவிஞர்கள்தாம் கூழாக்கல்லை கையில் வைத்து உருட்டுவது போல் ஒவ்வொரு சொல்லாய் கனம்

பார்த்து, ஒலி அளவு பார்த்து வாக்கியத்தில் பொருத்துவார்கள். கவிதையில் மிகுந்த ஈடுபாடு கொண்ட சுஜாதா இந்த விசயத்தில் ஒரு கவிஞனைப் போன்றே மொழி மீது பிரக்ஞை கொண்டிருக்கிறார். இந்தக் கவனத்தை நீங்கள் அசோகமித்திரனிடம் காண இயலாது.

மேற்சொன்ன வர்ணனையில் வாக்கியங்கள் துண்டுத்துண்டாய் இருப்பதை கவனியுங்கள். "மிக மெலிசான மீசை; மெலிதான உதடுகள் புருவங்கள், அவசரமாய் வரைந்த ஸ்கெட்ச் போன்றிருந்தது அவன் முகம்; உணர்ச்சியை அதிகம் வெளிப்படுத்தாத முகம்." "அவனது மீசை மெலிதாக இருந்தது" என அவர் எழுத மாட்டார். வாக்கியத்தில் இருந்து தலையையும் வாலையும் துண்டித்து விடுவார். சுஜாதாவின் மொழி மிக வேகமாய் நகர்வதற்கு ஒரு காரணம் இந்த வாக்கிய அளவு.

அடுத்து வாக்கிய அமைப்பில் அவர் பெயர்ச்சொல்லை வைக்கிற இடத்தை கவனியுங்கள். "அவசரமாய் வரைந்த ஸ்கெட்ச் போன்றிருந்தது அவன் முகம்" என்பதைச் சம்பிரதாயமாய் "அவன் முகம் அவசரமாய் வரைந்த ஸ்கெட்ச் போன்றிருந்தது" என்றுதான் எழுதுவோம். புதுக்கவிதையில்தான் அதைத் திருப்பிப் போட்டு எழுதுவார்கள். அதாவது:

அவசரமாய்
வரைந்த
ஸ்கெட்ச் போன்றிருந்தது
அவன் முகம்

சுஜாதாவின் பல அழகான வரிகளை இது போல் மடித்துப் போட்டு புதுக்கவிதை ஆக்க முடியும்.

"என்.எல். பிக்சர்ஸ் லட்சுமணன்... ஐந்தடி அங்குலத்துக்கு, குறுக்கே நிறைய சதை போட்டிருந்தார்." (பக். 23, கனவுத் தொழிற்சாலை)

"மார்புக்குக் குறுக்கே" அல்லது "மேலுடம்பில் சதை போட்டிருந்தார்" என எழுதுவோம். சுஜாதா தலையைத் துண்டித்துவிட்டு "குறுக்கே சதை போட்டிருந்தார்" என மேலும் சுருக்குகிறார். இதுபோல் தன் கதை முழுக்க சுஜாதா ஒரு அதிர்ச்சியளிக்கக் கூடிய வாக்கிய அமைப்பைப் பயன்படுத்துகிறார். அவரைப் படிக்கையில் தொடர்ந்து அதிர்ச்சியும் நகைச்சுவையும் முரண் உணர்வும் ஏற்பட்டபடி இருக்கின்றன. இந்த அதிர்ச்சியின்

இன்பத்துக்காகவே அவரைப் படிக்கிறோம்.

சுஜாதாவின் சுருக்கமான வாக்கியங்களின் வேகம் பற்றி குறிப்பிட்டேன். அவர் ஏ.வி.எம். ஸ்டுடியோவை முகவரியின் வடிவில் வர்ணிக்கிறார் பாருங்கள்:

"ஏ.வி.எம். ஸ்டுடியோ. ஒன்பது புளோர்கள், எடிட்டிங், பாடல் பதிவு, ரிக்கார்டிங், டப்பிங், பார் புரொஜெக்ஷன், மழை-புயல் எஃபக்ட், 38, ஆற்காடு ரோடு, சென்னை-26". (பக். 29)

அவர் "38, ஆற்காடு ரோடு" என எழுதும் போதுதான் நமக்கு முகவரியின் வடிவமாச்சே இது என உணர்வு ஏற்படும். இந்த ஆச்சரியம் அவர் எழுத்தின் தனி இன்பம். சுஜாதாவின் எழுத்துக்குள் எப்போதுமே இந்த விளையாட்டுத் தனம் இருந்து கொண்டே இருக்கும். அவரைப் படிக்கும்போது இவ்வாக்கியம் இப்படித்தான் இருக்கும் என நாம் கணிக்க முடியாது.

"அருமைராசன் 'பொலபொல' வென்று கண்ணீர் உதிர்த்தான். வெற்றிலைப் பாக்கு போட்டுக்கொண்டு பெரிசாகப் பொட்டு இட்டுக்கொண்டு பூப்போட்ட வாயில் சேலை அணிந்து ஓட்டலுக்குள் அலட்சியமாகச் சென்ற ஒரு பதிவிரதை சற்று நேரம் அருமை ராசனை நின்று பார்த்து விட்டுச் சென்றாள்." (ப. 104)

"அருமைராசன் தலையை சுவரில் முட்டிக்கொள்ள, பக்கத்து அறையில், 'யோவ், பேசின துட்டை வெச்சுட்டு போயிரு' என்று அதட்டல் கேட்டது." (பக். 105)

சுஜாதாவின் ஸ்டைலின் மற்றொரு அம்சம் அவர் வாக்கியத்தை மடித்து மடித்துப் பயன்படுத்தும் விதம். மேலே தந்துள்ள மேற்கோளைப் பாருங்கள். இது ஒரு புதுக்கவிதை பாணி. சுஜாதாவின் சற்றே நீண்ட வாக்கியங்களில் இரண்டாவது அல்லது மூன்றாவது பகுதியில் ஒரு சிறு அதிர்ச்சி, முரண் இருக்கும். இது வாக்கியத்தைத் தீவிரத்தில் இருந்து தமாஷாக மாற்றும் அல்லது அலுப்பில் இருந்து, துயரத்திலிருந்து அதிர்ச்சி நோக்கி தடம் மாற்றும்.

இறுதியாக சுஜாதாவின் கலவை மொழி. ஒருமுறை சுஜாதா தன்னிடம் "நீங்கள் எதையெல்லாம் படிப்பீர்கள்?" என்று கேட்டதாக ஜெயமோகன் என்னிடம் சொல்லி இருக்கிறார்.

“எதையும் படிப்பேன். துண்டு நோட்டீஸ், செய்தித்தாள், சுவரொட்டி, புத்தகங்கள், பத்திரிகைகள்...”

சுஜாதா “வெரி குட். ஒரு எழுத்தாளன் அப்படித்தான் தரப்படுத்தாமல் படிக்கவேண்டும்” என்றாராம்.

தமிழ் மொழி என்பது ஒன்றல்ல. அது பல வகையானது. ஒவ்வொரு இடத்திலும் தேவையும் பின்னணியும் பொறுத்து தமிழ் பல வித்தியாசமான நிறங்களைக் கொள்கிறது. இதைக் கவனித்து ஆர்வம் காட்டியவர் சுஜாதா. தன் கதைகளில் அவர் பலவகையான தமிழ்களைப் பிரயோகிப்பார்.

கீழேவரும் மேற்கோள்களைப் பாருங்கள் (அனைத்தும் கனவுத்தொழிற்சாலை நாவலில் இருந்து):

அ) சினிமா வசனத் தமிழ்:

அருணும் பிரேமாலதாவும் ஹோட்டல் அறையில் இரவில் சந்தித்துக் கொள்கிறார்கள்.

“அருண், இதுவரை நாம ரெண்டு பேரும் மத்த பேர் எழுதிக் கொடுத்து பேசிக்கிட்டு இருந்தோம். இன்னிக்கு சொந்தமாய் ‘டைலாக்’ பேசலாமுன்னுட்டு...”

“சும்மா பேசத்தானே?”

“பேசறதிலே எவ்வளவோ வகை இருக்குது. உதட்டால கண்ணால...”

“ஹோல்டான் இந்த வசனம் எதிலேயோ பேசியிருக்கோம்!”

“கனவுக் கவிதை”

“ஆமாம் கதை என்ன?” (பக். 46)

ஆ) விளம்பரப் பலகைத் தமிழ்:

விருகம்பாக்கத்தில் மனோன்மணியின் வீடுள்ள பகுதி:

“ஒரு டீக்கடை, மளிகைக்கடை, இண்டர்நேஷனல் ஸ்டீல் ஒர்க்ஸ் பெட்டி தயாரிப்பாளர்கள், அதன் பின் ‘இவ்விடம் காகிதப்பூ, உடைகள், துப்பாக்கிக் குண்டு, லினோலியம் விக் முதலியவை சகாய விலைக்கும், குறைந்த வாடகைக்கும் கிடைக்கும்... தணிக்கைக்கு கதை-வசனம் டைப் அடித்து தரப்படும்’ என்று ஒரு ஆம்னி போர்டு...” (பக். 51)

இ) கையெழுத்துப் பத்திரிகை தமிழ்:

ஊருக்குச் சென்று அருண் கல்யாணியை அவள் வீட்டில் பார்க்கிறான். அவள் நடத்திய கையெழுத்துப் பத்திரிகை அவன் கையில் சிக்குகிறது. அதைப் புரட்டிப் பார்க்கிறான்:

"அட்டைப் படத்தில் சரஸ்வதி வீணை, ஆர்ட் பை கல்யாணி. முதல் பக்கம் சமர்ப்பணம் என் அன்புத் தாய் தந்தையர்க்கு... புரட்டிக் கொண்டே வந்தான். "நான் சந்தித்த நடிகர்" என்று அருணின் போட்டோ ஒட்டி எங்கள் சினிமா நிருபர்...

உங்களுக்கெல்லாம் அருண் பிரபல நடிகர். தென்னிந்தியாவின் முக்கிய தாரகை... ஆனால் எங்களுக்கோ அவர் விஜூ. ... 'அவந்திபுரம் என்ற ஊரில் அருணாதித்தன் என்றொரு அரசன் ஆண்டு வந்தான்' 'கெ எழுதிய அரண்மனைத் தோட்டம்'" (பக். 66-67)

ஈ: கிறித்துவத் தமிழ்

புராதான சர்ச் அது. ...தாயார் சகாய மேரியின் கையில் அந்தச் சிறு குழந்தை ஆதாம் ஏவாளின் மூலமாக அவர்களின் வாரிசுகளுக்கு வழிவழியாக வரும் ஜென்ம பாவத்தை நீக்கி கடவுளின் ஆசீர்வாத ஞான ஸ்நானத்திற்கு காத்திருந்தது. ... பரிசுத்த எண்ணெய் தடவி குருவானவர் தன் பதிவுப் புத்தகத்தைப் பார்த்துக்கொண்டு தலையை நீரில் நனைத்து, 'லூயிஸ் டாமினிக் அருமை ராஜன் பிசாசு தன் பரிசுத்த ஆவியின் பெயரால் உன்னை நான் கழுவுகிறேன். சொல்லும்மா சகாயமேரி.'

"என்னங்க சொல்ல?"

"குழந்தைக்குப் பேச வராதில்ல? நீதான் குழந்தை இப்ப சொல்லு. பிசாசையும் அதன் ஆரவாரங்களையும் விட்டு விட்டேன்."

"பிசாசையும் அதன் ஆரவாரங்களையும் விட்டு விட்டேன்." (பக். 68)

சில நாட்களில் குழந்தை இறந்து போகிறது. மற்றொரு தேவாலயம். மற்றொரு பாதிரியார்.

"அழாதேம்மா இந்தக் குழந்தை சர்வேசுவரனுடைய தேவதை மாதிரி. இது என்ன பாவம் செய்தது? ஒண்ணுமில்லே. இதற்கு

எப்பேர்ப்பட்ட மோட்ச சாம்ராஜ்ஜியம் காத்திருக்குது தெரியுமா? குழந்தை இந்த ஸ்தூல சரீரத்தை விட்டு சூட்சும சரீரமாய் அந்த நாளில் எந்திரிக்கிறபோது, இதைப் பரலோகத்து தேவதைகள் எல்லாம் தங்க வாசலில் தாங்கி வாங்கிக்கிடுவாங்கம்மா." (பக். 105)

உ) தத்துவத் தமிழ்:

"இதென்ன லோகாயதம்" புத்தகத்தைப் பிரித்தான்.

"பாண்டத்தைப் பார்த்தவுடன் இதைச் செய்த குயவன் உண்டென அனுமானம் செய்யலாம். ஆனால் உலகத்தைப் பார்த்ததும் இதைப் படைத்த கடவுள் உண்டென்று அனுமானிக்க முடியாது. ஏனெனில் முதல் பகுதியை அனுபவத்தால் உறுதிப்படுத்தலாம்...." (பக். 77)

ஊ) திருமண அழைப்பிதழ் தமிழ்

"நிகழும் புரட்டாசி மாதம், 21-ஆம் தேதி ஞாயிற்றுக்கிழமை விருச்சிக லக்னம் பொருந்திய சுபதினத்தில், என் தங்கையும், உத்தமர் கோயில் சிவசங்கரரின் ஜேஷ்ட குமாரத்தியுமான சௌபாக்யவதி கல்யாணியை... ." (ப. 107)

எ) காமிக்ஸ் தமிழ்

"'டார்ஸான் நீயா?'

'ஜேன், என்ன ஆச்சு?'

ஜேன் டார்ஸானின் மார்பில் பதிந்து திடீரென்று 'நான் ஒரு பயங்கர மனிதனைப் பார்த்தேன். பெரிய கண்கள். ... கறுப்பு முட்டாக்கு'" (பக். 95)

இவற்றோடு அருமைராசனுக்கு தன் பிள்ளை இறந்தபின் அசந்தர்ப்பமாய் தோன்றும் கவிதை வரிகளையும், தன் தங்கையை திருமணக் கோலத்தில் பார்க்கையில் சுந்தரத்தின் மனதில் தோன்றும் சூழலுக்குப் பொருத்தமற்ற பெண்ணுடல் வர்ணனை கொண்ட சங்கக் கவிதை வரிகளையும் சேர்த்துக் கொள்ளலாம். இரண்டுமே அபத்தத்தைக் கூட்டுகின்றன.

சுஜாதா அளவுக்கு நம் உரைநடைக்குப் புத்துணர்வு ஊட்டியவர்கள் மிகச்சிலர்தாம். வாக்கியங்களின் வடிவிலும் சொற்களின் இடப் பொருத்தத்திலும், புதுப்புது கலவை மொழிகளைக் கொண்டு விளையாடுவதிலும் அவர் கொண்டு

வந்த புத்துணர்ச்சி முக்கியமானது. தொடர்ந்து நம் மொழியை கலைத்துக் கலைத்து உருவாக்குவதில் அவர் ஒரு குழந்தையைப் போல் களிப்பு கொண்டார். மொழியை எதிர்பாராத விதங்களில் படைப்பூக்கத்துடன் விளையாட்டுத்தனத்துடன் மிமிக்ரி கலைஞன் போல் பயன்படுத்துவது ஒரு பின்நவீனத்துவப் பாணியே. எழுபது எண்பதுகளில் அவர் இதையெல்லாம் சோதித்து பார்த்திருக்கிறார் என்பது கவனிக்கத்தக்கது. இதற்காகவே நம் வரலாற்றில் அவருக்கு என்றும் தனி முக்கியத்துவம் இருக்கும்!

புனைவு நடையில் சொக்க வைக்கும் இசைத்தன்மை

சில ஆண்டுகளுக்கு முன் புத்தகக் கண்காட்சி அரங்குகளைக் கடந்து சென்று கொண்டிருக்கையில் நண்பர் தம்பிச்சோழனைப் பார்த்தேன். என் கையில் பா.ராகவனின் நாவல் ஒன்று இருந்தது. அவர் உடனே தன் வழக்கப்படி ஒரு உரையாடலை பாதியில் இருந்து ஆரம்பித்தார். தனது ஆசான் நா. முத்துசாமி பா.ரா.வின் புனைவுகளைச் சத்தமாக வாசிக்கச் சொல்லி அதில் உள்ள தாள லயத்தைச் சிலாகிப்பார் என்று கூறினார். பா.ரா.வின் உரைநடையின் தனிச்சிறப்பு அது. வாய் விட்டுப் படித்தால் அதன் இசையொழுங்கு நம்மை மற்றொரு உலகுக்கு நகர்த்திச் செல்லும் என்றார். நான் வாய்திறந்து அதைக் கேட்டு விட்டு "அப்படியா நான் அப்படி யோசித்ததே இல்லையே" என்றேன். அதன் பிறகு பாதியில் ஆரம்பித்த வாக்கிலேயே அடுத்த பாதி உரையாடலைத் தேடி தம்பிச்சோழன் போய்விட்டார். நீண்ட காலம் நான் அவர் சொன்னதைப் பற்றியே யோசித்துக் கொண்டிருந்தேன். நான் அதற்கு முன் உரைநடையின் தாள லயம் பற்றி யோசித்ததில்லை. உரைநடையின் நீளம், அதன் ஸ்டைல், அதில் ஒலிக்கும் படைப்பாளியின் குரல், நகைச்சுவை, நகைமுரண், கவித்துவ ஆழம், கதையின் ஓட்டத்திற்கு அது ஆற்றும் பங்கு ஆகியவற்றைப் பற்றிச் சிந்தித்து வந்துள்ளேன். இது ஒரு புதிய தகவலாக இருக்கிறது - ஒரு சொற்றொடருக்கு நுட்பமான ஓசைகள், அந்த ஓசைகளின் சலனங்கள் உருவாக்கும் மனவுணர்வு

புனைவில், அபுனைவில் முக்கியமா? தமிழில் யாராவது இதைப் பற்றி எழுதியுள்ளார்களா?

எனக்கு உடனே நினைவுக்கு வந்தது "தேவதேவன்: நவீனத்துவத்துக்குப் பின் கவிதை."

மேற்சொன்ன நூல் தேவதேவனின் கவிதைகளைப் பற்றியும், தமிழ் நவீன கவிதையின் போதாமைகள் பற்றியும் பேசிவிட்டு புதிய கோட்பாடுகளைப் பற்றியும் சுருக்கமாக அறிமுகம் பண்ணுகிறது. நமது வானம்பாடி கவிதை மரபுக்கு முன்பே, மரபுக் கவிதையின் காலகட்டத்தில் தோன்றி சிறுபத்திரிகைகள் வழியாக நிலைப்பெற்றது புதுக்கவிதை / வசன கவிதை மரபு. இது உரைநடைக்கும், பேச்சுமொழிக்கும் நெருக்கமாகக் கவிதையைக் கொண்டுவர, அலங்காரங்கள், ஓசை ஒழுங்கு ஆகியவற்றை உதறிட முயன்றது. ஆனாலும் இந்த "ஓசையற்ற" கவிதை வரிகளுக்கும் ஒரு ஓசை லயம் உண்டு என ஜெயமோகன் கூறினார். இது என்னை மிகவும் கவர்ந்தது. இந்த ஓசையற்ற ஓசையானது சொற்களை ஒரு ஒழுங்குக்குள் கொண்டுவந்து ஒழுக விடும்போது தோன்றுவது, இது அசைபிரித்து உருவாக்கும் சந்த நடையல்ல என்று கூறும் ஜெயமோகன் மொழிநடையில் இயல்பாகவே தோன்றும் தாளம் இது என்கிறார். அது தேவதேவனின் கவிதைகளில் எப்படிப் பிறக்கிறது என்று அவர் அந்த நூலின் அத்தியாயம் ஒன்றில் விளக்குகிறார். நான் அதன்பிறகு நவீன கவிதைக்குள் இயங்கும் சப்தங்களின் மனோலயங்களைப் பற்றி யோசித்தேன். ஒவ்வொரு கவிதையும் அதன் உருவகங்கள், குறியீடுகள், கதையோட்டம், கருத்துக்களுக்கு இணையாகவே அதன் மௌன ஓசைகளாலும் செயல்படுகிறது, ஒரு தாக்கத்தை நம் மீது ஏற்படுத்துகிறது என்று உணர்ந்தேன். ஆடம்பரமற்ற எதுகை, மோனைகள் நவீனக் கவிதையில் உண்டு. சில சொற்கள் மீள மீளப் பயன்படுத்துவதன் வழியாக ஒரு மன லயம் தோன்றுவதுண்டு. திரும்பத் திரும்ப ஒன்றை நம்மிடம் சொல்லி, நகைமுரண் வழியாக பல அர்த்தங்களை உருவாக்கி இறுதியில் ஆழமாக, வலுவாக ஒரு கருத்தைத் தெரிவிக்கிற கவிதைகளும் உண்டு. ஜெயமோகனைத் தவிர வேறு யாரும் இதைப் பற்றி எழுதி நான் படிக்கவில்லை.

ஆனால் நவீன கவிஞர்களின் இந்த ஓசை நுட்பம் புனைவெழுத்தாளர்களுக்கும் உண்டா? புனைவை நாம்

மௌனமாக அல்லவா படிக்கிறோம்? அப்படித்தான் நானும் நினைத்தேன். அதனால் அப்பக்கமே எனது கவனத்தைத் திருப்பியிருக்கவில்லை.

ஆங்கில இலக்கிய பட்டப்படிப்பின் போதும் *prosody* எனும் யாப்பு அமைப்பு பற்றின பாடம் முழுக்கக் கவிதைகளை ஒட்டியே விவாதிக்கப்பட்டதால் அது அப்போது கதை எழுத முயன்று கொண்டிருந்த, நவீனக் கவிதை ஓசையற்றது என எண்ணிக் கொண்டிருந்த என்னைப் பாதிக்கவில்லை. அண்மையில் நான் நாவலின் எழுத்துத் தொழில்நுட்பம் பற்றி நிறைய புத்தகங்களைப் படித்து வருகிறேன். அப்புத்தகங்களிலும் இந்தச் சங்கதி வருவதில்லை. எல்லாரும் கதையமைப்பு, பாத்திர அமைப்பு, அரிஸ்டாட்டிலை ஒட்டி துவக்கம், தூண்டும் செயல், இரண்டு மூன்று திருப்பங்கள், கடைசி பகுதி, இவை எப்படி ஒட்டுமொத்த கதைக்களத்துடன் பொருந்தி வர வேண்டும் என்பதைப் பற்றியே பேசி இருந்தார்கள். ரிச்சர்ட் கோஹனின் *How to Write like Tolstoy: A Journey into the Minds of the Greatest Writers* எனும் புத்தகத்தில் தான் முதன்முதலாக உரைநடையின் தாள லயம் பற்றி ஒரு முழு அத்தியாயத்தைக் கண்டேன். அதில் அவர் பல உலக இலக்கியவாதிகளின் உரைநடையில் இருந்து உதாரணங்களையும், மேற்கோள்களையும் அளித்து எப்படிப் புனைவு நடையில் ஒரு நளினமும், ஸ்டைலும் அதன் ஓசையொழுங்கால் ஏற்படுகிறது என விளக்குகிறார். அதைப் படிக்கும்போது நாடகக் / நடிப்புக் கலையை பயின்றும் பயிற்சி அளித்தும் வரும் தம்பிச்சோழனும், அவரது குருநாதர் நா. முத்துசாமியும் இயல்பாகவே இந்த நுட்பத்தை எப்படிக் கண்டுகொண்டிருப்பார்கள் எனப் புரிந்தது. “இரண்டு வகையான எழுத்து மொழிகள் உள்ளன, ஒன்று ஓசையயும் மற்றது காட்சியையும் சார்ந்தது.” என்று எஸ்ரா பவுண்ட் சொல்கிறார். இதில் முதலாவது நாடகத்தில் புழங்குவோருக்கு பரிச்சயமானது. அவர்கள் மொத்த நாடகப் பிரதியையும் ஓசையாகவே உள்வாங்கி மனதில் சித்திரமாக எழுப்பிக்கொள்கிறார்கள். அவர்களுக்கு நுட்பமான செவிப்புலன் அறிவு இருப்பது அவசியம். ஒவ்வொரு சொல்லையும் எங்கே எப்படிப் பயன்படுத்துகிறோம், அப்போது குரலின் ஏற்ற இறக்கம் எப்படி இருக்கவேண்டும், அப்போது அவர்களுடைய உடல் எப்படி சொல் வெளிப்பாட்டுக்கு இணங்க இசையவேண்டும் என்று அவர்கள் பயிற்சி எடுத்துத் தெரிந்து

கொள்கிறார்கள். முழுக்கக் காட்சி வழியாக இயங்கும் நவீன நாடகத்திலும் இசை, பின்னணி, நடன அசைவுகளுடன் வசனங்கள் ஒரு உருவகத்தன்மையை பெறுகின்றன. அங்கும் சொல்லின் பொருளோ மறைபொருளோ அல்ல, அதன் இசையொழுங்கும், ஓசையின் தாக்கமுமே முக்கியம்.

ஒரு நாவலாசிரியனோ சிறுகதையாளனோ - சிறுகதையை நீங்கள் கவிதை வடிவில் சுருக்கமாக ஒரு மனநிலையை உணர்த்த ஒரு குறிப்பிட்ட ஓசை அமைப்புக்குள் கொண்டு வரலாம், ஆனால் நாவலில் பல மொழி அடுக்குகள் இருப்பதால், பல ஓசை அடுக்குகளும் தேவைப்படும் - கவனிக்க வேண்டியது ஓசை வழியிலான, காட்சி ரீதியான இரு மொழிகளும் நமது மொழிநடையின் உள்ளும் புறமுமாக இருக்கவேண்டும் என்பதே. சின்னச்சின்ன சித்திரங்களாக ஒரு காட்சித் தொகுப்பை அளிக்கும் ஒரு விவரணையில் சொற்றொடரின் நீளம், அதில் வரும் சொற்களின் அசையின் அளவு அந்த சித்திரங்கள் நமது மனதில் எந்த கால இடைவேளையில் ஒவ்வொன்றாகத் தோன்றவேண்டும் என்பதையும், அது நம்மை நகைக்கவோ துணுகுறவோ அதிர்ச்சியடையவோ வைக்கவேண்டுமா என்பதைத் தீர்மானிக்கிறது. அப்போது ஏற்படும் ஓசை லயம் நம்மை அந்த சித்திரத்துக்கு, அது எழுப்பும் கருத்துகளுக்கு தலையாட்டவோ காதைப் பொத்திக் கொள்ளவோ வைக்கிறது, இதயத் துடிப்பை எகிறவோ கற்பனாவாத எழுச்சியில் சிலாகித்து மயங்கவோ இதயத்துடிப்பு நின்று போய் ஒரு வலியை உணரவோ வைக்கிறது. இது ஒரு பாடல் அதன் தாளக்கட்டுக்கு ஏற்ப இயற்றப்பட்டு சரியாக இசைக்கப்பட்டு பாடப்படுவதுக்கு நெருக்கமாக வருவதை கவனியுங்கள்.

சாரு நிவேதிதா நமது புனைவெழுத்தாளர்கள் இடையே அதியற்புதமான மொழிநடையைக் கொண்டவர் என்று உயிர்மையில் ஒருமுறை மனுஷ்யபுத்திரன் குறிப்பிட்டார். அவரால் வெகுசாதாரணமான ஒன்றைக் கூடப் பூனைகள், நாய்கள், கீரை ஆய்வதில் இருந்து இலக்கிய உலக அவமதிப்புகள் மீதான கோபம் வரை நமக்கு அலுக்காமல் சொல்லமுடியும். நம் மனதில் தீவிரமான பாதிப்பை ஏற்படுத்தும்படி, அதிர்ச்சியுறும்படி, வெடித்துச் சிரிக்கும்படி எழுத முடியும். படிக்கும்போது அவரது மொழி நம் காதில் இனிமையாக ஒலிப்பதை உணர்வோம்.

ஆனால் சாரு இதற்காக லட்சியவாத, மெய்யியல் கருத்துகளை சொல்வதில்லை. உருவக அலங்காரங்கள், உவமைகள், காட்சி சித்திரங்களைத் தருவதில்லை. அவர் ஒரு நவீன இலக்கிய குருநாதராக போதிப்பதும் இல்லை. மாறாக இதை அவர் முழுக்க முழுக்க தனது மொழித்திறனாலே சாதிக்கிறார். சாருவின் சிறந்த நாவல்களில் ஒன்றான "ஸீரோ டிகிரியில்" இருந்து ஒரு பத்தியைத் தருகிறேன். இதை மனதுக்குள் படித்து 'உணர்ந்து' கொள்ளுங்கள்.

"என் கண்மணி ஜெனீ ...

யதார்த்த உலகை விட்டு விலகி நிற்கும் இந்தத் தருணத்தில் யோசித்துப் பார்க்கிறேன் - உன்னோடு பேசி எவ்வளவு காலம் ஆகிவிட்டது.

உன்னை இறுதியாகப் பிரிந்தபோது நீ சொன்ன வார்த்தைகள் ஞாபகம் வருகின்றன... அப்பா... நீ என்னை அடிக்கடி வந்து பார்க்கவேண்டும்.

ஆனால் அப்போது தெரியாது அதுதான் இறுதிச் சந்திப்பு என்று.

புல்லில் தேங்கிய பனித்துளியாய் உன் கண்களில் தேங்கி நின்ற கன்ணீருக்கு ஈடாக நான் உனக்கு எதைக் கொடுக்கப்போகிறேன் என் பிரிய மகளே...

என் உயிரின் ஆழத்தில் இன்னும் ஈரம் இருக்கிறது என்பதை எனக்கே உணர வைத்தது அந்த பனித்துளிதான் கண்னே...!

(...)

மனிதனின் ஆதி குரூரங்களை உன்னுடைய மிருதுவான பிஞ்சு மனசுக்குள் பெருமூச்சோடு இறக்கி வைத்துவிட்டு இரவோ பகலோ தெரியாத பனிப்பாலையில் தனியாகச் சென்றுகொண்டிருக்கிறேன்.

சொற்களைக் கேட்டும் சொற்களைப் பேசியும் எவ்வளவோ காலம் ஆகிரது. மௌனம்தான் என்னைக் காத்து வருகிறது என்று சொல்ல மாட்டேன். மௌனத்தின் அடியாழத்தில் ஓடிக்கொண்டிருக்கும் மெல்லிய இசை அதிர்வுகளே எனதுயிரை இன்னமும் தக்க வைத்திருப்பதாக நம்பிக்கை கொண்டிருக்கிறேன்."

("பிரார்த்தனை", பக். 11)

இதைப் படிக்கையில் நீங்கள் இது கவிதை தானா என்று

ஒரு கணம் யோசிப்பீர்கள். இல்லை, இது உரைநடைதான், ஆனால் நவீன கவிதைக்கான மென்மையான ஓசை நயத்தை சாரு இந்த அத்தியாயத்தில் தவழ விட்டிருக்கிறார். வேறு பல கவிதைக்கான ஓசை உத்திகளையும் இயல்பாகப் பயன்படுத்தி இருக்கிறார். இந்த அத்தியாயத்தைப் படிக்கையில் அது ஏற்படுத்தும் சப்தங்களின் லயமே என் கண்களை பனிக்கச் செய்யும். எந்தக் கூட்டத்தில் இருந்தாலும் இந்தப் பத்திகள் என்னை ஆழமாக அசைக்கத் தவறுவதில்லை. ஏனென்றால் உச்சாடனத்தைப் போல என் மனது இசை உச்சரிப்பதை நான் என் உள்காதால் கேட்கிறேன். அதற்கேற்ப என் இதயத்துடிப்பும், என் உடம்பின் லயமும் மாறுவதை உணர்கிறேன். இது எப்படி நிகழ்கிறது எனப் பார்ப்போம்.

ஒனொமடொப்பொயா *(onomatopoeia)* என ஆங்கிலத்தில் கூறப்படும் இயல்பொலிச் சொற்கள் நமது பேச்சு மொழியில் முக்கியமானவை. “நெஞ்சு படபடன்னு அடிச்சுகுதுப்பா” எனும் போது அந்த நெஞ்சிடிப்பு நமக்கும் கேட்கிறது. ஏனென்றால் “படபட” எனும் ஒலிச்சொல் நிஜத்திலும் அந்த ஒலியை நமக்கு நினைவுபடுத்துகிறது. அது மட்டுமல்ல சில சொற்களின் மென்மை, ஒழுகிச் செல்வதைப் போன்ற தொனியை அச்சொற்கள் வரும் வாக்கியத்திலும் நாம் உணரமுடியும். நான் மேலே உள்ள வாக்கியத்தில் “தவழ விட்டிருக்கிறார்” என்று சொன்னதற்குப் பதிலாக “ஓட விட்டிருக்கிறார்” என்றால் அதன் பொருளை விட உணர்வு சற்று கரடுமுரடாகி விடும். தவழ்தல் எனும் சொல்லின் வழுக்கிப் போகும் உணர்வு நான் சாருவின் வாக்கியத்தின் ஒலி நயத்தை உங்களுக்குக் கடத்துவதற்கு அவசியம்.

அடுத்து சாருவின் மேற்சொன்ன பத்தியின் அசைகளின் அமைப்பைப் பார்ப்போம். அசை என்றால் என்ன? ஓரெழுத்தோ ஈரெழுத்தோ ஓசையுடன் பிரிந்து நிற்பதே அசையாகும். ஒரு சொல்லில் ஒன்றோ ஒன்றுக்கு மேற்பட்ட அசைகளோ இருக்கலாம். ஆம் - இதில் ஒரு அசை. ஒரு நெடிலும் ஒற்றும் வருகிறது. ஆதவன் - இதில் நெடில் + குறில் + குறில் + ஒற்று வருகிறது. அடுத்து இந்த அசைகளின் சேர்கைப்படி எப்படி ஓசை லயம் உண்டாகிறது எனப் பார்ப்போம்.

“*(1)* அன்பே + *(2)* உயிரே + *(3)* அருகே + வா”

(1) குறில் + ஒற்று + நெடில்

(2) குறில் + குறில் + நெடில்

(3) குறில் + குறில் + நெடில்

(4) நெடில்

இந்தச் சொற்றொடரில் ஒரு தாளம் உள்ளது. 'அன்பே' எனும் போது அது மென்மையான கேவலாகி 'உயிரே' எனும்போது வலுவான அழைப்பாகி மீண்டும் 'அருகே'வில் மென்மையாகி 'வா'வில் ஒரு இதமாக அணுக்கமான மூச்சொலியாக முடிகிறது. இது உணர்த்தும் மனநிலையின் தாள லயமானது இதன் பொருளுக்கு இணையானது அல்லது துணையானது. இதையே "அன்பே நேரமாகி விட்டது, சீக்கிரம் என் பக்கத்தில் வந்து விடு" என்றால் முழுக்க மாறிவிடுகிறது. உலர்வான, அவநம்பிக்கையில் பூக்கும், நகர மனிதர்களின் உறவுச் சிக்கல் கதைகளுக்கு ஒருவேளை மேற்சொன்ன வரி பொருத்தமாக இருக்கும்.

இப்போது சாருவின் பத்திக்கு வருவோம்:

"என் கண்மணி ஜெனீ..." என்பதில் ஒரு மென்மையான வீழ்கிற ஒலியழுத்தத்தில் துவங்கி மெதுவாக எழுந்து ஜெனீயில் மீண்டும் விழுவதை உணரமுடியும். இதுவே இந்த அத்தியாயத்துக்கு ஒரு அந்தரங்கமான தொனியை அளிக்கிறது.

அடுத்த வரியைப் பாருங்கள்:

"யதார்த்த உலகைவிட்டு விலகி நிற்கும் இந்தத் தருணத்தில் யோசித்துப் பார்க்கிறேன் - உன்னோடு பேசி எவ்வளவு காலம் ஆகிவிட்டது."

குறில், நெடி, ஒற்று, குறில், குறில், நெடில் என்று ஆரம்பித்து அப்படியே சிறு அசைகள் கொண்ட சொற்களுக்கு வந்து மீண்டும் குறில், குறில், குறில், ஒற்று, குறில், ஒற்று போன்ற அசை அமைப்பு கொண்ட நீண்ட சொற்களுக்கு அவர் வருகிறார். இதுவும் எழுந்து விழுகிற மீண்டும் எழுகிற ஒலியழுத்தங்களை இவ்வாக்கியத்துக்கு அளிக்கிறது. எதார்த்த உலகம் எனும் பெருவெளியில் இருந்து தனக்குள் விழுந்து வாழ்வைப் பற்றி யோசிக்கிற மனப்போக்கை இந்த ஒலியமைப்பின் தாளம் உணர்த்துவதை கவனியுங்கள்.

அதாவது வாக்கியத்தின் உணர்ச்சியின், கருத்தோட்டத்தின் ஏற்ற எழுச்சியை அதன் தாளமும் அழகாக உணர்த்துவதால் நமக்குள் அவ்வளவு இனிமையாக அது ஒலிக்கிறது. அதே நேரம் நான் இதைச் சாரு திட்டமிட்டு வார்த்தைகளைக் கோர்த்து உருவாக்கினார் என்று கூறவில்லை. அவர் தன் மனதில் ஒலிக்கும் தாள லயத்துக்கு ஏற்ப இந்த அத்தியாயத்தின் மனநிலையை ஒவ்வொரு வாக்கியமாக அடுக்கி அடுக்கி வளர்த்துக்கொண்டே போகிறார். அதற்கு ஒரு சரியான துவக்கத்தையும் முடிவையும் (ஒரு கவிதையை நினைவுபடுத்தும் விதத்தில்) அளிக்கிறார். நமது மனதின் மொழியும் கற்பனையான படைப்பின் மொழியும் இணையும் அபூர்வம் நிகழ்கையில் நம் சொற்றொடர்களில் ஒரு சரளமான தாளக்கட்டு அமைந்து விடும்.

சாரு இந்த பின்நவீன நாவலில் ஒவ்வொரு அத்தியாயத்துக்கும் ஒரு மனப்போக்கை, கருவை, உணர்வுநிலையை வகுத்திருப்பார் என்பதால் வாக்கியங்களின் தாளக்கட்டும் அந்தந்த அத்தியாயத்துக்கு ஏற்ப மாறுவதைக் காணலாம். அதனாலே பல குரல்களில் ஒலிக்கிற பிரதியாக இது மாறி இருக்கும்.

வாக்கிய அமைப்பின் நுட்பங்கள்

தமிழ்ப் புனைவுகளில் மூன்று வகையான வாக்கிய அமைப்புகள் உண்டு:

அ) மிக நீளமான சிக்கலான வாக்கியங்கள் *(complex, compound sentences)*. பல்வேறு சிறு வாக்கியங்களைக் கோர்த்து உருவாக்கப்பட்டவை. கோணங்கி, ஆரம்பகால எஸ்.ராமகிருஷ்ணன், ஜெ.பி. சாணக்யா, லஷ்மி சரவணகுமார், பா. வெங்கடேசன் போன்றோரின் எழுத்துகள் இதற்கு உதாரணம். லத்தீன் அமெரிக்க, மொழியாக்க புனைவுகளின் தாக்கம் இந்நடை தமிழில் பிரபலமாக ஒரு காரணம். நீளமான வாக்கியங்கள் சில வினாடிகளாவது வாசகனின் தொடர்கவனத்தை கோருவன என்பதால் தொடர்ச்சியாக இத்தகைய வாசகங்கள் வரும்போது வாசகன் ஒன்று களைத்துப்போவான் அல்லது திறம்பட எழுதப்பட்டிருந்தால் அவன் அப்படியே மயங்கித் திளைப்பான். ஏனென்றால் வாசகனை நின்று யோசிக்க அனுமதிக்காத தொடர் குண்டு தாக்குதலைப் போன்றவை இவ்வாக்கியங்கள். மந்திர உச்சாடனம் போல இவை வாசகனுக்குள் ஒலிப்பதும் அவனை இவை கட்டிப் போடுவதற்கு ஒரு காரணம்.

ஆ) சிறிய வாக்கியங்கள். வாக்கியத்தின் பிரதான விசயத்தை உணர்த்த ஒரு பெயர்ச்சொல் அல்லது பெயர்ச்சொற் தொடர்

+ ஒரு வினைச்சொல்லோ வினைத்தொடரோ தான் இத்தகைய வாக்கியங்களின் சூத்திரம். பொதுவாக ஒரு பத்தியில் தொடர்ச்சியாக சிறிய எளிய வாக்கியங்கள் வரும்போது கதைசொல்லியின் குரலுக்கு ஒரு மென்மையான, அடங்கலான தொனி கிடைக்கும். கதைசொல்லி ஒரு பணிவான, அச்சம்மிக்க நபராகவும் நமக்குத் தெரிவார். நகைமுரணை உணர்த்த இது ஒரு நல்ல உத்தி. அசோகமித்திரன் இதன் வித்தகர். மினிமலிஸ்டிக்காக சுருக்கமாக எழுதுவோருக்கும் இந்தச் சொற்றொடர் உதவும். இதில் எளிமை கருதியும் ஒரு உளவியல் தாக்கத்துக்காகவும் நீங்கள் சில வார்த்தைகளைத் திரும்பத் திரும்பப் பயன்படுத்தலாம். ஆரம்ப நிலை வாசகர்களையும் ஈர்க்கிற நடையாக உங்கள் நடை மாறும். தமிழில் அசோகமித்திரன் மிகத்தீவிரமான ஒரு மனநிலை, சமூகச்சிக்கல், வேடிக்கையான சம்பவம், அபத்தம் என எதையும் தன் சிறிய வாக்கியங்களால் உணர்த்தி விடும் திறன் படைத்தவர். எந்த இடத்தில் எந்த அளவுக்குத் தகவல்களைத் தெரிவிக்க வேண்டும் என அறிந்திருப்பதே இப்படி திறம்படி எழுத முதல் தேவை.

சுஜாதா, ஓரளவுக்கு ஆதவன், இமையம் போன்றோரை இதற்கு உதாரணம் காட்டலாம் என்றாலும் அசோகமித்திரனும் அவரை ஒட்டி எழுதிய தமிழ் மினிமலிஸ்டுகளும்தான் சிறிய வாக்கியங்களாலான நடையின் முகம்.

இ) நடுவாந்தரமான நீளமுள்ள வாக்கியங்கள். பெரும்பாலான தமிழ் எழுத்தாளர்களை இந்தப் பட்டியலில் அடைக்கலாம். ஒரு பத்தியில் நீளமான, நடுவாந்திர நீளமுள்ள, குறைநீளம் கொண்ட பலவகை வாக்கியங்கள் இருக்கவேண்டும் என்பது மரபு. இதன்படி எழுதும்போது உணர்ச்சி விவரணைக்கு, காட்சி விவரணைக்கு, செயல் விவரணைக்கு என ஒவ்வொரு விதமான வாக்கியத்தை நாம் பயன்படுத்தமுடியும். கறாரான நேரடியான சித்தரிப்புக்குப் பிறகு அப்படியே தாவிச் சென்று உள்விசாரத்துக்கும் மனவோட்டத்துக்கும் சென்று அங்கிருந்து ஒரு கவித்துவமான உருவகங்களால் ஆன விவரணைக்குச் சென்று முத்தாய்ப்பாக ஒரு பத்தியை முடிக்க முடியும். மேலும் நமது மனத்தில் எண்ணங்கள் சில விசயங்களில் குறைவாகவும் சில விசயங்களில் கூடுதலாகவும் உறையும் இயல்புண்டு. அதையும் இந்த வகையானக் கலவை நீள வாக்கியங்கள் பிரதிபலிக்கின்றன. இந்தக் காரணங்களே சராசரி

நீளமுள்ள வாக்கியங்களை எழுதுவதைப் பிரசித்தமாக்கி உள்ளது.

நாம் இப்போது ஒரு பத்திக்குள் பெரும்பாலும் சிறிய வாக்கியங்களை பயன்படுத்தி எழுதும் போதான ஒரு முக்கியமான உத்தியைப் பற்றிப் பேசப் போகிறோம் - மீளக்கூறுதல்.

ஆங்கிலத்தில் ரேமண்ட் கார்வர், ஜேக் கெரோவொக், ஹெமிங்வே போன்ற மினிமலிஸ்டுகள் பெரும்பாலும் சிறிய, எளிமையான, கவித்துவ, அறிவார்ந்த பாவனையற்ற வாக்கியங்களையே பயன்படுத்தினர். டேவிட் லாட்ஜ் தனது *The Art of Fiction* எனும் எழுதும் கலை பற்றிய நூலில் ஹெமிங்வேயின் நடையைப் பற்றிப் பேசும்போது அவர் இவ்வாறு எழுதி ஒரு முற்றிலும் புதிய பாணியை ஆங்கிலத்தில் கொணர்ந்தார் என்கிறார். குறிப்பாக இணைப்பு வாக்கியங்கள் எனப்படும் *compound sentences*ஐ அவர் பயன்படுத்திய விதம் முக்கியமானது. அவரது *In Another Country* எனும் 1927இல் வெளியான நாவலில் இருந்து ஒரு பத்தியை எடுத்துக்காட்டி அதில் ஒரேவிதமான வாக்கியங்களைக் கொண்டு அனேகமாக ஒரே இடத்தின் பல்வேறு நிலைகளைத் திரும்பத் திரும்பக் கூறி நாவலின் பாத்திரங்கள் அனுபவிக்கும் மரணம் குறித்த தவிப்பை, அநிச்சயத்தின் நெருக்கடியை நுட்பமாக உணர்த்துகிறார் என லாட்ஜ் விவரிக்கிறார்:

“இலையுதிர் காலத்தில் அங்கு யுத்தம் எப்போதும் நடந்தது, ஆனால் அதற்கு மேல் நாங்கள் அங்கு செல்லவில்லை. மிலனில் இலையுதிர் காலத்தில் குளிராக இருந்தது, இருள் வெகுவிரைவில் இறங்கியது. அதன்பிறகு மின்விளக்குகள் எரிந்தன, தெருவில் ஜன்னல்களில் பார்த்தபடி நடப்பது இதமாகியது. கடைகளுக்கு வெளியே நிறைய இரைகள் இருந்தன, பனி ஓநாய்களின் மென்மயிரைப் போன்ற பொடியைத் தூவியது, அதன் வால்களைக் காற்று அசைத்தது. மான்கள் விரைத்து பருத்து வெற்றாகத் திரிந்தன, சிறு பறவைகள் காற்றில் பறக்கடிக்கப்பட்டன, காற்று அவற்றின் இறகுகளைத் திருப்பியது. அது ஒரு குளிரெடுத்த இலையுதிர் காலம், காற்று மலைகளில் இருந்து இறங்கி வந்தது.”

இந்தப் பத்தியில் “இலையுதிர் காலம்” மீள மீளக் குறிப்பிடப்படுகிறது, வெவ்வேறு சூழல்களில், சந்தர்ப்பங்களில் என்றாலும் அனேகமாக ஒரே பொருளில்தான். இலையுதிர் காலமானது மேற்கத்திய இலக்கியத்தில் இழப்பின், மரணத்தின்,

பொருளின்மையின் உருவகம். இங்குப் போர்ப் பின்னணியில் அதற்குக் கூடுதலான ஒரு அழுத்தம் ஏற்படுகிறது. முதலாம் உலகப்போரில் அமெரிக்காவுக்காக இத்தாலியில் தங்கியிருந்து சண்டையிட்டு காயம்பட்ட போர் வீரர்களின் தரப்பைப் பேசும் நாவல் இது என்பதால் இலைகள் உதிர்ந்த, மங்கிய ஒளி கொண்ட, பனி பொழியும் சீதோஷ்ண நிலை அவர்களுடைய மனமுடைந்த, அவநம்பிக்கையான மனப்போக்கைக் காட்டுகிறது. அதற்கு வெறுமனே சூழலை விவரிக்காமல் அச்சொல்லைத் திரும்பத் திரும்பப் பயன்படுத்துவதன் மூலம் ஹெமிங்வே அதன் பயங்கரத்தை அதிகப்படுத்திக்கொண்டே சொல்கிறார். அதே போலத்தான் இரைகள், வேட்டையாடுதல் குறித்த உருவக சித்திரம் - பனியை அவர் ஓநாய்களாகவும், அப்பகுதியின் மான்களை (அல்லது மான்களாகிய மனப்பிரமைகளை) அதே இயற்கையின் பகுதியாகவும் காட்டுகிறார். இங்கு மான்கள் காயம்பட்ட வீரர்கள் என சொல்லித் தெரிய வேண்டியதில்லை. அதை ஹெமிங்வே வலியுறுத்துவதும் இல்லை. உருவக விவரணை மூலம் குறிப்புணர்த்தி விடுகிறார். கருணையற்ற இயற்கையின் முன் திக்கற்று நிற்கும் இரைகளின் கதையே மனிதனின் கதை என்கிறார். அதே போல இந்தப் பத்தியில் போர் ஒரே ஒரு முறையே வருகிறது என்பதைக் கவனியுங்கள். ஆனால் இயற்கை குறித்த இருண்மையான சித்திரம் போரின் எதிரொலியைக் கொண்டிருக்கிறது. "இலையுதிர் காலம்" ஒவ்வொரு முறை வரும் போது போர்க்களத்தில் உயிர் உதிர்ந்து கிடக்கும் பிணங்கள் நம் முன் தோன்றுகின்றன. "பனி", "காற்று", "இருள்" போன்ற சொற்களும் மரணத்தின் எதிரொலியைப் பெற்று அதிர்கின்றன. எவ்வளவு நுட்பமான, வலிமையான எழுத்து அல்லவா!

இதே உத்தியை நகைச்சுவைக்காகவும், பகடியாகவும் பயன்படுத்தலாம் என்று சொல்லும் லாட்ஜ் மார்ட்டின் ஆமிஸின் *Money: A Suicide Notebook* எனும் நாவலில் இருந்து ஒரு பத்தியை மேற்கோள் காட்டுகிறார்:

"புதிர் என்னவென்றால் செலினாவை என்னுடன் மேட்டர் பண்ண விரும்ப வைக்க ஒரே வழி அவளுடன் மேட்டர் பண்ண நான் விருப்பமற்றவனாவதே. இது ஒருபோதும் சொதப்புவதில்லை. இது அவளை எப்போதும் தூண்டுகிறது. ஒரே பிரச்சினை அவளுடன் மேட்டர் பண்ண நான் விரும்பாதபோது (இது

அடிக்கடி நடப்பதே), எனக்கு அவளுடன் மேட்டர் பண்ண வேண்டாம். இது எப்போது நிகழும்? நான் எப்போது அவளுடன் மேட்டர் பண்ண விரும்பாதிருப்பேன்? அவள் என்னுடன் மேட்டர் பண்ண விரும்பும்போது. அவளுக்கு என்னுடன் மேட்டர் பண்ண விருப்பமே இல்லாத போதே நான் அவளுடன் மேட்டர் பண்ண நான் விரும்புகிறேன். நான் அவளிடம் சத்தம் போட்டாலோ, அச்சுறுத்தினாலோ அவளுக்கு போதுமான பணம் கொடுத்தாலோ அவள் பெரும்பாலும் என்னுடன் மேட்டர் பண்ணுவாள்தான்."

திரும்பத் திரும்ப உடலுறவைப் பற்றியும் விருப்பம் பற்றியும் இருவருக்குமிடையே ஒத்திசைவு இல்லாமல் போகிற சந்தர்ப்பங்களின் அபத்தம் பற்றியும் ஆமிஸ் எவ்வளவு வேடிக்கையாகவும் வலியுடனும் எழுதுகிறார் பாருங்கள்! உடலுறவுச் சொல்லை (நான் அதன் பாமரத்தனமான தொனிக்காக "மேட்டர் பண்ணுவது" எனும் சொல்லாடலைத் தேர்ந்தேன்) அப்பாத்திரம் மீள மீள மாறுபட்ட சொற்களோ, இலக்கிய குறிப்புணர்த்தலோ, அலங்காரம் இன்றி நேரடியாகச் சொல்லும் போது அவனுடைய எளிமையான கபடமில்லாத மன அமைப்பும் நமக்குப் புரியவருகிறது. என்ன செய்வதென்றே தெரியவில்லை எனும் தவிப்பின் பகடி அதே அளவில் ஒரு முரட்டுத்தனமான குரூரத்தில், சுரண்டலில் போயும் முடிகிறது. கடைசி வரியில் அச்சொல்லின் பொருள் நுட்பமாக மாறுகிறது.

அசோகமித்திரனின் "ஆறாம் வகுப்பு" அவருடைய அதிகம் அறியப்படாத ஹைதராபாத் கதைகளில் ஒன்று. நுட்பமான எளிமையான அழகான கதை. கதைசொல்லி ஒரு சிறுவன். ஆறாம் வகுப்பில் ஒரு புதிய பள்ளிக்கூடத்தில் சேரும் அவன் கோபால் எனும் சிறுவனுடன் நட்பாகிறான். அவனுக்கு ஒரு பொம்மை அச்சு எந்திரத்தை விளம்பரத்தைப் பார்த்ததில் இருந்து அதை வாங்கும் ஆசை ஏற்படுகிறது. அதை பல இடங்களில் தேடியும் கிடைக்காமல் போக அதை வாங்க கோபால் உதவுகிறான். அதைக் கொண்டு இருவரும் கோபால் மற்றும் கதைசொல்லியின் பெயர்களுக்கு ஒரு அச்சுக்கோவையை செய்து கொள்கிறார்கள். வகுப்பில் தங்களை அடிக்கும் சமஸ்கிருத ஆசிரியருக்கும் அவர் பெயருக்கு ஒன்றை செய்து பரிசளிக்கிறார்கள். எனக்கு இப்படியெல்லாம் யாரும் பரிசளித்ததில்லை என அவர் நெகிழ்ந்து போகிறார். பின்னர் கோபால் அவனுடைய வீட்டுப் பிரச்சினையால் வீட்டைவிட்டு

ஓடிப் போகிறான். இந்த நிலையில்தான் கதையின் முடிவு வருகிறது - வழக்கமான கதைகளில் உள்ளதைப் போன்ற திருப்பம் இல்லை. ஆனால் அச்சு எந்திரம் பற்றிய ஒரு சிறு அழுத்தத்தைக் கொடுத்து கதைக்கு ஒரு புதிய அர்த்தத்தை ஆசிரியர் அளிக்கிறார்.

கீழ்வரும் பத்தியில் மாற்றத்தைக் குறிக்கும் சொற்கள் திரும்பத் திரும்ப வருவதைக் கவனியுங்கள். அச்சொற்களின் நிலையாமையுடன் அச்சு எந்திரத்தின் நிலைத்த தன்மையை ஆசிரியர் முரண்வைப்பதை கவனியுங்கள். அங்குதான் கதையின் கரு இருக்கிறது:

"போதிய மாணவர்கள் இல்லை என்ற காரணத்துக்காக அந்த ஆண்டோடு சம்ஸ்கிருதத்தை எங்கள் பள்ளியில் எடுத்து விட்டார்கள். சம்ஸ்கிருத வாத்தியாரை டிரில் வாத்தியாராக மாற்றினார்கள். 'ராம: ராமௌ ராமா:' என்று சொல்லிக் கொண்டிருந்தவர், ஒன் டூ ஒன் டூ என்று இரண்டாம் கிளாஸ், மூன்றாம் கிளாஸ் குழந்தைகளைக் கையைத் தூக்கி இறக்க வைத்தார். ஒருநாள் என்னைப் பார்த்து, "கோபால் எங்கே?" என்று கேட்டார்.

"அவன் அப்பாவுக்கு எங்கேயோ மாற்றல் ஆகிவிட்டதாம்," என்றேன்.

"நீ இப்போது என்ன படிக்கிறாய்?" என்று கேட்டார்

"தமிழிலே சேர்ந்திருக்கிறேன், சார்."

"அந்தத் தமிழ் வாத்தியார் ரொம்ப அடிப்பாரே?"

நான் அதற்கு பதில் சொல்லவில்லை.

"நீங்க கொடுத்த ரப்பர் ஸ்டாம்பு இன்னும் இருக்கிறது தெரியுமா?"

"அது பிரிண்டிங் செட், சார்."

"அது இன்னும் இருக்கிறது."

இரண்டு அச்சுக் கட்டைகளில் என்னிடம் தங்கிப் போனதில் கோபாலின் பெயர் கலைக்கப்படாமல் இருந்தது. அவனுக்கே தந்துவிட வேண்டும் என்றுதான் இருந்தேன். ஆனால் அவன் என்னிடம் கூடச் சொல்லிக் கொள்ளாமல் ஊரை விட்டுப் போய் விட்டானே."

(“அசோகமித்திரன் சிறுகதைகள் 2”, பக். 1274, கவிதா வெளியீடு)

இந்த இரு குழந்தைகளின் உலகங்களும் நிச்சயமின்மையால் ஆட்டுவிக்கப்படுகிறது. கதைசொல்லி தெலுங்கும் சமஸ்கிருதமும் புரியாமல் அந்த ஊரில் தத்தளிக்கிறான். கோபாலின் அப்பா அவனுடைய சித்தியை மணந்தபிறகு அவன் போதிய கவனம் இல்லாமல், அன்பு இல்லாமல் வீடிருந்தும் ஏதிலி ஆகிறான். அதனாலே திரும்பத் திரும்ப ஓடிப்போய் கண்டுபிடிக்கப்படுகிறான். இந்த அச்சு எந்திர பொம்மையைக்கொண்டு தம் பெயர்களை ஒரு காகிதத்தில் பொறித்து வைக்கையில் அவர்களுக்குக் கிடைக்கும் ஸ்திரத்தன்மை ஒப்பற்றது. சமஸ்கிருத ஆசிரியருக்குள்ளும் அவ்வாறு தன் பெயருக்கு ஓரிடம் கண்டுபிடிக்க ஏங்கும் குழந்தை உள்ளது. அதனாலே அவரும் தனக்கு அச்சுக்கட்டை தரப்பட்டதும் நெகிழ்ந்து போகிறார். இந்த விசயத்தை அசோகமித்திரன் நேரடியாக சொல்லாமல் நிலையாமையை உணர்த்தும் சொற்களை அடுக்கிக் கொண்டே வந்து அச்சுக்கோவையைப் பற்றி “இருக்கிறது, இன்னும் இருக்கிறது, தங்கிப்போனது, கலைக்கப்படாமல் இருந்தது” என்று திரும்பத் திரும்பக் கூறி நுட்பமாக உணர்த்தி விடுகிறார்.

ஒலிப்படிமம்

ஒரு பத்திக்குள் நடையழகுக்கு அதன் இசைத்தன்மையும் ஒரு காரணம். சிலரது எழுத்தைப் படிக்கையில் அவ்வளவு லகுவாக, காதுக்கு இனிமையாக ஒலிக்கும். கூடவே எழுத்து சொல்லும் கருத்து, கிளர்த்தும் உணர்வுகளுக்கு அந்த இழையொழுங்கு பொருத்தமாக இருப்பதால் அதன் பொருளையும், உணர்வுகளையும் மீறி ஒரு தொனியை, தோற்றத்தைத் தரும் ஒலிப்படிமமாக அவர்களுடைய நடை இருப்பதைப் பார்க்க இயலும். ("நவீனத்துவத்திற்குப் பின் கவிதை: தேவதேவனை முன்வைத்து" நூலில் ஜெயமோகன் கவிதையின் ஒலிப்படிமம் பற்றிப் பேசுவதை நாம் அப்படியே புனைவெழுத்து நடைக்கும் வைத்துக்கொள்ளலாம்.) தமிழில் வெகு அழகான ஒலிப்படிமம் கொண்ட நடை சாருவுடையது. நான் அவரது நடையை அணுக்கமாக வாசித்து சில விசயங்களை அவதானித்தேன். தன்னையே அறியாமல் சாரு அவ்வளவு இசையொழுங்கு கொண்ட நடையை உருவாக்கிக்கொண்டுள்ளார். அவர் பேசுவதிலும் அந்த இசைத்தன்மை இருக்கும். முக்கியமாக இது அவர் சொல்ல வருகிற விசயங்களுடன் நல்ல லயம் கொண்டிருக்கும். நான் இது குறித்து ஆர்வம் கொண்டு நடையியல் சார்ந்து ஆங்கிலத்தில் மேலும் வாசிக்கத் தொடங்கினேன். நடையியலாளர்கள் ஒரு காட்சியில் வரும் செயலுக்கு ஒரு வரைபடம் உண்டு என்கிறார்கள். அதாவது ஒருவர் ஓரிடத்தில் இருந்து மற்றோரிடத்துக்குச் செல்கிறார். ஒரு செயலில் ஈடுபட்டு அதை முடிக்கிறார், அல்லது வேறொரு செயலுக்குத் தாவுகிறார். இதை அப்படியே நாம் வரைபடமாக்கினால் அதற்கு ஒரு ஏற்ற

இறக்கக் கோட்டுரு தோன்றும். ஒரு வாசிக்கத்தக்க பத்தியில் இந்த ஏற்ற இறக்கம் அதன் ஓசை லயத்துடன் பொருந்தி வரும். இதைக் கொண்டு ஒரு செயலைப் பற்றி படிக்கும் ஒருவரது உபமனதுக்கு ஒரு ஒலிப்படிமத்தைத் தோற்றுவிக்கவும், மனதளவில் அதனுடன் ஒன்றவும் வைக்க இயலும். பின்னர் இந்த வர்ணனையை ஒருவர் நினைவுகூர்கையில் உடனடியாக அதன் ஒலிப்படிமமே அவர் உள்ளுணர்வுக்குக் கேட்கும். அதுவே அவர்களை ஒருவரது நடையை அணுக்கமாக உணர வைக்கும். ஆக நல்ல எழுத்து என்பது கண்களுக்கானது மட்டுமல்ல காதுகளுக்கானதுமே. *(காக்னிட்டிவ் லிங்குவிஸ்டிக்ஸ் எனும் நடையியல் கிளை இதைப் பற்றி ஆய்வு செய்கிறது.)*

நான் சாருவுடன் நிற்காமல் தமிழின் சிறந்த நடையாளர்களின் எழுத்தின் ஒலி லயம் பற்றி ஆய்வு செய்து ஒரு கட்டுரை எழுதினேன். கூடவே என்னுடைய புனைவு நடையிலும் முயன்று பார்த்தேன். சின்னச்சின்ன மாற்றங்களை எடிட்டிங்கின்போது செயல்படுத்தினால் அது ஓசையொழுங்கை குறிப்பிடத்தக்க வகையில் செறிவுபடுத்துவதைக் 'கேட்டேன்'. நடையியலாளர்கள் சொல்வதைப் போல நாம் நமது புனைவெழுத்தைத் திருத்தும் போது அதைச் சத்தமாகப் படித்துப் பார்ப்பது ஒட்டுமொத்த கதையமைப்பின் ஒலிப்படிமத்தைச் செதுக்கி வடிவமைக்க உதவும்.

என்னுடைய "ஒரு முடிவற்ற துப்பறியும் கதை" நாவலில் நான் இவ்வாறு திருத்தங்களை மேற்கொள்ளும் நீண்ட வாக்கியங்களில் தோன்றும் ஒரு பத்தி குறுகின வாக்கியங்களுடன் முடிந்தால் அதன் இசைத்தன்மை எப்படி மாறுகிறது எனப் பரிசோதித்துப் பார்த்தேன். அப்போது தோன்றும் ஒலிப்படிமம் ஒரு செயல் ஒரு மலராக விரிந்து பின் மொட்டாக சுருங்குவதைப் போல தோற்றத்தைக் கொடுப்பதை உணர்ந்தேன்.

மூலப் பத்தி: "நான் தாராவின் கோப்பில் இருந்து அவள் வெட்டப்பட்டு கிடந்ததை பல கோணங்களில் எடுத்த புகைப்படங்களை எடுத்து மாலாவின் படத்துடன் ஒப்பிட்டேன். உயரத்தில், நிறத்தில், உடலமைப்பில் தாராவுடன் நிறைய ஒற்றுமைகள். காணாமல் போன அன்று மாலா அணிந்திருந்த ஆடையும் ஆச்சரியமான வகையில் தாராவுடைய ஆடைக்கு ஒத்திருந்தது. மாலாவின் ரத்த வகைமையைப் பற்றிக் கேட்டால் அதுவும் தாராவுடையதே. மாலா இதற்கு முன் எடுத்த எக்ஸ்ரே,

ஸ்கேன் நகல்கள் இருந்தால் எங்களிடம் ஒப்படைக்கும்படி கேட்டேன். அவர்கள் தலையசைத்தார்கள்.”

திருத்தப்பட்ட பத்தி வடிவம் 1:

“நான் தாராவின் கோப்பில் இருந்து அவள் வெட்டப்பட்டு கிடந்ததைப் பல கோணங்களில் எடுத்த புகைப்படங்களை எடுத்து மாலாவின் படத்துடன் ஒப்பிட்டேன். உயரத்தில், நிறத்தில், உடலமைப்பில் தாராவுடன் நிறைய ஒற்றுமைகள். காணாமல் போன அன்று மாலா அணிந்திருந்த ஆடையும் ஆச்சரியமான வகையில் தாராவுடைய ஆடைக்கு ஒத்திருந்தது. மாலாவின் ரத்த வகைமையைப் பற்றி கேட்டால் அதுவும் தாராவுடையதே. மாலா இதற்குமுன் எடுத்த எக்ஸ்ரே, ஸ்கேன் நகல்கள் தேவைப்பட்டன. அவற்றைக் கொடுக்கும்படி கேட்டேன். தலையசைத்தார்கள்.”

அதுவே இப்பத்தியை நான் ஒரே வாக்கியமாக மாற்றும் பட்சத்தில் அது அவசரகதியில் நடக்கும் ஒரே நீள்செயல் எனும் தோற்றத்தைக் கொடுப்பதுடன், நடையின் வேகத்தையும் துரிதப்படுத்தும்.

திருத்தப்பட்ட பத்தி வடிவம் 2:

“தாரா வெட்டப்பட்டு கிடந்ததைப் பல கோணங்களில் காட்டும் புகைப்படங்களை கோப்பில் இருந்து எடுத்து மாலாவின் படத்துடன் நான் ஒப்பிட்டபோது இருவருக்கும் உயரம், நிறம், உடலமைப்பில் நிறைய ஒற்றுமைகள் இருந்ததையும், மாலா அணிந்திருந்த ஆடையும் ஆச்சரியமான வகையில் தாராவுடைய ஆடையுடன் ஒத்திருந்ததைக் கண்டு அவளுடைய ரத்த வகைமையைப் பற்றி விசாரித்து அதுவும் தாராவுடையதே என்று புரிந்து அதிர்ச்சியாகி அவள் இதற்கு முன் எடுத்த எக்ஸ்ரே, ஸ்கேன் நகல்களை உடனடியாகக் கேட்டேன்.”

ஆனால் எனக்கு இந்த ‘துரிதம்’ தேவைப்படவில்லை என்பதால் நான் இதைப் பயன்படுத்தவில்லை.

இந்தப் பத்தியை மேலும் இப்படித் திருத்திக்கொண்டே செல்ல முடியும். ஒரு பத்தியைத் திருத்துவது ஒரு இசைக்கலைஞர் தன் தந்திக் கருவியை மீட்டி மீட்டி ஒரே அதிர்வெண்களில் ஒலியலைகள் வெளியாகும்படி ‘டியூன்’ செய்வதைப் போன்றது. இதற்கு முடிவே இல்லை என்றாலும் ஏதோ இடத்தில் நிறுத்துவது தான் நல்லது.

உவமை – உருவகம் – குறியீடு

ஒன்றை மற்றொன்றுடன் ஒப்பிடும்போது ஏற்படும் அர்த்தங்களின் இடைவெளியே அணிகளின் *(figure of speech)* கொடை. அதனாலே ஒன்றை நேரடியாகச் சொல்வதைவிட அணிகளைப் பயன்படுத்திச் சொல்லும்போது வாசகருக்கு 'என்ன சொல்லப்படுகிறது?' எனும் கேள்வி தோன்றி 'இதுதானோ?' எனும் இனிய குழப்பம் வருகிறது. இதை நீங்கள் வாண வேடிக்கையுடன் ஒப்பிடலாம். வாண வேடிக்கை அல்ல அது எப்படித் தோன்றுகிறது, என்னவாகிறது எனும் ஆச்சரியமும் அதன் முழுமையின்மையின் இடைவெளியும்தான். எழுத்திலும் அந்த நுண்வினாடியில்தான் ஒரு உரு பயன்பாடு அழகாகிறது. எந்தளவுக்கு இந்தக் குழப்பம் தள்ளிப் போகிறதோ அந்தளவுக்கு வாசகரால் ஒரு திகைப்பில் இருக்கமுடிகிறது.

செக்கச்சிவந்த குருதிக் களம் போன்ற வானம் - இது உவமை.

செக்கச்சிவந்த குருதிக்கள வானம் - இது உருவகம்

செக்கச்சிவந்த குருதிக்களத்தை அண்ணாந்து பார்த்தபடி அவன் நடந்தான். சொட்டுச்சொட்டாய் வெள்ளிமணிகள் விழுந்தன. - இது குறியீடு.

ஒரு நீண்ட கதைக்குள், நாவலுக்குள் ஒன்று அல்லது ஒன்றுக்கு மேற்பட்ட குறியீடுகளை - கதையின் தேவை கருதி - பயன்படுத்த

இயலும். அது கதைக்கு ஒரு தனி அழகை, ஒரு புது வெளிச்சத்தை, அடர்த்தியை, ஒரு உப-பிரதியை அளிக்கும்.

ஒரு அணியின் நோக்கம் ஒரு அர்த்தத்தை வெளிப்படுத்துவது அல்ல. அதை நீங்கள் நேரடியாகவே சொல்லலாமே. மாறாக ஒரு உருவகத்தையோ குறியீட்டை நீங்கள் கதையில் நேரடியாக சொல்லாத ஒன்றை, உபரியான ஒரு மறைபொருளைச் சொல்வதற்கு பயன்படுத்துவதே சிறப்பு. சயந்தனின் "ஆறாவடு" நாவலில் புலம்பெயர்ந்த நாயகனின் ஊனம் அவன் தன் இருப்பில் முழுமையற்று இருப்பதன் உருவகம். இவ்விசயத்தை நாவலில் சயந்தன் நேரடியாக விவாதிப்பதில்லை என்பதாலே அது ஒரு உப-பிரதியாகி மீள்வாசிக்கையிலோ சிந்திக்கையிலோ கூடுதலான அர்த்தம் பெறுகிறது.

ஒரு கதையில் வரும் மாந்தர் ஒரு கூர்மையான கத்தியை அடிக்கடி எடுத்துப் பார்க்கிறார். அதை பலவிதங்களில் எழுத்தாளர் வர்ணிக்கிறார். அதற்கு கதைக்குள் இன்ன பொருள்தான் எனத் தீர்மானித்து அது வாசகருக்கு நன்கு புரியும்படி சொல்ல வேண்டியவில்லை. மாறாக அதைச் சற்று பூடகமாக விட்டுவிடுவதே உருவகத்துக்கோ குறியீட்டுக்கோ அழகு.

ஒரு கதையை நீங்கள் ஒரு நிலைக்கண்ணாடி எனப் பாருங்கள். நிலைக்கண்ணாடி முன் நீங்கள் நிற்கையில் அது உங்கள் பிம்பத்தைத் தெளிவாகவும் பின்னணியில் வேறு சில பிம்பங்களைப் புகைமூட்டமாகவும் காட்டுகிறது.

குறியீட்டு மொழி

கேள்வி: வணக்கம் அபிலாஷ்,

நேற்று உங்கள் தொல்படிமங்கள் பற்றிய உரை சில திறப்புகளை தந்தது.

எல்லா கலைகளுக்கும் குறியீட்டு மொழி இருக்கிறதென ஜெ.மோ. சொல்கிறார். குறியீட்டு மொழியென ஜெ குறிப்பதை எவ்வாறு புரிந்துகொள்வது?

அன்புடன்,
உங்கள் மாணவர்

வணக்கம் நண்பரே,

குறியீட்டு மொழியென ஜெயமோகன் குறிப்பிடுவது தொல்படிமம் என அவர் வகைப்படுத்தும் மதம் சார்ந்த தொல்மொழியைத் தான். தமிழில் முற்போக்கு படைப்பாளர்களும் சரி நவீன படைப்பாளர்களும் சரி இந்து மதத்தின் பண்பாட்டுக் கூறுகளை போதுமான அளவுக்குப் படைப்பு மொழிக்குள் பரிசீலிக்கவில்லை, இப்பண்பாட்டுப் பொக்கிஷத்தைக் கற்பனையில் கையாண்டு சமூகக் கூட்டு மனத்தின் ஆழத்தினுள் பயணிக்கவில்லை என அவருக்கு நிறைய வருத்தமுள்ளது. தொண்ணூறுகள் வரையிலான நவீனத்துவ காலத்தை எடுத்துக்கொண்டால் லா.ச.ரா, மௌனி,

நகுலன் போன்றவர்கள் தொல்பண்பாட்டுக் கூறுகளை உருவக ரீதியில் எதிர்கொண்டிருக்கிறார்கள்தாம். ஆனால் ஜெயமோகன் ஒருவேளை அவர்களை இந்திய மரபின் ஒரு மிகச்சிறு கூறான பிராமணியக் கிளை என்று கருதலாம். நாட்டார் வழக்காற்றியல் சார்ந்து அவர் மண்ணின் தெய்வங்களை வைதீக மரபுடன் இணைக்கவும், அதன் பொருட்டு வைதீக பக்தி மரபின் தொன்மங்களையும் இதிகாசங்களையும் மீளெழுத அவர் தொடர்ந்து முயன்று வருகிறார். அதற்காகவே அவர் "விஷ்ணுபுரம்", "வெண்முரசு" ஆகிய நாவல்களை எழுத முயன்றார் என்றும், அதே பெரும் திட்டத்தின் உபபகுதியாகவே தமிழ் அடையாளத்தின் முக்கிய முகமான சிலப்பதிகாரத்தை நாட்டாரியல் தெய்வமாக மறுவரை செய்யும் "கொற்றவை" நாவலையும் எழுதினார் என நினைக்கிறேன். இது இந்தியப் பரப்பின் மத மார்க்கங்களின் மொத்த சாரத்தையும் பிரதிநுத்துவப்படுத்தும் பிரம்மாண்ட நாவல் கட்டமைப்பை உருவாக்குவதற்கான ஜெயமோகனின் கனவுத்திட்டம். இதை அவர் இவ்வாறு பிரகடனப்படுத்தவில்லை என்றாலும் நான் இவ்வாறே அர்த்தப்படுத்துகிறேன். இதன் நீட்சியாகத்தான் அவர் மதசார்பற்ற - அதாவது இந்து மத விலகல் கொண்ட - இலக்கியங்கள் நம் மொழியின், பண்பாட்டின் ஆன்மாவைத் தொட இயலாது எனக் கோரி விமர்சிக்கிறார். அவ்வகை எழுத்துக்களுக்கு மாற்றாக அவர் நேரடியாக நம் ஆன்மீக மரபை மீளுருவாக்கம் செய்யும் கதைகளை எழுதும்படி சகபடைப்பாளிகளுக்கு அறைகூவல் விடுக்கிறார், அதற்காக கார்ல் யுங்கின் கூட்டு மனம், தொல்படிமம் ஆகிய உளவியல் கருத்தாக்கங்களைப் பயன்படுத்தி இதை ஒரு அறிவார்ந்த, விமர்சனப் பூர்வமான பிரச்சினையாகக் கட்டமைக்கிறார். நான் இதை ஒரு அரசியல் கதையாடலாகவே பார்க்கிறேன். கார்ல் யுங்கின் தொல்படிமக் கருத்தாக்கமே சற்று நெருடலானது தான். இதிலுள்ள சாராம்சவாதம் ஏற்கத்தகாதது என நான் ஒரு தனிக் கட்டுரையில் பேசியிருக்கிறேன். ஒரு சமூகத்துக்குக் கூட்டு மனம், கூட்டு நனவிலி, தொல்படிமங்களின் பண்பாடு இருக்கமுடியாது என்பது என் பார்வை. அதே நேரத்தில் நமது பக்திப் பண்பாட்டை, மெய்யியல் மரபை, தொல்படிமங்களை நாம் கதைக்குள் ஒரு உணர்ச்சிகரமான ஒன்றுதலை ஏற்படுத்தும், ஆழமான சிந்தனைகளைக் கிளர்த்தும், நாடகீய அக மோதல்களை வாசக மனதில் உருவக ரீதியாகத் தட்டியெழுப்பும் நோக்கில்

பயன்படுத்தமுடியும். உதாரணத்திற்கு, நகுலன் தன் கதைகளில், நாவலில் போகிற போக்கில் சித்தர்களை, கம்பனை, வள்ளுவரை மேற்கோள் காட்டி கடந்து செல்கையில் நம் மனதில் பெரும் அதிர்வுகள் ஏற்படுகின்றன. இமையம் தன் “எங் கதெ” நாவலின் இறுதியிலும் இவ்வாறே மையப்பாத்திரத்தின் அரற்றலுக்காகச் சித்தர்களின் வரிகளைத் தொட்டெழுப்புகிறார். அதிலும் முரணான கருத்துகள் எழுந்துவருகின்றன. அதனாலே இவ்வரிகளுக்குப் புது பொருளும், தீர்க்க இயலாத சிக்கல்களும் உண்டாகின்றன. இவ்வாறு நாம் நம் பண்பாட்டின் குறியீட்டு மொழியை மறு உருவாக்கம் செய்ய முயல வேண்டும், அதனுடன் இன்று நாம் கொள்ளும் பல முரண்களை, எதிர்வுகளை சித்தரிக்க வேண்டும், நகைமுரணைக் காட்டவேண்டும், மெய்யியல் பரிமாணத்தை கதையின் தேவைக்கேற்ப விவாதிக்கப் பயன்படுத்த வேண்டும், அப்போது “குறியீட்டு மொழி” நடப்புலகுடன் பொருந்தி உயிர்பெற்று வரும். அல்லாவிடில் அது மீட்புவாத குறியீட்டு மொழியாகி, பிரச்சார அரசியலுக்கான கருவியாகிவிடும். அதை நான் ஏற்கவில்லை.

நான் மேலே விளக்கி உள்ளவாறுதான் குறியீட்டு மொழி என்பதை மேற்கத்திய மரபில் தொன்ம விமர்சனப் பள்ளி கருதுகிறது. நானும் இதையே ஏற்கிறேன். அதாவது இலக்கியத்துக்கும், பண்பாட்டுக்கும் வெளியே இந்தக் “குறியீட்டு மொழிக்கு” பெரும் மானுட சாராம்சவாத முக்கியத்துவம் இல்லை.

கதைமொழி

வணக்கம் அபிலாஷ்,

ஒரு சந்தேகம், எழுத்தாளன் மொழியின் மூலமாகப் புனைகிறான், நாவல்/கவிதை/சிறுகதை அவனது mode, மொழி அவனது medium என்றால், தமிழ் இலக்கணம் மற்றும் vocabulary கைகூட, எவ்விதப் பயிற்சிகளை மேற்கொள்ளலாம் ?

மேலும் இதன்மூலம் எழுத்தில் 'தன்' பாணியைக் கண்டடைவது எப்படி?

நன்றி,
சந்தோஷ்

வணக்கம் சந்தோஷ்,

முதலில், நம் கதை மொழியை வலுப்படுத்த சிறந்த வழி எழுவதுதான். இலக்கணத்தின் அடிப்படைகள் தெரிந்திருந்தால் உங்கள் வாக்கியங்களில் ஓர் ஒழுங்கு, சீர்மை வரும். இன்னொரு பக்கம் நீங்கள் படிக்கும் புதுச்சொற்களை ஒரு நாட்குறிப்பில் எழுதி வைத்துக்கொண்டே வரலாம். அடிக்கடி அவற்றை எடுத்துப் பார்த்தால் சொற்கள் மனதுக்குள் பதியும். அதன் பிறகு உங்களுக்கு தேவைப்படும்போது பயன்படுத்தலாம். பயன்படுத்தப் பயன்படுத்ததான் சொல்வளம் பெருகும், மனப்பாடம் பண்ணி

அல்ல. வாசித்து வாசித்துக் கூட உங்கள் சொல்வளத்தை அடைய இயலாது, வாசித்ததை வெளிப்படுத்த முயலவேண்டும்.

அதே நேரம் இலக்கணத்தைக் கற்று, சொல்வளத்தைப் பெருக்கிய பின்னரே எழுதுவேன் என முரண்டு பிடிக்கக்கூடாது.

சொல்வளத்தை எடுத்துக்கொண்டால் அசோகமித்திரன் மிகக்குறைவான சொற்களையே பயன்படுத்தி பல அற்புதமான கதைகளை எழுதினார். நாவலின் அடிப்படையாக உள்ள உருவகங்களைத் தவிர அவரிடம் நீங்கள் கவித்துவத்தைப் பார்க்கவே முடியாது. பா. ராகவனும் திரும்பத் திரும்ப ஒரே வகையான சொற்களையே பயன்படுத்துகிறவர். அதனால் அவரது நாவல்கள் அலுப்பூட்டுவதோ சோர்வடைய வைப்பதோ இல்லை. அது மட்டுமல்ல, அவர் காட்சிபூர்வமாகவோ, நிறைய உவமைகளைப் பயன்படுத்தி அலுங்க குலுங்க கொலுசொலி கிணுங்க எழுதுவதில்லை. அபுனைவுக்கான நடையையே புனைவுக்கும் பயன்படுத்துகிறார். இன்னொரு பக்கம் மிகவும் கவித்துவமான நடையில் எழுதுகிறவர்களும் உண்டு. முழுக்க முழுக்க அரூப நடை கொண்டவர்கள், வட்டார வழக்கில் மட்டுமே எழுதுகிறவர்கள் எனப் பலவகையான எழுத்தாளர்கள் வெற்றி பெற்றிருக்கிறார்கள்.

எழுத்து என்பது ஒரு கருவி. எப்படிக் கதையெழுத ஒரு கேமிங் லேப்டாப் தேவையில்லையோ, சமையலுக்கு வாள் தேவையில்லையோ அவ்வாறே ஒவ்வொரு கதை உலகுக்கும் அதற்கு உகந்த சொல்வளமே போதும். ஒவ்வொரு படைப்பாளிக்கும் அவருடைய ஆளுமைக்கு உகந்த மொழி வளம் போதும். எந்தளவுக்கு அது இருக்க வேண்டும், எப்படி இருக்க வேண்டும் என்பதே அவரே தீர்மானிக்க வேண்டும்.

மொழி அல்ல, அதை வைத்து நாம் என்ன செய்கிறோம் என்பதே முக்கியம்.

எழுத்தில் சொந்தப் பாணியைக் கண்டடைய முதலில் நாம் நமக்கு இயல்பாகவே உள்ள ஆளுமையை, நாம் நடப்புலகில் சிந்திக்கும், உணரும், வெளிப்படுத்தும் பாணியை அப்படியே எழுத்திலும் கொண்டு வர வேண்டும். அதுவே உங்கள் ‘எழுத்தாள ஆளுமை’.

அடுத்து, நமது எழுத்தாள ஆளுமையை நமது விருப்பப்படி,

நமது தேர்வுகளின்படி நீங்கள் மேம்படுத்திக்கொண்டே வர வேண்டும். வாசிப்பு துவங்கி நடனம், விளையாட்டு, ஆய்வுகள், பயணம், சமூக உறவாடல், சமூக செயல்பாடுகள் என எந்த வகையிலும் நீங்கள் இதைச் செய்யலாம். நீங்கள் எந்தளவுக்கு 'பெரிய உலகில் இருக்கிறீர்களோ' அந்தளவுக்கு உங்கள் ஆளுமை பெரிதாகும். எந்தளவுக்கு உட்சுருங்குகிறீர்களோ அந்தளவுக்கு எழுத்தாளுமையையும் உட்சுருங்கும். அதே நேரம் உட்சுருங்கிய ஒருவர் தன் தேடல் வழியாக உளவியல், தத்துவ, இறையியல் தளத்தில் தன்னைக் கண்டடைய முடியும். ஆங்கிலத்தில் எமிலி டிக்கின்ஸன், இங்கு நகுலன் போன்றோர் இதற்குச் சிறந்த உதாரணம்.

ஒரு பட்டாம்பூச்சியைப் போல நாம் இறகுகளை விரிப்பதே முக்கியம். அப்படி விரிப்பதே ஒரு மொழிதான்.

நாவலின் நான்கு நிலைகள்

நடையியல் *(stylistics)* என்றொரு துறை உள்ளது. இது உருவவியல் (படைப்பை மொழியுருவமாகக் கொண்டு அதன் நோக்கம், இயல்புகளை ஆராயும் கோட்பாடு), அமைப்பியல், மொழியியல், உளவியல், புலப்பாட்டு மொழியல் ஆகிய துறைகளில் இருந்து தோன்றி, ஒரு படைப்பின் நடை எப்படி அப்படைப்பு வாசகர்களின் மனத்தில் வலுவான தாக்கம் செலுத்துகிறது, அதன் மொழியியல், தொடரியல், உளவியல் நுட்பங்கள் என்னவென அலசுகிற ஒரு கோட்பாடாகும். ஜெரமி ஸ்காட் ஒரு நடையியல்வாதி. அவருடைய ஒரு முக்கியமான நூல் *"Creative Writing and Stylistics"*. இதன் முதல் அத்தியாயம் "மொழியின் ஊடாக நோக்குதல்". இதில் அவர் படைப்பிலக்கியச் செயல்பாட்டை இப்படி விளக்குகிறார் - "ஒரு படைப்பிலக்கியவாதி ஒரு உலகை சிருஷ்டிக்கிறார். இதை அவர் மொழியின் ஊடாக வெளிப்படுத்த முயல்கிறார்; வாசகர் அம்மொழியை வாசித்து தனக்கென ஒரு உலகை அதற்கு எதிர்வினையாகப் படைக்கிறார் (அல்லது கற்பனை செய்கிறார்). (...) இந்த இரு உலகங்களும் ஒன்றாக இருப்பதற்கான வாய்ப்பு மிகவும் குறைவு; இந்த செயலாக்கத்தின் அழகு மற்றும் மர்மத்தின் ஒரு பகுதியே இதுதான். (...) இவ்வாறு படைக்கப்படும் உலகங்கள் வாசகருக்கு வாசகர் மாறுபடும், அவற்றைக் கட்டியெழுப்பப் பயன்பட்ட மொழியானது ஒன்று

தான் என்றாலும். (...) வாசிப்பானது, தவிர்க்க இயலாது, ஒரு மீள்படைப்பு செயலுமாகிறது."

வாசகர் எதிர்வினைக் கோட்பாடு என ஒன்று உள்ளது. இது முழுக்க முழுக்க வாசகரின் கற்பனையிலும் அர்த்தங்களை சிருஷ்டிங்கும் பாங்கிலுமே ஒரு படைப்பு அதன் நிறைவை அடைகிறது என நிறுவ முயல்கிற ஒரு விமர்சனக் கோட்பாடாகும். மேற்சொன்ன கருத்தானது உங்களுக்கு இந்தக் கோட்பாட்டை நினைவுபடுத்தலாம். ஆனால் அதை விட முக்கியமாக இக்கருத்து வேறொன்றைச் சொல்லுகிறது. இது படைப்பிலக்கியவாதிகளுக்கு முக்கியம் - ஒரு படைப்பாளி ஒரு நாவலை / கதையை எழுதும் போது சில நேரங்களில் அதன் வாசக மதிப்பை மிகுதியாகவோ பெரும்பாலான நேரங்களில் குறைத்தோதான் மதிப்பிடுகிறான். ஒரு மிக எளிய வரி, ஒரு சாதாரண சித்தரிப்பு, ஒரு சிறிய காட்சி, தகவல் என அவன் கருதும் ஒன்று ஒரு வாசகனால் மிகப்பெரிய அளவில் சிலாகிக்கப்படலாம். சில வாசகர்களால் நிராகரிக்கப்படும் ஒரு படைப்பு மேலும் சிலரால் கொண்டாடப்படலாம். இந்த உலகில் எந்த ஒரு நாவலுக்கும் அதற்கேயான வாசகர்கள் உளர் என்று கூறப்படுவது இதனால்தான்.

அதே போல ஒரு நாவலாசிரியர் உன்னதமானது எனக் கருதும் ஒரு பத்தி, ஒரு வசனம், ஒரு கருத்து, ஒரு வர்ணனை யாராலும் பொருட்படுத்தப்படாமல் போகலாம். தல்ஸ்தாய் தனது "அன்னா கரெனினா" நாவலைப் பாலியல் ஒழுக்கக்கேட்டுக்கு எதிராக மக்களை எச்சரிக்கும் ஒரு நீதிக்கதையாகவே உத்தேசித்தார். அன்னாவைக் கண்டு யாரும் அவளைப் போலாகக் கூடாது என பாடம் கற்று, திருந்தி குடும்ப வாழ்வில் ஈடுபடும் இளம்பெண்ணான கிற்றியை ஒரு தாம்பத்ய லட்சியமாகக் கண்டு வாசகரும் சீரிய குடும்பஸ்தர்களாக வாழ்ந்து மேம்பட வேண்டும் என விரும்பினார். ஆனால் என்னாயிற்று? மக்கள் அன்னாவைக் கொண்டாடினர். கிற்றியைப் புறக்கணித்தனர். அன்னாவின் ஒழுக்கக்கேடான காதலே வாசகரின் இதயத்தைக் கொள்ளை கொண்டது. அவளுடைய வீழ்ச்சி, தத்தளிப்பு அவள் மீது இரக்கத்தை தோற்றுவித்து அவளுடைய காதலின் அறப்பிழழ்வை நியாயப்படுத்த உதவியது. ஏனென்றால் தல்ஸ்தாய் எழுதிய ஒழுக்கப்பிறழ்வைப் பேசும் இடங்கள் படைப்பூக்கம் மிக்கவையாகவும், மாறாக அவர் கிற்றியின் நன்னடத்தை வழி போதனை செய்ய உத்தேசிக்கும் அத்தியாயங்கள்

சற்று தட்டையாகவும் மாறிப்போயின. திருந்துகிற வரை தத்தளிப்பும் தவறுகளுமாக வாழும் பதின்வயது கிற்றி அளவுக்கு உயிரோட்டமாக நிறைவான பூரணத்துவமும் தாம்பத்யத்தின் ஒளியும் மிக்க கிற்றி இல்லை. அதாவது தல்ஸ்தாயின் கரம் அவருக்கு எதிர் திசையில் எழுதிப்போனது; அவரது உபமனம் அவரது போத மனதை மீறிப் போனது என்று நாம் இதை உளவியல் ரீதியாக விளக்கலாம் என்றாலும் அடிப்படையில் ஒரு படைப்பின் உச்சங்கள் நாம் உத்தேசிக்கிறபடி இருக்காது என்பதே இங்கு நமக்குக் கிடைக்கும் முக்கியமான பாடம்.

தஸ்தாவஸ்கியின் "கரமஸோவ் சகோதரர்கள்" நாவலில் தந்தை கரமசோவின் பாத்திரம் மிகவும் அருவருக்கத்தக்கதாக, சாத்தானின் மன அமைப்பு கொண்டதாக உருவாக்கப்பட்டிருக்கும். ஆனால் அதே நேரம் அந்நாவலில் மிக உயிர்ப்பான, வாசிக்க வாசிக்க நமக்கு மிகுதியாக மகிழ்ச்சி அளிக்கக்கூடிய பாத்திரமாக இந்த வயதான கரமசோவே இருக்கிறார். கோபக்கார, காமத்தில் திளைக்கும், ஆன்மிக நாட்டம் மிக்க மூன்று வகை கரமசோ சகோதரர்களை விட இவரே நம்மைத் திக்குமுக்காடச் செய்கிறார். வாழ்க்கையின் அத்தனைச் சிக்கல்களும், எதிர்பாராமைகளும் நிறைந்தவராக இருக்கிறார் தந்தை கரமஸோவ். நாவலை எழுதும் போது தஸ்தாவஸ்கி இதைச் சற்றும் எதிர்பார்த்திருக்க மாட்டார் என நினைக்கிறேன். ஜான் மில்ட்டனின் கவிதைக் காவியமான *Paradise Lost*இல் வில்லன் சாத்தானே. ஆனால் அவரே எதிர்பார்க்காத வகையில் சாத்தானே வாசகரின் மனதை வென்றான்.

இதுதான் ஒரு கட்டுரைக்கும் கதைக்குமான வித்தியாசம். ஒரு கதையில் எழுத்தாளன் சொல்ல நினைக்கிற ஒன்றை நேர்மாறாக ரசிக்க, அவன் தன்னிச்சையாக, கவனமில்லாமல் எழுதிச் செல்கிற சித்திரங்களை அபாரமென எண்ணி மாய்கிற வாசகர்கள் இருக்கக்கூடும். எது மங்கும் எது துலங்கும் எனக் கணிப்பது மிக மிகக் கடினம். எழுத்தாளனுக்கு தன் நாவலில் கட்டுப்பாடு இருக்கிற இடம் நாவலின் ஒட்டுமொத்த வடிவம், கதையமைப்பு மீது மட்டுமே; அங்கு அவன் வாசக உணர்ச்சியை ஓரிடத்தில் குவிக்க, ஒரு பள்ளத்தாக்கை நோக்கியோ மலையுச்சியை நோக்கியோ செலுத்த முடியும். ஆனால் போகும் வழியில் வாசகன் எதையெல்லாம் ரசிப்பான், எதைக் கண்டு மனம் மலர்வான், எதைப் புறக்கணிப்பான், ரசிக்காமல் கடந்துவிடுவான் எனக்

கணிக்கவே முடியாது. அது மட்டுமல்ல, பெரும்பாலான வாசகர்கள் ஒரு நாவலின் வடிவத்தை ஒட்டுமொத்தமாக மனதுக்குள் திரட்டி அதன் அர்த்த பரிமாணங்களைப் புரிந்துகொள்வார்கள் என எதிர்பார்க்க இயலாது. அவர்கள் பெரும்பாலும் ஒரு நாவலின் சித்தரிப்புகள், பாத்திர அமைப்பு, கொந்தளிப்பான மனத்தின் விவரணைகள், நாடகீயமான காட்சிகளாலே ஈர்க்கப்படுவார்கள். அவையே நாவல் எனக் கருதவும் செய்வார்கள். இப்படி ஒவ்வொரு வாசகனும் ஒரு நாவலைத் தனக்கானதாகச் சிருஷ்டிக்கிறான். ஒரு நல்ல நாவலின் மிகச்சிறந்த குணம் வாசகனுக்கு இதற்கான சுதந்திரத்தை அனுமதிப்பதே. வாசகனை மதித்து சில சவால்களை அதனுள் பொதிந்து வைப்பதே.

ஒரு நாவலுக்கான வாசக எதிர்வினையை முன்கூறாக தர்க்கரீதியாக ஆராய்ந்து உணர முடியாது என்பதாலே ஒரு நாவலாசிரியன் தனது நாவலைக் கொண்டு தன்னையே மதிப்பிடுகையில் உஷாராக இருக்கவேண்டும் என்று கூறுவேன்.

அடுத்து ஒரு முக்கியமான கேள்வியை நாம் எழுப்ப வேண்டும்: ஒரு நாவல் எப்போது தன்னைப் படைப்பூக்கத்துடன் வெளிப்படுத்துகிறது? அது எழுத்தாளனால் கற்பனை பண்ணப்பட்டு எழுத்தாக்கப்படும் போதா? அது வாசகனால் அங்கீகரிக்கப்படும் போதா?

ஜெரமி ஸ்காட் ஒரு நாவலானது நான்கு நிலைகளில் தோன்றுகிறது என்கிறார்:

1) எழுத்தாளனால் அது எழுத்து வடிவில் உருவாக்கப்படுகிறது. எழுத்தாளனின் கற்பனையில் இருந்து மொழி வடிவுக்கு அது உருமாறுகிறது.

2) அப்போது அவன் ஒரு கற்பனை வாசகனை மனதில் நிறுத்திக் கொண்டே கதையைச் சொல்கிறான்.

3) அதை எழுத்து வடிவில் வாசிக்கிற வாசகன் மீண்டும் உருவாக்கிக் கொள்கிறான்.

4) அடுத்து இவ்வாசகன் எழுத்தாளனைக் குறித்து ஒரு கற்பனையை ஏற்படுத்திக்கொண்டு நாவலை அதன் அடிப்படையில் வாசிக்கிறான். இப்போது முழுக்க வாசகனின் கற்பனையாலும்

தேர்வாலும் ஒரு புதிய உலகமாக இந்நாவல் தோன்றுகிறது.

நிஜ எழுத்தாளன் - கற்பனை வாசகன் - நிஜ வாசகன் - கற்பனை எழுத்தாளன்: இப்படி மாறி மாறிப் படைப்புலகங்கள் தோன்றித் தோன்றி மறைகின்றன. கீத் ஓட்லி எனும் விமர்சகர் இந்தச் சிக்கலான வாசிப்பு / படைப்பியக்கத்தைக் குறிப்பிட எழுத்தும்-வாசிப்பும் *(writingandreading)* என ஒற்றைப் பதத்தை உருவாக்கி இருக்கிறார். அதாவது படைப்பிலக்கியத்தை வாசிக்கிறவர் தனியாக அதை மட்டும் செய்வதில்லை. அவர் எழுதவும் செய்கிறார். படைப்பிலக்கியவாதி எழுத மட்டும் செய்வதில்லை, அவர் தானெழுதியதை அது சொல்லாக, வாக்கியமாக மலரும் முன்பே அல்லது மலரும் கணத்தில் மனதில் வாசித்து ரசித்தபடியே தான் எழுதுகிறார்.

இங்கு ஒரு எச்சரிக்கையையும் நான் பண்ணவேண்டும்: ஒரு நாவலின் வாசகன் அந்நாவலாசிரியன் இட்ட கோடுகளின் அடிப்படையிலே நடக்க முடியும். அந்நாவலாசிரியன் இட்ட புள்ளிகளின் மீதே அவன் கோலமிட முடியும். நாவலின் வடிவத்தை, கருத்துகளை, உணர்வுகளை, வளர்ச்சியை, முடிவை எழுத்தாளனே தீர்மானிக்கிறான். அதே நேரம் நாவல் இந்தப் புற விசயங்களை மீறிய ஒரு அபாரமான அனுபவமும்தான். அதை வாசகனே தீர்மானிக்கிறான்.

இந்த நான்கு நிலைகளுடன் நான் ஐந்தாவதாக ஒன்றையும் சேர்க்க விரும்புகிறேன்: ஒவ்வொரு நாவலுக்கும் ஒரு முன்னோடி நாவல் உண்டு அல்லது நாவலாசிரியன் ஏற்கனவே படித்து தன் லட்சியமாகக் கருதுகிற நாவல்கள் உண்டு அல்லது வாசகர்களாலும் விமர்சகர்களாலும் கொண்டாடப்பட்ட, பண்பாட்டில் பெரும் தாக்கம் செலுத்திய முன்னேத்தி நாவல்கள் உண்டு. வாசகன் ஒரு புதிய நாவலைப் படித்து ரசிக்கையில் இந்த முன்னோடி படைப்புகளின் நினைவில்தான் இதை அர்த்தப்படுத்துகிறான். சு.ரா.வின் "ஜெ.ஜெ." இன்றி எஸ்.ரா.வின் சம்பத் இல்லை ("உறுபசி"). என்னுடைய "ரசிகன்" நாவலின் சாதிக்கும் இல்லை. சு.ரா.வின் "ஒரு புளிய மரத்தின் கதை" இன்றி ஜெயமோகனின் "விஷ்ணுபுரம்" இல்லை என்றும் சொல்வேன். நான் இங்கு ஒரு படைப்பின் தாக்கத்தைப் பற்றிப் பேசவில்லை. ஒரு படைப்பு எப்படி அதற்கு முன்வந்த முக்கியமான படைப்புகளின் நினைவுகளைக் கிளற முடியும், அப்போது ஒரு அபூர்வமான

மனக்கிளர்ச்சி வாசகனுக்கு கிடைக்கக்கூடும் என்கிறேன். (பின்நவீன நாவல்களில் இந்த நினைவுபடுத்தல்களைப் பிரக்ஞைபூர்வமாக ஒரு நாவலாசிரியனே செய்யக்கூடும்; தன் நாவலுக்குள்ளே துலங்கும் இலக்கியத் தடமானது இது ஒரு விளையாட்டு மட்டுமே என அவன் உணர்த்துவதுண்டு. சல்மான் ரஷ்டியின் "குவிக்ஸோட்" நாவல் ஒரு நல்ல உதாரணம்.)

ஒரு வாசகன் ஒரு புது நாவலைப் படிக்கையில் தான் அதுவரைப் படித்த அத்தனை நாவல்களில் இருந்து இதன் வழித்தடத்தை, மரபை, பாணியைச் சேர்ந்த பல்வேறு பிற நாவல்களை நினைவில் இருந்து தொகுத்து அவற்றின் ஒப்பீட்டின் வழியாக அந்நாவலை தனக்குள் பலமடங்கு விரிவாக்கிக் கொள்கிறான். அவனது போத மனம் வாசிப்பில் திளைக்கையில், அவனது உபபோத மனம் அதே சமயம் செய்கிறது. போத மனம் முன்னறையின் சோபாவில் சாய்ந்து வாசிக்கையில் உபபோத மனம் உள்ளே ஓடிப் போய் பரண்களில் கிடக்கும் பழைய நாவல்கள் இடையே தேடிக் கொண்டிருக்கும். அது சீக்கிரமே திரும்பி வந்து நாவல்களைப் போத மனத்தின் முன் தரையில் பரத்துகையில் போத மனமும் முழுமையாக நாவலுக்குத் தன்னை ஒப்புக்கொடுத்திருக்குமெனில் இரண்டு மனங்களும் ஒன்றுகூடி இப்போது முற்றிலும் புதிய ஒளியில் நாவலைப் படிக்கக்கூடும். அப்போது அவன் ஒரு மிக உன்னதமான மனத்திளைப்பை அடைவான். ஒருவேளை ஒரு மொழியில் முற்றிலும் தனித்துவமானது, அதற்கு முன்னோடியான ஒரு நாவல் அதுவரை எழுதப்படவில்லையெனில்?

இங்கு தான் சாரு நிவேதிதாவைப் போன்ற பின்நவீன, எதிர்புனைவு எழுத்தாளர்களுக்கு ஒரு பெரும் நெருக்கடி ஏற்படுகிறது. அவர்கள் உலக இலக்கியத்தில் புறநடையாக உள்ள ஒரு மரபை, தமிழில் இல்லவே இல்லாத ஒரு இலக்கியத் தடத்தை, தமிழுக்கு தமது படைப்புகள் மூலம் கடத்தி வர முயல்கையில் வாசகன் அவற்றை எதிர்கொள்ளும் தயார்நிலையில் இருப்பதில்லை. அவர்கள் பல ஆண்டுகளாக வேற்றுமொழிகளில் தாம் லட்சியமாகக் கருதும் இலக்கியம் உள்ளதைக் குறித்து எழுதுவார்கள். மாற்று இலக்கிய மரபுகளை இங்கு அறிமுகப்படுத்தப் போராடுவார்கள். முடிந்தால் ஒரு குழுவாகச் செயல்பட்டு நிறைய மொழிபெயர்ப்புகளை தமிழுக்குக் கொண்டு வருவார்கள். இது மேற்சொன்ன இலக்கிய "நினைவுப்பாதையை" உருவாக்கும் முயற்சியே. அப்படி ஒரு

இலக்கியத் தடம் உருவாகி வாசகர்களின் உபமனங்களுக்குள் ஊடுருவும் வரை அவர்கள் தாம் எழுதும் மொழிக்குள் ஏதிலிகளாக, தவறாகப் புரிந்து கொள்ளப்படுபவர்களாக இருப்பார்கள். தாம் சரியாகப் புரிந்து கொள்ளப்படவில்லை எனும் ஏக்கமும் கவலையும் அவர்களை சதா உலைக்கும்.

தமிழில் விஞ்ஞானப் புனைவெழுத்துக்கும் இச்சிக்கல் உண்டு. அது ஒரு வேடிக்கை வினோத சாகச விளையாட்டாக, வெற்று கேளிக்கையாக இங்கு அறிமுகமானதால் ஒரு சிக்கலான அறிவியல் நாவலை எழுதுவதெப்படி எனும் தெளிவு எழுத்தாளனுக்கோ அதை எப்படிப் படிப்பது எனும் தயாரிப்பு நிலை வாசகனுக்கோ இருப்பதில்லை. ஜெயமோகன் இந்திய மரபறிவின் நீட்சியாகத் தன் விஞ்ஞானப் புனைகதைகளை எழுத முயன்றது இதனாலே என நினைக்கிறேன்.

தொன்மவியல் விமர்சனமானது இதை ஒரு குறிப்பிட்ட மொழிக்குள் பிரத்யேகமாக இயங்கும் மரபாகக் காணாமல் உலகப் பொதுமையாக தொல்கதைகள் உண்டெனக் கூறுகிறது. ஏழு விதமான அடிப்படை தொன்மங்களே உள்ளன, ஒவ்வொரு நாவலும் இந்தத் தொன்மங்களில் / தொல் கதையமைப்புகளில் ஒன்றின் மீதே கட்டியெழுப்பப்படுகிறது எனக் கோருகிறது *(Seven Basic Plots - Christopher Booker).*

ஆக இவ்வளவு சிக்கலான அனுபவமாக நாவல் எழுத்தும், வாசிப்பும், எழுத்து-வாசிப்பும், வாசிப்பு-எழுத்தும் இருக்கையில் ஒரு நாவலாசிரியன் தன் நாவலின் வெற்றி / தோல்வி குறித்த மிதமிஞ்சிய அழுத்தத்தை, நெருக்கடியை தன் மீது மட்டும் செலுத்தலாகாது. தனது படைப்பொன்று சரியாக வாசிக்கப்படவில்லை என்று அவன் தன் தலையைக் கொண்டு சுவரில் மோதி அழக்கூடாது. தனது படைப்பொன்று கொண்டாடப்படுகிறது என்பதால் அவன் வானுக்கும் பூமிக்கும் குதிக்கவும் கூடாது.

ஒரு தெளிவான படைப்பிலக்கியவாதி தனது உடலில் இருந்து மட்டும் ஒரு குழந்தை பிறக்கவில்லை, வாசகனின், இலக்கியத் தடத்தின் கருமுட்டையும் சேர்ந்தே அது உருவானது என உணர்ந்து அந்த மரியாதையை, அங்கீகாரத்தை அளிப்பான், தன்னடக்கத்துடன் இருப்பான். எப்படி உடலுறவின்போது முன்னேகுவதைப் போன்றே நெகிழ்ந்து உள்வாங்குவதும் அவசியமோ

அவ்வாறே எழுத்தின் போது எங்கு திமிற வேண்டும், எங்கு வாசகனைத் தன்னை மீறி ஏறி வர அனுமதிக்க வேண்டும் என அவன் அறிந்திருப்பான். தன்னுடைய ஆவேசமும் அன்பும் வாசகனுக்குப் புரியவில்லை என்பதோ தன்னுடலின் ஒரு அற்பமான விசயம் அவனைப் பரவசமடையச் செய்கிறதே, தன்னுடைய விந்துக் கோழையை அவன் மதிமயங்கி குடிக்கிறானே என்று அருவருக்கவோ எரிச்சலாகவோ கூசி விலகவோ மாட்டான். செக்ஸின் போது எப்படி இந்த உடல், கற்பனையான இந்த உடல், அந்த உடல், கற்பனையான என நான்கு உடல்கள் இருக்கின்றனவோ அவ்வாறே எழுத்து-வாசிப்பு மற்றும் வாசிப்பு-எழுத்தின் போதும் நான்கு பேர்கள் (தன்னிலைகள்) இருக்கிறார்கள். செக்ஸின் போது எப்படி இந்த நான்கு உடல்களும் ஓருடலாகிறதோ படைப்பாக்கத்தின் போதும் இந்த நான்கு தன்னிலைகளும் ஒன்றாகின்றன.

ஆக ஒரு நாவல் என்பது ஒரு தனிமனிதனால் எழுதப்பட்டு வாசிக்கப்படும் ஒன்றல்ல. அது ஒரு சிக்கலான பேரியக்கத்தின் சிறுபகுதி மட்டுமே.

ஆம் இது ஒரு கலை, இதற்குக் கற்பனையும் கனவும் படைப்பூக்கமும் முனைப்பும் அதற்கேற்ற உணர்ச்சிகளும், வாழ்வின் மீதான அபாரமான ஏக்கமும் ஈடுபாடும் வேண்டும், ஆனால் அதே சமயம் இந்த விசயங்கள் ஒரே நேரத்தில் (செக்ஸின் கிளைமேக்ஸில் நிகழ்வதைப் போல) பூஜ்யமாகவும் வேண்டும். பூஜ்யத்தில் இருந்தே படைப்பாக்கத்தின் உன்மத்தமான இன்பம் தோன்றுகிறது. பூஜ்யமாகும் துணிச்சலுடன் தன்னை ஒப்புக் கொடுப்பவனே ஒரு நல்ல பாலுறவாளனாகிறான், அவனே ஒரு நல்ல நாவலாசிரியனும் ஆகிறான். மேலும் அவன் தன் வெற்றிப்படைப்பின் சூட்சுமங்களை இலக்கியத் தடத்தில், மரபில், மொழியில், வாசக ஈடுபாட்டில் உணர்ந்து சரியாக அவற்றைப் பயன்படுத்துவான்; அதே சமயம் தன் படைப்பின் வெற்றிக்காரணிகள் தனக்கு வெளியே உள்ளதையும் அவன் அங்கீகரிப்பான். அவன் ‘நான் எழுதுகிறேன், நான் மட்டுமே எழுதுகிறேன், என்னை விட்டால் யாருமில்லை, நானே என் பிரபஞ்சத்தை இயக்கும் சக்தி’ என நினைக்கிறவன் அல்ல.

அம்மா வந்தாளா வந்தாரா?

பேஸ்புக்கில் ஹேமா செபைர் ஒரு சுவாரஸ்யமான கேள்வியை எழுப்பியிருந்தார்: நான் .அப்பா வந்தான் என எழுதுவதில்லை, ஆனால் அம்மா வந்தாள், போனாள், சொன்னாள் என சுலபத்தில் சொல்கிறோம். சில இடங்களில் அம்மா வந்தார், போனார் என்றும் எழுதுகிறோம். ஏன் இந்தப் பாகுபாடு?

இந்தக் கேள்விக்கான பதில் பெண்களை நாம் குடும்ப அமைப்புக்குள் குறைத்து மதிப்பிடுகிறோம் என்பது மட்டுமல்ல, அதுவும் ஒரு முக்கிய காரணம் என்றாலும் கூட. "நீ" என்று ஒருமையில் அழைப்பதில் ஒரு அன்னியோன்யம் இருக்கிறது. அது "நீங்களில்" காணாமல் போய் விடுகிறது.

வி.ஐ.பி. படத்து பாட்டில்

> "அம்மா அம்மா
> நீ எங்கே அம்மா?"

என்பதுக்கும்

> "அம்மா அம்மா
> நீங்க எங்கே அம்மா?"

என்பதற்கும் வித்தியாசம் உண்டு இல்லையா?

நான் என் அம்மாவை என்றுமே மரியாதைக்குரிய நபராக அல்ல, அன்புக்கும் பாசத்துக்கும் 'உரியவளாகவே' கண்டிருக்கிறேன்.

ஆனால் அப்பா என்றுமே எனக்குத் தொலைவில் இருப்பவர். ஒரு பிரச்சினை என்றால் அம்மா வந்து தோளை அணைப்பதைப் போல, ஆதுரமாய் பேசுவதைப் போல அப்பா செய்ததில்லை. ஆக இந்த இடத்தில் அம்மா எனும் பாத்திரம் குறைத்து மதிப்பிடுவதற்கான குறிப்பானாக ஒருமை விகுதி வரவில்லை.

ஆனால் இதற்கும் ஒரு எல்லை வகுத்துள்ளோம் - நானோ அக்காவோ அம்மாவை ஒருமையில் அழைத்தாலும் வாடி போடி என ஏசியதில்லை. கோபத்தில் கத்தினாலும் "நீ போம்மா" என்கிற கணக்கில் பேசுவேனே தவிர மட்டம் தட்டிவிட மாட்டேன். ஒருவேளை என் அம்மா நிறையப் படித்து ஒரு கல்லூரியின் முதல்வராக இருந்திருந்தாலும் வீட்டில் அவரிடத்து இப்படி ஒருமையில் அழைத்தே இணக்கமாக அன்னியோன்யமாக இருந்திருப்போம் எனத் தோன்றுகிறது.

சில குடும்பங்களில் இது போல அப்பா மிக அன்னியோன்யமாய் பிள்ளைகளிடத்து இருப்பதை, அவர்கள் அவரை நோக்கி மகள்கள் "நீ போ டேடி, ஒரு லூசு டேடி" என்றெல்லாம் கொஞ்சுவதைக் கண்டிப்பதைப் பார்த்திருக்கிறேன். ஆனால் பெரும்பாலான ஆண்களுக்கு இப்படித் தளைகளை உடைத்து பாசத்துடன் பிள்ளைகளிடம் பழகத் தெரியாமல் பந்தா பரமசிவமாக இருப்பதால் இந்தப் பன்மை விகுதி இன்றும் நிலைக்கிறது.

இதைப் பற்றி நினைக்கும்போது தி.ஜா.வின் "அம்மா வந்தாள்" நினைவுக்கு வருவதைத் தவிர்க்கமுடியாது. இது அம்மாவுக்கும் மகனுக்குமான பாலியல் ஈர்ப்பு கலந்த பாச உறவைப் பேசும் நாவல். உளவியலில் இதை ஈடிபல் காம்பிளக்ஸ் என்கிறார்கள். இதன் பின்னால் ஒரு கதை உள்ளது:

ஈடிபஸ் எனும் கிரேக்க இளவரசன் தன் தந்தையைக் கொன்று தாயை மணப்பான் எனும் சாபம் பெற்றவன். அவன் இந்தக் கொடுமையை செய்யாதிருக்கும் பொருட்டு அவனது தந்தையான மன்னர் அவன் மழலையாக இருக்கையில் அவனது காலை ஊனமாக்கிவிட்டு, அவனைக் கொல்லும்படி ஒரு சேவகனிடம் கொடுத்தனுப்புகிறான். ஆனால் அவனோ கொல்லாமல் வனத்தில் விட்டுவிட ஈடிபஸ் பிழைத்து ஒரு திறமையான இளைஞனாக வளர்ந்து வருகிறான். ஒருமுறை ஈடிபஸ் ஒரு கவணை வைத்து அடித்ததில் தற்செயலாக அவனது அப்பா இறந்து விடுகிறார்.

மன்னரைக் கொன்ற அவன் புதிய மன்னராக அரியணை ஏறுகிறான். அப்போதைய வழக்கப்படி தாயை மணக்கிறான். பின்னர் இந்தப் பாதகம் பற்றின உண்மை அவனுக்குத் தெரிய வர மனம் உடைந்து தன் கண்களைத் தானே பறித்துக் குருடாக்கி விட்டு மிச்ச வாழ்க்கையை துயரத்தில் கழிக்கிறான்.

இந்தக் கதையில் ஒரு நுட்பமான சேதி பதிந்திருப்பதாக உளவியல் மேதை சிக்மண்ட் பிராயிட் கருதினார் - ஒவ்வொரு ஆண் குழந்தைக்கும் இளம் பிராயம் முதற்கொண்டே தாயுடல் மீது ஈர்ப்பும் அவளைத் தனதாக்க வேண்டும் எனும் இச்சையும் ஏற்படுகிறது. ஆனால் அதற்கு தனது சொந்த அப்பாவே போட்டி என்பதால் ஆண் குழந்தை தனது ஆசையை வெளியே காட்ட அஞ்சுகிறான். ஒருவேளை எதிர்காலத்தில் தன்னால் தன் அப்பாவுக்கு எந்த ஆபத்தும் வரக்கூடாது எனப் பதறுகிறான். இந்த அச்சமும் பதற்றமும் அவனது மனதுக்குள் அமுக்கப்பட்டு சமூகத்தால் ஏற்கத்தக்க உணர்ச்சிகளாகக் கருத்துருக்களாக பின்னர் வெளிப்படுகின்றன என பிராயிட் சொன்னார். வளர்ந்து அம்மாவுக்குச் சமானமாக இச்சிக்கத்தக்க, நேசிக்கத்தக்க ஒரு பெண்ணை அவன் தேர்ந்தெடுத்து நேசித்து உறவுகொள்ளும் இயல்பு வாழ்க்கைக்கு சென்றால் நல்லது. அப்போது அவன் முதிர்ந்து விட்டான் என அர்த்தம். ஆனால் சில ஆண்களால் இது ஒருபோதும் முடிவதில்லை. அவர்களின் வாழ்க்கை பூரா வயதில் மூத்த ஆண்களுடன் போட்டி பொறாமையுணர்விலும் மூத்த பெண்களிடத்து ஈர்ப்பிலும் கழியும். தாய் மீதான இச்சை ஒரு விடுபடாத புதிராக அவனுக்குள் நிலைத்திருக்கும். இது சமூகத்துடன் தொடர்ந்து முரண்படுகிறவனாக, முரடனாக, குற்றவாளியாக அவனை மாற்றும். அவன் என்றுமே நிம்மதி பெற முடியாது. இந்நிலையை பிராயிட் ஈடிபல் காம்பிளக்ஸ் என்றார்.

இந்தக் கோணத்தில் இருந்து யோசிக்கையில் ஒருமையில் அம்மாவை அழைப்பதில் உள்ள லாபம் நமக்குப் புரிகிறது - ஒரு நித்திய இளமையை இந்த ஒருமை அவளுக்கு வழங்குகிறது. ஒரு மகனைப் பொறுத்தவரையில் தனக்குச் சமானமானவளாக தன் அம்மாவைக் கருத முடிகிறது. அவளுடைய அழகையும் இளமையையும் கற்பனையில் மொழியில் நீடித்திருக்க செய்ய

முடிகிறது. "அவள், இவள், வந்தாள், போனாள்" எனும் சொற்கள் அவனுக்கு புலனின்பம் அளிக்கின்றன. "அம்மா வந்தாள்" எனத் தலைப்பு அமைவதற்குப் பின்னால் இவ்வளவு உளவியல் இருக்கிறது.

இதை மற்றொரு முக்கிய விசயத்தை சொல்லியே நான் முடிக்க வேண்டும் - ஒரு மகனுக்குத் தன் தாய் மீது ஆசை வர முடியும், அதை ஏற்காமல் அவன் தள்ளிப்போடுகிறான், மனதுக்குள் புதைக்கிறான் எனும் கருத்தை நான் ஏற்கவில்லை. பிராயிடுக்கு அடுத்து வந்த உளவியல் மேதையான லக்கான்தான் இதற்கு ஒரு தெளிவான விளக்கத்தைக் கொடுத்தார். அவர் தாயுடலை இந்த உலகின் அழகுணர்ச்சி, படைப்பூக்கம், இயற்கையின் கட்டற்ற நிலை, நெகிழ்வு, கற்பனை போன்றவற்றுக்கான உருவகமாகக் கண்டார். தந்தை இதற்கு நேர் எதிராக அதிகார சமூக அமைப்புகளின் உருவகம். நாம் பின்னதை மறுத்தோ அழித்தோதான் முன்னதை அடைய முடியும். இதன்படி நாம் அம்மா எனும்போது இயற்கை நமக்கு வழங்கிய பேரன்பாலும் கட்டற்ற நிலையாலும் ஆன ஒரு மனவுலகையே குறிக்கிறோம்.

இயற்கையை ஏன் அவர், இவர் என அழைக்கணும்? நிலவே என்னிடம் நெருங்காதே என்றுதானே சொல்கிறோம், நெருங்காதீங்க என்றா?

இப்படி பிராயிடில் இருந்து லக்கானின் பஞ்சாயத்துக்கு இந்தப் பிரச்சனையைக் கொண்டு வந்தாலும் தீர்ப்பு "வந்தாள்" எனச் சொல்லலாம் என்பதே.

பி.கு: கடும்போக்கு பெண்ணியவாதிகள் இந்தத் தீர்ப்பை ஏற்க மாட்டார்கள் என்பதால் அவர்களை "அவர்", "இவர்" என்றே அழைப்போம். அவர்கள் இந்த உலகின் 'தந்தையர்'.

பகுதி 6

பயிற்சி

எழுத்தாள இலக்கு அறிக்கை

ஒவ்வொரு எழுத்தாளனுக்கும் ஒரு இலக்கு இருக்கும். அதுவே அவனை எழுத்தை நோக்கி உந்தித் தள்ளி வந்திருக்கும். அதுவே அவனது அடையாளம். அவனது அரசியல். நமது வரலாற்றில் அவன் பொறிக்கப்போகிற இடம். அதை அவன் அடையாளம் காண்பதும் பொதுவில் முன்வைப்பதும் அவசியம்.

உங்கள் இலக்கில் ஒரு தனிப்பட்ட கோணம் இருக்கலாம் (என் ஆத்ம திருப்திக்காக எழுதுகிறான், பணம் சம்பாதிக்க எழுதுகிறேன், என் காதலியை / காதலனைக் கவர்வதற்காக எழுதுகிறேன்) என்றாலும் அது அந்தரங்கமாக மட்டும் இருக்கலாகாது. அதில் இலக்கியத்துக்கு, பண்பாட்டுக்கு, வரலாற்றுக்கு, சமூகத்துக்கு உங்கள் பங்களிப்பு என்ன, அது சார்ந்து உங்கள் கனவு, திட்டம், இலக்கு என்னவென வர வேண்டும். பின்னாளில் நீங்கள் உங்களை முன்னிறுத்தும்போது, நேர்முகங்களை அளிக்கும்போது இப்போது வரையறுக்கப்படும் இலக்கின் அடிப்படையில் உங்களை நீங்கள் சித்தரிக்கவேண்டும். அல்லாவிடில் வாசகர்கள் உங்களைப் படிப்பார்கள், ஆனால் சுலபத்தில் அங்கீகரிக்க மாட்டார்கள். அதாவது புனைவுகளை எழுதுபவருக்கான அங்கீகாரம் வேறு, எழுத்தாளருக்கான அங்கீகாரம் வேறு. இரண்டாவதுக்கு ஒரு பிம்பம் வேண்டும். அதை நீங்கள் இவ்வாறுதான் கட்டமைக்க

வேண்டும். முதலில் அப்பிம்பத்தை உங்களுக்கே நீங்கள் உருவாக்கி அதை நம்பத் தலைப்பட வேண்டும். இந்த இடுபணியானது அதற்கான துவக்கமே.

உ.தா., ஒரு பெண்ணிய எழுத்தாளரின் இலக்கு அறிக்கையானது "சமகால கார்ப்பரேட் வேலைச்சூழலில் பாலின பேதங்கள் தொடர்கின்றன, அவை புனைவுகளில் இன்னும் பதிவாகவில்லை, அவற்றை கவனப்படுத்துவதே என் இலக்கு" என்று இருக்கலாம். ஒரு சூழலியல்வாதி எழுத்தாளர் "இன்றைய சமூகப்பொருளாதார நிலையை பெரிதும் பாதிக்கும் ஒன்று சூழலியல் சீர்கேடுகள், அவற்றைக் கவனப்படுத்தவும் விவாதிக்கவும் தலைப்படுகிறேன்." என்று கூறலாம். இப்படி ஒவ்வொருவருக்கும் ஒரு இலக்கு, அரசியல், லட்சியம் இருக்கும், இதுவரை இலக்கியத்தில் இல்லாத ஒன்றாக இருக்க வேண்டும். அதுவே 'எழுத்தாள இலக்கு அறிக்கை'.

உங்கள் எழுத்து வாழ்வின் துவக்கத்திலேயே இதை அட்டையில் எழுதி சுவரில் தொங்க விடுவதோ, உங்கள் சமூகவலைதள சுய அறிக்கையாக வைத்துக் கொள்வதோ நல்லது. போகப் போக இதைத் திருத்தி செறிவுபடுத்தவும் செய்யலாம். நீங்கள் கவனம் பெற்று உங்களிடம் ஊடகங்களில் "எப்படி / ஏன் எழுத வந்தீர்கள்?" எனக் கேள்வி எழுப்பும்போது இந்த அறிக்கையை உங்கள் பதிலாக தவறாமல் அளியுங்கள். போகப் போக இதையே உங்கள் மேடை உரைகளில், கட்டுரைகளில் சொல்லுங்கள். உங்கள் புனைவிலும் இது ஒரு அரசியலாக வெளிப்படும்படி பார்த்துக்கொள்ளுங்கள். போகப் போக இதுவே நீங்கள் ஆகும்போது உங்கள் மொழியின் தவிர்க்க முடியாத எழுத்தாளராக நீங்கள் ஆவீர்கள்.

இளம் நாவலாசிரியருக்கான கதையாடல் பயிற்சி

கீழ்வருவன நான் நாவல் கலையைப் பயிற்றுவிக்கும் வகுப்பில் என் மாணவர்களுக்கு அளிக்கும் மூன்று கதையாடல் பயிற்சிகள்.

கதையும் கதையாடலும்

எழுதி எழுதிக் கற்பது ஒரு வழி, ஆனால் அதில் நேரம் விரயமாகும். அதே நேரம் நாவலைப் போன்ற பெரும் படைப்பு பணியில் ஈடுபடுவோர் சின்னச்சின்ன பயிற்சிகள் வழியாக நாவல் பணியில் வரும் இடர்களை எதிர்கொள்வது எப்படி எனக் கற்றுக் கொள்ள முடியும். பெரும் மலையேற்றத்துக்குச் செல்லும் முன் ஒருவர் நடைப்பயிற்சி, யோகா மூலம் தன்னை தயார்படுத்துவதைப் போல. அப்படியான சில இடுபணிகளைப் பயிற்சிகளை இங்கு உங்களுடன் பகிர்ந்து கொள்கிறேன். அதற்கு முன் ஒரு விளக்கம்:

நாவல் என்பதற்குள் பல நூறு சின்ன கதைகள் வருகின்றன. இக்கதைகளுக்குள் ஒரு தர்க்க ஒழுங்கு இருக்கும். இவை ஒன்றாக நாவலின் பிரதான சம்பவங்களுக்கு வலு சேர்க்க வேண்டும், நாவலில் விவாதிக்கப்படும் தத்துவத்துடன், உளவியலுடன், சமூகவியல் பார்வையுடன், அதில் பரிசீலிக்கப்படும் விழுமியங்களுடன் இக்கதைகள் ஒரு கட்டடத்தை சிறுகச் சிறுக எழுப்பும் செங்கற்களைப் போல இணைந்து நிற்க வேண்டும். “மகாபாரதம்” நூற்றுக்கணக்கான தொல்கதைகளின் தொகுப்பு.

அக்கதைகளுக்கு நேரடியான கதையுடன் தொடர்பிருக்காது என்றாலும் பாரதக் கதையின் விழுமியத்தை எடுத்துக்கொண்டால் அதில் இக்கதைகளுக்கு ஒரு நுட்பமான தொடர்பு இருக்கும். துவக்கத்தில் ஜனமேஜெயனிடம் நாகங்களை பலிகொடுக்க வேண்டாம் எனக் கேட்டுக்கொள்ளும் ஆஸ்திகருக்கு ஒரு முன்கதையும், அதை ஒட்டிய பல கிளைக்கதைகளும் உள்ளன. இக்கதைகள் சொல்லும் சேதியும் பாரதப் போரின் முடிவில் வரும் சேதியும் ஒன்றுதான். இக்கதைகள் நியாயம், அறம், விதி எனும் சரடில் செயல்படும்போது, பாரதக் கதையோ அறத்தின் பல்வேறு முரண்களை, தர்க்கத்துக்குள் நிற்காத வாழ்க்கையின் போக்கைப் பற்றி விவாதிக்கும்.

தல்ஸ்தாயின் "போரும் வாழ்வும்" போன்ற ஒரு செவ்வியல் நாவலை எடுத்துக்கொண்டால் அதில் ரஷ்ய-பிரெஞ்சு போரும், அதன் பின்னணியில் பல்வேறு வகையான பின்னணிகளைச் சேர்ந்த மக்கள் அடையும் லாபங்களும் இழப்புகளும் சொல்லப்பட்டிருக்கும். நாவலின் துவக்கத்திலேயே போர் பற்றிய உரையாடல்களும், அதில் பாத்திரங்களின் எதிர்பார்ப்பும், போரைப் பற்றியே அறியாத அதே நேரம் போரினால் பாதிப்புக்குள்ளாகப் போகும் குடும்பத்துக்குள் முடங்கிப் போகும் மக்களின் கதைகளும் வரும். ஒவ்வொரு சிறு பாத்திரத்துக்கும் ஒரு கதை இருக்கும், அதற்கு சில பத்திகளே இடமிருக்கும் என்றாலும் நாவலின் மொத்தப் பரப்பிலும் அதற்கும் ஒரு இடமுண்டு. இரண்டாம் நிலை பாத்திரங்களின் வாழ்க்கைத் தேவைகளும், அல்லல்களும் பதிவு பண்ணப்பட்டு முடிவில் அவர்களுக்கு என்ன ஆகிறது என ஆயிரம் பக்கங்களுக்குள் கோவையாக வந்திருக்கும்.

இருபதாம் நூற்றாண்டு முதல் இன்று வரையிலான நாவல்களை எடுத்துக்கொண்டோமானால் சிறு பாத்திரங்களின் வாழ்க்கைப் போக்குகள் பிரதான பாத்திரங்களின் வாழ்க்கைப் போக்குகளுக்குப் பின்னணியில் சன்னமாகப் பின்னி இணைக்கப்பட்டிருப்பதைப் பார்க்கமுடியும். சமகால நாவல்களிலும் பிரதானப் பாத்திரத்தின் வாழ்வை ஒரு சைக்கிளைப் பின்னிருந்து பைக் இடிப்பதைப் போல ஒரு முக்கியமான சம்பவமே உந்தித் தள்ளுகிறது; அந்த சைக்கிள்காரர் சமாளித்து நிதானித்து நிற்பது அல்லது தறிகெட்டு எங்கேயாவது இடித்து விழுந்து வாரி தன்னைச் சுதாரிப்பது அல்லது அடிபட்டு அதனால் உடல்நலமற்றுப் போவது அல்லது

அதனால் அவர் வாழ்வில் ஒரு நல்ல காரியம் நடப்பது என நிகழ்வதைப் போலத்தான் நாவலின் பிரதான பாத்திரத்துக்கும் நடக்கிறது. அது அகவயமாக நிகழ்ந்தால் ஒருவிதமாகவும் புறவயமாக என்றால் இன்னொரு விதமாகவும் இருக்கும் என்றாலும் எந்தச் சம்பவங்களின் கோவைக்கும் ஒரு அகப்புலமும் இருக்கவேண்டியது அவசியம்.

கதையை உருவாக்குகிற (பின்னிருந்து வந்து இடிக்கிற பைக்) பிரதான சம்பவத்திற்கு ஒரு துவக்கம், இடைப்பகுதி, முடிவு வேண்டும், அதற்கென்று ஒரு தர்க்கம் இருக்கவேண்டும், அப்போதே அது நம்பத்தகுந்ததாக இருக்கும். இதைச் சரியாக உருவாக்கக் கற்றுக்கொண்டால் நாவலுக்குள் நாம் விரும்பும்படியான எவ்வளவு அதீதமான கற்பனைக் காட்சிகளையும் கட்டமைத்து நம்ப வைக்க முடியும். கதையின் நம்பகத்தன்மையின் அச்சாணியே இந்த "பைக்கில்"தான் இருக்கிறது.

முதல் கதையாடல் பயிற்சி

உங்களுக்கு அவசரமாகப் பணம் வேண்டும். அதை நேரடியாகவும் கேட்கலாம், ஒரு கற்பனைக் கதையை உருவாக்கியும் கேட்கலாம். அல்லது நீங்கள் ஒரு தவறிழைத்து ஒருவருடைய மனதைப் புண்படுத்தி இருக்கலாம். அல்லது நீங்கள் தாமதமாக வந்துவிட்டீர்கள். அவர் உங்களை மன்னிக்கத் தயாராக இருக்கிறார். ஆனால் அவரிடம் நீங்கள் ஒரு கதையைச் சொல்லவேண்டும். அல்லாவிடில் அவர் உங்கள் மீது வருத்தம் கொள்வார். நீங்கள் உண்மையைச் சொன்னாலும் அது ஏற்றுக்கொள்ளும்படியாக இருக்கும். இப்படி ஏதோ ஒரு தேவையைக் கற்பனை செய்து கொள்ளுங்கள். அதற்காக ஒரு 'பொய்யைக்' கற்பனை செய்யுங்கள். அதை ஒரு கதையாக உருவாக்குங்கள். அதில் ஒரு துவக்கம், இடைப்பகுதி, இறுதிப் பகுதி இருக்கவேண்டும், தர்க்க ஒழுங்கும் வேண்டும். (நான் ரொம்ப பிஸியாக / கடும் அழுத்தத்தில் இருப்பதால் / காற்றடிக்கும் கடையில் ஆள் இல்லாததால் ரொம்ப நாளாக டயரில் காற்றடிக்கவில்லையா? அது என் தவறுதான், அதனால் இன்றைக்கு வரும் வழியில் பஞ்சர் ஆகிவிட்டது. வண்டி நின்ற இடத்தில் பார்த்தால்...) அதை முகத்தில் எந்தச் சலனமும் இல்லாமல் அல்லது தகுந்த உணர்ச்சியுடன் சம்மந்தப்பட்டவரிடம் சொல்லுங்கள். அல்லது அவருக்கு அதை எழுதிப் பகிருங்கள். அவரது எதிர்வினையைக் கவனியுங்கள். எடுபடவில்லையா?

மற்றொருவரிடம் முயலுங்கள்.

இதுவே நிகழுலகில் நீங்கள் புனையக் கற்றுக்கொள்வதற்கானப் பயிற்சி. பொய் சொல்வது தப்பில்லையா? இல்லை, நீங்கள் சொல்வதன் பெயர் 'பொய்' அல்ல 'கதையாடல்' *(narrative)*. பொய் என்பது ஒருவரை ஏமாற்றிப் பயன்படுத்தும் நோக்கில் சொல்லப்படும் வடிவமற்ற தவறான தகவல். ஆனால் ஒரு கதையாடல் ஆபத்தற்றது, ஒரு கதையாடலுக்கு வடிவம் உண்டு. ஒரு பொய்யை வளர்க்க முடியாது. ஆனால் கதையாடலை வளர்த்து வளர்த்து பெரும் கோபுரமே கட்ட முடியும். ஒரு கதையாடல் வளர்ந்திடும் பட்சத்தில் அது பலருக்கும் நம்பிக்கையை, ஆற்றலைக் கொடுக்கும். அரசியலில் கதையாடலுக்குக் கொள்கை உதாரணம் எனில் கல்வியியலிலும் ஆய்விலும் அது கோட்பாடு எனில் மதத்தில் அது தத்துவம் எனில் இலக்கியத்திலும் அது புனைவாகும். கதையாடலை உருவாக்கி வளர்க்கத் தெரிந்தவனே வெற்றியாளன். அவன் சமூகத்துக்கு வெளிச்சம் தருபவன். நாவல் என்பதே நூறு நூறு சிறு கதையாடல்களின் தொகுப்பு. அவை ஒன்றாகி பெரிய கட்டமைப்பாகிப் பெரும் கதையாடலாகும்போது அது சிறந்த நாவல் என அறியப்படும்.

இந்தப் பயிற்சியின் முதற் கட்டமே அந்த 'பொய்ப்புனைவை', கதையாடலை நீங்கள் உருவாக்கி ஒருவரிடம் சொல்வது.

இந்தக் கதையாடலின் போது எதிர்த்தரப்பு கவனித்துக் கேட்கிறார்களா பாராட்டுகிறார்களா எனக் கவலைப்படாதீர்கள். உங்கள் கதையை நீங்கள் முழுமையான வடிவத்துடன் சொல்வதே முக்கியம். அது சரியாக அமைந்தால் யாரானாலும் கவனித்துக் கேட்பார்கள், மறக்காது வைத்திருப்பார்கள்.

போகப் போக உங்கள் நண்பர்களுடனான அரட்டையின்போது இத்தகைய கதையாடல்களைப் படிப்படியாக எடுத்துவிடக் கற்றுக் கொள்ளுங்கள். இது உங்களுக்கு நன்கு பழகி விட்டதெனில் உங்கள் நாவலுக்குள் சின்னச் சின்ன சம்பவங்களை நம்பத்தகுந்த வரையில் சொல்லி ஒரு பெரும் சம்பவத்தை ஆரம்பிக்க உங்களுக்கு சாத்தியமாகும். (இன்னொரு பக்கம் ஒரு நல்ல பேச்சாளராகவும் இது உதவும்.)

மேற்சொன்ன சம்பவங்கள், தேவைகள் ஒரு உதாரணம் மட்டுமே.

அடிப்படையில் எதிர்த்தரப்பை ஒரு குறிப்பிட்ட விதமாக நடந்து கொள்ள வைக்க உங்கள் கதையாடல் பயன்பட வேண்டும். அது பொருளாகவோ உணர்வாகவோ எதிர்வினையாகவோ இருக்கலாம். உங்களுடைய கதையாடலுக்கான சந்தர்ப்பம் முழுக்க உங்கள் தேர்வே.

இதற்கு மற்றொரு பலனும் உள்ளது: இப்பயிற்சியைத் தொடர்ந்து செய்தால் உண்மை மீது உங்களுக்கு உள்ள மிகையான பிடிப்பு அழியும். ஒரு எழுத்தாளனாக இது அவசியமாகும். பொதுவாக நாம் நாம் அனுபவித்த யதார்த்தத்தை மட்டுமே உண்மையென நம்புகிறோம். அதற்கு நேர்மையாக இருக்கத் தலைப்படுகிறோம். நாம் அவ்வாறு உணர்வதை வெளிப்படுத்த விரும்புகிறோம். ஆனால் நமது அனுபவ அறிவு ஒரு மிகச்சிறிய வட்டம் மட்டுமே. அதைத் தாண்டி உண்மை பலமடங்கு விரிவானது. அதைக் கற்பனை மூலமே அறிய முடியும். அதற்கே கதையாடல் உருவாக்கம் நமக்கு உதவுகிறது. நீங்கள் வாழ்க்கையில் கடனே வாங்காதவர், ஆனால் உங்களுடைய கதாபாத்திரமோ கடன் வாங்கி அதனால் தத்தளிக்கிறார், நெருக்கடியில் இருக்கிறார் என்றால் நீங்கள் அவரிடத்தில் உங்களை வைத்து அதே உணர்ச்சிகளைக் கற்பனையில் அனுபவித்துப் பார்த்து எழுதுவது சுலபம் அல்ல. அதற்கு ஒரு பயிற்சி வேண்டும். உணர்வுவயப்பட்டு துன்புறாமலே அந்த அனுபவத்தைக் காட்சியில் கொண்டு வர அதற்கான கதையாடலை உருவாக்கத் தெரிந்தாலே போதும். இப்பயிற்சி இருந்தால் உங்களால் சொந்த அனுபவத்தை மட்டுமே எழுத இயலும், உங்கள் உண்மைகளை மட்டுமே சொல்ல முடியும் எனும் பிடிவாதத்தைக் கைவிட்டு விரிவாகச் சிந்திக்கமுடியும்.

இரண்டாவது கதையாடல் பயிற்சி: காரணங்கள்

வாழ்நாள் பூரா யாரிடமும் வேலை செய்திராத ஒருவன் வேலை நாடி நேர்முகத்துக்குச் செல்கிறான். அவன் அப்படிச் செல்வதற்குப் பின்னணியில் சில காரணங்கள் வேண்டும். இந்தக் காரணங்களை நேரடியாகச் சொல்லாமல் கதையாடலாகச் சுருக்கமாகச் சொல்லவேண்டும். அவை அவனுடைய அடிப்படையான இயல்பு, வாழ்வின் குறிக்கோள் மற்றும் வாழ்க்கைச் சூழலுடன் பொருந்தி வர வேண்டும். அதாவது, (அ) வாழ்க்கையில் ஒருவன் எந்த வேலைக்கும் செல்லாமல் வாழ்கிறான் என்றால் அவனுக்கு வருமானம் எப்படியெல்லாம் வர முடியும்? (ஆ)

அவனுடைய குடும்பம், பின்னணி எப்படி இருந்திருக்க முடியும்? (இ) அவனுடைய வாழ்க்கைப் பார்வை எப்படி இருக்கும்? (ஈ) அவனுக்கு எப்போது என்ன நடந்தால் அவன் என்ன செய்வான்? (உ) எப்போது அவன் என்னென்ன செய்தாலும் அதையெல்லாம் வெற்றி அடையாமல் போய் அவன் நேர்முகத்துக்குச் செல்ல நேரும்?

இக்கேள்விகளுக்குச் சரியான விடைகளைக் கண்டு அவற்றின் அடிப்படையில் இந்தக் கதையாடல்களை நீங்கள் அமைக்க வேண்டும். அவை நம்பத்தகுந்ததாக இருத்தல் வேண்டும்.

மூன்றாவது கதையாடல் பயிற்சி: வெளிச்செய்திகள்

உங்கள் செவிப்புலனைக் கூர்மையாக வைத்துக்கொள்ளுங்கள். இன்று காலை முதல் இரவுக்குள் (அ) உங்களைக் கடந்து செல்கிறவர்கள், அருகாமையில் உள்ளவர்கள் பேசுவதை உற்றுக் கவனியுங்கள். அதில் இருந்து ஒரு சம்பவத்தை எடுத்துக் கொள்ளுங்கள். (அவர்கள் கவனிக்காமலே அவர்களை கவனிக்கிற திறனை வளர்த்துக் கொள்ளுங்கள்.) (ஆ) உங்கள் நண்பர்களுடனான உரையாடலில், அரட்டையில் அவர்கள் சொல்லுகிற ஏதாவது ஒரு சம்பவத்தைக் குறித்துக் கொள்ளுங்கள். (இ) செய்தித்தாளை எடுத்து உங்களுக்குப் பிடித்த பகுதியில் வரும் அதிகம் கவனிக்கப்படாத மற்றும் கவனிக்கப்படுகிற என இருவகையான செய்திகளை எடுத்துக்கொள்ளுங்கள்.

இந்த நான்கு சம்பவங்களையும் தனித்தனிக் கதையாடல்களாக உருவாக்குங்கள். ஒவ்வொன்றிலும் ஒரு ஆரம்பத் திருப்பமும் இறுதித் திருப்பமும் வேண்டும். ஒவ்வொன்றுக்கும் ஒரு தலைப்பை அளியுங்கள். அத்தலைப்பில் ஒரு புதிர்தன்மை இருக்கும்படியாகவோ அதில் ஒரு உருவகம் / குறியீடு உள்ளதாக பார்த்துக்கொள்ளுங்கள்.

நான்காவது கதையாடல் பயிற்சி: கருத்துநிலைகளின் மோதல்

ஒரு பாத்திரத்தைக் கற்பனை பண்ணிக் கொள்ளுங்கள். அவர்தான் சரியென, நியாயமென, அறமென நம்பும் ஒன்றின் பக்கம் நிற்கிறார். அவர் உங்கள் கதையின் நாயகன் அல்லது நேர்மறை பாத்திரம். அவர் முன்வைக்கும் நம்பிக்கைக்கு நேர் எதிர் பக்கத்தில் மற்றொரு பாத்திரம் வருகிறார். அதுவே தன் சரி, நியாயம், அறம் என அவர் நம்புகிறார். முதலில் ஒரு பொதுவான பிரச்சினையை

எடுத்துக் கொள்ளுங்கள். இதில் இருவரும் எப்படி நேரெதிராக நடந்து கொள்வார்கள் என்று எழுதி, அதை அவர்கள் எப்படி நியாயப்படுத்துவார்கள் என எழுதுங்கள்.

அவர்கள் இருவருடைய நியாயம், தர்க்கம், அறம் என்பது பொதுவானது அல்ல. அது அவர்களுடைய அதுவரையிலான வாழ்க்கை நோக்கு, அதற்குக் காரணமான வாழ்க்கை நிகழ்வுகளின் பொருட்டு உருவாக்கிக் கொண்ட நிலைப்பாடு, நம்பிக்கை. இதை நிறுவிவிட்டே இவர்களுடைய தர்க்க நியாயத்தை, அறத்தை உருவாக்குங்கள். அப்போதே அது நம்பத்தகுந்ததாக இருக்கும்.

உ.தா., ஒருவர் மனித மேன்மையில் அவநம்பிக்கை கொள்கிறார் என்றால் அவரைப் பொறுத்தவரையில் மாண்பு என்பது என்ன, அந்த எண்ணத்துக்கு அவர் எப்படி வந்து சேர்ந்தார், அந்த எண்ணம் தவறு என அவர் எப்படி அவநம்பிக்கை கொண்டார் எனக் கட்டமைக்க வேண்டும். அதன் பின்னரே ஒரு சம்பவத்துக்கு அவர் ஏன் அவநம்பிக்கையுடன் எதிர்வினையாற்றுகிறார் என சொல்ல முடியும், சொல்ல வேண்டும். அவரது நம்பிக்கையும் அவநம்பிக்கையும் பொதுவானது அல்ல, அவை அவருக்கே உரித்தானவை, தனித்துவமானவை.

பகுதி 7

புத்தக வடிவம்

நாவலைத் திருத்தும் கலை

ஒரு நாவலை நான்கைந்து முறையாவது திருத்துவது மிக மிக அவசியமான ஒன்று. அதனால் நாவல் வெளியிடுவது தாமதமாகலாம். சில நேரங்களில் கதையமைப்பிலோ முக்கியமான காட்சிகளிலோ பாத்திரங்களின் இயல்பிலோ உள்ள ஒரு அடிப்படையான தவறு நம் கவனத்துக்கு வராமல் தப்பி விடும். அது கண்ணில் படவே ஓராண்டுக்கு மேல் ஆகும். ஏனென்றால் எழுத எழுத அந்நாவல் குறித்தொரு புகைமூட்டம் நம் மனதில் உண்டாகும். நாம் அந்த மூட்டத்தின் வழியே கலங்கலாகத்தான் நாவலை நோக்குவோம்.

திரும்பத் திரும்பத் திருத்துவதன் ஒரு முக்கிய அனுகூலம் நாவலுக்குப் புதிய புதிய அர்த்த அடுக்குகளை உருவாக்க முடியும் என்பது. முதல் பிரதியில் பெரும்பாலும் ஒற்றைப் பொருளே வரும். அல்லது அதிகமாக சில விசயங்களை அழுத்திச் சொல்லியிருப்போம். சில விவரணைகளை, நீளமான வசனங்களை முடிதிருத்துநர் கொத்தாக மயிரை எடுத்து நைசாக வெட்டுவதைப் போல நாம் நீக்கிவிட்டால் அந்த இடத்தில் ஒரு வெளிச்சம் வருவதைப் பார்க்க அழகாக இருக்கும். நாவல் நன்றாக மூச்சு விடுவதைப் பார்க்க நமக்கும் நிம்மதி கிடைக்கும். சில அத்தியாயங்களை நீக்கினால் கதை இன்னும் சரளமாக ஒழுகுவதைப் பார்க்க முடியும். இதையெல்லாம் எழுதுகையில்

துல்லியமாகத் திட்டமிட்டுச் செய்வது கடினம்.

ஒரு நாவலுக்குள் தோன்றும் ஜீவனை, உயிர்த்துடிப்பை, ஆத்மார்த்தமான கேவலை நீங்கள் எடிட்டிங்கின் போது உருவாக்க முடியாது. ஆனால் அது மட்டுமே நாவல் அல்ல. எப்படி ஒரு குழந்தைக்கு நாம் உணவுண்ண, குளிக்க, கக்கா போக, கழுவ, ஆடையணிய, நடக்க, பேச, பழக சொல்லித் தர வேண்டுமோ அப்படியே நாவலுக்கும் செய்ய வேண்டி இருக்கிறது. குழந்தையின் உயிரோட்டம்தான் நம்மைக் கவர்கிறது, குழந்தையின் பாசாங்கின்மையை நாம் வருவிக்க முடியாதுதான், ஆனால் டார்ஜான் போன்றொரு குழந்தையை யாராலும் டீல் பண்ணவோ குரங்கு போல பரணிலும் மேஜையிலும் தாவி பற்களைக் காட்டிச் சீறும் ஒரு குழந்தையைக் கொஞ்சி ரசிக்கவோ முடியாது. திருத்துதல் நாவலைப் பண்படுத்தும் பணி. திருத்தத் திருத்த ஒரு நாவல் செயற்கையாகி விடுமோ, பிளாஸ்டிக்காகி விடுமோ எனும் அச்சம் தமிழில் பலருக்கும் உண்டு. அதைப் புரிந்துகொள்கிறேன். ஆனால் ஒரு நாவலின் மொழியை நாம் முழுக்க மாற்றி, கட் ஆண்ட் பேஸ்ட் பணிகளை அதிகமாகப் பண்ணாத பட்சத்தில் பிளாஸ்டிக் ஆகும் ஆபத்து இல்லை. அப்படி பிளாஸ்டிக்கான படைப்புகள் எழுதப்படும் போதே அப்படித்தான் இருக்கும். எடிட்டிங்கின் போதும் அது இறந்து பிறந்த குழந்தை போலிருக்கும் என நினைக்கிறேன்.

நான் விரைவில் வெளியிடப் போகும் நாவலை ஒரு தொடராக எழுதினேன். இப்போது அதைத் திருத்துகையில் 40% மேல் மாற்றுகிறேன். முக்கியமாக ஒரு எதிர்பாராத் திருப்பம் வேண்டும், அது என்னவாக இருக்கவேண்டும் என யோசித்துக் கொண்டிருந்தேன். நேற்று நள்ளிரவு ஒரு அத்தியாயத்தைத் திருத்துகையில் ஒரு புது ஐடியா கிடைத்தது. அதை நீட்டித்தால் சுவாரஸ்யமான திருப்பம் கிடைத்தது. அது மட்டுமல்ல, நாவலின் வடிவத்தை மிகவும் புதுமையாக மாற்றுவதற்கான ஒரு ஐடியாவும் கிடைத்தது. அது நாவலின் தலைப்புக்குப் பொருந்தியும் வந்தது. ஒருவேளை நான் நேற்று நள்ளிரவு உட்காராவிட்டால் இது நடந்திருக்காது. இதுதான் எடிட்டிங்கின் மேஜிக்.

தொடராக எழுதும் போது நமக்கு இந்தளவுக்கு அவகாசம் நிச்சயம் இருக்காது. அதனாலே தொடராக எழுதப்பட்டு அப்படியே

பதிப்பிக்கப்படும் நாவல்களில் நிறையக் குறைகள் நிச்சயம் இருக்கும். அந்தக் குறைகளையும் மீறியே அவை ரசிக்கப்படும். நானே சில தொடர்களைப் படிக்கையில் சம்மந்தப்பட்ட எழுத்தாளர்களை அழைத்து 18வது அத்தியாயத்தை முதல் அத்தியாயமாகக் கொண்டு வந்தால் சிறப்பாக இருக்கும் என்பது போல சொல்லியிருக்கிறேன். ஆனால் என்ன பயன்?

அசோகமித்திரன் தனது நாவல்களை மிக மிகச் சுருக்கமாக எழுதுபவர். ஆனால் அவற்றைக் கூட கையெழுத்துப் பிரதியாகவே நான்கைந்து முறை திரும்பத் திரும்ப எழுதுவார் என என்னிடம் கூறியிருக்கிறார். 5-10 வருடங்கள் கூட அவர் எடுத்துக் கொள்வதுண்டு. சு.ரா. தன் நாவல்களை மிகக்கறாராகத் திட்டமிட்டு எழுதுவார். இமையமும் அபாரமாகத் தன் நாவல்களைத் திருத்தும் திறன் பெற்றவர். பா.வெங்கடேசன் தன் நாவல்களை அவற்றின் கதையமைப்பில் மாற்றம் கொண்டு வருவதற்காக ஒட்டுமொத்தமாக திரும்ப எழுதக் கூடியவர். ஆனால் அசோகமித்திரனை, சு.ரா.வை, இமையத்தை, பா.வெ.யைப் போன்றவர்கள் தமிழில் அரிதானவர்கள். அப்படியே எழுதிப் பதிப்பதுதான் இங்கு பிரசித்தமான முறை. இதனால் அந்நாவல்கள் மோசமானவை அல்ல. ஒரு நல்ல நாவலைத் திருத்துகையில் அது ஒரு படி தரத்தில் உயரும். ஒரு மோசமான நாவலை எவ்வளவு திருத்தினாலும் காப்பாற்ற முடியாது. சார்லஸ் டிக்கன்ஸின் நாவல்களில் வரும் அனாதை இல்லக் குழந்தைகளைப் போன்றவை நமது நாவல்கள். சில பிச்சைக்காரனாகும், சில தெருவில் திருடும், சில படித்து உழைத்துப் பெரிய ஆளாகி சமூகம் நன்மதிப்பு பெறும், தக்கன பிழைக்கும்.

ஒரு நண்பர் என்னிடம் இதைப் பற்றி கேட்கையில் திருத்திக் கொண்டே இருந்தால் அதிலேயே பல வருடங்கள் போய் விடாதா என்று கவலை தெரிவித்தார். ஒரு எல்லை உண்டு. ஒரு நாவலின் முடிவு சரியாக அமைகையில் அந்த எல்லை நமக்குப் புலப்பட்டு விடும். அங்கு நிறுத்திவிட வேண்டும் என நினைக்கிறேன். ஆம், சொல்லமைவுகளை, வாக்கியங்களை மேலும் மேலும் திருத்தலாம், மாற்றி மாற்றி அமைக்கலாம், தொனியை மாற்றலாம், ஆனால் அத்தகைய திருத்தங்கள் ஒரு நாவலுக்கு இரண்டாம் பட்சமானவை. ஒரு அளவுக்கு மேல் அவ்வகைப்

பிழைகளை அனுமதித்து விடலாம்.

தகவல் பிழைகள்? அவற்றை ஒரு நண்பரோ வெளி எடிட்டரோ தான் சரியாகக் கண்டுபிடித்து சொல்ல முடியும்.

இன்னொரு விசயம், நீங்கள் என்னதான் சொன்னாலும் நான்கைந்து முறையாவது ஆற அமர ஒரு நாவலைத் திருத்தி அதில் விளையாடி, அதனால் விளைந்த நல்ல மாற்றங்களை அனுபவித்த ஒருவருக்குத்தான் நான் இங்கு சொல்லியுள்ள விசயங்களை மனதார ஏற்றுக்கொள்ள முடியும். எப்படிப் புரியாத வரை ஒரு மொழியின் மீது ஆர்வம் வராதோ அப்படித்தான் இவ்விசயமும். நாவலைத் திருத்தும் பணியில் ஒரு மேஜிக் நிகழும். அப்போது அது ஒரு கலையாகும். அதை ரசித்துணர்ந்த ஒருவருக்கு அது படைப்பனுபவத்துக்கு ஓரளவுக்கு அருகில் வரும் மகிழ்ச்சியைத் தரும். அவர்கள் இந்த நேரத்தைக் கொண்டு இன்னொரு நாவலை எழுதியிருக்கலாம் எனப் புலம்ப மாட்டார்கள். எண்ணிக்கையில் என்ன இருக்கிறது?

நாவலைப் பதிப்பிக்கும் சவால்களும் தீர்வுகளும்

நீங்கள் ஒரு நாவலைப் பிரசுரிக்க முடிவெடுக்கும் முன்பு சந்தையைப் பற்றித் தெரிந்துகொள்ள வேண்டும். இங்கு ஒரு வருடத்திற்கு எவ்வளவு நாவல்கள் வருகின்றன, எந்தெந்தப் பதிப்பகங்கள் அதிகமாக நாவல்களைப் பிரசுரிக்கிறார்கள், யார் இளம் எழுத்தாளர்களை அறிமுகப்படுத்த, உற்சாகப்படுத்த தலைப்படுகிறார்கள், எந்தப் பதிப்பகத்தில் நாவல்களுக்கு அதிக கவனம் கிடைக்கிறது என்கிற தகவல்களைச் சேகரியுங்கள். இதற்கு நீங்கள் பேஸ்புக்கில் வரும் புத்தக விளம்பரங்களை கவனித்து, பதிப்பாளர்களைச் சமூக வலைதளங்களில் பின்தொடர்ந்தாலே போதும். கூடுதலாக, நீங்கள் புத்தகத் திருவிழாக்களுக்குச் சென்று முக்கியப் பதிப்பக ஸ்டால்களில் முன்வரிசையில் வைக்கப்பட்டுள்ள நாவல்களைக் கவனியுங்கள். அடுத்து நாவல்களின் பொதுவான பக்க அளவைப் பாருங்கள். சில பதிப்பகங்களில் அதிகமாக 200-250 பக்க நாவல்கள் வரும். சில பதிப்பகங்கள் 350 பக்கங்களுக்கு மேல் பிரசுப்பார்கள். மிக மிக அரிதாகவே 500, 600 பக்கங்களுக்கு மேல் நாவல்கள் வரும். இதை நான் எழுதும்போது தமிழில் 200 பக்க நாவலுக்கு 220-250 ரூபாய் விலை வைக்கிறார்கள். 300 பக்கங்கள் எனில் 350 ரூபாய். நீங்கள் எந்த அளவுக்கான நாவலை எழுத விரும்புகிறீர்கள்? இதைப் பற்றிச் சிந்தியுங்கள். உங்கள் அளவுக்கு ஏற்ப, உங்கள் அரசியல், எழுத்தின் அழகியலுக்கு ஏற்ப

ஒரு பதிப்பகத்தைத் தேர்ந்தெடுங்கள். பதிப்பாளர்கள் செய்யப் போகும் முதலீட்டில் இருந்து அவர்களுடைய அரசியல், பதிப்பு மரபு, ரசனை வரை தெரிந்து கொள்வது சிறப்பு.

பொதுவாக 300 பக்கங்கள் வரை பதிப்பகங்கள் நாவலை வாங்கிப் பிரசுரிக்கத் தயங்க மாட்டார்கள். ஆனால் பக்கங்களின் எண்ணிக்கை அதிகமாக ஆகப் பதிப்பாளரின் முதலீடும், நஷ்டமாகும் அபாயமும் / லாபமடையும் அதிர்ஷ்டமும் அதிகரிக்கிறது. இந்த வியாபாரக் கணக்கை நீங்கள் புரிந்து கொள்வது முக்கியம்.

இன்று புத்தகத்தின் காகிதமும் அட்டையும் சேர்த்து 200 பக்க புத்தகத்துக்கு சுமார் 100120 ரூபாய் வரை செலவாகிறது (அச்சு செலவு மட்டுமே). பதிப்பாளர்களுக்கு 80 ரூபாய் தலா ஒரு பிரதியில் லாபமாக கிடைக்கும். புத்தகங்களைப் பாதுகாப்பாக வைத்திருந்து வருடம் முழுக்கச் சந்தையில் கிடைக்க வைப்பது, புத்தகத் திருவிழாக்களுக்குக் கொண்டு போகும் செலவு, இணைய அங்காடிகளுக்குக் கொடுக்கும் கழிவு ஆகியவற்றை நான் இங்கு கணக்கில் கொள்ளவில்லை. குறைவான எண்ணிக்கையில் பிரசுரிக்கப்பட்டு மூன்று மாதங்களுக்குள் விற்கப்படுகிற ஒரு நாவலையே இலக்காக வைத்துப் பேசுகிறேன். இன்றுள்ள இந்நிலையில் உங்கள் 180-200 பக்க நாவல் 50 பிரதிகள் அச்சிடப்படுகின்றன என்றால் எவ்வளவு முதலீடு? 5000-6000 ரூபாய். அதன் மீது அட்டைப்பட வடிவமைப்பு, நூலின் வடிவமைப்புச் செலவைச் சேருங்கள். ஒரு பதிப்பகம் பல நூல்களைக் கொண்டு வருகிறது எனும்போது முழுநேர வடிவமைப்பாளர்களை வைத்திருப்பார்கள். அப்போது இச்செலவு குறையும். அல்லாவிடில் குறைந்தது 2500 ரூபாயாவது தயாரிப்பு செலவாக சேரும். மொத்தமாக 7500-8500 ரூபாய். ஐம்பது பிரதிகள் விற்றால் உங்கள் பதிப்பாளருக்கு 12,500 ரூபாய் கிடைக்கும். (இதில் 10% உங்களுக்கான உரிமத் தொகை). அதாவது 4000-5000 ரூபாய் பதிப்பாளருக்கான லாபம். இது ஓரளவுக்கு நல்ல வியாபாரம் தானே என உங்களுக்குத் தோன்றும். இன்றைய சமூக வலைதள சூழலில் 50 பிரதிகளை விற்பது பெரிய காரியமில்லை என நீங்கள் நினைக்கலாம். ஆனால் பிரச்சினை என்னவென்றால் புத்தகப் பிரசுரம் ஒரு நூலை மட்டும் சார்ந்தது அல்ல. நிறைய நூல்களில் முதலீடு செய்து அதிலிருந்து பெறும்

லாப நட்டத்தைச் சமநிலைப்படுத்த முயல்வார்கள் பதிப்பளர்கள். சில நாவல்களில் பெரும் முதலீட்டைச் செய்து விற்க முடியாமல் விழி பிதுங்குவார்கள். பதிப்பகத்துக்கு வெளியே சிலர் தவறாக முதலீடு செய்து அந்நட்டத்தை புத்தகங்கள் வழியாக சரிகட்டவும் முயல்வார்கள். இதனாலே சில பதிப்பாளர்கள் நட்டமடைகிறார்கள், ஆனால் பெரும்பாலானோர் சமாளிக்கிறார்கள், சிலர் நிச்சயமாக லாபமடைகிறார்கள். இந்தத் தள்ளுமுள்ளு கூட்டத்தில் நீங்கள் ஒரு இளம் எழுத்தாளராக வரிசையில் முந்திப் போய் பதிப்பாளரிடம் உங்கள் நாவலின் எழுத்துப் பிரதியை நீட்டும் போது அவரது முதல் கேள்வி "இந்நாவலை வெளியிட்டு என்னால் நட்டமடையாமல் தப்பிக்க முடியுமா?" என்பதே. அவர் ஏற்கனவே மிகுதியாக முதலீடு செய்து கையைச் சுட்டிருந்தால் இன்னொரு நிச்சயமில்லாத நாவல் மீது பணம் கட்டத் தயங்குவார். அவர் தைரியமானவர் என்றால் சீட்டை இறக்குவார். ஆக நீங்கள் செய்ய வேண்டியது உங்கள் நாவல் அதன் எழுத்தின் தரத்தால் மட்டுமே ஏற்கவோ நிராகரிக்கவோ படுவதில்லை எனப் புரிந்துகொள்வதே. இந்த வியாபாரத்தின் இயங்கியலைப் புரிந்துகொள்ளுங்கள். பதிப்பு முதலில் ஒரு வியாபாரம். அங்கு பணமே முதல் அளவுகோல்.

ஆகையால் உங்களால் குறைந்தது 50-100 பிரதிகளாவது விற்க முடியும் எனும் நம்பிக்கையை அளிக்க முடியுமா? வெறும் சொல்லால் அல்ல செயலால் காட்ட முடியுமா? நீங்கள் "சின்னத்தம்பி" குஷ்புவைப் போல மாடமாளிகைக்குள் ஒளிந்திருக்காமல் வாய்க்கால் வரப்பு என குதித்தோடும் இளம் எழுத்தாளராக இருந்தால் முடியும். நீங்கள் தொடர்ந்து சமூக வலைதளங்களில், இணையதளங்களில், அச்சிதழ்களில் பரபரப்பாக எழுதிக்கொண்டிருந்தால், வாசகர்களின் நன்னம்பிக்கையைப் பெற்றால், உங்களை ஒரு பண்டமாக விளம்பரம் செய்யத் தெரிந்தால் இது நிச்சயமாக சாத்தியம்.

சில அரிதான மிகச்சிறிய பதிப்பகங்கள், தற்சார்பு பதிப்பகங்களே விதிவிலக்கு. அவர்கள் தம் லட்சியத்துக்கு நியாயம் செய்கிற சில நாவல்களை வெளியிடுவார்கள். அங்கு மட்டுமே உங்கள் எழுத்தின் தரம் நிர்ணய அலகாகும். அத்தகைய பதிப்பகங்களை நடத்துவோர் எழுத்தாளர்களாகவும் இருப்பர். அவர்கள் ஒரு குழுவாக செயல்படுவர். சிலர் இணைய இதழ்களை வைத்து நடத்துவர். அவர்களுடன் உங்களால் நட்பு கொண்டு நல்லுறவு

பாராட்டி இணைந்து செயல்பட முடிந்தால் உங்கள் நாவலின் பிரசுர சாத்தியம் பிரகாசமாகும். இவர்கள் ஓரளவுக்கு வாசகர்களிடம் கவனம் பெற்றவர்கள் எனில் இவர்களிடம் பிரசுரிப்பதன் அனுகூலம் உங்களுடைய நாவலை இவர்கள் நன்றாக விளம்பரப்படுத்துவார்கள், விருதுகளுக்கும் விமர்சனத்திற்கும் அனுப்பி உங்களைக் கொண்டாடுவார்கள் என்பது. இது பெற்றோரை எதிர்த்த காதல் திருமணத்தைப் போல. இங்கு பரஸ்பர ஆதரவும் நெருக்கமும் உயிர்த்திருப்பதற்கு மிக அவசியம். நல்ல நாவல்கள் இத்தகைய பதிப்பகங்கள் மூலம் வந்ததும் பெரும் கவனம் பெறுவதுண்டு.

பெரும் பதிப்பகங்கள் எனில் உங்கள் நாவல் ஒரு பரவலான வாசகர் / எழுத்தாளர் குழுவின் கவனத்திற்கு உடனடியாக போகக்கூடும். பத்தோடு பதினொன்றாகக் கவனிக்கப்படாமலும் போகலாம். எல்லாம் உங்கள் எழுத்தின் சுவாரஸ்யத்தை, தரத்தைப் பொறுத்தது.

சில பதிப்பகங்கள் (எழுத்து, டிஸ்கவரி புக்பேலஸ்) நாவல் போட்டிகளை நடத்துவதுண்டு. அவற்றில் பங்குபெற்றால் அவர்களே உங்கள் நாவலைப் படித்துத் தேர்வு செய்து ஒன்று பரிசளிக்கவோ அல்லது பிரசுரிக்கவோ செய்வார்கள். எப்படிப் பார்த்தாலும் கவனம் (சில நேரங்களில் சன்மானமும்) கிடைக்கும்.

காலச்சுவடு போன்ற மிக மிக அரிதான பதிப்பகங்களே ஆசிரியக் குழுவை வைத்து உங்கள் நாவலைக் கரட்டு வடிவில் படித்து விவாதித்து மதிப்பிட்டுத் தேர்ந்தெடுத்து திருத்தங்கள் சொல்லித் தம் எதிர்பார்ப்பின்படி வடிவமைப்பார்கள். பெரும்பாலான பதிப்பகங்கள் ஒன்று பதிப்பாளரே வாசிப்பார் அல்லது சில நேரங்களில் நீங்கள் கவனிக்கப்பட்ட எழுத்தாளர் எனில் முழுமையாகப் படிக்காமல் அப்படியே பதிப்பிப்பதும் உண்டு. ஆக, நீங்கள் தேர்வு செய்யும் பதிப்பகத்தைப் பொறுத்து உங்கள் நாவல் வெளிவருவதற்கான கால அளவும் அமையும்.

சரி, உங்கள் நாவலை யாருமே பிரசுரிக்கத் தயாராக இல்லை. அப்போது என்ன செய்வது? உங்களுடைய நட்பில் இருக்கும் நுட்பமான, கூர்மையான, அனுபவமுள்ள வாசகர்கள், மூத்த எழுத்தாளர்களிடம் கொடுத்து கருத்துக் கேளுங்கள். நண்பர்களிடம் மட்டுமன்றி பரவலாக பலரிடமும் கேளுங்கள்.

(முடிந்தவரையில் வாசிப்புப் பழக்கமில்லாதவர்களின் கருத்துக்களைப் பொருட்படுத்தாதீர்கள்.) அவர்கள் தரும் அறிவுரைகளை, பரிந்துரைகளைக் கொண்டு உங்கள் நாவலைத் திருத்த வேண்டுமா என பரிசீலியுங்கள். அடுத்து, மீண்டும் பதிப்பகங்களிடம் சென்று விண்ணப்பியுங்கள். சந்தையின் சூழலும் தேவையும் மாறிக்கொண்டே இருக்கும் என்பதால் இன்று நிராகரிக்கப்படும் ஒருவர் ஓரிரு ஆண்டுகளிலே அரவணைத்து ஏற்கப்படலாம். அப்படிக் காலம் கனியவே இல்லை எனில் நீங்களே பிரசுரியுங்கள். அதற்கு எவ்வளவு முதலீடு ஆகும் என ஏற்கனவே சொல்லிவிட்டேன். தரமான, சிக்கனமான வடிவமைப்பாளர்கள், அச்சகத்தாரைத் தேடிக் கண்டடைந்து மிகக்குறைவான பிரதிகளை (POD முறையில்) பிரசுரியுங்கள். தீவிரமாக விளம்பரப்படுத்தி விற்றுக் காட்டுங்கள். அதில் கிடைக்கும் லாபம் பிடித்திருந்தால் (அட, உரிமத் தொகையைவிட இது அதிகமாச்சே என நினைத்தால்) தொடர்ந்து சுயபிரசுரத்தில் ஈடுபடுங்கள். அல்லாவிடில் இரண்டாம் பதிப்புக்குப் பதிப்பாளரை நாடுங்கள். மகளின் காதலனை முறைத்த மாமனார் அவரே மாப்பிள்ளையானதும் வாய் நிறைய சிரிப்புடன் வரவேற்பதைப் போல இம்முறை பதிப்பாளர்கள் உங்களை எதிர்கொள்வர்.

ஒருவேளை நீங்கள் இந்தியாவில் இல்லை, உலகின் ஏதோ ஒரு மூலையில் வாழ்கிறீர்கள் அல்லது கிராமத்தில் இருந்து, பதிப்பகத்தார், இலக்கியக் கூட்டங்கள் என்று பயணிக்கும், சமூகமாக்கல் செய்யும் எந்த வசதி வாய்ப்பும் இன்றி இருக்கிறீர்கள், எனில் எந்தச் செலவுமின்றி கிண்டிலில் உங்கள் நாவலை மின்நூலாக உடனே பிரசுரியுங்கள். அது மிக மிகச் சுலபம். (உரிமத் தொகையும் 80% வரை கிடைக்கும்.)

கடைசியாக, ஒரு நாவலைப் பதிப்பாளருக்கு / அச்சுக்கு அனுப்பும் முன் அதன் அடிப்படையான வடிவம், அதிலிருக்க வேண்டிய பகுதிகளைப் பற்றிச் சொல்கிறேன். முதலில், யூனிகோடில் தட்டச்சு செய்யுங்கள். முதல் பக்கத்தில் நாவலின் தலைப்பையும், தவறாமல் உங்கள் பெயரை அதற்குக் கீழும் எழுதுங்கள் (சில இளம் எழுத்தாளர்கள் தம் பெயரைப் பணிவாலோ கூச்சத்தாலோ கவனக்குறைவாலோ எழுதாமல் விடுகிறார்கள். இதனால் பதிப்பாளர் துப்பறிவாளராகும் நிலை ஏற்படுகிறது.) அடுத்த பக்கத்தில் உங்களைப் பற்றிய ஒரு அறிமுகக் குறிப்பை எழுதுங்கள்.

அடுத்த பக்கத்தில் உங்கள் நாவலை யாருக்காவது சமர்ப்பிக்க விரும்பினால் அதைக் குறிப்பிடுங்கள். அதற்கு அடுத்து நீங்கள் உங்கள் நாவலுக்கு எழுதிய அறிமுகக் குறிப்பையோ ஒரு விமர்சகர் உங்கள் நாவலை அலசியோ பாராட்டியோ பரிந்துரைத்தோ எழுதிய குறிப்பையோ சேர்த்திடுங்கள். (இது ஒன்றும் கட்டாயம் அல்ல.) அடுத்து உங்கள் நாவலின் அத்தியாயங்கள் வர வேண்டும். உங்கள் எழுத்துப் பிரதியை நன்றாக ஒருமுறை பிழைபார்த்து விடுவது நல்லது. அப்போது அத்தியாயங்கள் வரிசைப்படி வருகின்றனவா, தகவல் பிழைகள், பாத்திரங்களின் பெயர்களில் குழப்பங்கள் உள்ளனவா, ஏதாவது ஓர் அத்தியாயம் பாதியில் விடுபட்டிருக்கிறதா என்பதைக் கவனித்துத் தேவைப்பட்டால் திருத்துங்கள். கூடவே உங்கள் நாவலுக்கான ஒரு பின்னட்டைக் குறிப்பையும் 50 சொற்களுக்குள் எழுதுங்கள். இக்குறிப்பில் உங்கள் நாவலின் கதைச்சுருக்கமோ, சாரமோ வர வேண்டாம். உங்கள் நாவலைப் படிக்கத் தூண்டும் அழகான வாக்கியங்களை எழுதுங்கள். உங்கள் நாவலுக்கும் இக்குறிப்புக்கும் நேரடித் தொடர்பு இருக்கும் தேவை கூட இல்லை. சில நேரங்களில் சம்மந்தமில்லாத வரிகள் அழகான அறிமுகமாக மாறுவதுண்டு. எந்தளவுக்கு மர்மமாக, கவித்துவமாக, நகைமுரணாக, நகைச்சுவையாக, உணர்ச்சிகரமாக உள்ளதோ அந்தளவுக்கு நல்லது. கடைசியாக உங்களுடைய தரமான நிழற்படம் ஒன்றையும் இணையுங்கள். அவ்வளவுதான், உங்கள் எழுத்துப் பிரதி அச்சுக்குத் தயார்.

இவ்வளவு வாய்ப்புகள் முப்பது ஆண்டுகளுக்கு முன் இல்லை. அன்று மிகச்சிலருக்கு மட்டுமே தம் நாவலைப் பிரசுரிக்க வாய்ப்பு இருந்தது. வருடத்திற்கு இரண்டு, மூன்று நாவல்களே வரும். இளம் எழுத்தாளர்கள் தம் சேமிப்பைக் கொண்டோ சொத்துகள், நகைகளை அடமானம் வைத்தோ புத்தகம் பிரசுரித்த, நட்டமடைந்து வறியவர்களான வரலாறு நமக்கு உண்டு. மேலும் அன்று உலகம் முழுக்க தம் எழுத்தை இளம் படைப்பாளிகளால் கொண்டு செல்லவோ விளம்பரப்படுத்தவோ வழிவகை இல்லை. ஒரு கதையை அனுப்பிவிட்டு அது பிரசுரமாக வருடக்கணக்கில் காத்திருக்கவேண்டும். இன்று அச்சிதழ்களோ, இணைய இதழ்களோ அனேகமாக எந்தத் தரமான (சில நேரங்களில் தரமில்லாத) கதையையும் நிராகரிக்காமல் பிரசுரிக்கிறார்கள். இன்று நாம் செய்யவேண்டியது சோம்பித் திரியாமல் தன்னொழுக்கத்துடன்,

ஊக்கத்துடன் தொடர்ச்சியாக எழுதுவதும் செயல்படுவதுமே. இன்று பலருக்கும் எழுத நேரம் இல்லை. ஏனென்றால் நேர மேலாண்மை செய்யத் தெரியவில்லை. அத்திறனையும் ஒரு இளம் நாவலாசிரியர் வளர்த்துக் கொண்டால் வெற்றிப் படிக்கட்டுகள் அவர்கள் முன் புலப்படுவது நிச்சயம்.

ஆர். அபிலாஷ்

1980இல் பத்மநாபபுரத்தில் பிறந்தார். ஸ்காட் கிறுத்துவக் கல்லூரி, சென்னை கிறித்துவக் கல்லூரி மற்றும் சென்னை பல்கலைக்கழகத்தில் ஆங்கில இலக்கியத்தில் முறையே இளங்கலை, முதுகலை பட்டங்கள் மற்றும் முனைவர் பட்டத்தைப் பெற்றார். அவர் கடந்த பதினைந்து வருடங்களாக *உயிர்மை, தீராநதி, அம்ருதா, குமுதம், ஆனந்த விகடன், தி ஹிந்து, தினமணி, கல்கி* உள்ளிட்ட தமிழ் இடைநிலை இதழ்களிலும் வெகுஜன இதழ்களிலும் எழுதி வருகிறார். குமுதத்தில் கிரிக்கெட் பற்றியும், *தினமணியில்* ஆங்கிலம் பற்றியும் தொடர்கள் எழுதினார்.

ஆர். அபிலாஷ் இதுவரை மூன்று நாவல்கள், ஒரு சிறுகதைத் தொகுப்பு, கட்டுரைத் தொகுப்புகள், வாழ்க்கை சரிதை, ஒரு கவிதைத் தொகுப்பு, ஒரு ஹைக்கூ கவிதைகளின் மொழியாக்கத் தொகுப்பு உள்ளிட்டு ஆங்கிலத்திலும் தமிழிலுமாய் 40 நூல்களுக்கு மேல் எழுதியுள்ளார். இவரது *"கால்கள்"* நாவலுக்கு 2014இல் சாகித்ய அகாதெமி யுவ புரஸ்கார் விருது வழங்கப்பட்டது. 2016இல் பாஷா பரிஷத் விருதும் இவரது இலக்கியப் பங்களிப்புக்காக வழங்கப்பட்டது.

விக்கிப்பீடியா பக்கம்: https://ta.wikipedia.org/wiki/ஆர்._அபிலாஷ்

www.ingramcontent.com/pod-product-compliance
Lightning Source LLC
LaVergne TN
LVHW101358051026
849519LV00005BC/1573
* 9 7 8 9 3 9 5 5 1 1 7 4 2 *